பாராட்டுரைகள்

"இரவென்பது சந்திராவின் மொழி, சந்திராவுடையது. இறுக்கமும், வாசிப்பவரின் கவனத்தைச் சிதறவிடாமல் தமக்குள் ஈர்த்துக் கொள்ளும் பாணி அவருக்கு வாய்த்திருக்கிறது. அவர் அனுபவத்தை எழுதுகிறார். எல்லோரும் அனுபவத்தைத் தானே எழுதுகிறார்கள். ஆம் சரிதான்! தன் அனுபவத்தின் ரகசியத்தை அவர் எழுதுகிறார். அதாவது, வாழ்வின் மேல் அடுக்கை அல்ல; அதன் மடங்கிய உள் அடுக்கை, ரகசியமாகத் தட்டியவுடன் திறக்கத் தயாராக இருக்கும் ரகசியார்த்தங்களை எழுதுகிறார்.

'வானில் பறக்கும் புள் எலாம் நான்' என்று நம் கவி சொல்வது இதைத்தான். இது ஒரு பேரனுபவம். எல்லாம் தாமாகவும், எல்லாவற்றிலும் தாமாகவும் ஆவது என்பதும் இதுதான்.
தி. ஜானகிராமனின் ஒரு பாத்திரம். எல்லோரையும் அணைத்துக்கொண்டு, அன்பே தானாய், தன்னைப் பனி நீராய் மாற்றிக்கொண்டு தெளிப்பாள்.
நம் கதைக்காரர் சந்திராவும் அப்படித்தான்."

— பிரபஞ்சன்

"சந்திராவின் கதைகள் ஆழமானவை. அதில் வரும் மனிதர்கள் கைவிடப்பட்ட மனிதர்கள், உணர்வுகளைக் கைவிட்டவர்கள், மறுக்கப்பட்டவர்கள், தனித்து நடக்கத் தெரியாதவர்கள், எளிய நம்பிக்கைகளால் சூழப்பட்டு அதன் பேரில் வாழக் கடமைப்பட்டவர்கள். வித விதமான இந்தக் கதைகளில் இசையும், காட்சியும் சந்திராவை ஒரு நல்ல திரைக்கதையாசிரியராக்கியிருக்கிறது. அவர் தன் பாட்டியின் தோள்களில் ஏறி மனிதர்களைப் பார்த்திருக்கிறார்."

— டி. அருள் எழிலன்

"சந்திராவின் கதைகள் ஆச்சரியப்படுத்துவதைத் தாண்டி கதைகளின் வரிகளே கூட சாகசத்தையும் சூதாட்டத்தையும் சாமர்த்தியமாய் நிகழ்த்தி விடுகின்றன. சந்திராவின் எல்லாக் கதைகளின் முடிவும் மனதை கனக்கச் செய்கின்றனவாய் இருக்கின்றன. இது படைப்பாளியின் வெற்றிதான்

எனினும் கதைகளின் வெவ்வேறு முகங்களையும் சந்திராவின் எழுத்து கொண்டுவர வேண்டும் என்பது என் தனிப்பட்ட கருத்து.

இவர் வாழ்க்கையை ஓரத்தில் நின்று வேடிக்கை பார்த்துக்கொண்டு எழுதியதாய்ப் படவில்லை. கதவைப் பற்றி திண்ணையில் உட்கார்ந்தும் தந்தையின் மடியில் உட்கார்ந்தபடி மீசையைப் பற்றியும் அம்மாவின் அடிவயிற்றுக் கதகதப்பில் முகம் புதைத்து அவளின் பசியையும் தோழிகளின் தீட்டுத் துணியை கையில் ஏந்தியபடி அவர்களின் அவஸ்தையையும் பால்ய நண்பர்களை வாசம் மாறாமல் நெஞ்சில் சுமந்துகொண்டும் வனம் தந்த கறுப்பு வெய்யிலை முதுகில் சுமந்துகொண்டும் நகரத்தின் கூர்மையான கத்திகளை உடலில் செலுத்திக் கொண்டும் வாழ்வை இடைவெளியின்றி எழுதியிருக்கிறார்."

- ஏகாதசி

"சந்திரா படைத்துதரும் பெண்களின் பருண்மையுலகும் மரபான சமரசங்கள் கொண்டு கட்டப்படாத அவர்களின் அகவுலகும் சமகால தமிழ்ச்சிறுகதை வெளியில் இதுவரை காணாத சில திறப்புகளைக் கொண்டு விளங்குவதனை முன்னிட்டு ஒரு முக்கியத் தொகுப்பாக அமைகிறது. புனைவின் பொதுவெளியில் பெண் கதை மொழிதல் என்பதன் வழமைகளும் மறுப்புகளும் மீறப்படுதலில் தொடங்கி, பெண்ணிய கருத்தாக்கங்களை மீட்டுருவாக்கம் செய்வது வரையிலான எழுத்துகளை நாம் தொடர்ந்து கண்டு வரும்போதும் பெண் புனைகதையாளர்களது எண்ணிக்கை சொற்பத்திலும் சொற்பமாக நிற்கையில் மிக சுருங்கியது.

பெண்ணிய நோக்கிலான புனைவெழுத்தினை சமரசமற்ற பாத்திர உருவாக்கங்களினால் புதிய தளங்களை நோக்கி நகர்த்தும் சந்திரா தீர்க்கமான பின்னல்களுடன் கதையை கட்டமைப்பதிலும் சரளமாக அதை சொல்லிப் போவதிலும் தனக்கிருக்கும் தேர்ச்சியை இத்தொகுப்பின் மூலமாக நிரூபித்திருக்கிறார். கதை மொழிக்கு கூர்மையளிப்பது தனது கதை புலன்களை வாழ்வு குறித்த பலவித பார்வைகளுக்குமாக விஸ்தரித்துக் கொள்வது போன்றவற்றால் இன்னும் சிறப்பான கதைகளை அவர் எழுத முடியும்."

- அசதா

சோளம்

சந்திரா தங்கராஜ்

எதிர்
வெளியீடு

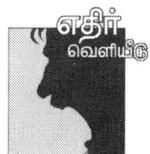

சோளம்
சந்திரா தங்கராஜ்

முதல் பதிப்பு: ஜனவரி 2022
எதிர் வெளியீடு,
96, நியூ ஸ்கீம் ரோடு, பொள்ளாச்சி - 642 002
தொலைபேசி: 04259 226012, 99425 11302

விலை: ரூ. 399

Solam
Chandra Thangaraj

Copyright © Chandra Thangaraj
First Edition: January 2022

Published by
Ethir Veliyeedu, 96, New Scheme Road, Pollachi- 642 002
email: ethirveliyedu@gmail. com
www. ethirveliyedu. in

ISBN: 978-93-90811-00-7
Cover Design: M Creative
Printed at Jothy Enterprises, Chennai.

All rights reserved. No part of this book may be reprinted or reproduced or utilised in any form or by any electronic, mechanical or other means, now known or hereafter invented, including Photocopying and recording, or in any information storage or retrieval system, without permission in writing from the Publisher.

எனது மகிழ்வே தனது வாழ்வெனக் கருதும் என் தாய்
பேச்சியம்மாளுக்கும்

எனது எல்லா முன்னேற்றத்திலும் துணை நிற்கும்
தோழி ஜெயராணிக்கும்

உள்ளடக்கம்

1. பூனைகள் இல்லாத வீடு 09
2. அழகம்மா 28
3. கட் சொன்ன பிறகும் கேமரா ஓடிக்கொண்டிருக்கிறது 41
4. அழகேசனின் பாடல் 55
5. புளியம் பூ 69
6. துயரமெனும் சிறுபுள்ளி 79
7. கள்வன் 94
8. மருதாணி 101
9. சூது நகரம் 110
10. காட்டின் பெருங்கனவு 119
11. பன்னீர் மரத் தெரு! 133
12. ராஜா ராணி ஜோக்கர் 142
13. தொலைவதின் புனிதம் 157
14. வெகு நாட்களுக்குப் பின்னான மழை 174
15. கிழவி நாச்சி 186
16. அறைக்குள் புகுந்த தனிமை 194
17. மஞ்சனாத்தி மலை 209
18. ஏழு கன்னிமார் 219
19. வெளிச்சக் கொடி 225

20. அத்துவானக்காட்டு எருமைகளும்
    அசிஸ்டென்ட் டைரக்டரும் 238

21. நதியில் மிதக்கும் கானல் 250

22. ரத்தத்தில் மிதக்கும் படுக்கையறை 264

23. வன்மம் 275

24. கழிவறைக் காதல் பிரதி 285

25. பீத்தோவனும் கலைந்த காதலும் 293

26. பூச்சி 305

27. நிகிலா 316

28. தரைதேடிப் பறத்தல் 329

29. திறக்கப்படாத பள்ளிக்கூடத்தின் கதவுகள் 337

பூனைகள் இல்லாத வீடு

எங்கள் தெருமுழுக்கத் தோரணம் கட்டியிருந்தார்கள். மாவிலை மணத்துக் கொண்டிருந்தது. அண்ணனும் நானும் ஒலிநாடாவின் இசையை அதிகப்படுத்திக் கொண்டிருந்தோம். ஒலிபெருத்து, தெப்பங்குளம்தாண்டி மீனாட்சி அம்மன் கோவில்வரை கேட்டிருக்கும். எங்கள் தெருமுழுக்க கூட்டம் நிரம்பி வழிந்திருந்தது. நான் புதிதாய்ப் போட்டிருந்த பச்சைகலர் கோடுபோட்ட வெள்ளைச் சட்டையும், கால்களை மூழ்கிக்கொண்டிருந்த நீலபேண்ட்டுமாய் வாசலில் நின்ற கூட்டத்தை கர்வத்துடன் பார்த்தேன். அம்மாவின் பட்டுப்புடவையைப்போன்று அக்காவும் கத்தரிப்பூநிறத்தில் பட்டுப்புடவை உடுத்தியிருந்தாள். இன்று அவள் கூந்தல் நீளமாகி சிவபபுகலா குஞ்சத்துடன் தொங்கிக் கொண்டிருந்தது. தலையில் நிறைய பூ வைத்திருந்தாள். தெருவில் வெள்ளைநிற அம்பாசிடர் கார் நின்றிருந்தது. நான் ஒரு மகாராஜனைப்போல வீறுநடை போட்டு படியில் இறங்கினேன். பேண்ட் பாதம் முழுதும் நிரப்பி என்னைத் தடுக்கி விழவைத்தது. உடனே பிரபுவையும் சிவக்குமாரையும் பார்த்தேன். அவர்கள் சிரிக்கவில்லை. ஒரு கையில் பேண்ட்டை நன்றாக தூக்கிப்பிடித்தபடி காரின்

முன்சீட்டில் உட்கார்ந்தேன். பேண்ட்டின் நீளத்தின் அளவைக் குறைக்கவாவது நான் வளரவேண்டும் என்று நினைத்தேன். பிரபுவும், சிவக்குமாரும் நாங்களும் காரில் வருகிறோம் என்றார்கள். எனக்கும் அவர்களை என் பக்கத்தில் உட்கார வைத்துக்கொள்ள ஆசைதான். அப்போது என் அண்ணன் வில்லன் மாதிரி அவர்களை ஒரு முறை முறைத்து ஸ்டைலாக கார்க் கதவைத் திறக்க முயன்றான். அவனின் ஒல்லியான கைகளுக்கு கதவு அசைந்துகூட கொடுக்கவில்லை. பிரபு ஓடிவந்து ஒரு சேவகனைப்போல கதவைத் திறந்துவிட்டான். அப்பவும் அண்ணன் அவனை முறைப்பாக பார்த்தான். அவன் தள்ளிப்போய் நின்றுகொண்டான்.

காரில் உட்கார்ந்திருப்பதற்கான அனைத்து பந்தாக்களையும் செய்தேன். காரில் இருந்த கண்ணாடியில் தலையைச் சீவிக்கொண்டேன். அடம்பிடித்து அழுது தைத்த முழுக்கைச் சட்டையை அப்பாவைப்போல மடக்கிவிட்டு அண்ணனின் அரைக்கைச் சட்டையைப் பார்த்துச் சிரித்தேன். சாந்தி அக்காவும் அவளது தோழிகளும் சிரித்தபடி காரில் பின்சீட்டில் உட்கார்ந்தார்கள். செல்வி அக்கா வழக்கப்படி சாந்தி அக்காவுடன் சண்டை போட்டிருப்பாள்போல, அவள் காரில் ஏறாமல் பழத்தட்டை கையில் ஏந்தியபடி சித்தி, பெரியம்மா, அத்தை கோஷ்டிகளுடன் நடந்து வரத்தயாரானாள். “சின்னவளே இன்னைக்குமா வீம்பு புடிக்கணும் நீயும் கார்ல உட்கார்ந்துக்கடி” என்ற அம்மாவை முறைத்துவிட்டு, தட்டை படிக்கட்டில் வைத்துவிட்டு வீட்டுக்குள் ஓடிப்போய் உட்கார்ந்து கொண்டாள். செல்வி அக்காள், சாந்தி அக்கா மாதிரி இன்று தாவணி போட்டிருந்தது அழகாயிருந்தது. மேளக்காரர்கள் காருக்கு முன்னால் நின்று வாசிப்பை ஆரம்பித்தார்கள். ‘செவ்வந்தி பூமுடிச்ச சின்னக்கா’ பாட்டு ஒலிபெருக்கியில் வாசிப்பைமீறி கேட்டுக்கொண்டிருந்தது. திடீரென்று ஒலிபெருக்கியின் சத்தம் நின்றுவிட்டது.

புது வெள்ளை வேட்டியை மடக்கி கட்டியிருந்த அப்பா விடுவிடுவென்று காருக்குப் பக்கத்தில் வந்தார். எல்லோரையும் இறங்கச் சொன்னார். சாந்தி அக்காவை தரதரவென்று வீட்டுக்குள் இழுத்துப்போனார். ஒலிபெருக்கி, பாட்டு, கார், மேளம் எல்லா சந்தோசமும் கைவிட்டுப்போனது. எனக்கு

அவமானம் பிய்த்துத்தின்றது. அவர் எங்களைப் பார்த்த ஒரு பார்வையிலேயே பிரபு, சிவக்குமாரு, கூட்டம் யாரையும் திரும்பிப் பார்க்காமல் அவர் பின்னால் ஓடுங்கினோம். முற்றத்திலிருந்த மரநாற்காலியில் அக்காவை உட்காரவைத்து அறிவியல் புத்தகத்தை கையில் கொடுத்தார் அப்பா. அக்காவும் அதுவரை படித்துக் கொண்டிருந்துவிட்டு சமையலறையில் தண்ணீர் குடிக்கப் போனவளைப்போல இயல்பாக படிக்கவேண்டிய பக்கத்தை எடுத்துப்படித்தாள். நீர்மூழ்கிக் கப்பலின் செயல்பாடுகளை கண்ணை மூடிக்கொண்டு ஒவ்வொரு வரியாக மனப்பாடம் செய்தாள். அப்பா எங்களிடம் அதிகாரத்தைக் கட்டவிழ்க்கும் முன்னே நான் முற்றத்தின் தெற்கு மூலையிலும் அண்ணன் வடக்கு மூலையிலும் உட்கார்ந்து படித்துக்கொண்டிருந்தோம். செல்வி அக்கா கோவிலைத்தாண்டியிருந்த கொய்யா மரத்தருகில் நடந்தபடி படித்தாள். அம்மா கல்யாணம் நின்றுபோனதில் பெரும் வருத்தம் அடைந்தவளாக சித்தி பெரியம்மாவுடன் சமையலறையில் உட்கார்ந்து அழுதாள். அப்பா வாத்தியாரைப்போல கைகளைப் பின்னால்கட்டி எங்களையெல்லாம் கவனித்துக்கொண்டிருந்தார்.

எல்லாத்துக்கும் காரணம் செல்வி அக்காதான். அவள்தான் முதலில் கோபித்துக்கொண்டு வந்தாள். மாப்பிள்ளையையும் பார்க்கவில்லை. கார் ஊர்வலமும் போகவில்லை. கோபத்துடன் எழுந்துபோய் அவளை என் கை ஓயுமட்டும் அடித்தேன். “டேய் செந்திலு எந்திரிடா எதுக்குடா இப்படி கையைத் தூக்கி காத்துல அடிச்சுகிருக்க. ராத்திரி பேய்க்கதை கேட்காத. கெட்ட கெட்ட கனவா வரும்ன்னு சொன்னா கேட்குறியா?” “எம்மா ராத்திரி கல்யாணக் கதைதானம்மா சொன்ன” என்றேன் கண்களைக் கசக்கியபடி. “உனக்கு தெனமும் இதே வேலையாப் போச்சுடா ராத்திரி கதை கேக்கிறது. காலையில கனவு கண்டுட்டே எந்திரிக்கிறது? சரி எந்திரி காப்பியை குடிச்சிட்டு பெரியப்பா வீட்டுக்கு போயிட்டுவா. சீக்கிரம் சோறாக்கணுமில்ல” என்ற அம்மாவிடம் “சீனி அண்ணனை போகச்சொல்லு. தெனைக்கும் நானே போகமுடியாது. பெரியப்பா முறைக்கிறாரும்மா.” “அண்ணன் பெரிய பையனாயிட்டான்ல வெட்கப்படுறாண்டா. நீ போயிட்டுவாடா. ” “நான் ஆறாவது படிக்கிறேன் அவன் எட்டாவது படிக்கிறான்

அதுக்குள்ள அவன் பெரிய பையனாயிட்டானா! நானும் டவுசர் போட்டிருக்கேன். அவனும் டவுசர் போட்டிருக்கான். அவன் பேண்ட் போடட்டும் அப்பதான் பெரியவனாவான்." அம்மா என் நாடியைப் பிடித்துக் கெஞ்ச ஆரம்பித்துவிட்டது. செல்வி அக்கா அதற்குள் குளித்து முடித்து யூனிபார்ம் போட்டிருந்தாள். அவள் ஆம்பளப்பையன் சட்டை போட்டிருந்தது எனக்கு எரிச்சலாக இருந்தது. இப்படி இவள் சட்டை போட்டுக்கொண்டு அலைந்தால், ஊரில் யார்தான் என்னை ஆம்பளையாக மதிப்பார்கள். அதுவும் கூடப்படிக்கும் இந்துமதி நான் ஆம்பளப் பையன் என்பதை கொஞ்சம்கூட மதிக்காமல் சண்டை வரும்போதெல்லாம் என்மேல் உட்கார்ந்து முதுகில் குத்துகிறாள். அவளுடன் சண்டைபோட தினமும் கொஞ்சம் அதிகமாக சாப்பிட வேண்டியிருக்கிறது. அதற்கும் கொஞ்சகாலமாக வீட்டில் வழியில்லாமல் போய்விட்டது. ராத்திரி விளையாடும்போது அவள் என்னை அடித்ததும் வீட்டுக்குவந்து சாப்பிட்டுவிட்டு வீரமாகிப்போய் அடிக்கலாம் என்றால் அம்மா சோத்து பாத்திரத்தையெல்லாம் கழுவி வைத்திருக்கிறது. பெரியப்பா வீட்டுக்குப்போய் அரிசியும் பருப்பும் வாங்கும் நாளிலிருந்து இப்படித்தான் வீட்டில் மறுசோறு சாப்பிடமுடியாமல் போய்விடுகிறது. தினமும் ஒருபடி அரிசி என்று கணக்கு வைத்துதான் கொடுக்கிறார் பெரியப்பா.

அம்மா எப்படியோ கெஞ்சிக் கூத்தாடி தினமும் என்னை பெரியப்பா வீட்டிற்கு காலையில் அனுப்பிவிடுகிறது. நானும் சாந்தி அக்கா தையல் பீரியடில் பின்னிய சிவப்பும் வெள்ளையும் கலந்த வயர்பைக்குள் ஒரு மஞ்சள் துணிப்பையை எடுத்து வைத்துக்கொண்டு அடுத்த தெருவில் இருக்கும் பெரியப்பா வீட்டுக்குப் போகிறேன். பெரியம்மா நான் போவதற்கு முன்பே அரிசி பருப்பு காய் எல்லாவற்றையும் தயாராக வைத்திருக்கும். முன்னெல்லாம் சாப்பாட்டுச் செலவுக்கு மாதம் ஒருமுறை என்று பணமாகத்தான் கொடுத்துக் கொண்டிருந்தார்கள். பாதி மாதத்திலேயே பணத்தை செலவழித்துவிட்டு சாப்பாட்டுக்கு வழியில்லை என்று அவர்கள் வீட்டுப்பக்கம் போய் நின்றதும், இப்படித் தினமும் அரிசியாக கொடுப்பதை வழக்கமாக்கிவிட்டார்கள். பெரியம்மா அரிசியைத் துணிப்பையில் கொட்டி வயர் பைக்குள் வைக்கும்.

காகிதத்திலிருக்கும் பருப்பு, காய்கறிகளை மேலாக்கபோட்டு "சூதானமா கொண்டுபோ செந்திலு" இந்த வார்த்தையை பெரியம்மா தினமும் சொல்வதைப்போல பெரியப்பாவும் ஒருவிசயத்தை தினமும் சொல்லிக்கொண்டிருந்தார். "உங்கப்பா கடைப்பக்கம் வரமாட்டாராமா? வேலை பார்த்தா கிரீடம் இறங்கிப்போகும்ல, ரெண்டு பொம்பளப்பிள்ளைக வளந்து கல்யாணத்துக்கு நிக்கப்போகுதுக, இவரு சாமிய கட்டிக்கிட்டு அழுகுறாரு. வயலைவித்தாச்சு, வடக்குத்தெரு வீட்டை வித்தாச்சு இன்னும் எதை விக்கப்போறாரோ? விக்கிறதுக்கு இன்னும் என்னயிருக்கு, உங்க அத்தகாரிகதான் சொத்தில பங்கு வேணுமின்னு எல்லாத்தையும் கோர்ட்டுல கொண்டு நிறுத்திட்டாளுகளே" எங்கப்பா காலையில் கந்தசஷ்டி கவசத்தை பயபக்தியுடன் சொல்வதைப்போல, பெரியப்பாவும் சிரத்தையுடன் இதை என்னிடம் சொல்லிக்கொண்டிருந்தார். "சின்னப்பையன் அவங்கிட்டபோய்த் தெனமும் இதையே சொல்லிக்கிருந்தா நல்லாவாயிருக்கு" என்று சொல்லும் பெரியம்மாவை, "எல்லாம் உன் தங்கச்சியை சொல்லணும் புருசன வீட்டுக்குள்ள பொத்தி பொத்தி வச்சிகிட்டு, புருசனை லட்சணமா வேலைக்கு போகச்சொல்ல துப்பில்ல" என்று பெரியப்பா பேசிக்கொண்டிருக்கும்போதே அவர்கள் வீட்டின் நீளமான படியைத் தாண்டி குறுக்குச் சந்து வழியாக எங்கள் வீட்டின் பின்பக்கம் நுழைந்து வீட்டுக்குள் வந்திருப்பேன்.

ஊரில் எங்கள் வீட்டை கோவில்வீடு என்றுதான் கூப்பிடுவார்கள். துட்டு பெருத்திருந்த காலத்தில் என்னோட தாத்தா வீட்டோடு சிவன் கோவிலை கட்டிவைத்திருந்தார். கோவில் வாசல் வடக்குத் தெருவிலும் வீட்டுவாசல் கிழக்குத் தெருவிலும் இருக்கும். இப்படி இரண்டு தெருக்களைக் கொண்ட ஒரு செவ்வக வடிவமைப்பில் இருந்தது எங்கள் வீடு. வீட்டின் நடுவில் நான்கு பக்கமும் ஓடுகள் மேய்ந்த முற்றம் இருந்தது. முற்றத்தின் மேற்குப் பக்கம் இரண்டு அறைகளும், முற்றத்தின் கிழக்குப்பக்கம் இரண்டு அறைகளும் இருந்தன. ஒவ்வொரு அறைக்கு முன்னால் வராண்டாவைப் போல கொஞ்சம் இடம் காலியாக இருக்கும். ஒவ்வொரு முற்றமும் தனித்தனி வீடு மாதிரி இருக்கும். தெற்கு முற்றத்தினை தொடர்ந்து ஒரு படுக்கை அறையும், ஒரு நீண்ட வராண்டாவும், தானியங்களை அடைத்து வைக்க மரத்தாலான சேந்தியும், அதனைத்தாண்டி

கடைசியாக சமையலறையும் இருக்கும். வடக்கு முற்றம் அறைகளற்று வாசலைக் கொண்டிருந்தது. இதிலிருந்து இருபதடி தூரத்தில் சிவன் கோவிலும் கிணறும் இருந்தது. சிவன்தான் பிரதான கடவுள் என்றாலும் பிள்ளையார், நந்தி, முருகன் எல்லாமே சேர்ந்திருந்தது. வீட்டுக்கோவில் என்பதால் எப்போதாவதுவரும் ஒன்றிரண்டு ஊர்க்காரர்களைத் தவிர யாரும் எங்கள் கோவிலுக்கு வருவதில்லை. வீட்டில் கோவில் கட்டியிருந்ததுதான் எங்களின் எல்லாத் துன்பத்திற்கும் காரணம் என்று ஊர்க்காரர்கள் பேசிக்கொண்டார்கள். எங்கள் கோவிலில் நந்தி மட்டும் எனக்கு விருப்பமானதாக இருந்தது. வீட்டில் அப்பா இல்லாத நேரத்தில் அம்மா வீட்டுக்குள் வேலை பார்த்துக்கொண்டிருக்கும்போது யாருக்கும் தெரியாமல் நந்தியில் சவாரி செய்வேன். அப்பாவோடு பூஜை செய்துகொண்டிருக்கும்போது "என்மேல் சவாரி செஞ்சதை உங்கப்பாகிட்ட சொல்லிடவா" என்பதைப்போல நந்தி பார்ப்பதாகத் தோன்றும். பார்வையை நந்தி பக்கத்திலிருந்து திருப்பிக்கொள்வேன். அதுமட்டும் அப்பாவுக்கு தெரிந்தால் என்னைக் கொன்றே விடுவார்.

சாப்பிடுவது தூங்குவது மாதிரி தினமும் திருவாசகமும் கந்தசஷ்டி கவசமும் படிக்க வேண்டும் என்பது எழுதப்படாத சட்டமாகயிருந்தது. அண்ணன் எட்டாம் வகுப்பு போனதிலிருந்து "பள்ளிக் கூடத்தில நெறையா படிக்கச் சொல்றாங்க" என்று காலையில் புத்தகத்தை தூக்கி உட்காந்து கொள்கிறான். இன்னும் இரண்டு முழுபரீட்சை லீவு முடிந்தால்தான் நான் திருவாசகத்திலிருந்தும் கந்தசஷ்டி கவசத்திலிருந்தும் விடுபடமுடியும். ஆனால் தமிழ்ப் பாடத்தில் நான்தான் முதல் மதிப்பெண் வாங்கினேன். திருக்குறளை அப்பா தினமும் தலைகீழாக மனப்பாடம் பண்ண வைத்துவிட்டார்.

நாங்கள் சாப்பிடும்போதே அப்பாவும் எங்களோடு சேர்ந்து சாப்பிட்டு, வேலைக்கு போகிறவரைப்போல நாங்கள் கிளம்பும்போது அவரும் வெளியே கிளம்பிவிடுவார். பின்பு அனுப்பானடியிலிருக்கின்ற அத்தனை வீட்டுப்பிரச்னைகளுக்கும் சோனையா கோவிலில் இருக்கும் புங்கைமரத்தடியில் உட்கார்ந்து பஞ்சாயத்து பேச ஆரம்பித்துவிடுவார். அந்தக்கூட்டத்தில் இவர் வயதுள்ளவர்கள் கொஞ்சபேர்தான் இருப்பார்கள்

வேலைவெட்டி செய்து ஓய்ந்துபோய் வீட்டில் பொழுதைக் கழிக்க முடியாமல் இருக்கும் கிழடுகள் அந்தக்கூட்டத்தில் அதிகமாக இருக்கும். ராத்திரி கூட்டத்தில் வேலைக்குப் போய்விட்டு வீடு திரும்பியிருக்கும் இவர் வயதுக்குக்கீழே உள்ள இளைஞர்களோடு தெப்பக்குளத்துப் படிக்கட்டில் உட்கார்ந்து கதை பேசிக்கொண்டிருப்பார். வாரத்திற்கு இரண்டுநாள் இவர் வக்கிலைப் பார்க்கும் நாளில் ஏதோ மிகப்பெரும் பிரச்சினை முடிக்கப்படாமல் கெட்டுப்போய் கிடப்பில் கிடக்கிறது என்பதைப்போல ராத்திரி பதினொரு மணிவரை அவசரமாகப் பேசிக்கொண்டிருப்பார்கள். அப்பா பேசிப்பேசி ஓய்ந்துகொண்டிருந்தார். பீடி, சிகரெட், சீட்டு இப்படி எந்தக் கெட்டபழக்கமும் இல்லை. நிறையப் பேசுவார். நிறைய டீ சாப்பிடுவார். அதுவும் ஓசி டீ என்ற பேச்சுக்கே இடமில்லை. நான் எப்படிப்பட்ட குடும்பத்து ஆளு ஒருத்தன்கிட்ட ஓசி டீ குடிக்கிறதா என்று குடும்பப் பெருமைபேசி அடுத்தவனுக்கு டீ வாங்கித்தருவாரே தவிர அவர் யாரிடமும் ஓசி டீ குடிக்கமாட்டார். பெரியப்பாவிற்குத் தெரியாமல் பெரியம்மா கொடுக்கும் சில்லறைப் பணத்தை வீட்டு மேற்செலவுக்குப்போக மீதத்தை அம்மா அப்பாவுக்கு கொடுக்கும்.

அப்பா வீட்டுக்கு நேரங்கழித்து வரும் ராத்திரிகளில் நாங்கள் முற்றத்தில் பாயை விரித்து வரிசையாகப் படுத்திருப்போம். அப்போதெல்லாம் யாருடையதோபோல அம்மா தன்னுடைய கதையை எங்களிடம் சொல்லும். அம்மாவின் ஜாக்கெட்பின்னை நோண்டியபடி வயிற்றுச்சூட்டின் வெதுவெதுப்பில் படுத்தபடி கதையைக் கேட்டுக்கொண்டிருப்பேன். அம்மாவின் ஜாக்கெட்பின்னை நோண்டும் பழக்கம் வெகுநாட்களாக என்னை விட்டுப்போகவில்லை. அக்காக்களும் அண்ணனும் என்னை ஓயாமல் கிண்டல் செய்த பின்புதான் அதனைக் கைவிட்டேன்.

அம்மாவிடம் கதை கேட்டுக்கொண்டே அதற்கு இணையாக கற்பனையிலும் மூழ்கிவிடுவேன். செல்வி அக்கா, சாந்தி அக்கா, சீனி அண்ணன் எல்லோரும் கதையைக் கேட்டுக் கொண்டிருந்தாலும் அம்மா என்னைப் பார்த்துதான் கதையைச் சொல்லிக் கொண்டிருக்கும்.

"என்னடா செந்திலு கதையை கேக்குறியா" என்று என் கற்பனையை அறிந்ததுபோல அவ்வப்போது கடிவாளத்தைப்போட்டு கதையைத் தொடர்ந்து சொல்லும். உலகத்தில் மிக சுவாரசியமானதும் நெகிழ்வானதும் எங்கம்மா வாழ்ந்த கதைதான் என்று நினைத்துக்கொள்வேன். வாழ்க்கையைச் சொல்லி தீர்ந்துபோன அம்மா ஒரேகதையை வேறு வேறு வடிவங்களில் மாற்றிச்சொல்லும். ராஜாராணி கதை சொல்லும்போதும் முதல்ல ராணி சந்தோசமாக இருப்பாள். அப்புறம் ராணியோட வாழ்க்கை அலைபுரண்டு சோகமாகி விடும். இல்லையென்றால் கொடுமைப்பட்டு வேலைக்காரியாக இருக்கும் இளவரசி ஏஞ்சலாக மாறிவிடுவாள். அம்மா சொல்லும் எல்லாக்கதைகளும் சந்தோசமும் துக்கமும் சேர்ந்ததாகத்தான் இருக்கும். முன்பு சொன்ன கதையின் ஜாடையில் இன்னொருகதை இல்லாமல் இருந்தாலும் அம்மாவைத்தான் எல்லாக் கதைகளிலும் கதாநாயகியாக நினைத்துக்கொள்வேன்.

எங்கள் வீட்டில் வறுமை இருந்தாலும் அம்மாவும் நாங்களும் நண்பர்களைப்போன்று விளையாடிக் கொண்டிருந்தோம். எது வாங்கிச் சாப்பிட்டாலும் அம்மாவுக்கும் சேர்த்து ஐந்து பங்காக்கி சாப்பிடுவோம். நான் என்னோட பங்கைச் சீக்கிரம் சாப்பிட்டுவிடுவேன். அம்மா எப்போதும் தன்பங்கை கடைசியில்தான் சாப்பிடும். அது எனக்கு கொடுப்பதற்காகத்தான். "சீக்கிரம் சாப்பிடும்மா. இவன் உன்பங்கை பிடுங்கிக்குவான்" என்று அண்ணன் என்பங்கு இருக்கும் கையை பிடித்துக் கொள்வான். "சின்னபையன் அவனுக்கு ஆசையா இருக்கும்ல, இனிமேல் நான் சாப்பிட்டு என்ன ஆகப்போகுது" என்று தன்பங்கில் பாதியை அம்மா கொடுத்துவிடும். எனக்கு விவரம் தெரியத்தெரிய என்பங்கை கடைசியாக சாப்பிட்டேன். திருடன் போலிஸ் விளையாட்டு, தாயம், ஒளிந்து விளையாடுவது என்று விளையாடித் தீர்க்காத தனது இளமைக் காலத்தையெல்லாம் அம்மா சரிக்குச் சமமாக எங்களோடு பகிர்ந்துகொண்டது. கையில் பணம் புழங்கவில்லை என்றாலும் வீட்டில் இருந்த பலபொருள்கள் நாங்கள் வசதிபடைத்தவர்கள் என்பதை எங்களையறியாமல் எங்களுக்குள் ஞாபகப்படுத்திக்கொண்டே இருந்தது. சுவருக்குள் புதைந்து இருக்கும் மர அலமாரிகள், நீளமான சமையலறை

முற்றத்து பெரியமரத்தூண்கள், இப்போது காலியாகக்கிடக்கும் தானியசேந்தி இன்னும் இன்னும் சிதிலமடைந்து கரையான் ஏறிக்கிடந்த மரச்சாமான்கள் ஏழ்மையை மீறிய ஒரு கர்வத்தை ஏற்படுத்தியிருந்தது. புங்கைமரத்தடியில் விளையாடும்போது உடன் விளையாடும் சிநேகிதர்கள் சாப்பிடக் கொடுக்கும் பண்டங்களை வாங்க மறுத்து நாங்கள் அறியாத எங்கள் வீட்டின் பழைய செழுமையை அவர்களுக்கு உணர்த்தினோம். ஆனால் இந்துமதி காக்காகடி கடித்துக்கொடுக்கும் தின்பண்டங்களை வாங்காமல் இருக்கமுடியவில்லை.

எங்கள் வீட்டில் இருக்கும் பழங்காலத்துப் பொருள்களில் எனக்குப் பிடித்தமானது வெண்கல அன்னபட்சி விளக்குதான். பம்பரம் மாதிரியான குடுவை அமைப்பில் இருக்கும் நடுப்பகுதி. கீழ்பகுதியில் இருக்கும் திரிபோட்ட விளக்கு நடுப்பகுதியோடு திருகு போட்டு இணைந்திருக்கும். வெண்கலத்தின் அன்னபட்சி உருவம் செய்யப்பட்டு அது குடுவையின் மேல்பகுதியில் அழகுக்காக பொருத்தப்பட்டிருக்கும். இதுவும் நடுப்பகுதியோடு திருகுபோட்டு இணைந்திருக்கும். அன்னபட்சியையும், விளக்கையும் நடுப்பகுதியிலிருந்து தனித்தனியே கழற்றி எடுத்துவிடலாம். விளக்குப்பகுதியைத் திருகி எடுத்துக் குடுவையில் எண்ணெய் ஊற்றி, பின்விளக்கை மாட்டினால், குடுவையிலிருந்து எண்ணெய் வழிந்து விளக்கில் விழும். அன்னப்பட்சிக்குமேலே கொக்கியை அரைஅடி நீளத்திற்கு செயின்போல செய்து முற்றத்துச்சுவரில் மாட்டியிருப்பார்கள்.

குடுவையில் ஒருபடி எண்ணெய் நிறையுமாம். முன்பெல்லாம் கார்த்திகை மாதங்களில் நாளெல்லாம் விளக்கு எரிந்துகொண்டிருக்குமாம். எங்களுக்கு விவரம் தெரிந்த நாளிலிருந்து குடுவை முழுமையாக நிறைந்ததில்லை. விளக்கின் கீழ்ப்பகுதியில் மட்டும் எண்ணெய் ஊற்றி விளக்கு ஏற்றினோம். குடுவை முழுவதும் எண்ணெய் ஊற்றி விளக்கேற்ற வேண்டுமென்று செல்வி அக்காவும், சாந்தி அக்காவும் தீராத ஆசை கொண்டிருந்தார்கள்.

வீட்டில் யாரும் இல்லாத நாட்களில் எங்களுக்கு விளையாட ஏதாவது பழங்காலத்துப் பொருள்கள் ஒளிந்துகிடக்கின்றதா என்று வீட்டை நானும் அண்ணனும் சல்லடைபோட்டுத் தேடிக்கொண்டிருப்போம். அப்படித்தான் தானிய

சேந்திக்குப்போகும் மெச்சுபடிக்குக் கீழே தூசி படிந்து கிடந்த பழையதொட்டில், துருப்பிடித்த இரும்புச் சாமான்களை வெளியே எடுத்துவிட்டு அங்கே தேடியபோது மரப்பலகை ஒன்று தரையோடுதரையாக சேர்ந்திருந்தது. மரப்பலகையை தனியே எடுத்துப்பார்த்தால் சதுரமானகுழி ஒன்று தரைக்கு அடியில் ஓடியது. யாருக்கும் தெரியாத வீட்டின் பாதாளஅறையை கண்டுபிடித்துவிட்டதாக நானும் அண்ணனும் குதியாட்டம் போட்டோம். இருண்டகுழி ஆழமாகி உள்ளே இழுத்துக்கொண்டால் என்ன செய்வது என்று யோசித்துக்கொண்டிருக்கும்போதே அப்பா வரும் அரவம் கேட்க எல்லாவற்றையும் பழையபடி மூடிவிட்டோம். ராத்திரி வீட்டில் எல்லோரும் தூங்கியபின் நானும் அண்ணனும் குசுகுசுவென்று இதைப்பற்றியே பேசிக்கொண்டிருந்தோம். ஆளரவமற்ற இன்னொருநாள் அண்ணன் பேட்டரிலைட்டை உள்ளே அடிக்க நான் குழிக்குள் இறங்கினேன். அது என் உயரத்திற்கும் கொஞ்சம் குறைவாகவே இருந்தது. அந்த குழிக்குள் ஒரு பழங்காலத்து இரும்பு பெட்டி புதைக்கப்பட்டிருந்தது. அதை முழுவதுமாக துழாவித்தேடினேன். ஒருபித்தளை செம்பு, குழந்தைக்கு பால் புகட்டும் சங்கு, களிமண்ணில் செய்யப்பட்ட ஏதோ சாமியின் உருவம் தவிர காலியாகத்தான் கிடந்தது பெட்டி. ஏமாற்றம் பொங்க பித்தளைச் செம்பை மட்டும் எடுத்துக்கொண்டு வெளியேறினேன். கடகடவென்று செம்புக்குள் ஏதோ சத்தம் வந்தது. செம்பை கவிழ்த்துப் பார்த்தால் பழைய தாயத்து, பழைய நாணயம், அப்புறம் முடிந்ததுணி ஒன்றும் இருந்தது. முடிச்சை அவிழ்த்துப் பார்த்தால் சரஸ்வதி படம் போட்ட ஒரு வெள்ளிக்காசும் ஒரு தங்கக்காசு மின்னிக்கொண்டிருந்தது. ஓடிப்போய் அம்மாவிடம் கொடுத்தோம். எல்லாச் சொத்தும் திரும்பி வந்ததைப்போல அம்மா சந்தோசப்பட்டது. தங்கக்காசு கிடைத்தபின் எல்லோருக்கும் தெரியும்படியே வீட்டை நோண்ட ஆரம்பித்தோம். அதற்குபின் ஒரு பித்தளைக்காசுகூட எங்கள் கைக்குச் சிக்கவில்லை. ஆனால் அம்மா மறுபடியும் தாத்தாவின் செல்வச் செழிப்பைப்பற்றிக் கதை சொல்ல அது ஆதாரமாய் அமைந்துவிட்டது. அப்போதெல்லாம் தாத்தாவிடம் பெட்டிபெட்டியாக வெள்ளிக்காசு இருக்குமாம். மாதம் ஒருமுறை பௌர்ணமி வெளிச்சத்தில் வெள்ளிக்காசையெல்லாம்

காயப்போடுவாராம். பளீரென்று மின்னும் நிலாவெளிச்சம் பட்டால் வெள்ளி கறுத்துப்போகாமல் பளபளவென்று அப்படியே இருக்குமாம். அம்மா இப்படி கதைசொல்லியே தன்னைத்தானே திருப்திப்படுத்திக்கொண்டது.

“நல்லா படிக்காமச் சொத்தை நம்பி இருந்ததாலதான எந்த வேலைக்கும் போகமுடியாமப்போச்சு, படிக்காததால கோர்ட்டு கேஸுன்னு ஏமாந்து போயாச்சு. நாங்களாவது படித்து பேங்க் ஆபிஸர், கலெக்டர், டாக்டர்” என்று பெரிய வேலையில் இருக்கவேண்டுமென்று அப்பா ஆசைப்பட்டார். சர்வாதிகாரியைப்போல வீட்டில் அமர்ந்துகொண்டு எங்களை அட்டம் பிசகவிடாமல் படிக்கச் சொல்லுவார். எப்போதும் புத்தகமும் கையுமாக இருக்கவேண்டும் என்று வெறிகொண்டு அடக்கினார். அக்காக்களை சமையலறை பக்கம் கூட எட்டிப் பார்க்கவிடமாட்டார். வீட்டுக்குத் தேவையான தண்ணீரையும் கிணத்திலிருந்து அவரே எடுத்தார். எங்களுக்கு கிடைத்த குறைந்தபட்ச வீட்டு வாடகையிலும், ஒத்திக்கு வைத்திருந்த வரன்கட்டை வயலை அம்மா அப்படி இப்படி என்று பணத்தைச் சேர்த்துவைத்து திருப்பி அதை வாரத்திற்கு விட்டதில் கிடைத்த நெல்லும் எங்களின் வருச சாப்பாட்டுக்குச் சரியாகப் போய்விட்டது.

சாந்தி அக்கா எம். எஸ். சி. முதல் வருசம் படித்துக்கொண்டிருந்தது. அது கல்லூரிக்கு போய்க்கொண்டே பிள்ளைகளுக்கு டியூஷன் சொல்லிக்கொடுத்தது. சின்ன அக்கா பி. ஏ. மூன்றாம் வருசமும், சீனி அண்ணன் பி. எஸ். ஸியும் படித்துக்கொண்டிருந்தார்கள். அப்பா இப்போதெல்லாம் பேச்சையும் டீயையும் குறைத்துக்கொண்டார். குடும்பத்துப் பெருமைகளையெல்லாம் பிள்ளைகளின் படிப்பில் மீட்டெடுத்துவிடலாம் என்று அவர் மனதில் புது நம்பிக்கைவிட்டிருந்தது. அக்கா படிப்பிற்குத் தேவையான புத்தகங்களை விலைக்கு வாங்கமுடியாதென்பதால் அப்பா மதுரையில் இருக்கும் சென்ட்ரல் நூலகத்திலும், யுனிவர்சிட்டி நூலகத்திலும் உறுப்பினரானார். அக்காக்கள், அண்ணன் எழுதிக் கொடுக்கும் புத்தகங்களை பகலெல்லாம் நூலகத்தில் தேடிஅலைந்தார். தேவையான பக்கங்களை ஜெராக்ஸ் எடுத்து வைத்துக்கொண்டு அவர்கள் படித்தார்கள்.

“சொத்தில்லாம, வேலைக்கு போகாம பிள்ளைகளப் படிக்க வைச்சிட்டாருப்பா” என்று ஊர்க்காரர்கள் அப்பாவை பெருமையாகச் சொன்னார்கள். “வீட்லகஞ்சிக்கில்ல, அதுல பிள்ளைகளுக்கு படிப்பு என்ன வேண்டிகிடக்கு” என்று பெரியப்பா பொறுமிக் கொண்டிருந்தார். நான் இப்போது பேண்ட் போட்டு ப்ளஸ்ஒன் போய்க்கொண்டிருந்தேன்.

இப்போதெல்லாம் பெரியப்பா வீட்டுக்குப் பையை எடுத்துப்போவதில்லை. ஆனால் அக்கா கல்லூரியில் ஏதாவது விழா என்றால் பெரியம்மா மகள் சுமதி அக்காவிடம் போய் நல்ல பூப்போட்ட சேலை வாங்கிவா என்று அனுப்பிவிடுகிறது. “நல்ல சேலையை குடுடி” என்று பெரியம்மா சொல்வதைக் காதில் வாங்காமல், சிறிதும் விருப்பமின்றி தன்னிடம் இருக்கும் மிக மோசமான சேலையைத் தூக்கிக்கொடுக்கும் சுமதி அக்கா. அதுவே சாந்தி அக்காவிற்கு சந்தோசமாகத்தான் இருக்கும். எப்போதும் கட்டும் மூன்று சேலையைத் தவிர்த்து, இன்னொரு சேலை கட்டிக்கொண்டு போவதே அக்காவுக்கு திருப்தி கொடுத்தது. அவள் முகம் சந்தோசமாகிவிடும். அக்காவிற்கு எந்தச் சேலையைக் கட்டினாலும் அழகாக இருப்பது வேறு சுமதி அக்காவிற்கு எரிச்சலாக இருந்தது.

படிப்புச்செலவு கட்டுக்கடங்காமல் போய்க்கொண்டிருந்தது. ஆனால் அவருடைய சந்தோசமெல்லாம் மிகப்பக்கத்தில் இருந்தது. இன்னும் ஒன்றிரண்டு வருடங்களில் எல்லோரும் சம்பாதிக்கப் போகிறார்கள் என்பதே அவர் வாழ்வதற்கான புது உத்வேகமாக இருந்தது. பிள்ளைகள் படிப்பை முடிக்கும் நேரத்தில் காரியத்தை கெடுத்துவிடக்கூடாதென்று அவர் ஒருபோதும் செய்யத் துணியாத காரியத்தைச் செய்தார். ஏற்கனவே நாங்கள் வாடகைக்கு விட்டிருந்த தெற்கு தெருவீட்டில் இருந்துகொண்டு இந்த வீட்டை வாடகைக்கு விடலாமென்று அம்மா சொன்னபோதெல்லாம், ‘எங்கப்பா வாழ்ந்த பூர்வீக வீட்ல வேறெவனும் காலடி எடுத்துவைக்கிறதா? என் உயிரே போனாலும் அதைச் செய்யமாட்டேன்’ என்றவர் எங்கள் கோவில் வீட்டு முற்றத்தை வாடகைக்குவிட முடிவு செய்தார். இரண்டு சமையலறையைக்கட்டி இரண்டு குடும்பங்களை வாடகைக்கு அமர்த்தினார். ஒவ்வொரு வீட்டுக்கும் நானூறு, நானூறு என்று எந்நூறு கிடைத்தது. வீட்டின் நிதிநிலைமைக்கு

அது உதவியாகத்தானிருந்தது. ஆனால் நாங்கள் எங்கள் முற்றத்தை இழந்திருந்தோம். அதற்குப்பின் எங்கள் முற்றத்து விளையாட்டுகளும் பேச்சுக்களும் அம்மா சொல்லும் கதைகளும் எங்களை விட்டுப்போயிருந்தது. தெற்கு முற்றத்தினைத் தாண்டியிருக்கும் பகுதியில் நாங்கள் குடியிருந்தோம். செல்வி அக்காவும் சாந்தி அக்காவும் அறையினுள்போய் ஓயாமல் படித்துக்கொண்டிருந்தார்கள். அண்ணன் வராண்டாவில் உட்கார்ந்து படித்துக்கொண்டிருந்தான். எல்லோரும் தனித்தனி தீவுகளாக படிப்பில் மூழ்கிவிட்டார்கள். நான் நன்றாகப் படிக்கவில்லை உருப்படாமல் போகப்போகிறேன் என்று அப்பா வழக்கம்போல என்னைத் திட்டிக்கொண்டிருந்தார்.

வாடகைக்கு விடப்பட்ட மேற்குபக்க முற்றத்தில் ஒரு கணவன், மனைவி அவர்களின் குழந்தை மூவரும் குடியிருந்தனர். ராத்திரியில் குழந்தையின் அழுகை முற்றம் முழுதும் நிரம்பிக் கனத்துக்கிடந்தது. பகல் முழுக்க முற்றத்தில் எப்போதும் ஆட்கள் நடமாடிக்கொண்டிருந்தார்கள். அப்பளம்போடும் சிறுகம்பெனிக்கு கிழக்கு முற்றத்தினை வாடகைக்குவிட்டிருந்தோம். சாயம்மங்கிய சேலையும் உடைந்து கொண்டிருக்கும் கண்ணாடி வளையல்களை அணிந்திருந்த பெண்களும், சேலை கட்டும் பருவம் வந்தும் தாவணி உடுத்தியிருந்த பெண்களும் செல்வி அக்காவையும் சாந்தி அக்காவையும் ஞாபகமூட்டி கலக்கமடையச் செய்தார்கள். அவர்களும் எங்களைப்போல சிரிப்பை மறந்தவர்களாகவோ அல்லது முற்றத்தை இழந்தவர்களாகவோ இருக்கலாம். ஏக்கங்களின் பெருமூச்சுகளை சுமந்திருக்கும் முற்றத்தினை நான் முழுவதுமாக துறக்கத் தொடங்கினேன்.

முற்றத்து ஓடு நனைந்து கிடக்கும் ஐப்பசிமாத மழைக்காலத்தில், என்னோடு எப்போதும் சண்டைபோடும் இந்துமதியை அவங்க மாமாவிற்கு கல்யாணம் பண்ணிக்கொடுத்தார்கள். அவளும் நானும் ஒரேவயதில் இருந்தோம். அவள் கல்யாணம் பண்ணிப்போனதும் நான் என்னை ஒரு இளைஞனைப்போல உணர்ந்தேன். எனக்கான காதலியை நான் கண்டுபிடிக்கவில்லை என்றாலும் காதல் உணர்வு மனதிற்குள் துருத்திக்கொண்டு நின்றது. வறுமையைமீறி ஒரு சந்தோசம் புதிதாய் வேர்கொண்டிருந்தது.

தண்ணீரில்லாமல் வற்றிக்கிடக்கும் காலங்களில் நண்பர்களோடு சேர்ந்து தெப்பக்குளத்திற்குள் கிரிக்கெட் விளையாடிக்கொண்டும், தண்ணீர் நிறைந்திருக்கும் காலங்களில் படிக்கட்டில் உட்கார்ந்து கதை பேசிக்கொண்டும் இருந்தபோது எங்கள் வீட்டுக்கு ஒரு சாம்பல் பூனை வந்தது. எங்கள் பக்கத்து வீட்டுக்கு குடிவந்திருந்த சாம்வேல் பாதிரியார் வீட்டுப்பூனைதான் அது. சாயங்கால வேலையில் ஜெபக்கூட்டம் நடந்தது அந்த வீட்டில். ஜெபக்கூட்டம் நடக்கும்போது உருகிஉருகி மன்னிப்பு கேட்கும் வயிறு கனத்த மனிதரின் கால்களுக்கிடையே பூனை ஓடி அவரை ரத்தம் பரிய பிராண்டிவிட்டது. பாதிரியாருக்கு கோபம் பொத்துக்கொண்டுவர சாம்பல் பூனையை கையிலிருந்த ஜெபக்கட்டையால் அடித்து விலகிஓடச்செய்தார். பூனை பெருங்கத்தலாக தன் எதிர்ப்பைத் தெரிவித்துவிட்டு எங்கள் வீட்டு மதில்களில் நடக்க ஆரம்பித்தது. பாதிரியாரின் ஜெபக்கூட்டதிலிருந்து தப்பி வந்த பூனைக்கு அப்பாவின் கந்தசஷ்டி கவசம் பாடாய்படுத்தியது. முற்றத்தின் ஆள்நடமாட்டம் பூனைக்கு மிகவும் வேதனையைத் தந்து சுதந்திரமற்ற ஒரு இருப்பிடத்தில் அல்லாடிக்கொண்டிருந்தது.

வீட்டில் கிடந்த சிதிலமடைந்த பொருள்களால் வீடு பூச்சி பல்லி பாம்பு பூரான் எலிகளின் வசிப்பிடமாகிப்போனது. முற்றத்தில் அப்பளக் கம்பெனிக்காரர்கள் தினம் ஒரு பாம்பை அடித்துக்கொன்றார்கள். நான் படுத்திருந்த பாய்க்குகீழே பாம்பை பார்த்தபின் வீடெல்லாம் பாம்பாகி எங்கள் காலடியில் ஊர்வதாகத் தோன்றியது. வெளியாட்களை வீட்டுக்கு குடிவைத்து வீடு சுத்தமில்லாமல் போனது சாமிக்குப் பிடிக்காமல் இப்படி பாம்பாக வீட்டில் நெளிகிறது என்று, அப்பா முற்றத்தில் குடியேறிய வாடகைக்காரர்களை வெளியேற்றினார். வீட்டில் தேவையில்லாமல் கிடந்த பொருள்களையெல்லாம் தூக்கி வீசியெறிந்தார். வீட்டைச் சுத்தம் செய்யும்போது இரண்டு பாம்புகள் அப்பாவின் கைக்குச் சிக்காமல் கோவில் பக்கம் ஊர்ந்து ஒளிந்துகொண்டது. எங்கள் முற்றம் திரும்ப கிடைத்தது. ஆனால் அதில் பழைய சந்தோசம் இல்லை. அம்மா கதை சொல்வதை நிறுத்திவிட்டது. முன்புபோல் முற்றத்தில் பாய்விரித்து வரிசையாக படுத்துறங்குவதில்லை. அக்காக்கள் கல்லூரிப்படிப்பினை முடித்துவிட்டு

உள்அறையே கதியென்று ஏதாவது கவர்மெண்ட் பரிட்சைக்கு படித்துக்கொண்டிருந்தார்கள். நானும் கல்லூரியில் முதல்வருடம் சேர்ந்துவிட்டாலும் இன்னும் மனதளவில் அன்பைத்தேடும் சிறுவனாகவே இருந்தேன் வீட்டில் எல்லோரும் என்னை ஒரு இளைஞனைப்போலவே நடத்தினார்கள். அப்பா இப்போது எதற்காகவும் கை ஓங்குவதில்லை. மடியில் சாய்த்துக்கொள்ளும் அம்மாவின் ஸ்பரிசத்தை இழந்தேன். எல்லோரும் என்னிலிருந்து தூரமாகிப்போனார்கள். பிடிநழுவிப்போன அம்மாவின் கைகளை இறுகப்பற்றிக்கொண்டேன். சமைக்கும் போதெல்லாம் அம்மாவுக்கு உதவிசெய்து சிநேகிதத்தை வளர்த்துக்கொண்டிருந்தேன். அம்மாவின் பார்வையில் படவென்றே ஓயாமல் தடுக்கித்தடுக்கி விழுந்தேன். நான் ஒவ்வொருமுறையும் தடுக்கி விழப்போகும் வேளையில் 'டேய் செந்திலு பாத்துடா' என்று அம்மா பதறித் துடிக்கும்போது அம்மாவிற்கு என்மேல்தான் அதிகபாசம் என்று நினைத்துக்கொள்வேன். ஒருநாளும் அம்மாவைவிட்டு பிரிந்திருக்கமுடியாது என்று தோன்றியது. 'ஏண்டா எப்பப்பாரு அம்மாவை பயமுறுத்துற என்று சீனி அண்ணன் என்னைத்திட்டியது. அண்ணனும் என்னைப்போலவே அம்மாவின்மேல் யாரும் அறியாத தனிப்பிரியத்தை வைத்திருந்தது.

தினம்தினம் தொடரும் தனது பால்யகால கனவினை அம்மா மறந்துவிட்டது. மகள்களின் திருமணத்தைப்பற்றி யோசிக்கும்போது பெருமலையைத் தலையில் தூக்கிவைத்திருக்கும் சுமையுடன் மருகிப்போனது. சாந்தி அக்காவிற்கு மாப்பிள்ளை பார்த்தார்கள். மாப்பிள்ளை நல்ல வேலையில் இருந்தார். ஓரளவுக்கு வசதியும் இருந்தது. அக்கா படித்திருப்பதால் பத்துபவுன் நகைபோட்டால் போதும் என்றார்கள். வீட்டில் ஒரு பொட்டுத் தங்கமில்லை. இந்தக் கல்யாணம் நடக்குமென்று யாருக்குமே நம்பிக்கையில்லை. சாந்தி அக்கா மூலையில் உட்கார்ந்து அழுதுகொண்டிருந்தது.

கட்டிக்கொள்வதற்கு நல்லசேலைகூட இல்லை அப்புறம் நகைக்கு எங்கேபோவது. இப்போது அம்மா பெரியப்பா வீட்டிற்குப்போனது. நகையோடு திரும்பி வந்து சாந்திஅக்கா கழுத்தில் பத்துபவுன் பெருமானமுள்ள நகையும் மீதி நகையை

செல்வி அக்கா கழுத்திலும் போட்டது. பெரியப்பாவிற்கு கோவில்கட்டி கும்பிடலாம் என்று செல்வி அக்காவும் நானும் பேசிக்கொண்டோம். எல்லாம் தெரிந்ததைப்போல சீனி அண்ணன் பேசாமல் இருந்தது. என்னைவிட அண்ணனிடம்தான் அம்மா இன்னும் ரகசியப்பகிர்வினை கொண்டிருந்தது. அம்மா வாய்திறந்து “இது நம்மளோட நகைதாண்டா” என்றது. ஒன்றும் புரியாமல் அம்மாவையே பார்த்துக்கொண்டிருந்தேன். “நம்ம சொத்து கோர்ட்டு கேஸுன்னு போயிட்டிருந்தப்ப பெரியப்பா ஜவுளிக்கடையிலும் பெருத்தநஷ்டமாபோச்சு. தன்னோட நகைகளை குடுத்தும் பணம்பத்தலன்னு அக்கா எங்கிட்ட வந்து நகையை குடு தொழில் விருத்தியானதும் திருப்பித் தந்திர்றேன்னு கேட்டுச்சு. நம்ம வீட்லயும் இருக்கிற பொருளெல்லாம் அழிஞ்சுகிட்டேபோகுது அதாவது மிஞ்சட்டுமேன்னுதான் அதை கணக்குல வைக்காம விட்டுட்டேன். பெரியப்பா நகையை திருப்பிக் குடுக்கிறேனு சொன்னப்பல்லாம் வேணான்னுட்டேன். அதுக்கு வட்டிமாதிரிதான் தினம்தினம் சாப்பாட்டுக்கு அரிசி கொடுத்தாங்க” என்றதும் எனக்கு கண்ணீர் மிதந்துகொண்டு அம்மாவின்மேல் கோபமாக வந்தது. ஒவ்வொரு நாளும் ஒரு பிச்சைக்காரனைப்போல அவங்க வீட்டுப் வாசற்படியில் வெட்கம் பிய்த்து தின்னக் கூனிக்குறுகி நின்று அரிசியை வாங்கி வந்திருக்கிறேன். அதுவும் பெரியப்பா பையனுடன்கூட விளையாடும்போது நான் ஜெயித்தாலும் அவனுக்கு விட்டுக்கொடுக்க வேண்டியிருந்தது. இல்லையென்றால் ‘நாளைக்கு எங்க வீட்டுக்கு அரிசி வாங்கவாடி எங்கப்பாகிட்ட சொல்லிக் குடுக்கவிடாம செய்யிறேன்’ என்பான். அம்மா என்னைப்பழி வாங்கிவிட்டதாக மொட்டைமாடியில் தனிமையில் அழுதுகிடந்தேன். ‘டேய் இதப்போய் பெரிய விசயமா நெனைச்சுக்கிட்டு’ என்று எல்லோரும் என்னை சமாதானம் செய்தார்கள். அம்மாவைத்தவிர யாரும் என் வலி அறியாதவர்களாக இருந்தார்கள். அம்மா மட்டும் என் கைகளைப் பிடித்துக் கெஞ்சியது.

சாந்தி அக்காவிற்கு கல்யாணம் முடிந்து இரண்டு மூன்று மாதங்களிலேயே செல்வி அக்காவிற்கு கல்யாணம் முடிந்தது. அப்பா ஒத்திக்குகிடந்த தெற்குத்தெரு வீட்டைவிற்று கல்யாணச் செலவுக்குப் பயன்படுத்திக்கொண்டார்.

அக்கா பற்றிய என் கல்யாணக் கனவில் வந்ததுபோல அப்பா நடந்துகொள்ளவில்லை. எல்லா வேலையும் உற்சாகமாக அவரே செய்துமுடித்தார். அக்காக்களை வீட்டில் இருக்காமல் வேலைக்குப் போகச்சொன்னார். சீனி அண்ணனுக்கு சிவகங்கையில் புரொஃபஸர் வேலை கிடைத்தது. நானும் அம்மாவும் அப்பாவும் வீட்டில் தனித்திருந்தோம். எங்களுக்கிடையேயான பேச்சுவார்த்தை குறைந்து போயிருந்தது. மசக்கையில் மயங்கிக்கொண்டிருந்த சாம்பல்பூனை மதிலிலிருந்து இறங்கி மெச்சில் தானிய அறையில் ஒதுங்கிக்கொண்டது. ஐந்து பூனைக் குட்டிகளை பிரசவித்தது சாம்பல்பூனை. அம்மா தானிய அறையில் ஒரு வட்டியில் பாலை ஊற்றிவைத்தது. சாம்பல்பூனை குட்டிப்பூனையை வாயில் கவ்வி ஒரு இடத்திலிருந்து இன்னொரு இடத்திற்கு கொண்டுசெல்லும் அழகைப்பார்த்து அம்மா மகிழ்ச்சி கொண்டது. சாம்பல்பூனை பாதிரியார் வீட்டை முழுவதுமாக மறந்து அதன் குட்டிகளுடன் எங்கள் முற்றத்து வெளியில் நடந்து திரிந்தது. பூனையின் பொருட்டு நானும் அம்மாவும் பழையபடி சிநேகிதமானோம். சாம்பல்பூனையையும் அதன் குட்டிகளையும் பற்றி வாய்ஓயாது அம்மா பேசிக்கொண்டிருந்தது. இரண்டு பூனைகளை நாய் கவ்விக்கொண்டு போனதும் சாம்பல்பூனை வெறிகொண்டு, என்னசெய்தும் வீட்டில் பெருகிக்கிடந்த எலிகளை துப்புரவாக வீட்டிலிருந்து அடித்துத் துரத்தியது.

கறுப்பி, சிவப்பி, பொன்னி என்று ஒவ்வொரு பூனைக்கும் ஒரு பெயர் வைத்து நானும் அம்மாவும் கூப்பிட்டோம். சாம்பல்பூனையை மட்டும் பெரியபூனை என்றோம். "டேய் இந்த கறுப்பிக்கு எவ்வளவு திமிரு பாருடா நான் வச்ச சோத்த சாப்பிடாம அப்படியே வச்சிருக்கு, கறுப்பியும் சிவப்பியும் சண்டை போட்டுச்சுடா..." தினமும் நான் கல்லூரியிலிருந்து திரும்பும்போது இப்படி பூனைகளைப்பற்றிய கதைகளை மட்டுமே சொல்லிக்கொண்டிருந்தது அம்மா. நானும் பதிலுக்கு "இந்தக் கறுப்பி அப்படியா செஞ்சுச்சு? நான் கவனிச்சிக்கிறேன்" என்பேன். பொன்னி யாருக்கும் தெரியாமல் காணாமல்போன அன்று அம்மா சாப்பிடாமல் தூங்கியது. பிள்ளைப்பாசம்போல பூனைப் பாசமும் அம்மாவுக்கு ஒட்டிக்கொண்டது. சேட்டை செய்யும் சிறுவனைக்

கண்ணெதிரிலேயே வைத்திருப்பதுபோல கறுப்பி பின்னாடியும் சிவப்பி பின்னாடியும் அம்மா அலைந்துகொண்டிருந்தது. எங்கம்மாவின் குழந்தைகளைப்போலக் கறுப்பியும், சிவப்பியும் அம்மா மடியில் படுத்துறங்கின. கறுப்பி பாலை மட்டும் விரும்பிச் சாப்பிடும்.

மற்ற பொருள்களை மோந்துகூட பார்க்காது. சிவப்பி எது கொடுத்தாலும் சாப்பிட்டுக்கொள்ளும். சாந்தி அக்கா பிரசவத்துக்கு அம்மா போயிருந்த நேரத்தில் கறுப்பியும் ஒருநாள் காணாமல் போனாள். அக்கா வீட்டில் இருந்த அம்மாவிடம் இதை நான் தெரியப்படுத்தவில்லை. வீட்டுக்குத் திரும்பிய அம்மா நான் கறுப்பிக்கு பால் ஊற்றாததால்தான் அது வீட்டைவிட்டு ஓடிப்போனது என்று என்மேல் குறைப்பட்டுக் கொண்டது. தான் ஆசைப்படும் அனைத்தும் இப்படிப் பாதியிலேயே முறிந்து போகும் துரதிருஷ்டத்தை நினைத்துப் பெருங்கவலை கொண்டது அம்மா.

அண்ணன் தனியாகச் சமைத்துச்சாப்பிடக் கஷ்டப்படுகிறதென்று அம்மா அண்ணனோடு சிவகங்கையில் ஒரு வீடெடுத்து தங்கியது. சிவப்பியை மட்டும் தன்னோடு எடுத்துப் போகலாம் என்ற ஆசை இருந்தாலும் பெரியபூனை தனியாகக் கஷ்டப்படுமென்று அதை விட்டுப்போனது. அப்பா எனக்குத் துணையாக வீட்டில் இருந்தார். நானும் அப்பாவும் சமைத்துச் சாப்பிட்டோம். சிவப்பி ஒரு குழந்தையின் சிணுங்கலைப்போல கத்திக்கொண்டு வீடெங்கும் அம்மாவைத் தேடியலைந்து துரும்பாகிப்போனது. கடைசி செமஸ்டர் முடிந்ததும் சிவகங்கைக்கு உடனே வரச்சொல்லி அம்மாவும் அண்ணனும் கடிதம் எழுதினார்கள். "சிவப்பி எப்படியிருக்கு" என்று அம்மா விசாரித்து எழுதிய கடிதத்திற்கு, தெருவில் அடிபட்டு சிவப்பி செத்துப்போனது என்று சொல்லாமல் சிவப்பியும் எங்கேயோ போய்க்காணாமல் போனது என்றேன். அதற்குப்பின் வந்த கடிதங்களில் மீதமிருந்த பெரிய பூனையைப்பற்றி ஒரு வார்த்தையைக்கூட அம்மா குறிப்பிடவில்லை.

எலிகளை வேட்டையாடி ஓய்ந்த பெரியபூனை தானிய சேந்தியில் செத்துகிடந்தது பற்றியும் அதை புதைத்த அன்று என்மேல் வீசிய பூனை வாசனை பற்றியும் அம்மாவிடம் சொல்லவில்லை.

முற்றத்துவீட்டை அடைத்துபோட்டுவிட்டு நானும் அப்பாவும் சிவகங்கைக்குப் போனபின்பும் அம்மா 'பெரிய பூனை எப்படியிருக்கு' என்று கேட்கவில்லை. அதற்குமேல் பூனையின் தொடர்பாக எந்தக் கெட்டசெய்தியையும் அம்மா அறிய விரும்பாமல் இருந்தது. அப்பாதான் போகிற போக்கில் 'நம்ம பெரிய பூனையும் செத்துப் போச்சில்ல' என்றார். அம்மா எதுவுமே காதில் விழாதது மாதிரி நடந்து கொண்டது. நானும், அம்மாவும், செல்வி அக்காவும், சாந்தி அக்காவும், சீனி அண்ணனும் சேர்ந்து படுத்துறங்கிய முற்றம் இன்று பூனைகளும் இல்லாமல் யாருமற்று வெறுமையாகி தனித்துக் கிடக்கிறது என்பதை அம்மாவுக்கு எப்படிச் சொல்வது.

ooo

அழகம்மா

தொரட்டி மரம் கிணறு வழியாக நடந்து செல்லும் ஆண்களெல்லாம் பெண்களை துணைகழைத்துக்கொண்டு போகிறார்கள். பெண்கள் துணைக்கு வரமுடியாத சமயத்தில் அரை மைல் சுத்தி வண்டி ஓடை வழியாகப் போகிறார்கள். தொரட்டி மரக் கிணற்றுக்கருகே இருக்கும் தோட்டத்துக்கு சொந்தக்காரர்கள் தங்கள் மனைவிமார்கள் அம்மாக்கள் இருக்கும்போதுதான் தோட்டத்திற்குள்ளேயே காலடி எடுத்துவைக்கிறார்கள். மூன்றாவது தலைமுறையாக தொடரும் அழகம்மாளின் கதையை நேற்று நடந்ததைப்போல தங்கள் குழந்தைகளிடம் சொல்கிறார்கள் ஊர்ப் பெண்கள். ஆண்குழந்தைகள் பயத்தோடும் பெண்குழந்தைகள் கண்ணீரோடும் அழகம்மாளின் கதையை கேட்கிறார்கள்.

பேருந்துகள் வராத காலம் அது. வேப்பம் பூக்கள் உதிரத் துவங்கிய ஓர் ஆடி மாதத்தில் சின்னமனூருக்கு வண்டி கட்டிக்கொண்டு கல்யாணச்சேலையும் நகையும் வாங்கி வரக் கிளம்பினார் நல்லபெருமாள். அந்த ஊரிலேயே யாரிடமும் இல்லாத புது நிறத்தில் சேலை இருக்க வேண்டுமென்று தன் அப்பனிடம் சொல்லிவிட்டாள் அழகம்மாள். அவளின் அக்காக்கள் நாலு பேரும்

அப்பன் முன் நின்று அழகம்மாளைப்போல சரிக்குச் சமமாக பேசமாட்டார்கள். அவர்கள் செல்லம் கொஞ்சுவதெல்லாம் தனது அண்ணன்களான அழகரிடமும் சோலையிடமும்தான். அழகம்மாள் வீட்டுக்கு கடைசி என்பதால் எல்லோரிடமும் கொஞ்சித் திரிவாள். நாளெல்லாம் அக்காக்களும் அம்மாவும் காட்டில் பாடாய்பட அடுப்படி வேலையை மட்டும் கவனிப்பாள் அழகம்மாள். அவளின் கைருசி தன்மனைவி காத்தமாள் உட்பட தன்வீட்டுப் பெண்கள் யாருக்கும் இல்லையென்று சொல்வார் நல்லபெருமாள். “அழகம்மா வைக்கிற கம்மச்சோத்துக்கும் கருவாட்டுக்குழம்புக்கும் முன்னால கறிச்சோறு தோத்துப்போகும்” என்று சாப்பிட உக்காரும்போதெல்லாம் மகளின் சமையல் பெருமையை எடுத்துவிட ஆரம்பிப்பார். அப்பன் பேச பேச மனம் பூரித்தவளாய் ஒளம்பட்டியில் மூன்று உருண்டை கம்மச்சோறை வைத்து அது முங்க முங்க குழம்பூற்றி அப்பனுக்கு கொடுப்பாள் அழகம்மாள். அண்ணன்களுக்கும் அக்காக்களுக்கும் பத்தாத குழம்புதான். குழம்பு அதிகமாக வாங்கத்தான் தன் அப்பன் தங்கையை புகழ்வதாக அவர்கள் கேலிபேசி சிரிப்பார்கள். அவள் சமைச்ச ருசியைவிட நல்லபெருமாள் ஒவ்வொரு கவளமாக குழம்பில் புரட்டி அதை அப்படியே அலாக்காக வாயில் போட்டு அதை ரசிச்சு சப்புக் கொட்டி சாப்பிடுவதைப் பார்த்தால் அந்த உணவின் ருசியே கூடிவிடும். ஒரு ஊருக்கே சமைக்கச் சொன்னாலும் முகம் கோணாமல் சமைப்பாள் அழகம்மாள்.

சின்ன வயதிலிருந்தே வீட்டிலிருந்தவர்கள் ஓயாமல் அவள் அழகைப் புகழ்ந்து பேசிக்கொண்டிருந்தார்கள். அக்காக்களுக்கு தங்கச்சியை விட்டுக்கொடுக்காத பாசம், பாத்து பாத்து அவளை அலங்கரிப்பதிலிருந்து நல்லது கெட்டதுகளை அவளுக்கு மட்டும் திங்கட்டுமென எப்படியும் கொண்டு வந்து கொடுப்பதிலும் இருக்கட்டும் அந்தப் பெண்களுக்குள் பெரிய போட்டியே நடக்கும். மஞ்சள் கிழங்கைப்போன்ற அவளின் வெளுத்த நிறம் வெயில்பட்டாள் கறுத்துபோகும் என்று ஒருநாளும் அவளைக் காட்டுக்கு வர அனுமதிப்பதில்லை வீட்டில். பயிர் செழித்து வளர்ந்திருக்கும் அறுவடை நாளில் அடம்பிடித்து காட்டுக்குப் போய் பயிர் வாசம் பிடித்து திரிவாள் குழந்தையாக. கறுப்பும் மாநிறமாகவும் இருக்கும்

அக்காக்கள் தங்கள் பங்குக்கு அவள் அழகை மெருகேற்றிக் கொண்டிருப்பவர்களாய், நீண்ட கறுத்த அவளுடைய கூந்தலில் தினமும் ஏதாவது ஒருவகை காட்டுப்பூக்களைப் பறித்து வந்து சூட்டுவார்கள். திருவிழா மாதிரி ஏதாவது விசேச நாள்களில் மட்டும் பகல் பொழுதில் வெளியே வரும் அழகம்மாள் இருட்டு மாறாத பொழுதில், தன் அக்காக்களில் ஒருத்தியை மந்தைக்கு அழைத்துக்கொண்டு போவாள். அதனால் வெளியாட்கள் யாரும் பலகாலமாக அவள் அழகை அறியாதவர்களாக இருந்தார்கள்.

மூத்த பெண்கள் நான்கு பேரையும் உள்ளூரிலேயே திருமணம் முடித்துக்கொடுத்திருந்தார் அப்பா. பிள்ளைகளை எட்டாவுல கட்டிக்குடுத்து அதுகளுக்கு ஒரு நல்லது கெட்டது பார்க்கமுடியாமல் போயிடக்கூடாதென்றுதான் பக்கத்திலேயே இருப்பது மாதிரி பார்த்துக் கொண்டார். அழகம்மாளுக்கும் உள்ளூர் மாப்பிள்ளைதான், பாத்து பாத்து வளர்த்த பிள்ளைவேறு. ஒரு நாள் ஒரு பொழுது அவள் முகம் பார்க்காமல் போனாலும் அன்னந் தண்ணீர் இறங்காது மனுசனுக்கு. சொந்தபந்தத்தில் இவளைக் கட்ட நீ நானென்று ஏக போட்டிதான். அண்ணன்களும் அக்காக்களும் ஆள் தாட்டியமானவனாயும், தகுதியானவனாயும் அமைய வேண்டுமென்ற அவசரங்காட்டாமல் மாப்பிள்ளை பார்த்தனர். மாப்பிள்ளை இப்பிடித்தான் இருக்க வேண்டுமென்று அழகம்மாளுக்கும் ஒரு ஆர்வமிருந்தது. அப்படியிருந்தானோ என்னவோ குரும்பனைப் பார்த்தும் இவளுக்குப் பிடித்துவிட்டது. இவளைப் பார்த்தமாத்திரத்திலேயே குரும்பனுக்கும் பிடித்துவிட்டது. இருவருக்கும் கல்யாணமென பேசி முடிக்கவும் இவளிடமிருந்து வெளிப்பட்ட சிரிப்பு வீட்டில் யாருக்கும் மறக்காது. ஒரு பெண் தன் வாழ்க்கையில் ஒரேயொரு தரம்தான் அந்தமாதிரி சிரிக்க முடியும், அசாத்தியமான சந்தோசம் கொள்கிற நேரத்தில் வரும் சிரிப்பு அது. சந்தோசமாக இருவருக்கும் கல்யாணத்தையும் முடித்துவிட்டார்கள். கல்யாணம் முடிந்த போது மனுசன் அரை உசுராகிப் போனவராய், "பிள்ளய பிரிஞ்சு என்னண்டு இருக்கப் போறனோ" எனப் புலம்பிக் கொண்டிருந்தார். மூத்த மகள்களைக் கட்டிக் கொடுக்கும் போதெல்லாம் இருந்த கர்வம் இப்பொழுது காணாமல் போய், பிள்ளை

நினைப்பாகவே இருந்த்து. "என் ஆத்தா அழகம்மா நீ வீட்டை விட்டுப் போனா என் ராசியெல்லாம் என்னைவிட்டுப் போயிடும் மகளே" என்று அவளைக் கட்டிப்பிடித்து அழுதார் நல்லபெருமாள். 'எப்பே நான் உன்னை விட்டுப் போகலப்பே இங்கய இருந்துடறேன்' என்று அவளும் பதிலுக்கு அழ, கல்யாண வீட்டிலிருந்த இளமனசுகாரர்கள் கண்களில் கண்ணீர் மிதந்தது. 'இதென்னப்பா கூத்தா போச்சு. பொட்டப்புள்ள பொறந்தன்னைக்கே அது இன்னொரு வீட்டுக்குப் போறதுன்னு தெரியாதாயென்ன. மனசை தேத்திக்கிட்டு பிள்ளைக்கு திண்ரு வச்சு அனுப்புப்பா' என்று கல்யாணவீட்டில் ஆளாளுக்கு ஆறுதல் சொல்லச் சொல்ல இன்னும் சிறுபிள்ளையைப்போல தேம்பித் தேம்பி அழுதார் நல்ல பெருமாள். "என்னா கேன மனுசா நம்ம பிள்ளயே கண்காணாத சீமையிலா கட்டிக்கொடுக்கிறோம்? ரெண்டு தெரு தாண்டி வாழப்போறா எட்டுவச்சா அங்க போயி நிக்கலாம். கேவலப்படுத்தாதே" என்று அவரது அழுகையை அடக்கினாள் ஆத்தாள் காத்தமாள். மொத்த குடும்பமும் இவளைத் தூக்கிவைத்துக் கொண்டு சுமந்ததைப் பார்த்து ரொம்ப நேரம் பொறுக்க மாட்டாமல் "ஏதோ சீமையில இல்லாத மகளைக் கட்டிக்கொடுக்கிறாக? வாழவர்ற வீட்டுக்கு அழுதுகிட்டே வந்தா நல்லா வெளங்கும்" என்று அப்பவே முனுமுனுக்க ஆரம்பித்துவிட்டாள் அழகம்மாளின் மாமியார்காரி. யாரும் மறுவார்த்தை பேசாமல் விலகி நிற்க, கூனி குறுகி வெட்கமும் அழுகையும் கண்ணீருமாக குரும்பன் வீட்டுக்குப் போனாள் அழகம்மா.

வீட்டுக்குள் காலடி எடுத்து வைத்த அடுத்த நொடியே "கொட்டத்து சாணியெல்லாம் அள்ளிப்போட்டு ஒதுங்க வை" என்று விளக்கமாறை கையில் கொடுத்தாள் குரும்பனின் ஆத்தாள். நூறு மாடுகள் புழங்கக்கூடிய கொட்டத்தை ஒற்றை ஆளாய் நின்று கூட்டி முடிப்பதற்குள் அழகம்மாளுக்கு இடுப்பு வலித்தது. அவள் குடும்பத்தைவிட கணவன் குடும்பம் மிகப்பெரியதாக இருந்தது. ஆறு ஆம்பளைப் பையன்களில் மூத்த மகனாக இருந்தான் குரும்பன். ஆத்தாள், அப்பன், அப்பத்தா, சியான், ஐந்து தம்பிகள், மாடு மேய்க்கும் கலுவனோடு சேர்த்து மொத்தம் பதினொரு பேருக்கு அதிகமாக அந்த வீட்டில் இருந்தார்கள். பொம்பளப்பிள்ளைகளை

கட்டிக்கொடுத்துவிட்டாலும் ஒரு நேர கஞ்சி குடிக்க ஆத்தா வீட்டுக்கு வந்துவிடுவார்கள். அத்தனை பேருக்கும் ஆக்கிப் போடும் பொறுப்பு அழகம்மாளுக்கு வந்துவிட்டது. குரும்பனின் ஆத்தாள் காட்டில் மேல்வேலைகளை பார்த்துக்கொண்டு தன் வீட்டுச் சுமையெல்லாம் சின்னப் பெண்ணிடம் மொத்தமாக ஒப்படைத்து விட்டாள். காலையிலேயும் பொழுதுசாயலிலேயும் கொட்டத்தைக் கூட்டிப் பெருக்குவது, மாட்டு குலுதாணிக்கு தண்ணி இரைத்து ஊற்றுவது. இரண்டு நேரமும் கஞ்சிகாச்சுவது. கம்பு சோளத்தை திரித்து உரலில் போட்டு குத்துவது என்று அவளுக்கு வீட்டில் எப்போதும் வேலை இருந்துகொண்டே இருந்தது. இரண்டு தெரு தாண்டி இருக்கும் அப்பன் ஆத்தாள் வீட்டுக்கும் அவளால் போக முடியவில்லை. குரும்பனுக்கு வாக்கப்பட்டு வந்ததாக நினைத்தவளுக்கு இரண்டு மூன்று நாளிலேயே கொட்டத்துக்கு வாக்கப்பட்டு வந்திருக்கிறோம் என்பது புரிந்தது.

எந்த வேலை செய்தாலும் நொட்ட சொல்லிக்கொண்டே இருப்பாள் அத்தைகாரி. ராங்கி போட்டு அவள் பேசும் பேச்சு கொஞ்ச நஞ்சமானதில்லை. அதைத்தான் அவளால் பொறுத்துக்கொள்ள முடியவில்லை. புதுப்பொண்ணு எதுத்து பேசக்கூடாது என்று வாய்மூடிக்கிடந்தாள். அப்பனிடம் சொன்னால் மிஞ்சியிருக்கும் அர உசுரையும் விட்றுவாரே மனுசன் என சொல்லாமலேயே கிடந்தாள். காத்தம்மாளும் நல்லபெருமாளும் மகளைப் பார்க்க வந்தாலும் பொறுக்காது அவளுக்கு “லட்டு உருண்டை செஞ்சுக்கு வந்தீங்களாக்கும் மகளப் பாக்க” என்று வம்புக்கிழுப்பாள். காத்தம்மாளும் சும்மா இருக்க மாட்டாள் “ஆமா மதினி சின்னமனுருக்கு ஆளனப்பி இருக்கேன் சீனியும் நெய்யும் வாங்க. வந்ததும் பதமா செஞ்சுக்கு வாரேன்” என்று பதிலுக்கு உரசிவிட்டு போவாள். அதென்னமோ தெரியவில்லை இரண்டு குடும்பத்தார்களும் ஒத்தாசையாக இல்லாமல் எகனை முகனையாகவே பேசிக்கொண்டிருந்தார்கள். பெத்த பிள்ளை ராணி மாதிரி இல்லை, வேலைக்காரி மாதிரிதான் அந்த வீட்டிலிருக்கிறாள் என்பது மூஞ்சியைப் பார்த்ததுமே தெரிந்து போனது மனுசனுக்கு. அடிமாடு மாதிரி தன் மகள் வேலை செய்வதைப் பார்த்த நல்லபெருமாள் வெளியே சொல்ல முடியாமல் கலங்கிக்கொண்டிருந்தார். வாக்கப்பட்டு வந்து இத்தனை நாட்களில் அவர்களை ஒரு

வாய் கஞ்சி குடிங்க என்று கூப்பிட முடியலையே என்று உள்ளுக்குள்ளேயே மருகிக்கொண்டிருந்தாள் அழகம்மாள். “என்னாமா உன்னை ஏதும் இந்த வீட்ல கஞ்டபடுத்துறாங்களா?” என்று அண்ணன்கள் கேட்ட கேள்விக்கு “நம்ம வீடு மாதிரி நல்லா இருக்கேண்ணே” என்று பதில் சொல்லி அண்ணன்களின் முகத்தில் சந்தோசத்தைப் பார்த்தாள். அக்காக்காரிகளுடன் உட்கார்ந்து ஒரு சாமத்துக்காவது ‘நான் வாக்கப்பட்டுப்போன கதயக் கேளுங்கடி பயமக்கா’ என ஒப்பு வைக்க நினைத்தாள். மனசு உட்கார்ந்து கதை பேச ஆளாய்ப் பறந்து கொண்டிருக்க, உடல் அந்த வீட்டில் சாணியிலும், வியர்வையிலும் நசுங்கிக் கொண்டிருந்தது.

குரும்பனும் அவளிடம் அவ்வளவு அனுசரனையாக இல்லை. தினமும் முதுகு தேய்த்து மாட்டைப்போல அவனைக் குளிப்பாட்ட வேண்டும். சூடாக கஞ்சி காச்சி கொடுக்க வேண்டும், ராத்திரியில் அவன் விருப்பபடி நடக்க வேண்டும். அதோடு பொண்டாட்டியிடம் தன் வேலை முடிந்ததென்று அவன் மீசையை முறுக்கிக்கொண்டு வீராப்பாய் அலைவான். வாக்கப்பட்ட கடனுக்கு வேறென்ன செய்வதென ஆத்தமாட்டாமல் எல்லாவற்றையும் பொறுத்துக் கொண்டாள். அந்த வீட்டில் அவளுக்கென்று எதுவும் இல்லாமல் இருந்தது. ‘இதுதான் பொம்பளை பொழப்பு போலிருக்கு’ என்று அதை ஏற்றுக்கொண்டு அந்தவீட்டில் ஒரு செக்குமாடைப் போல வேலை செய்துகொண்டிருந்தாள். வேணாம் கழுதையென நாமே விலகிப் போனாலும் வெனை வீதி வீட்டைச் சுத்தினால் வெனை காலைக்கட்டாமல் என்ன செய்யும். அவ்வளவு வேலை செய்தும், அலுத்தும் உடம்பு தேய்ந்ததே தவிர அழகு குறையவில்லை. புதுப் பொண்ணு மினுப்பு ஊரில் மத்த பொம்பளைகளுக்கெல்லாம் கொஞ்ச நாள்தான் இருந்திருக்கும். இவள் விளக்கி வைத்த வெள்ளிச் செம்பென நாளுக்கு நாள் மினுங்கினாள். “ஏண்டா இம்புட்டு அழகான பொம்பளையே எப்படி காவ காக்க போற? எதுக்கும் உன் பொண்டாட்டி மேல ஒரு கண்ணை வச்சுக்க. அழகான பொம்பளைகல நம்ப முடியாதுடா” என்று கூட்டுக்காரன் பிஞ்சால் ராமன் சொன்ன நாளிலிருந்து அழகம்மாளை பாடுபடுத்த தொடங்கிவிட்டான் குரும்பன். வீட்டு வாசலில் வெயிலில் காயவைத்திருக்கும் சோளத்தைக் கிண்டிவிடப் போனாலெ “என்னாலா எப்ப

பாரு வாசலுக்கே காலு போகுது” என்பான் குரும்பன். ஏதாவது ஒரு குறைசொல்லி குரும்பன் அழகம்மாளை கண்ணு மண்ணு தெரியாமல் அடிப்பான். அப்படி அடித்துக்கொண்டிருந்த ஒருநாள் சோலை தங்கச்சியைப் பார்க்க அங்கே வந்தான். தானிய மூட்டை அடுக்கி வைத்திருந்த அறைக்குள் ஓடி ஒளிந்த அழகம்மாளை வெறிபிடித்தவன்போல பகைகொண்டு விரட்டி ஓடினான் குரும்பன். அவன் அடித்த அடியில் தானிய மூட்டை மேல் சரிந்துவிழுந்தாள். மூட்டையோடு மூட்டையாக கிடந்த தங்கச்சியை தூக்கிவிட்ட சோலை என்ன ஏது என்று கேள்வி கேட்காமல் ‘வெக்காலோலி உன்னை வெட்டாம விடமாட்டேண்டா’ என்று அருவாளைத் தூக்கி கிளம்பிவிட்டான். அழகம்மாள் அவனின் காலில் விழுந்து கெஞ்சி அழுததும் அமைதியானான். இனி குரும்பனோடு வாழவேண்டாம் அறுத்து கட்டிவிடுவோம் என்று அழகம்மா வீட்டில் முடிவுக்கு வந்தார்கள். பத்துதடவை பஞ்சாயத்து போட்டும் இரு குடும்பங்களுக்கு இடையே கலவரம்தான் வந்தது. பஞ்சாயத்துக்கு வரும்போதெல்லாம் முக்காடு போட்டபடி அழகம்மாள் குரும்பனை கூட்டத்தில் தேடிக்கொண்டிருந்தாள். பஞ்சாயத்தில் பேச்சு முடிவுக்கு வந்து சுபமாக போகும் நேரத்தில் எல்லாம், யாரோ ஒருவரின் தடிப்பான பேச்சில் அடிதடி நடக்கும், வந்தமாதிரியே அழுதபடி அப்பன் வீட்டுக்குப் போவாள் அழகம்மாள். அடுத்த பஞ்சாயத்தில் அறுத்துக் கட்டி துரும்பை வாங்கிக்கொண்டு அழகம்மாளை கிழக்குச் சீமையில் சொந்தகாரன் ஒருத்தனுக்கு கட்டிவைக்க வேண்டுமென்று அழகம்மாளின் அப்பனும் அண்ணன்களும் முடிவெடுத்தார்கள். குரும்பனுக்கும் அழகம்மாளைவிட மனசில்லை. தன் பொண்டாட்டியாக இருந்த ஒருத்தி இன்னொருவனை கட்டிக்கொண்டு போவதற்கு அவன் மனம் சம்மதிக்கவில்லை. ஆனால் அவனுடைய ஆத்தா ‘அவ வீட்டுக்கு வந்தா உன்னையும் அவளையும் சேத்து எரிச்சுப் புடுவேண்டா’ என்று குரும்பனிடம் ஆங்காரமாகச் சொல்லிவிட்டாள். குரும்பன் இரு வீட்டுக்கும் தெரியாமல் எங்கேயாவது போய் பொழச்சுக்கலாம் என்று அழகம்மாளுக்கு செய்தி அனுப்பினான். அறுத்துக்கட்டிய மறுநாள் தூக்கில் தொங்கலாம் என்று நினைத்திருந்த அழகம்மாளுக்கு ‘புருசங்கூட கண்காணாத எடத்துக்குப் போய்க்கூட பொழச்சிக்கலாம்’

என்ற நினைப்பிருந்தது. அவனிடமிருந்து வரும் முடிவான செய்திக்காக காத்திருந்தாள்.

பின்னிரவு பனியில் முருகைப்பூ உதிர்ந்து விழுந்துகொண்டிருந்த மை இருட்டு. ஒரு சொட்டாய் எரிந்துகொண்டிருந்த அரிகேன் விளக்கை அணைத்து இருட்டின் நிறத்தை அதிகரித்து மூச்சை இருக்கிப்பிடித்து மெதுவாக எழுந்து வீட்டைவிட்டு வெளியேறினாள் அழகம்மாள். இரைதேடி ஊரும் பாம்பின் விஷத்தைக் கொண்ட பனி இருட்டு சாபத்தின் நிழலைப்போல சூழ்ந்து, பேரமைதியும் பெரும் சலனமுமாய் இருண்மை அவ்வீட்டை முழுமையாய் மூடியிருந்தது. வீட்டைவிட்டு ஓடிப்போகும் கன்னிப்பெண்ணைப்போல அவள் மனம் அவமானத்தில் குமைந்தது. அண்ணன்களையும் அப்பனையும் மீறி புருசனை தேடிப் போகிறாள். ‘அழகுமலையான் சோனமுத்தா நீதான் துணையிருக்கனும்’ என்று அப்பன் வீட்டுச்சாமியை மனதில் நினைத்தபடி வெளியேறினாள். இவள் வரும் அரவம் கேட்டதும் சந்துமுக்கில் காத்திருந்த பிஞ்சால் ராமன் எழுந்து நின்றான். இவளுக்கு மனசு படக்கென்றது. திரும்பி வீட்டுக்கு போய்விடலாம் என்றிருந்தது. ‘அவகள எங்க’ என்றாள் கலக்கத்துடன். ‘ஊருக்கு வெளியே நிக்கிறான் என்னை கூட்டுக்கு வரச்சொன்னான்’ என்று எதுவும் பேசாமல் முன்னே நடந்தான். உழைத்த உழைப்பில் சனங்கள் அலுத்துப்போய் உறங்கிக்கிடந்தார்கள். இடியே விழுந்தாலும் அலுங்காமல் குலுங்காமல் கிடப்பதைப்போன்ற மரணஅமைதி. சனங்களைப்போலவே வாய்பேசா ஜீவராசிகளும் மயக்கஉறக்கத்தில் இருந்த பின்னிரவு. மேற்கும் மலையும் கிழக்கும் மலையும் கூட மடிந்த இரண்டு சவமாய் கிடந்தது. கூடடைந்த பட்சிகளும் சிலிர்ப்புக் காட்டவில்லை. ஆந்தையும் பாங்கிணத்துக்குள் பதுங்கிக் கிடந்தது. சவனம் சொல்ல ஒரு உயிரும் விழிப்பில் இல்லை. ஈரப்பனி உடம்பைக் குறுக்க சேலையால் இறுக்கப் போர்த்தி குறுக்கும் மறுக்குமாக சந்துவழி தெருவிலே நடந்து ஊருக்கு வெளியே வந்துவிட்டார்கள். கல்லு முறி வைத்தவளைப்போல ஊரைத் திரும்பிப் பார்க்காமல் போனாள் அழகம்மாள்.

மொத்த இருட்டையும் பயமாய் மனதில் உருக்கொண்டு வந்தவளைப் போலிருந்த அழகம்மாள் குரும்பனைப்

பார்த்ததும் ஒளியாறு பாய்ந்ததைப்போல ஜொலித்தாள். எருக்கம்பூவைப்போல வெடித்து முகம் பூத்தாள். அவன் காலடியில் இருள் வெளியின் தனிமை நொடிந்து சிதறியது. குரும்பன் இவளைப்பார்த்ததும் ‘வாத்தா ஒன்னை பாத்து எம்புட்டு நாளாச்சு. நாம எங்கிட்டாவது ஓடி பொழைச்சுக்குவோம்’ என்று நெக்குருகி பேசினான். அவன் சொல்லில் உருகி கண்ணீர்விட்டாள் அழகம்மாள். அந்த இருட்டுக்குள்ளேயும் அவள் முகத்திலிருந்த ஜொலிப்பு குரும்பனுக்கு பயத்தைக் கொடுத்தது. ‘பெரியஓடைக்கிட்ட போய் இருப்போம். பரம்மன் மாட்டு வண்டியை கட்டிகிட்டு வாரேனுருக்கான் நாம அதுல போயிடலாம்’ என்றான். பெரிய ஓடை ரோட்டுக்குப் போனதும் ‘இப்படி வழியில நிக்க வேணாம் யாரும் பார்த்துபுடுவாக காட்டுகுள்ள போயி இருப்போம் அவன் வந்ததும் போயிடலாம்’ என்றான். சின்ன தீ பந்தத்தை பிடித்து காட்டுக்குள் மூவரும் போனார்கள். பாம்பு ஒன்று அவர்கள் போன பாதையின் குறுக்கே பாய்ந்து புதருக்குள் ஓடியது. தீப்பந்த வெளிச்சத்தில் பாம்பின் அசைவைப் கூர்ந்து பார்த்தாள் அழகம்மாள். துர்கனவை முழிந்திருந்து பார்ப்பதைப்போன்ற சலனம் கொண்ட மனதை குரும்பனின் பார்வையில் கடந்தாள். வானத்தில் நட்சத்திரங்களே இல்லாமல் இருந்தது இருட்டின் கறுமையை அடர்த்தியாக்கியது. வரப்பிலிருந்து நெருஞ்சி முள் அழகம்மாளை குத்தியது. வலியில் உட்கார்ந்து விட்டாள். குரும்பந்தான் முள்ளைப் பிடிங்கி விட்டான். பனியைக் குடித்துக்கொண்டிருந்த சோளப்பயிர் கண்ணுக்கு எட்டும் தூரம் ஆளுயரத்தில் நெருக்கமாக வளர்ந்து விளைச்சல்காடு வனமாக காட்சி அளித்தது. இருள் மூடியிருந்த காடும் தூங்கிக்கொண்டிருந்தது. பனியைப்போல இருளும் சோளத்தில் குடிகொண்டிருந்தது. ஈரப்பனி அவர்களின் முகத்தில் சாம்பல் தன்மையை கொடுத்தது. குரும்பன் சிரித்த முகத்தை மாற்றவில்லை. அவனுள் பெருந்தவிப்பு அடங்கி இருந்தது. படைவென்ற வீரனாக மகிழ்ந்தான்.

மூவரும் சோளக்காட்டில் இருந்த கிணத்துமேட்டில் அமர்ந்தார்கள். வாங்கி வந்திருந்த பலகாரத்தை அழகம்மாளிடம் திங்கக்கொடுத்தான் குரும்பன். அவன் அன்போடு அதற்குமுன் எதையும் கொடுத்ததில்லை. திருமணத்திற்கு முதல்நாள் அவனைப் பார்த்திருந்தாள் எப்படி வெட்கப்படுவாளோ

அப்படி இருந்தாள் அவள். அடுத்த கணமே உயிர் சிறுத்து ஒடுங்கியது. புருசனோடு வாழப்போகிறோம் என்ற சந்தோசம் ஒரு பக்கம் இருந்தாலும் அப்பன் அண்ணன்களிடம் சொல்லாமல் வந்ததில் அரைஉயிராகப் போய்விட்டாள். பல்லி சவனம் சொல்வதைப்போல உள்ளுக்குள் ஏதோ ஒரு குரல் கலக்கத்தை தூண்டிக்கொண்டே இருந்தது. “பிள்ளைகுட்டிகளோட வந்தா அப்பன் அண்ணன்கள் வேணாமென்றா சொல்லிவிடப்போறாங்க. அப்புறம் தாயாப் புள்ளையா போயிடலாம்” என்று மனதை தேற்றிக்கொண்டாள். கொஞ்சநேரத்தில் பரம்மன் வந்தான். “என்னாடா கிளம்பிரலாமா” என்றான் பிஞ்சால்ராமன். போயிடலாண்டா என்றான் பரம்மன். குரும்பன் அழகம்மாளை பார்க்க அவள் கிளம்புவதற்கு எழுந்தாள். அவிழ்ந்துகொண்டிருந்த கொண்டையை கலைத்து இறுக்கமாக கொண்டை போடுவதற்காக கூந்தலை விரித்தாள். அது இன்னொரு காட்டைப்போல் காட்டின்மேலே விரிவதுபோன்று இருந்தது குரும்பனுக்கு. ‘தாயொலி மகளுக்கு எம்புட்டு முடிடா’ என்று மனதிற்குள் நினைத்துக்கொண்டான். ஆம்பளைங்க மூவரின் பார்வைகளும் ஏதோ ஒரு புள்ளியில் ஒன்றிணைந்தன. மூவரும் அவளைச் சுற்றி நின்றனர். நிமிர்ந்துபார்ப்பதற்கும் நேரமில்லாத நொடியில் ‘ஏலா ஒனக்கு ஒங்கப்பன் இன்னொரு புருசன கட்டி வைக்கப்போரானா’ என்று சொல்லியபடி அவளை இறுக்கி பிடித்தான் குரும்பன். அவள் விலகி ஓடுவதற்கு இடம் இல்லை. நின்ற இடத்திலிருந்து திமிறி எம்பிக் குதித்தாள். மூவரும் அவளை குண்டுகட்டாக தூக்கினார்கள். கண்ணை மூடி முழிக்கும்முன் எல்லாம் நடந்தது. சோளத்தட்டையை பிடுங்கி எறிவதுபோல அவளை கிணத்துக்குள் தூக்கி எறிந்தார்கள்.

விழுந்த வேகத்தில் தலையை சுக்குநூறாகியிருக்கும் என்று பாங்கிணற்றை எட்டிப்பார்த்தார்கள். அரவம் இல்லை. காட்டைவிட்டு கிளம்பினார்கள். அடுத்தநாள் எதுவும் தெரியாதவர்கள்போல வேலையை பார்த்துக் கொண்டிருந்தார்கள். அழகம்மா வீட்டில் அப்பனும் அண்ணன்களும் திசைக்கொன்றாக ஓடிப்போய் தேடினார்கள். ஆத்துல விழுந்திருப்பா. ‘தண்ணீ போற போக்குல எங்கே போய் கெடக்காலோ’ என்று ஆத்தங்கரையோரமாகவே தேடிக்கொண்டிருந்தார்கள். “பொம்பளப்பிள்ளைய ஒத்தையில

சாகவிட்டா ஜென்மம் ஜென்மத்துக்கும் பெண் வாரிசு தங்காது" என்று நல்லபெருமாள் அழுது புலம்பினார். அண்ணன்கள் 'தவிச்ச வாய்க்குத் தண்ணி குடிக்காமல்' ராப் பகலாக பைத்தியமாக சுற்றி அலைந்து தேடினார்கள். அப்பன் வீட்டிலிருந்து அழகம்மாள் காணாமல் போனதால் குரும்பனை யாரும் குற்றம் சொல்லவில்லை. சோளக்காட்டு பக்கம் ஒரு நாதியும் எட்டிப்பார்க்கவில்லை.

மூன்றாம் நாள் ஜாமத்தில் குரும்பனும் கூட்டாளிகளும் கிணத்துக்குள் எட்டிப்பார்த்தார்கள். கிணற்றுக்குள் லேசான முனகல் ஒலி. பெண்ணின் ஈனமான குரல். 'பாவி மக்கா என்னை தூக்குங்கடா நான் உசுரோடதாண்டா இருக்கேன்' என்று கெஞ்சும் குரல். "இன்னும் உசுரை கையில புடுச்சு உட்கார்ந்திருக்காடா நோளி மக" என்று பரபரத்த குரும்பன் கருங்கல்லைத் தூக்கி குரல் வந்த பக்கம் போட்டான். இன்னும் சந்தேகத்தில் கூட்டாளிகளும் தங்கள் பங்குக்கு கல்லைத் தூக்கிப் போட்டார்கள். முனகல் ஒலி நின்றது.

சாவிடம் தெரியாமல் ஆறு, குளம், கிணறு என்று விடாமல் தேடிக்கொண்டிருந்தார்கள். துயர் கொண்ட அலைக்கழிப்பில் பெருங்குரலெடுத்து கத்தியபடி சோளக்காட்டை விட்டு அகலாது பறந்தன மரணவாடையை நுகர்ந்த பட்சிகள். பயிரில் உட்காராமல் கிணற்றுக்கு மேலேயே பட்சிகள் பறந்ததைப் பார்த்து கிணற்றுக்குள் எட்டிப்பார்க்க நாத்தம் மூக்கை துளைத்தது. உள்ளிறங்கிப் பார்த்தவர்கள் நஞ்சுபோய்க்கிடந்த தலையை பார்த்து மயக்கத்தில் சாய்ந்தனர். மனதைரியமான ஆம்பளைகள் கிணத்துக்குள் இறங்கி கயித்துக்கட்டிலை கட்டி அழுகிய பிணத்தை மேலே கொண்டுவந்தார்கள். அழகம்மாள் நசுங்கிக் கிடந்த வங்கொடுமையை காணச்சகிக்காமல் அப்பனும் அண்ணன்களும் திசைக்கொருவராக ஓடி காட்டில் அழுதுபுரண்டார்கள். பொம்பளைங்க யாரையும் பார்க்கவிடாமல் காட்டு மேட்டிலேயே அழகம்மாளை எரித்துவிட்டு வந்தனர் ஊர்சனங்கள். "மேக்காடு முழுக்க தேடினாலும் இப்படியான புள்ளைய பாக்க முடியாதுப்பா" சனம் தவதாயப்பட்டது. 'கெணத்துக்குள்ள விழுந்த வேகத்தில தலை அடிபட்டு செத்து போய்ட்டா' என்றே ஊர் நம்பியது. 'இன்னொரு கல்யாணம் வேணானுதான் அழகம்மா

பாங்கெணத்தில விழுந்து செத்துபோய்ட்டா’ என்று அப்பனும் அண்ணன்களும் நம்பினார்கள்.

பிஞ்சால் ராமன் பெரிய ஓடை ரோட்ல வண்டி புரண்டு அச்சாணி வயிற்றில் குத்தி செத்துபோன மறுநாள் பேச்சு வேறுமாதிரி கிளம்பியது. தொரட்டிமரக் காட்டு வழி தனியாக காட்டுக்கு போயிட்டு வந்த கிழக்குத்தெரு சிட்டம்மாளை பாம்பு ஒன்று வழிமறித்து பேசியதாகச் சொன்னார்கள். பாம்புரு கொண்ட அழகம்மா ‘என்னை குரும்பன், பிஞ்சால்ராமன், பரமன் மூனுபேரும் சேர்ந்து கெணத்துக்குள்ள தள்ளி கல்லைத்துக்கிப்போட்டு கொன்னாங்கே’ என்று சொன்னதாக ஊர்க்காரர்கள் பேச ஆரம்பித்தார்கள். பாதிபேர் நம்பியும் நம்பாமலும் இருந்த அடுத்த ஆறுமாதத்தில பரம்மன் அதே தொரட்டிமரத்தில் தூக்குமாட்டிச் செத்ததும் உறுதிப்படுத்தினார்கள். தூக்கிலிருந்து இறக்கிய பரமன் முதுகில் பேய் அடித்த கைத்தடம் சிவப்பாக வீங்கி தடித்திருந்தது என்று பார்த்தவர்கள் சொன்னதைக் கேட்டு ஊர் நடுங்கித்தான் போனது.

அதன்பின் தொரட்டிமரக் காடு ஜீவராசிகள் ஓயாது குரல் எழுப்பும் இரைச்சல் கொண்ட காடாக மாறியது. கணிக்க இயலாத ஓசை எழுப்பிய பூச்சிகள் பறந்து திரிந்தன காட்டில். பறவைகளும் விடாது கரைந்தே அந்தக் காட்டை கடந்து சென்றன. இரைச்சலும் மௌனமும் ஒருங்கே பிணைந்திருந்த காட்டில் விளைச்சலின் வேகம் மட்டும் குறையாமல் இருந்தது. அழகம்மா எந்த பெண்ணையும் பிடித்துக்கொண்டு ஆ[illegible]வில்லை. துக்கம்கொண்டு பெருங்குரலெடுத்து ஆடாமல் சகதோழியிடம் புலம்புவதைப் போலவே தன் வதைபட்ட வாழ்வினைச் சொன்னாள். அவள் குரலில் பேசுபவர்களுக்கு பேயோட்ட, பெரும் மாந்திரீகங்களைச் செய்யவில்லை. சாமிக்கு வழிவிடுவதைப் போலவே துக்கங்களைக்கேட்டு “கெட்டவங்களை பாத்துக்கத்தா” என்று சொல்லி திருநீறு வைத்தார்கள்.

குரும்பனை மட்டும் ஒன்னும் செய்யாமல் இருந்தாள். ‘அழகம்மாளுக்கு புருசன் மேல அம்புட்டு ஆச அதான் பொழச்சு போகட்டும்னு விட்டுட்டா’ என்று ஊர் பேசிக்கொண்டிருந்தபோது அழகம்மாளின் அண்ணன்

சோலை குரும்பனை உருவந்தெரியாமல் அழிக்க வேண்டும் என்று வெறிகொண்டிருந்தான். குரும்பன் இரண்டாவது பொண்டாட்டி கட்டி அவள் இரண்டு ஆம்பளைபிள்ளையும் இரண்டு பெண்பிள்ளைகளையும் பெத்துவிட்டாள். எல்லாரும் அழகம்மாளை மறந்துபோயிருந்த ஒருநாளில் தொரட்டிமரக் காட்டில் பாம்புகடிச்சு செத்துகெடந்தான் குரும்பன். பிறகு அந்த மூன்று குடும்பத்திலும் காலகாலத்துக்கு ஆண்வாரிசு நிலைக்கவில்லை. நடுவயது வருவதற்குள் அந்தக் குடும்பத்து ஆண்கள் எல்லாம் ஏதோ ஒரு வகையில் துர்மரணம் அடைந்தார்கள். அதற்குப்பின் ஆம்பளைகள் தொரட்டிமரக் காட்டுவழியாக போகப் பயப்பட்டார்கள்.

அழைப்பின் குரல் ஓயாது ஒலித்துக்கொண்டிருக்கும் கிணற்றின் மேல் பேயுரு கொண்ட அழகம்மாள் கிணற்றை தன் ஒற்றைக்காலில் மூடியபடி நிற்கிறாள் பனிகொண்ட இரவின் தனிமையில்.

○○○

கட் சொன்ன பிறகும் கேமரா ஓடிக்கொண்டிருக்கிறது

என்றும் இல்லாத அளவிற்கு அன்று படப்பிடிப்புக் குழு பரபரப்பாக இயங்கிக் கொண்டிருந்தது. ஒரு காட்சியை இயக்குனர் இயக்கிக்கொண்டிருக்கும்போது இன்னொரு பக்கம் காஸ்ட்யூமர், மேக்கப் மேன் எல்லாம் பரபரப்பாக இயங்கிக்கொண்டிருந்தார்கள். அடுத்த காட்சிக்கான வேலையில் அவர்கள் மும்மரமாக ஈடுபட்டிருந்தனர். வழக்கமாக ஒரு காட்சி எடுத்துக்கொண்டிருக்கும்போது, தொடர்ந்து அடுத்த காட்சி உடனே ஆரம்பிக்க போகிறோம் என்றால் அதுபற்றி கோ டைரக்டர் மூலமாகவாவது உதவி இயக்குனரான என்னிடம் சொல்லி இருப்பார் இயக்குனர். ஏனென்றால், அந்தப் படத்தில் நடிகர்களுக்கு காஸ்டியூம், மேக்கப்பை பார்த்துக்கொள்ளும் பணி என்னிடம் தரப்பட்டிருந்தது. ஆனால் வழக்கத்துக்கு மாறாக அன்று என்னிடம் சொல்லாமலே அடுத்தக் காட்சிக்கு ஏற்பாடாகிக்கொண்டிருக்கிறது. ஏதோ அரசியல் நடக்கிறதோ என்று குழம்பிப்போனேன். சினிமாவில் வேலையைவிட்டு அனுப்ப வேண்டும் என்றால் முதலில் அவரிடம் கொடுக்கப்பட்டிருக்கும் பொறுப்பை அவருக்கே தெரியாமல் பிடுங்கிக்கொள்வார்கள் அல்லது வேலையே

கொடுக்கமாட்டார்கள். அங்கு நடக்கும் விசயங்களைப் பார்த்தபடி, இயக்குனர் இப்போது இயக்கிக்கொண்டிருக்கும் காட்சிக்கு கண்டினுட்டி பார்த்துக்கொண்டு நானும் பரபரப்பாகத்தான் இருந்தேன். ரீடேக் போகும்போது நடிகையின் முடி கலைந்து முன்னால்விழ நான் இந்த எண்ண ஓட்டத்தில் இருந்ததால் அதைக் கவனிக்காமல் விட்டுவிட்டேன். 'டேக்' என்று இயக்குனர் மைக்கில் சொல்ல, சட்டென்று இயல்புக்கு வந்து 'ஒன் செக்ண்ட் சார்' என்று சொல்லி ஓடிப்போய் நடிகையின் முடியை பின்னால் எடுத்துவிட்டேன். உடனே இயக்குனர் என்னை முறைத்தபடி 'டேக் மட்டும் போயிருந்தா அடிவாங்கியிருப்பீங்க' என்றார். எங்கள் இயக்குனர் தொழில்நுட்பத்தில் ரொம்ப கவனமாக இருப்பார். ஒரு காட்சியில் எல்லா ஷாட்டும் காலமாறுபாடோ தோற்ற மாறுபாடோ இல்லாமல் சரியாக இருக்கவேண்டும். அவருக்கு பெர்ஃபெக்ஷன் ரொம்ப முக்கியம். நாம் செய்யும் தவறு செய்யாத தவறு இரண்டுக்குமே இயக்குனர் திட்டினார் என்றால் அங்கு நமக்கு பிரச்னை இல்லை என்று அர்த்தம். நம்மை கண்டுகொள்ளவில்லை என்றால் மூலையில் போய் உட்கார்ந்துகொள்ள வேண்டியதுதான் யூனிட்டில் ஒருத்தரும் நம்மை மதிக்கமாட்டார்கள். நல்ல வேளையாக அப்படி எதுவும் எனக்கு இல்லை. அப்புறம் எதுக்கு இந்த கோ டைரக்டர் அடுத்த காட்சியைப் பற்றி நம்மிடம் ஏன் ஒன்றும் சொல்லவில்லை. அவருக்கு நம்மேல் என்ன கோபம் என்று யோசித்துக்கொண்டிருக்கும்போதே அந்தக் காட்சி முடிவடைந்தது.

அடுத்த காட்சி நடக்கும் இடத்திற்கு கேமரா மற்றும் படப்பிடிப்பு சாதனங்களை நகர்த்திக்கொண்டிருந்தார்கள். அப்போதுதான் கவனித்தேன் இன்னொரு உதவி இயக்குனர் நான் செய்ய வேண்டிய வேலையை செய்து கொண்டிருந்தார். இயக்குனரிடம் வந்து ஒரு சேலையைக்காட்டி அடுத்தகாட்சிக்கு இது ஓகே வா என்றார். எனக்கு கடுங்கோபமாக வந்தது. நேராக கோ டைரக்டரிடம் வந்து 'சார் ஏன் காஸ்டியூமை செந்தில் காட்டுறான்' என்று கேட்டேன். 'இயக்குனர்தாங்க இந்த சீனுக்கு அவனை காஸ்டியூம், மேக்கப்பை பார்த்துக்க சொன்னாரு'. 'ஏன் சார்' என்றேன் புரியாமல் 'அதை அப்புறமா சொல்றேங்க. ஒரு பிரச்சினையும் இல்ல' என்றார். எனக்கு மேலும் குழப்பமாக

சரி எதுவும் நடக்கட்டும் என்று நினைத்துக்கொண்டேன். அதுவும் இல்லாமல் அன்று சரியான வேலை லஞ்ச் பிரேக் இல்லாமல் தொடர்ந்து படப்பிடிப்பு நடந்துகொண்டிருந்தது. சாப்பிட நேரமில்லாமல் ஓடிக்கொண்டிருந்தோம். அப்படி வித் அவுட் பிரேக்கின் போது உதவி இயக்குனர்கள் ஒருவர் மாற்றி ஒருவர் போய் சாப்பிட்டு வரலாம். அந்த மாதிரி லஞ்ச் பிரேக் இல்லாத நாட்களில் பெரும்பாலும் உதவி இயக்குனர்கள் சாப்பிட முடியாத நிலை ஏற்பட்டுவிடும். அன்று நான் சாப்பிடாமல் நின்றபடி வேலைபார்த்ததால் மயக்கமே வந்துவிடும் போலிருந்தது. படப்பிடிப்புதளத்தில் உதவி இயக்குனர்கள் உட்கார முடியாது. படப்பிடிப்புதளம் மாறும்போது மற்ற சாதனங்கள் இடமாறும் வரை அல்லது லைட்டிங் செட் பண்ணும்வரை, நடிகர் நடிகர்களுக்கான காஸ்டியூம் மேக்கப் செட்பிராப்பர்டி செட் பண்ணுவது என்று எல்லா வேலையும் முடித்துவிட்டோம் என்றால் எங்காவது மூலையில் போய் உட்கார்ந்துகொள்ளலாம்.

அடுத்ததாக சாலையில் செல்லும் லாரியில் படம்பிடிக்கப்பட இருக்கிறது என்பதால் பெரிதாக வேலை இல்லை. ஆனாலும் என்னை இந்தக் காட்சியில் இயக்குனர் ஓய்வு எடுத்துக்கொள்ள வைத்த மர்மம் மட்டும் விளங்கவில்லை. புரொடக்சன் பாயை கூப்பிட்டு ஒரு டீயை வாங்கிக்கொண்டு இயக்குனர் கண்ணுக்கு தட்டுப்படாமல் ஒரு ஓரமாக உட்கார்ந்துகொண்டேன். அப்போதுதான் கவனித்தேன் படப்பிடிப்பு தளத்தில் இருந்த பெரும்பாலான ஆண்களிடம் ஏதோ ஒரு புரிபடாத சந்தோசம். முகத்தில் லேசான சிரிப்பு. அடப்பாவிங்களா நமக்கு தெரியாம என்ன அப்படியொரு மாமம் நடக்குது என்று யோசித்தபடி, சிரித்துக்கொண்டிருந்த மேக்கப்மேனிடம் ‘என்ன நடக்குது இங்க’ என்றேன். ‘மேடம் இத்தனை நாளா காஞ்சுகிடந்த யூனிட்டுக்கே இன்னைக்குதான் ஏதோ கண்ணுக்கு நல்ல குளிர்ச்சியா தட்டுப்படுது. இந்த படத்தில வெறும் கிழவிகளும் மாடு மாதிரி ஆம்பளைகளும்தான் இதுவரைக்கு நடிச்சாங்க. ஏதோ யூனிட் பொளச்சு போகட்டுமுன்னு உங்க டைரக்டர் அந்த ப்ராஸ்டியூட் வர்ற சீனை எடுக்கப்போறாரு’. பாலியல் தொழிலாளி வர்ற காட்சி எடுக்கப்போவது முன்பே எனக்கு தெரியும்தான். ‘இதுல என்ன இருக்கு. சினிமானா எல்லாம் இருக்கும்னு தெரிஞ்சுதானே வந்தேன். எதுக்கு என்னை

இந்த காட்சியில அந்த நடிகைக்கு காஸ்டியூம் பார்க்க வேணானு சொன்னார்'. குழப்பத்தோடு அவரிடம் 'அதுல என்ன அதிசயம்' என்றேன். 'மேடம் அதும் ஒன்னும் இல்ல. அந்த சீன்ல நடிக்கப்போறது நிஜ ப்ராஸ்டியூட். அதனால் நீங்க ஏதாவது நெனைச்சிடக்கூடாதுனு டைரக்டர் அப்படி சொல்லிருப்பார்' என்றார்.

எனக்கு உண்மையாக அதை அக்கறையாக எடுத்துக்கொள்வதா அல்லது கட்டுப்பாடாக எடுத்துக்கொள்வதா என்று புரியாமல் இருந்தது. ஆனால் எங்கள் இயக்குனர் ஆண் பெண் என்ற பாகுபாடெல்லாம் பார்க்க கூடியவர் அல்ல. என்னை ஒரு ஆண் உதவி இயக்குனரைப் போலவேதான் நடத்துவார். இதனாலயே எனக்கு ஆண் உடல்மொழி வந்துவிட்டது. பெண்ணுக்கான நளினங்களை நானே உணர்ந்து பலநாள்களாகிவிட்டது. சரி ஏதோ ஒரு புரிதல் என்று அமைதியாக இருந்தேன். அந்த லாரியில் அந்த பெண் வருவதாக காட்சி அமைக்கப்பட்டது. அப்போது எடுக்கப்பட்ட ஷாட்கள் எல்லாம் குளோஷப்பில் இல்லாமல் லாங் சாட்டாக இருந்தது. வெளிப்புறப்படபிடிப்பு என்பதால் சினிமாவை வேடிக்கை பார்க்கும் கூட்டம் அதிகமாக இருந்தது. யூனிட்டே திருவிழாவைப்போல் இருந்தது. மக்கள் மட்டுமல்ல யூனிட்டே படப்பிடிப்பை வேடிக்கை பார்த்தது. இயக்குனர் கேமராமேனிடம் 'பார்த்தீங்களா சார் ஷூட்டிங் நடக்கிறப்ப ஒரு பய ஸ்பாட்ல இருக்கமாட்டான் இப்ப பார்த்தீங்களா எல்லாரும் இங்கதான் இருக்காங்க' என்றார். நான் இயக்குனர் பக்கத்தில் இருக்கும் மானிட்டர் அருகே நின்றுகொண்டிருந்தேன். 'முதல்ல அந்த அம்மாவை அனுப்பிடனும்' என்றார். இந்த மாதிரியான காட்சிக்கு வழக்கம்போல ஒரு நடிகையை பயன்படுத்தாம ஏன் இப்படி ஒரு ஏற்பாட்டைச் செய்ய வேண்டும் என்பதை விசாரித்து பார்த்தால், இயக்குனர் திடீரென்று காலையில் இந்தக்காட்சியை எடுக்க வேண்டும் என்றிருக்கிறார். சென்னையிலிருந்து நடிகை யாரையும் உடனடியாக வரவைக்க முடியவில்லை. படப்பிடிப்பு நடக்கும் ஊரில் இந்த கதாபாத்திரத்திற்கு நடிக்க யாரும் தயாராக இல்லை. அதனால்தான் மேனேஜர் இப்படி நிஜ பாலியல் தொழிலாளியை ஏற்பாடு செய்து கூட்டி வந்துவிட்டார்.

அந்த ஷாட் முடிந்ததும் முப்பது வயது மதிக்கதக்க அந்தப் பெண் லாரியிலிருந்து கீழே இறங்கி வந்தார். அந்த பெண்ணின் மேல் மிகக் கேவலமான பார்வைகளை வீசிக்கொண்டிருந்தார்கள் ஆண்கள். ஆனால் அந்தப் பெண் எதையும் பொருட்டாக மதிக்கவில்லை. எப்போதும் போடும் வேசம்தானே என்று மிகச் சாதாரணமாக இருந்தார். ஒரே சமயத்தில் அத்தனை ஆண்களின் வேட்கையும் ஒரு பெண்ணை நோக்கி இருப்பதை பார்த்து நான் மிரண்டு போனேன். அந்தப் பெண்ணின் பொருட்டு எனக்கு துக்கம் பீறிட்டது. ஆண்களின் இயல்பைக் கண்டு வெறுப்பாக இருந்தது. இயக்குனரும் அதை உணர்ந்திருப்பார்போல உடனடியாக மேனேஜரைக் கூப்பிட்டு அந்தப் பெண்ணை இங்கிருந்து அனுப்பி வை என்றார். 'ஏன் சார்' என்றார் அவர். 'யோவ் இப்படியே படப்பிடிப்பை நடத்தினா என் நெலைமை மோசமாயிடும். பார்த்தியில எல்லாரும் அந்தப் பொண்ணை எப்படி பார்க்கிறானுங்கேனு போய்யா போய் அனுப்பு' என்றார். 'சார் எடுத்த ஷாட்டுக்கு கண்ட்டினுட்டி' என்று மேனேஜர் இழுத்ததும் 'அதை நான் பார்த்துக்கிறேன் எல்லாம் லாங் ஷாட்டுதான். சென்னைலருந்து துணை நடிகை யாரையாவது இந்த கேரக்டர்னு சொல்லி வரச்சொல்லு' என்றார். அவரும் சரியென்று சொல்லி அந்தப் பெண்ணை அனுப்பி வைத்தார். வழக்கமாக ஆறுமணிக்குத்தான் படப்பிடிப்பு முடிவடையும். அடுத்து அந்தப் பெண்ணை வைத்து அந்தக் காட்சியை எடுக்க வேண்டாம் என்று முடிவானதால் இயக்குனர் அன்று ஐந்து மணிக்கே பேக்கப் சொல்லிவிட்டார். அந்தப்பெண்ணை அனுப்பிவிட்டார்கள் என்றதும் யூனிட்டில் பலபேரின் முகம் வாடிப்போனது.

இரண்டு நாள்கள் படத்தின் வேறுகாட்சிகள் படம்பிடிக்க ப்பட்டுக்கொண்டிருந்தன. மீண்டும் பாலியல் தொழிலாளி வரும் காட்சி எடுக்க முடிவானது. காலையில் அந்த நடிகை சென்னையிலிருந்து வந்து சேர்ந்தார். அவரை யூனிட்டில் அன்று நடித்த பாலியல் தொழிலாளியைப் போல வித்தியாசமாகப் பார்க்கவில்லை. ஒரு நடிகையைப்போலவே பார்த்தார்கள். அந்தப் பெண்ணுக்கு படத்தில் இரண்டு காட்சிகள் இருந்தன. கதாநாயகனோடு அந்தப் பெண் நடிக்கும் காட்சி அது. அந்தக் காட்சியில் காஸ்டியூம் மேக்கப்

மேற்பார்வையை நானே கவனித்துக்கொண்டேன். அந்தப் பெண்ணின் தோற்றம் பாலியல் தொழிலாளியைப் போலவே இருந்ததால் இயக்குனர் திருப்தியாகி அந்தப் பெண்ணிடம் காட்சிக்கான பாவனையை விளக்கி இயக்கத் தாயாரானார். கதாநாயகனை தொழிலுக்கு அழைப்பதைப்போன்ற முதல் பகுதியை இயக்குனர் இயக்கினார். அந்தக் காட்சியில் அந்தப் பெண்ணின் உடல்மொழி பாலியல் தொழிலாளியின் உடல்மொழியைப்போலவே இயல்பாக இருந்தது. அந்தக் காட்சி முடிந்ததும் அறைக்குள்போய் அந்தப்பெண் சேலை தலைப்பை எடுப்பதுபோன்று காட்சி அமைக்கப்பட்டிருந்தது.

அந்தக் காட்சியை இயக்குனர் விளக்கியதும் அந்தப் பெண்ணின் முகம் சுருங்கிவிட்டது. தயக்கத்தோடு அந்தப் பெண் மெதுவாக 'சார் சேலை தலைப்பை எடுக்கணுமா இதையெல்லாம் சொல்லல சார். என்னால அப்படி நடிக்க முடியாது சார்' என்றார். உடனே இயக்குனர் 'இல்லம்மா நானும் கிளாமரா எடுக்கமாட்டேன் நீ சேலைத் தலைப்பை மட்டும் எடுத்தா போதும் அதுக்குள்ள ஹீரோ மனசு மாறி அந்த எடத்தைவிட்டு போயிடுவார். நான் வேற எதையும் காட்டமாட்டேன். நீ லேசா சேலை தலைப்பை மட்டும் எடுத்தா போதும். அந்தக் காட்சியை எடுக்கிறப்ப தேவையில்லாத ஆட்களைக்கூட வெளியில அனுப்பிடலாம் சரியா' என்று சொல்லிவிட்டு ஷாட் பற்றி கேமராமேனிடம் பேச ஆரம்பித்துவிட்டார்.

அந்தப் பெண் அந்த இடத்தைவிட்டு நகர்ந்து கொஞ்சம் தள்ளிப்போய் தன்னை அழைத்துவந்த ஏஜெண்ட்டிடம் ஏதோ சத்தமாக பேசிக்கொண்டிருந்தாள். அவரும் ஏதோ சமாதானம் சொல்லிக்கொண்டிருந்தார். உடனே அவர் மேனஜரிடம்போய் சொல்ல, அவரும் ஏதோ கோபமாக பேசி கோ டைரக்டரை அழைத்து விசயத்தைச் சொன்னார். என்ன ஆனாலும் அந்தப் பெண் சேலைத்தலைப்பை எடுக்க முடியாது என்கிறாள் என்றதும், அவரும் போய் அந்தப் பெண்ணிடம் பேசிப்பார்த்தார். அவள் இப்போது கொஞ்சம் கோபமாகவே முடியாது என்று மறுக்க, விசயம் இயக்குனர் காதுக்கு போனது. எங்கள் இயக்குனர் மேனஜரை பிடித்து திட்டத் தொடங்கினார். 'எல்லாம் சொல்லித்தானய்யா உன்னை கூட்டிட்டு வரச்சொன்னேன். நானென்னா மத்தவனுங்க

மாதிரி நடிகை உடம்பைக் காட்டியா படம் எடுக்கிறேன். இந்தக் காட்சி அவசியங்கிறதாலதான. ஏய்யா எனக்குனு இப்படி வாய்க்குது. உனக்கெங்கய்யா அறிவு போச்சு.'

'இல்ல சார் ஏஜேண்ட்கிட்ட எல்லாத்தையும் சொல்லித்தான் கூப்பிட்டேன். அவன் அந்த பொண்ணுகிட்ட சொல்லல போலிருக்கு'

'யோவ் அந்தப்பொண்ணு போய்டுச்சுனா வேற நடிகையை வச்சு திருப்பி எல்லாத்தையும் எடுக்கனுமா. புரொடியூசருக்கு யாரு பதில் சொல்வா. இப்ப அரை நாள் வேஸ்ட் உடனே அடுத்த சீனும் பிளான் பண்ண முடியாது. முழுநாளும் வேஸ்ட்டா போயிடும் எப்படியாவது போய் சொல்லி நடிக்க ஏற்பாடு பண்ணுய்யா'? என்று சொல்லிவிட்டு என்னைக் கூப்பிட்டு 'இந்தக் காட்சியில உடம்பை எதுவும் காட்ட மாட்டோம் சேலை தலைப்பை மட்டும் எடுத்தா போதும்னு சொல்லுங்க' என்றார் என்னிடம். நானும் அந்தப் பெண்ணிடம் போய் இது தப்பான சீன் இல்ல நடிங்க என்றேன். அந்தப் பெண் சிரித்தபடி. நான் இந்த சீன்ல நடிக்கமாட்டேன் என்றாள். அங்கே இயக்குனர் கத்திக்கொண்டிருந்தார். எனக்கும் அந்தப்பெண்மேல் கோபமாகிவிட்டது. 'நடிக்கத்தானே வந்த அப்புறம் எதுக்கு இப்ப பிகு பண்றே' என்று கடினமாக பேசத்தொடங்கினேன். 'மேடம் என்கிட்ட நடிக்கத்தான் கூப்பிட்டாங்க இந்த மாதிரி கேரக்டர்னு சொல்லல' என்றாள். உடனே அருகிலிருந்த ஏஜேண்ட்டை பார்த்து 'ஏன் உங்ககிட்ட மேனஜர் சொன்னார்ல அப்புறம் ஏங்க அந்தப் பொண்ணுகிட்ட சொல்லல' என்றேன். உடனே அவர் இல்ல மேடம் அந்தப் பொண்ணுகிட்ட சொல்லிடடேன் என்றார். இப்போது அந்தப் பெண்மேல் பயங்கர கோபம் வந்தது. 'ஷாட் ரெடியாகிடுச்சு வந்து நடிங்க' என்று மிரட்டலான தொனியில் சொல்லிவிட்டு அந்த இடத்தைக் காலி செய்தேன். அந்தப்பெண் அலட்டிக்கொள்ளவே இல்லை. அமைதியாக நின்றுகொண்டிருந்தாள். இயக்குனருக்கு கோபம் எகிற எகிற யூனிட்டே பரபரப்பாக இந்த விசயத்தை பேசிக்கொண்டிருந்தது. இயக்குனர் அடுத்து என்ன சொல்லப்போகிறாரோ என்று அவர் பக்கத்தில் உதவி இயக்குனர்கள் எல்லாம் நின்றுகொண்டிருந்தோம். படப்பிடிப்பைச் சேர்ந்த யாரோ

ஒருவர் இயக்குனரிடம் ‘சார் அதிகமா பணம் பிடுங்கிறதுக்காக ஏஜெண்ட்டும் நடிகையும் பிளான் பண்ணிகூட இப்படிச் செய்வாங்க. எதுக்கும் அதிகமா பணம் கொடுக்கிறோம்னு சொல்லுங்க. நடிப்பானுங்க’ என்று சொல்ல இயக்குனரும் மேனஜரிடம் பணம் அதிகமா கொடுக்கிறோம் என்று பேசிப்பார்க்கச் சொன்னார். ஏஜெண்ட்டிடம் மேனஜர் விசயத்தை சொல்ல ‘பணம் எல்லாம் அதிகமா வேணாம் சார் அந்தப் பொண்ணு நடிக்க மாட்டேங்குது சார். இதுல என்ன இருக்கு நடிச்சிடும்னு நெனச்சுதான் அந்த பொண்ணை கூட்டிட்டு வந்தேன். அது இதுவரைக்கு டயலாக் பேசி கூட நடிச்சதில்ல சார் ரிச்கேர்ளாதான் அட்மாஸ்பியர்ல வந்துட்டு போகும். நான்தான் நல்ல வாய்ப்பு இதையேன் வேணான்னு சொல்லப் போக்குதுன்னு கூட்டிட்டு வந்திட்டேன். அந்தப் பொண்ணுக்கு அடுத்த மாசம் கல்யாணமாம் சார். அதான் மாப்பிள்ளை வீட்ல பார்த்தா பிரச்னை ஆயிடும்னு பயப்படுது’.

அந்தப் பெண்ணிடம் எவ்வளவோ பேசி சண்டை போட்டும் பார்த்தாகிவிட்டது அந்தப் பெண் மசிவதாக இல்லை. எல்லோரும் அந்தப் பெண் மீது பெரும் எரிச்சலில் இருந்தார்கள். பயங்கர திமிர் பிடிச்ச பெண் எப்படி அசையாம நிக்கிறா பாரு என்று கோபமாக இருந்தேன். அந்தப் பெண்ணின் நிலையிலிருந்து துளிகூட யோசிக்கவே இல்லை. ‘நடிக்க வந்துட்டு அப்படி நடிக்கமாட்டேன் இப்படி நடிக்கமாட்டேனா வீட்ல இருக்க வேண்டியதுதான’ அசல் ஆண்குரலில் அவளைத் திட்டிவிட்டுவந்தேன். அப்போது ஆள் ஆளுக்கு யூனிட்டில் அவளைப்பற்றி பேச ஆரம்பித்துவிட்டார்கள். அந்தப் பெண் ஏற்கனவே மலையாள பிட்டு படத்தில் நடித்தவள். அந்த படத்தில் நான்தான் மேக்கப் போட்டேன் என்று அஸிஸ்டெண்ட் மேக்கப்மேன் ஒருவர் சொல்லிக்கொண்டிருந்தார். இன்னொருவர் ‘நீங்க வேற இது சரியான ஐயிட்டம் நடிப்புங்கிறது சும்மாதான்’. இப்படி கேவலமாக பேச ஆரம்பித்ததும்தான் அந்தப் பெண்ணைப்பற்றி யோசிக்க ஆரம்பித்தேன். இந்த ஆண்கள் பெண்களை எப்படி வேண்டுமென்றாலும் பேசுவார்கள். அதுவும் சினிமாவில் நடிக்கும் பெண்களை அவர்களின் எல்லா வக்கிரப் பேச்சுகளுக்கும் ஆளாக்கிகொள்வார்கள். எல்லோரும் அவளை கேவலமாகப் பேசப்பேச எனக்கு அவள்மேல் பரிவு

உண்டாகியது. இந்த ஆண்களின் வாயை மூடும் அதிகாரம் எனக்கில்லை. அந்தப் பெண்ணை கடுமையாக பேசியதைக் குறித்து வருத்தப்பட்டேன். அந்தப் பெண்ணிடம் எந்த சமாதானப்பேச்சும் வேலைக்கு ஆகவில்லை என்பதால் அன்றும் படப்பிடிப்பு ரத்து செய்யப்பட்டு படப்பிடிப்பு பேக்கப் செய்யப்பட்டது.

நான் தங்கியிருந்த லாட்ஜில்தான் அந்தப் பெண்ணுக்கும் ரூம் போட்டிருந்தார்கள். வண்டியிலிருந்து இறங்கி அறைக்கு லிப்ட்டில் போகையில் அந்தப் பெண்ணும் என்னோடு இருந்தாள். அவள் முகம் வருத்தத்தில் இருந்தது. எனக்கு அவள் மேல் பரிவு ஏற்பட்டாலும் அவளால் படப்பிடிப்பில் குளறுபடி ஏற்பட்டதால் அவளிடம் சிநேகமுகத்தை காட்டாமல் இருந்தேன். என் முகத்தில் முன்பிருந்த கோபம் இல்லாதது அவளுக்கு கொஞ்சம் ஆசுவாசமாக இருந்தது. லிப்ட்டிலிருந்து விலகிப்போகையில் சோகமாக என்னைப் பார்த்து புன்னகைத்துவிட்டுப் போனாள். நான் பதிலுக்கு புன்னகையும் செய்யவில்லை. கோபமோ வெறுப்புமோ எதுவுமற்ற ஒரு கேவலமான முகபாவனையை அவளிடம் வெளிப்படுத்திவிட்டு என் அறைக்குப் போனேன்.

வரவர ஆண்களின் அதிகாரத்தோரணை எனக்கு வந்துவிட்டதாக நினைத்து வெட்கமாக இருந்தது. ஆனால் வேலை நிமித்தமாக ஆண்களிடம் அதிகார தோரணையைக் காட்டுவதற்காக நான் வெட்கப்பட்டதும் இல்லை வருத்தப்பட்டதும் இல்லை. ஆனால் பெண்களிடம் அப்படி நடந்துகொண்டால் எனக்கே என்னைப்பார்த்து கேவலமாக இருக்கும்.

கட்டிலில் அப்படியே படுத்துக்கிடந்தேன் ஒரு அரை மணிநேரம் ஆகியிருக்கும் அந்தப் பெண்ணிடம் பேச வேண்டும்போல் தோன்றியது. அறையைவிட்டு வெளியே வந்தேன். அந்தப் பெண் வராண்டாவில் நின்று யாரிடமோ செல்போனில் கவலையோடு பேசிக்கொண்டிருந்தாள். நான் அவளைப் பார்த்தபடி நின்றதும் அந்தப்பெண் பேசி முடித்தபின் என்னை நோக்கி வந்தாள். அறைக்குள் போய் பேசலாம் என்று அவளை அழைத்துப்போனேன்.

அவளைக் கடுமையாக பேசியது குறித்து என் வருத்தத்தை தெரிவிக்காமல் என்னை விட்டுக்கொடுக்காமல் அவளிடம் ‘உனக்கு என்ன பிரச்னை ஏன் அப்படி நடந்துகிட்ட’ என்று ஆரம்பித்ததும் நான் உங்களை அக்கானு சொல்லலாமா என்று கேட்டுவிட்டு பேச ஆரம்பித்தாள்.

‘அக்கா எனக்கு இந்த மாதிரி கேரக்டர்னு தெரியாது. இதுக்கு முன்னாடி ரிச் கேர்ளாதான் நடிச்சிருக்கேன். உங்களுக்கு ஞாபகம் இருக்கா. . உங்க டைரக்டரோட போன படத்தில ரிச் கேர்ளா அட்மாஸ்பியர்ல வந்தேன். அந்த படத்தில நீங்க அஸிஸ்டெண்ட் டைரக்டரா இருந்தீங்க. நாங்க நெறைய கேர்ல்ஸ் இருந்ததால உங்களுக்கு ஞாபகம் இருந்திருக்காது. அப்பவே உங்க டைரக்டர் மேல மரியாதையோடதான் இருந்தேன். அந்தப் படத்தில ரிச்கேர்லா அட்மாஸ்பியர்ல வந்த ஒரு பொண்ணு ரொம்பவும் கிளாமரா இடுப்புத் தெரியிற டீ சர்ட் போட்டுட்டு வந்துச்சு. கிளாமரா இருக்குனு சொல்லி டைரக்டர் வேற டிரெஸ் போட சொன்னாரு. இப்பகூடத் தெரியும் அவர் கிளாமரா அந்த சீனை எடுக்க மாட்டாருனு. ஆனா நான் ஒரு பிராஸ்டியூட் கேரக்டர்ல சேலையை எடுக்கிற மாதிரி நடிக்க முடியாது. எனக்கு அடுத்த மாசம் கல்யாணம்.

நான் எப்பவும் நடிக்க ஆசப்பட்டதேயில்ல. குடும்ப கஷ்டத்துக்காகத்தான் நடிக்க வந்தேன். எங்கம்மா இருபது வருசத்து முன்னாடி சினிமா டான்ஸரா இருந்தவங்க. டான்ஸருக்கெல்லாம் கொஞ்சகாலந்தாக்கா மதிப்பு. அம்மாவுக்கு வயசு ஆக ஆக வாய்ப்பு குறைஞ்சிருச்சு. சுத்தமா வாய்ப்பில்லாம போனப்ப சினிமாவில சின்ன வேடங்கள்ல நடிச்சிட்டிருந்த அப்பாவை அம்மா காதல் கல்யாணம் பண்ணியிருக்காங்க. அப்பா கொஞ்சநாள் சினிமாவில நடிச்சிருக்காரு அப்புறம் அவருக்கும் வாய்ப்பு இல்ல. வேற வேலை பார்க்க ஆரம்பிச்சுட்டாரு. அப்பா எட்டாவதுதான் படிச்சிருக்காரு அதனால பெருசா எந்த வேலைக்கும் போக முடியல. பெயிண்ட் அடிக்கிறது பிட்டர் வேல பார்க்கிறதுனு கெடச்ச வேலையை செய்வாரு. குடிப்பழக்கம் பாக்கு போடுற பழக்கம் அப்பாவுக்கு இருந்திருக்கு. அம்மா குடும்பச் செலவுக்கு பணம் பத்தலனு கேக்குறப்பல்லாம் அம்மாவை சந்தேகப்பட்டு கேவலமா கெட்ட வார்த்தையில திட்டுவாரு.

“அறை குறை ட்ரெஸைப் போட்டு அவுத்து போட்டு ஆடினவதானடினு அடிப்பாரு”. “எல்லாம் தெரிஞ்சுதானய்யா கல்யாணமுடிச்சேனு” அம்மா கேட்டா அடிச்சு நொறுக்குவாறு. அம்மா நல்ல சேலை சட்டை உடுத்தவிடமாட்டாரு. அம்மாவை ஜடைபின்னிக்கூட போடவிடமாட்டாரு. இவருக்கும் சரியா வேலை இருக்காது. அப்படியே கெடச்சாலும் குடிச்சது போகத்தான் மீதி. அப்பாவுக்கு சினிமாவில ஜெயிக்க முடியலனு ஒரு கோபம் இருந்துகிட்டே இருந்துச்சு. அந்தக்கோபத்தை அம்மா மேல காட்டுனாரு. வேணுன்னே குடிச்சு குடிச்சு உடம்பை பாழடிச்சுகிட்டாரு. அம்மா வேற வழியில்லாம வீட்டு வேலைக்கு போனாங்க. அப்பா குடிச்சிட்டு பஸ்ல ஏறினப்ப தடுமாறி விழுந்து ஆக்ஸிடெண்டாகி செத்து போயிட்டாரு. பத்தாவதுக்கு மேல அம்மானாலே என்னை படிக்க வைக்க முடியல. அம்மா வீட்டு வேலை செஞ்சு எப்படி வாடகை குடுத்து, நாங்க சாப்பிட முடியும். வீட்ல ஒரு நேர சாப்பாட்டுக்கு வழியில்ல. வாடகை குடுக்க முடியாம வீட்டு ஓனர்கிட்ட அம்மா கேவலமா திட்டு வாங்கிட்டு இருந்தாங்க. நாங்க சினிமாக்காரங்க குடியிருக்கிற ஏரியாவிலதான் இருக்கோம். ஏஜேண்ட் மூலமா அப்பதான் ரிச்சேர்ளா நடிக்கப்போறேனு அம்மாகிட்ட கேட்டேன். என் நிலைமை உனக்கு வரக்கூடாது. சினிமாவில நடிக்க வேணானு சொல்லிட்டாங்க. ரிச்சேர்ளா நடிச்சா கூட்டத்தோட கூட்டமா போயிடலாம் முகம் தெரியாதுங்கிறதை சொல்லி அட்மாஸ்பியர்ல வர ஆரம்பிச்சேன். ஒரு நாளைக்கு கம்பெனியைப் பொறுத்து ஐநூறு ரூபாயிலிருந்து ஆயிரம் ரூபாய் வரைக்கும் கிடைக்கும். டயலாக்கும் பேசவேணாம். இப்படிதான்க்கர் போயிட்டிருந்துச்சு. ஏஜேண்ட்தான் வம்படியா இங்க நடிக்க கூட்டிட்டு வந்தாரு. நெஜமாவே எனக்கு அடுத்த மாசம் கல்யாணம் அம்மாவோட தூரத்துச் சொந்தம். நான் சினிமாவில அட்மாஸ்பியர்ல வருவேனுகூட அவங்களுக்கு தெரியாது. இந்த படத்தில ஹீரோயினுக்கு பிரண்ட் கேரக்டர்தான் ஒரு நாளைக்கு மூணாயிரமுன்னு சொல்லி கூட்டிட்டு வந்தாங்க. கல்யாணச் செலவுக்கு ஆகும்னுதான் வந்தேன். ஆனால் இப்படினு தெரிஞ்சா எங்கம்மா உயிரை விட்டுடும். கல்யாணத்துக்கப்புறம் மாப்பிள்ளை வீட்ல சினிமாவில இந்த சீன்ல நான் நடிச்சதை

பார்த்தா துரத்தி விட்டுடுவாங்கல்லக்கா. இன்னைக்கு இந்த பணத்துக்காக நடிச்சா. எனக்கு நாளைக்கு வாழ்க்கை இருக்காது. அதான்க்கா சாரிக்கா’ என்றாள்.

அந்தப் பெண் சொல்லி முடித்ததும். ‘உன்னோட டிஸிஸன் சரிதான்’ என்று சொல்லி அவளை அனுப்பி வைத்தேன். அந்தப் பெண்ணும் அன்றிரவே சென்னைக்கு கிளம்பிவிட்டாள்.

மறுபடியும் படத்தின் மற்ற காட்சிகள் படம்பிடிக்கப்பட்டன. பாலியல் தொழிலாளி வரும் காட்சியை அந்த செட்யூலில் முடித்தே ஆகவேண்டிய கட்டாயம். மறுபடியும் சென்னையிலிருந்து வேறொரு நடிகையை படத்தின் கேரக்டரை விவரமாகச் சொல்லி வரவழைத்தார்கள். அந்தப் பெண்ணைப் பார்த்தால் படு மாடர்னாக ஒல்லியாக இருந்தாள். கிராம புறத்தில் இருக்கும் பாலியல் தொழிலாளி கதாபாத்திரத்திற்கு அவள் சிறிதும் பொருந்தமாட்டாள் என்று தெரிந்தும் உடை மேக்கப் எல்லாம் போட்டு இயக்குனரிடம் காட்டினோம். பார்த்தவுடனே அந்தப் பெண் பொருத்தமாக இருக்கமாட்டாள் என்று மறுத்துவிட்டார். அந்தக் காட்சியையும் முடிக்க வேண்டும் என்ற நெருக்கடி இருந்ததால் அந்தப் பெண்ணை ஊருக்கு அனுப்ப வேண்டாம் என்றுசொல்லி படப்பிடிப்பு தளத்திற்கு அழைத்து வரச்சொல்லிவிட்டார். முதலில் வேறொரு காட்சியை பிளான் செய்தவர். பின்பு பாலியல் தொழிலாளி வரும் காட்சியை எடுக்கலாம் என்று முடிவுசெய்து அந்தப் பெண்ணை ரெடி பண்ணச் சொன்னார். சரி நானும் அந்தப் பெண்ணை உடை மாற்றச் சொன்னேன். அந்தப் பெண் என்னைத் தனியாக அழைத்து ‘மேடம் எனக்கு சேலை கட்டத் தெரியாது. நீங்க எனக்கு கட்டிவிட முடியுமா’? என்றாள். ‘நேத்து கட்டியிருந்தியே... காஸ்டியூமர் கட்டிவிட்டாரா... இன்னைக்கும் அவரையே கட்ட சொல்ல வேண்டியதுதானே’ என்று சொல்லிக்கொண்டிருக்கும்போதே அவள் அணிய வேண்டிய சேலையை கையில் பிடித்தபடி காஸ்டியூமர் நின்றிருந்தார். அந்தப் பெண் என்னை கெஞ்சும் பாவனையில் பார்க்க, ‘சேலையை குடுங்க நானே கட்டிவிடுறேன்’ என்று கேட்க காஸ்டியூமர் அந்தப் பெண்ணை முறைத்தபடி வேண்டா வெறுப்பாக என்னிடம் சேலையைக் கொடுத்தார். நானும் அந்தப் பெண்ணும் வேனுக்குப் போனோம். நடுக்காட்டில்

படப்பிடிப்பு நடந்ததால் தனியாக அறை எதுவும் இல்லை. வேனில்தான் உடை மாற்றிக்கொள்ள வேண்டும். அந்தப் பெண் தான் போட்டிருந்த பேண்ட் டீ சர்டை மாற்றிவிட்டு பாவாடை ப்ளவுஸை போட்டுக்கொண்டாள். நான் சேலை கட்டிவிடும்போது. 'சாரி மேடம் நான் உங்களைத் தொந்தரவு பண்றேனு நெனைக்காதீங்க. அந்த ஆளு நேத்து மடிப்பை சொருகும் போது வேணுனுன்னே ரொம்ப நேரமா வயித்தில கையை வச்சுட்டே இருந்தாரு என்னாலே ஒன்னும் சொல்ல முடியல' என்று கண்ணீர் மிதக்கச் சொன்னாள். 'அப்பவே என்கிட்ட சொல்ல வேண்டியதுதானே அந்த ஆளை மேனஜர்கிட்ட சொல்லி கம்ப்ளைண்ட் பண்ணியிருக்கலாமே'. 'அதெல்லாம் ஒன்னும் வேணாம் மேடம். சினிமாவில இந்த மாதிரி நெறையா இருக்கும். நாமதான் ஃபேசபா ஒதுங்கனும். நாம் இதெல்லாம் பிரச்னையா சொன்னா சினிமாவில இருக்க முடியாது' என்று பிராக்டிகலாக பேசினாள். கீழே இறங்கி காஸ்டியூமரை தேடினால் என் கண்படாமல் கொஞ்ச நேரம் எங்கேயோ ஓடி ஒளிந்துகொண்டார். அந்தப் பெண்ணை நடிக்கச் சொன்னார் இயக்குனர். ஆனால் அவள் உடல்மொழியோ, தோற்றமோ, உடல் அமைப்போ கொஞ்சமும் பாலியல் தொழிலாளி கதாபாத்திரத்திற்கு பொருத்தமாக இல்லாததால் அன்றும் அந்தக் காட்சி எடுக்கப்படவில்லை.

இந்தக் காட்சி எடுக்கப் போகும்பொதெல்லாம் தடங்கள் வருவதால் அப்படி எடுக்க முடியாமல் போனால் மாற்று ஏற்பாடாக இன்னொரு காட்சியை முடிவு செய்துவைத்திருந்தார் இயக்குனர். அந்தப் பெண்ணை அனுப்பிவிட்டு ஏற்கனவே திட்டமிட்டிருந்த வேறொரு காட்சியை எடுத்தார்.

அடுத்த இரண்டு நாளில் இன்னொரு பெண் வந்தாள். யூனிட்டை சேர்ந்தவர்கள் அந்தக் காட்சி ஒரு முடிவுக்கு வராது என்று முடிவு செய்து வைத்திருந்தார்கள். வந்த பெண்ணுக்கு அதே சேலை மேக்கப் போட்டு இயக்குனர் முன்னால் நிறுத்தப்பட்டாள். அவள் பொருத்தமாகத்தான் இருந்தாள். பாலியல் தொழிலாளி கதாநாயகனை அழைக்கும் காட்சி திருப்பி எடுக்கப்பட்டது. அந்தப் பெண்ணும் இயக்குனர் சொல்லிக் கொடுத்ததைப்போல சிறப்பாகவே நடித்தாள். அடுத்து அறைக்குள் போய் சேலைத் தலைப்பை

எடுக்கும் காட்சி. அப்போது மேனஜர் இயக்குனர் அருகில் வந்தார். இயக்குனர் 'என்னய்யா என்ன குண்டைத் தூக்கிப் போடப்போற, அந்தப் பொண்ணு நடிக்கலனு சொல்லிடுச்சா' என்றார். 'இல்ல சார் இந்தப் பொண்ணு எப்படி வேணுனாலும் நடிக்கிறேனு சொல்லுச்சு சார் அதான் உங்ககிட்ட அதைச் சொல்லாம்னு' 'சரி சரி' நான் பார்த்திக்கிறேன் 'போ' என்றார்.

அந்தக் காட்சியில் அந்தப் பெண் சேலைத் தலைப்பை எடுக்க வேண்டும் என்பதால் தேவையில்லாத யாரையும் அந்த அறைக்குள் இருக்க இயக்குனர் அனுமதிக்கவில்லை. கேமராமேன், ஆபரேட்டர் கேமராமேன், அஸிஸ்டெண்ட் கேமராமேன் ஒருவர் அப்புறம் நான் இப்படி எங்களைத்தவிர மற்றவர்கள் வெளியே அனுப்பபட்டார்கள். சுற்றி ஆட்கள் இருந்தால் சங்கோசத்தில் அந்தப்பெண் நடிக்க வெட்கப்படுவாள் என்று இந்த ஏற்பாடு. இயக்குனர் அறைக்கு வெளியே டீ. வி மானிட்டர் முன் உட்கார்ந்து காட்சியை பார்த்துக்கொண்டிருந்தார். அதற்குமுன் காட்சியைப்பற்றி அந்தப்பெண்ணிடம் விளக்கிவிட்டார். சேலை தலைப்பை எடுத்துவிட்டு ப்ளவுஸின் முதல்பின்னை மட்டும் அவிழ்ப்பதுபோல் பாவனை செய்யச் சொன்னார்.

இயக்குனர் ஆக்ஸன் சொன்னதும் அந்தப் பெண் கதாநாயகனைப் பார்த்து பேசியபடி சேலைத்தலைப்பை எடுத்துவிட்டு முதல்பின்னை அவிழ்க்கத் தொடங்கினாள். தாளிடப்பட்ட அறையில்தான் இந்தக்காட்சி அமைக்கப்பட்டிருந்தது. இயக்குனர் அறைக்கு வெளியே இருந்ததால் ஷாட் முடிந்ததும் அவர் கட் சொன்னதும் எதுவும் உள்ளே இருந்த எங்களுக்கு கேட்கவில்லை. இயக்குனர் கட் சொல்லாதவரை கேமராமேன் கட் செய்யமாட்டார். கட் என்ற வார்த்தை கேட்காததால் கேமராமேனும் கட் செய்வதா வேண்டாமா என்ற யோசனையில் அப்படியே படம்பிடித்துக்கொண்டிருந்தார். அந்தப்பெண் அவளுக்குச் சொல்லப்பட்ட ஆக்ஸனோடு நிற்காமல் ப்ளவ்ஸின் எல்லாப் பின்னையும் கழற்றி ப்ளவ்ஸை தனியாக கழற்றி எறிந்தாள். கேமரா ஓடிக்கொண்டே இருந்தது.

○○○

அழகேசனின் பாடல்

மகேந்திராவேன் மலைப்பாதையில் பயணித்துக்கொண்டிருந்தபோது, மதிய பொழுதின் வெயில் மலையின் பனியைக் குறைத்து மிதமான வானிலையால் உடலை இதமாக்கிக்கொண்டிருந்தது. ஒழுங்கற்று ஓடிக்கொண்டிருந்த தனத்தின் இதயம் சீராக இயங்கி ஒரே ரிதமான துக்க நிலையை அடைந்தது. அந்த இயற்கை துக்கத்தை போதைபோல் நெஞ்சில் மிதக்க வைத்தது. மலையின் வளைவுச் சாலையில் செல்லும்போது பள்ளத்தில் ஒரு பறவையின் றெக்கையைப் போல மிதந்துகொண்டிருந்த மஞ்சளாற்றை அவளிடம் காட்டி அந்த மலை கிராமத்தில்தான் அவள் வாழப்போகிறாள் என்றார்கள் உறவினர்கள். அந்த ஆற்றை கண்கொட்டாமல் பார்த்துக்கொண்டே வந்தாள் தனம். மஞ்சளாற்றின் தூய்மை மௌனமான அவள் மனக்கசப்பை, அவள் துயரை நீக்கிவிடுமா?. அவள் எதையும் ரசிக்கும் மனநிலையில் இல்லை. வனமந்திர தேவதைக் கதைக்குள் நுழைந்தாள். அக்கதையில் வருவதைப்போல பறவையின் நெஞ்சுக்குள் தன் உயிரை ஒளித்து வைத்துக்கொண்டால் அவளுக்கு நிம்மதியாக இருக்கும்.

மலைச்சாலை மரத்தில் அமர்ந்திருந்த குருவி சந்தோசக் குரலெழுப்பி பறந்து சென்றது. 'இத்துனுண்டு மூக்கும் ஒரு விரலளவு இறக்கை மட்டுமே இருக்கிற இந்தக் நீலக்குருவி அம்புட்டு பெரிய வானத்தில பறந்து போகுது... அந்தக் குருவி மாதிரி ஆகாசத்தை கடக்க வேணாம்... பிடிச்சவங்களோடகூட வாழமுடியாத இந்த மனுச வாழ்க்கை கொடுரமானது' என்று நினைத்தாள்.

மலைப்பாதையிலிருந்து இறங்கி பள்ளத்தாக்கில் பயணமானது வண்டி. ஆற்றைக் கடந்து போகையில் வண்டியை நிறுத்தி அதன் அழகைப்பார்க்க இறங்கினார்கள் எல்லோரும். வண்டியிலிருந்து இறங்க மறுத்து உட்கார்ந்திருந்தாள் தனம். ஆற்றை அருகிலிருந்து பார்ப்பது அவளுக்கு பெருந்துன்பமாக இருந்தது. எல்லோரின் வற்புறுத்தலால் கீழிறங்கி மஞ்சளாற்று நீரை கையில் எடுத்தாள். பனி நிறைந்த நீர் குளிர்ந்து கனத்தது. நீரில் அவன் முகம் தோன்றி சிறிது சிறிதாக நீர் அலைவுற்று கடைசியில் உருத்தெரியாமல் மறைந்தது. அவன் முகம் மறைந்த நீரைக் கையில் அள்ளிப்பருகினாள். குளிர்ந்தபனி ஊசியாய் உள்ளிறங்கி தொண்டைக்குழி சிலிர்த்தது. 'விட்டுட்டு போகாத தனம்' தூரத்தில் அவனது துயரக்குரல் காற்றில் சுழன்றடித்தது.

மஞ்சளாறு கிராமத்தை அடைந்தது வண்டி. மாப்பிள்ளையின் உறவினர் வீட்டில் தனம் மற்றும் உறவினர்கள் தங்கிக்கொண்டார்கள். அடுத்தநாள் நடக்கப்போகும் திருமணத்திற்கு வேலை பரபரப்பாக நடந்துகொண்டிருந்தது. யாருடைய கல்யாணத்தையோ வேடிக்கைப்பார்க்க வந்தவளைப்போல உட்கார்ந்திருந்தாள் தனம். அவள் அம்மா அவளை முறைத்து 'சகஜமா இருடி' என்று திட்டியபோதும் தனத்தின் முகம் துயரத்தின் சாயலை இழக்காமல் இருந்தது.

கடந்த சில நாள்களாக தூக்கம் இழந்திருந்த அவளின் உடல் அன்று நிதானமிழந்து உறங்கத்தொடங்கியது. எரிந்து கொண்டிருக்கும் நீண்ட சமவெளியை முடிவற்ற துக்கம் நிரம்பிய கண்களால் அவள் ஆடாது அசையாது நின்று பார்த்துக் கொண்டிருப்பதாக அன்று கனவில் கண்டாள். திபுதிபுவென்று பற்றி பரவும் தீ அவளை நோக்கி எழுந்து அவளைச் சுருட்டி எரித்து புகையாக பரவி சாம்பலாக உதிர்த்தது கண்டு திடுக்கிட்டு எழுந்தாள். வனாந்திரத்தில்

மூடிய இருட்டு. தனிமையில் அவளுடைய குரலே அவளுக்கு கேட்காதவாறு இருட்டு அடைந்துகிடந்தைப் போலிருந்தது. அவளின் அத்தனை துயரங்களுக்கும் டானா வடிவச் சந்தில் குடியிருந்ததுதான் காரணம் என்று நினைத்தாள்.

பிற்பகலில் மட்டுமே வெயில் தெருவில் விழும் டானா வடிவச் சந்தில் இருந்த கடைசி இரண்டு வீடுகளும் ஒரே வடிவமைப்பில் இருந்தன. முட்டுச் சந்தின் கடைசி வீட்டில் குடியிருந்த அழகேசன் எப்போதும் ரேடியோவில் பாடல்களை ஒலிக்கச்செய்துகொண்டிருந்தான். அவன் ஒலிக்கச் செய்யும் பாடல்களில் தன் கனவினை கண்டுகொண்டிருந்தாள் அவனுக்கு அடுத்த வீட்டில் குடியிருந்த தனம். அரமணையைச் சுற்றி எழுப்பப்பட்டிருக்கும் நெடுஞ்சுவர்களைப்போல டானா வடிவத் தெருவில் எதிர்புறம் வாசல்களற்ற வெறும் சுவர்களே மூடியிருந்தன. புதிர் கட்டங்களில் பாதை மூடப்பட்டிருப்பது போல அழகேசன் வீட்டோடு அத்தெரு முடிந்திருந்தது. அடுத்த தெருவிற்கு கடந்து செல்ல வழியில்லாததால் விற்பனையாளர்கள் யாரும் அத்தெருவிற்கு வருவதில்லை. அது தனத்திற்கு பெரும் துக்கமாக இருந்தது. பதினைந்து வீடுகள்தாண்டி கேட்கும் விற்பனையாளர்களின் குரலை கேட்டு தெரு வழியாக மூச்சிரைக்க ஓடுவாள். அவள் தெருவின் முனையை அடைவதற்குள் விற்பனையாளர்கள் அத்தெருவை கடந்து போய்விடுவார்கள். குச்சிமிட்டாய்க்காரனை தவறவிடும் நாள்களில் அத்தெருவில் குடியிருப்பது பிடிக்கவில்லை என்று பெருங்குரலெடுத்து அழுவாள். விற்பனையாளர்களின் குரலை பின்தொடர்ந்து பலத்தெருக்களிலும் அலைந்து திரிவாள்.

அழகேசன் எட்டாம வகுப்பு படித்துக் கொண்டிருந்தபோது இவள் ஆறாம் வகுப்பு படித்துக்கொண்டிருந்தாள். இவள் வாசல்படியில் தனியாக உட்கார்ந்து எழுதிக்கொண்டிருக்கும் நாள்களில் அழகேசன் இவளை கிள்ளிவைத்துவிட்டு ஓடுவான். அவர்கள் வீட்டில் இருப்பவர்கள் உட்பட அத்தெருவில் வசிப்பவர்கள் பெரும்பாலான நாள்கள் காட்டுக்குச் சென்றுவிடுவதால் பிராது கொடுக்ககூட ஆள் இல்லாமல் இவள் எதிர்புறம் இருக்கும் சுவரை பார்த்து அழுவாள். அவளைப் போலவே தனித்திருக்கும் சுவர் அவள் வேதனையை மேலும் கூட்டியபடி இருக்கும். எந்த

சுவாரஸ்யமும் ஒளிந்திருக்காத அந்த தெருவிற்கு விளையாடவர அவளுடைய சிநேகிதிகளும் சம்மதிப்பதில்லை. இவளே மற்ற தெருக்களுக்குப்போய் விளையாடிக் கொண்டிருந்தாள்.

அத்தெருவில் அவளுக்கு ஒரே ஆறுதல் சக்கரைக்கிழவிதான்.

அந்தச் சந்தின் தனிமையை தன் ஆகச் சிறந்த கதைசொல்லலால் தடவி அழிக்கும் சக்தி சக்கரைக் கிழவிக்கே உண்டு. மகன் வேறு தெருவில் மனைவி, மக்களோடு தனிக்குடித்தனம் நடத்த, டானா வடிவ சந்து தெருவில் நடுவிலிருந்த தன் பூர்வீகவீட்டில் தனியாக குடியிருந்தாள் கிழவி. வானத்தை நிறைக்கும் சிறகுகளால் ஒரு ஊரையே தூக்கி இன்னொரு இடத்தில் வைத்துவிடும் தேவதைக் கதைகளால் மனம்கொள்ளா பூரிப்பையும் அதிசய உலகத்தையும் தனத்திற்கு அழிப்பாள். அவளிடம் கதை கேட்ட நாள் முழுவதும் சிறகுகள் பறந்துகொண்டே இருக்கும் தனத்திற்கு. பறவையின் றெக்கையில் அமர்ந்து பறந்துபோவதாக கற்பனை கொள்ளும் தனம் அப்படி ஊர் மாறிப்போகும் தேவதைக் கதைகளிலாவது இந்த சந்துவீடோ, அழகேசன் வீடோ பக்கத்தில் இல்லாமல் இருக்க வேண்டும் என்று ஆசைப்பட்டாள்.

அழகேசனின் அக்காவோடு அவள் சிறதளவு சிநேகிதத்துடன் இருந்தாள். அவள் தனத்தை அழைத்து விதவிதமாக ஜடை பின்னி அழகுபார்ப்பாள். அவளுக்கு திருமணமாகிப்போனபின் தனம் கடைசி வீட்டுக்கு செல்வது நின்றுபோயிருந்தது. அழகேசன் அம்மா அவளை வீட்டுக்குள் வரும்படி அழைத்தாலும் பெண் பிள்ளை இல்லாத அந்த வீட்டிற்குச் செல்வதை நிறுத்திவிட்டாள் தனம். அழகேசனின் அக்கா முதல் பிரசவத்திற்கு அங்கே வந்திருந்தபோது ஒரே முறை குழந்தையை பார்க்க தன்அம்மாவோடு சென்றாள். ஏனோ தெரியவில்லை இரண்டு குடும்பங்களுக்கான பழக்கம் மிகக் குறைவாகவே இருந்தது. அவரவர் காட்டு வேலைகளில் கவனமாக இருந்தார்கள்.

பனிரெண்டாம் வகுப்பு முழுத்தேர்வில் தோல்வி அடைந்தபின் அழகேசன் படிப்பை நிறுத்திவிட்டு டிராக்டர் ஓட்டப் பழகினான். அந்த நாள்களில்தான் அவனுக்கு பாடல்கள் கேட்கும் வழக்கம் உருவானது. ஒரு டேப் ரிக்கார்டை

விலைக்கு வாங்கி வீட்டில் எப்போதும் பாடல்களை ஒலிக்கச் செய்துகொண்டிருந்தான். படிப்பில் கவனமாக இருந்த தனத்திற்கு அப்பாடல்கள் சஞ்சலத்தை ஏற்படுத்திக்கொண்டிருந்தன. இப்போதெல்லாம் அவன் அவளைக் கிள்ளுவதில்லை. அவள் தாவணி போட்டிருந்தாள். தன் குடும்பத்து ஆண்களைத்தவிர வெளி ஆண்களுடன் பேசுவது நிறுத்திவைக்கப்பட்டிருந்தது. அழகேசன் கடந்து செல்லும் கணங்களிலெல்லாம் அவள் வெட்கப்படும்படியான பார்வையினை ஏற்படுத்திச் சென்றான். அவன் சிறுவயதில் கிள்ளிவைத்த நினைவில் அவன்மேல் உள்ளுக்குள் கசப்பினை கொண்டிருந்தாள் தனம். அவன் ஒலிக்கச் செய்யும் காதல் பாடல்களால்கூட அக்கசப்பினை விலக்கச் செய்ய முடியவில்லை. ஆனால் அவனைத்தவிர அவளை வெட்கப்படும்படியாகச் செய்யும் பார்வையினை வேறு எவரிடம் காணாதது அவளுக்கு பெரும் வியப்பாக இருந்தது. வாசற்படியை ஒட்டி இருவரின் வீட்டு முற்றமும் திறந்திருந்ததால் இரண்டு வீட்டின் பொதுச்சுவர்கள் மூடப்படாமல் ஒரு வீட்டிலிருந்து இன்னொரு வீட்டிற்கு சுவர் வழியாக எகிறி குதித்துவிடும் அமைப்பில் இருந்தன அவர்களின் வீடுகள். அந்தச் சுவரை உயர்த்தி முற்றத்தை மூடிவிடலாம் என்று இருவீட்டாரும் யோசிக்கவே இல்லை. அது இரண்டு வீட்டுக்கும் ஏதோ ஒரு உறவை ஏற்படுத்திக்கொண்டு இருந்தது.

தனம் மிகப்பெரிய படிப்பாளியும் இல்லை முட்டாளும் இல்லை. ஆனால் படித்து வேலைக்குப் போகவேண்டும் என்று தீவிரமாக இருந்தாள். பத்தாம் வகுப்பு முடித்ததும் பாலிடெக்னிக் படிக்க வேண்டும் என்று நினைத்திருந்தாள். காக்கிச்சட்டை பேண்ட் அணிந்துகொண்டு படிக்கபோவதுபோல பலஆயிரம் தடவை கற்பனை செய்துபார்த்திருப்பாள். ஆண்களைப்போல தொழிற்சாலையில் மெக்கானிக் வேலை பார்க்க வேண்டும் என்ற அவள் விருப்பத்தை அவள் அம்மாவிடம் அடிக்கடி சொல்லிக்கொண்டிருப்பாள். வீட்டில் இருந்த பழைய பிலிப்ஸ் ரேடியோதான் அவளின் அந்த ஆர்வத்திற்கு வடிகால். அது பாடாமல் தன் செயற்பாட்டை நிறுத்திக்கொள்ளும்போதெல்லாம் ரேடியோவின் பாடு திண்டாட்டம்தான். ரேடியோவை பிரித்து அக்குவேறு ஆணிவேறாக அலசிக்கொண்டிருப்பாள். 'அதுக்கு வாயிருந்தா அழுதிரும்' என்று சொல்லும் அம்மாவிடம்

'அதை பேசவைக்கத்தானே இந்த பாடுபடுறேன்' என்று சொல்லி அம்மாவின் வாயை அடைப்பாள். வயரை பிரித்து இணைத்து கடைசியில் ரேடியோவை பாடவைத்ததும் பாலிடெக்னிக் படிக்க தான் தகுதியானவள்தான் என்று திருப்திபட்டுக்கொள்வாள்.

பத்தாம் வகுப்பு முழுத்தேர்விற்காக அவள் தீவிரமாக படித்துக்கொண்டிருந்தபோது அழகேசன் இளையராஜா பாடல்களை டேப் ரிக்கார்டரில் ஒலிக்கச் செய்துகொண்டிருந்தான். 'ராமனின் மோகனம் ஜானகி மந்திரம்', 'ராசவே உன்னைத்தான் எண்ணித்தான்' இந்த இரண்டு பாடல்களைக் கேட்கும்போது அவளுக்கு குறுகுறுப்பாக இருக்கும். அழகேசனை திருமணம் செய்துகொள்வதைப்போல கற்பனை கொள்வாள். அடுத்து நொடியே அந்த நினைப்புக்கு முற்றுப்புள்ளி வைத்து படிக்கத் தொடங்குவாள். ஒரு கட்டத்தில் பாடல்களைக் கேட்டுக்கொண்டே படிக்கும் பழக்கத்தை ஏற்படுத்திக்கொண்டாள். அவள் தீவிரமாக படிப்பதைப்பார்க்கும்போது அழகேசனுக்கு எரிச்சலாக இருக்கும். அவள் பத்தாம் வகுப்பில் பெயிலாக வேண்டும் என்று விரும்பினான். அப்போதுதான் அவள் தன்னை காதலிப்பாளென்றும் திருமணம் செய்துகொள்வாள் என்றும் அவனுடைய நினைப்பிருந்தது. பத்தாம் வகுப்பு தேர்வில் 390 மார்க் எடுத்திருந்தாள். பாலிடெக்னிக் படிக்க வேண்டும் என்றதற்கு 'பனிரெண்டாவது முடிச்சிட்டு படிச்சிக்க' என்றார் அப்பா. அவரின் பேச்சுக்கு மறுபேச்சல்லாம் பேசிக்கொண்டிருக்க முடியாது. தனம் பனிரெண்டாவது வரை பொறுமையாக இருக்கலாம் என்று முடிவெடுத்துவிட்டாள்.

தனத்தின் அம்மா எப்போது அவளையும் அழகேசனையும் கண்கொத்தி பாம்பாகத்தான் கவனித்துக்கொண்டிருந்தாள். பாட்டைப்போட்டே தன் மகளை அவன் மயக்கிவிடுவான் என்று அவளுடைய நினைப்பில் நியாயம் இருந்தது. தனம் படித்துக்கொண்டிருக்கும்போதே படிப்பை நிறுத்திவிட்டு மனதை எங்கேயோ சஞ்சரிக்கவிடுவதை அவள் பலதடவை பார்த்திருக்கிறாள். 'படிச்சதுபோதும் போய் சட்டி பானையை கழுவு' என்று அம்மா எரிந்துவிழும்போது தனம் நிதானத்திற்கு வந்து 'பரிட்சைக்கு படிக்க விடும்மா' என்பாள். 'அதான்

நீ படிக்கிறதை பார்க்கிறேன்ல' என்று சொல்லும்போது தனம் அமைதியாகி அம்மா சொல்லும் வேலையைச் செய்ய ஆரம்பித்துவிடுவாள்.

பனிரெண்டாம் வகுப்புத் தேர்வு விடுமுறையில் முழுவதுமாக தன் மனதை அழகேசனிடமும் அவன் ஒலிக்கச் செய்யும் பாடல்களிடமும் இழந்திருந்தாள் தனம். ஆனால் அவனை நேருக்கும் நேர் பார்க்கும்போது அலட்சியம் செய்து அவமானப்படுத்துவது ஏனென்று அவளுக்கே புரிவதில்லை. அவள் அலட்சியம் செய்துபோன நாளில் இரவில் நடுஜாமம் வரைக்கும் அழகேசன் சோகப்பாடல்களை ஒலிக்கச் செய்வான். அவனின் வேதனையைப் பொறுக்காமல் தனம் அடுத்த நாள் அவனைப் பார்க்க நேர்கையில் வெட்கத்துடன் லேசான புன்முறுவலை பூக்கச் செய்கையில் அவன் மகிழ்ந்துபோய் மீண்டும் காதல் பாடல்களை போடுவான். பாடல்கள் மாறி மாறிக் கேட்பதை தனத்தின் அம்மா கவனிக்காமல் இல்லை. விபரீதம் நடப்பதற்கு முன்பே ஒரு முடிவெடுத்துவிடவேண்டும் என்று தன் கணவனிடம் 'பக்கத்தில இளந்தாரி பய இருக்கிற சந்துவீட்டுக்குள் மகளை வைத்திருப்பது சரியில்ல கல்யாணம் செய்து கொடுத்திடலாம்' என்று நச்சரிக்க அவரும் அதற்கு ஒப்புக்கொண்டார். பாலிடெக்னிக் படிக்க வேண்டும் என்று தனம் அழுது தீர்த்ததை எல்லாம் கணக்கில் கொள்ளாமல் தன் உறவினர் குடும்பத்தை பெண் பார்க்க வரச்சொல்லிவிட்டாள் அம்மா.

படிக்கவில்லை என்றாலும் அழகேசனையாவது திருமணம் செய்துகொள்ளலாம் என்ற நினைப்பிருந்தது தனத்திற்கு. ஆனால் அவனை நேரில் பார்க்கும்போது பேசுவதற்கு தைரியம் இல்லை. உண்மையிலேயே அவனைத் தனக்கு பிடிக்கவில்லையோ? அவன் போடும் பாடல்கள் மட்டுமே காதல் உணர்வை எழுப்புகிறதோ? என்ற சந்தேகம் அவளுக்கிருந்தது. மதுரையில் ஒரு சிறிய கலர் கம்பெனி வைத்திருக்கும் மணிகண்டன் அவளைப் பெண் பார்க்க வந்தான். சொந்தம் என்பதால் அவர்களின் திருமணத்தைப்பற்றி பேச பெரிதாக எதுவும் இல்லை. பெண்பார்த்துச் சென்ற அடுத்த வாரமே நிச்சயதார்த்தத்திற்கு ஏற்பாடு செய்துவிட்டார்கள். கல்யாணத்தை அவனின் சொந்த ஊரான மஞ்சளாற்றில்

வைத்துக்கொள்ளலாம் என்று முடிவாகியது. அந்த நாட்கள் முழுவதும் பித்துபிடித்தவனைப்போல ஒரு தலை ராகம் படப் பாடல்களை திரும்பத் திரும்ப போட்டுக் கேட்டுக்கொண்டிருந்தான் அழகேசன். தனத்தின் அம்மாவிற்கே அது கலக்கமாக இருந்தது. சீக்கிரம் திருமணத்தை முடித்து மகளை அந்த தெருவிலிருந்து அனுப்பிவிட வேண்டும் என்று நினைத்தாள். அழகேசனின் அம்மா அவனை கேவலமாகத் திட்டினாள். டேப் ரிக்கார்டரை போட்டு உடைத்துவிடுவேன் என்று மிரட்டினாள். அவன் அப்பாவோ தனத்திற்கு திருமணம் முடிந்தபின் சரியாகிவிடும் என்று நம்பினார். தன் வீட்டில் யாரும் ஏன் தனக்காக தனம் வீட்டில் பேசாமல் இருக்கிறார்கள் என்று அவனுக்கு கோபம் வந்தது. அவளைப் பெண் கேளுங்கள் என்று அவர்களிடம் சொல்வதற்கும் அவனுக்குத் தயக்கம். முரடனைப்போல அவன் தாடி வளர்த்துக்கொண்டிருந்தது தனத்திற்கு சுத்தமாக பிடிக்கவில்லை. அதற்காக அவள் மணிகண்டனை திருமணம் செய்துகொண்டு அந்த தெருவை விட்டு ஓடிவிடலாம் என்று விரும்பவும் இல்லை. பாழாய்ப்போன பாடல்கள் மட்டும் இல்லை என்றால் அவள் எந்தவித தயக்கமும் இல்லாமல் அழகேசனைப்பற்றி கவலைப்படாமல் திருமணம் செய்துகொண்டு போயிருப்பாள். தன் நினைவிலிருக்கும் எல்லாப் பாடல்களையும் அழித்துவிட விரும்பினாள். இனி எந்தப் பாடல்களையும் கேட்க முடியாதபடி செவிடாகிப் போனாலும் நல்லது என்று தோன்றியது. அவர்கள் இருவருக்கும் பகலும் இரவும் துக்கத்தால் நிரம்பிக்கொண்டிருந்தது. இருவருமே தற்கொலை செய்துகொள்ளும் மனநிலையில் இருந்தார்கள். முழுமனதான காதலும் இல்லாமல், அவனை கைவிட்டுவிடும் மனமும் இல்லாமல் சீர்குலைந்து முடிவெடுக்க முடியாமல் பித்தாகிக்கிடந்தாள் தனம்.

அழகேசனோ குடித்தால் வேதனை தீரும் என்று குடித்துக்கொண்டிருந்தான். கல்யாணம் நெருங்கிக் கொண்டிருந்தது. தனத்தின் அம்மாவும் அப்பாவும் வெளியூருக்கு திருமண பத்திரிகை கொடுக்க கிளம்பிவிட்டார்கள். தனம் வெகுநேரம் ஒரே சிந்தனையில் வராண்டாவில் படுத்திருந்தாள். அன்று முழுவதும் அழகேசன் வீட்டில் பாட்டுக் கேட்கவில்லை. அவன் வீட்டிலும் யாரும் இல்லை. தெருவே

வெறிச்சோடிக்கிடந்தது. அவன் வீட்டிற்குள் இருக்கிறானா? அவனிடம் போய் பேசுவோமா என்று யோசித்தபடியே இருந்தாள் தனம். அவன் பாடல்களை போடாமல் இருந்தது ஏதோ விபரிதத்தை உணர்த்தியது அவளுக்கு. ஒருவேளை அவன் தற்கொலை செய்துகொண்டுவிடுவானோ என்று பயந்தாள். ஒரு ஸ்டூலை எடுத்துப்போட்டு இரண்டு வீட்டுக்கும் பொதுவாக எழுப்பப்படாமல் இருந்த சுவர் தாண்டி எட்டிப் பார்த்தாள். அழகேசன் வராண்டாவில் விட்டத்தைப் பார்த்தபடி தலைக்கு கையை வைத்து படுத்திருந்தான். அவன் முகத்தில் இருந்த கடும் சோகம் அவளை உலுக்கியது. அவன் அவளை பார்ப்பதற்கு முன்பு கீழே இறங்கினாள். அவன் வீட்டுக்குப்போய் அவனைப் பார்த்து பேசிவிடலாம் என்று முடிவுக்கு வந்தாள். அடுத்த நொடியே அவன் மீது ஏதோ ஒரு கசப்பு பரவியது. அதுவும் இல்லாமல் பத்திரிகை கொடுக்க ஆரம்பித்தபின் என்ன செய்ய முடியும் அப்பா 'கொன்னு போட்டுடுவார்' என்று பயந்து அமைதியாகி மறுபடியும் படுத்துக்கொண்டாள். துக்கம் அதிகரித்து போய்க்கொண்டிருந்ததே தவிர குறைந்தபாடில்லை. குளித்தாலாவது மனம் அமைதியாகும் என்று நினைத்தாள். வெளிக்கதவை தாழிட்டுவிட்டு கடும் வெயிலில் பாத்ரூம்க்குள் சென்று குளித்துக்கொண்டிருந்தாள். அவள் குளிக்கும் சத்தத்தை கேட்டுக்கொண்டிருந்த அழகேசன் பொதுச்சுவர் அருகே வந்து நின்றான். ஏதோ ஒரு வேகத்தில் அவன் சுவரேறி தனம் வீட்டுக்குள் குதித்தான். பாத்ரூம்க்குள்ளிருந்து வெளியே வந்த தனம் தன்முன் குரோதத்துடன் நின்றிருக்கும் அழகேசனைப் பார்த்ததும் நடுங்கிப்போனாள். எப்போதும் அவன் மேலிருக்கும் கசப்பு அவள் முகத்தில் பரவியது. அவனோ வாழ்வின் மேல் மிகப்பெரிய அவநம்பிக்கை கொண்டவனாக வெறியோடு அவளைக் கட்டி அணைத்தான். மனதின் அலைவுறும் நேசத்தினை கட்டியணைத்துதான் சொல்லத் தெரிந்திருந்தது அவனுக்கு. எங்கிருந்துதான் அவளுக்கு அத்தனை கோபம் வந்தது என்று தெரியவில்லை. மூர்க்கத்தோடு அவனை நெட்டித் தள்ளி பலமாகத் தாக்கினாள். அவன் எந்த மூர்க்கத்தையும் காட்டவில்லை. அவளை அணைக்க வேண்டும் என்ற ஆசை மட்டும்தான் அவனுக்கிருந்தது. அவள் அவனை விலக்கியதும் நோஞ்சானைப்போல தடுமாறி நின்றான். 'இப்ப நீ போகப் போறியா இல்லையா' என்று அவள் கோபத்தோடு கத்த

அவன் அவளை ஈர்க்கும் விதமான சிரிப்பொன்றை சிரித்தபடி நின்றான். அவளுக்கு உண்மையாகவே குழப்பமாகிப் போனது. அடுத்து என்ன செய்ய வேண்டும் என்று தெரியவில்லை. அவன் எதற்காக இப்படி குதித்துக்கொண்டு வரவேண்டும் இவ்வளவு நேரம் கதவு திறந்துதானே இருந்தது. இப்படியான ஒரு அதிரடி நடவடிக்கையினை அவன் எப்போதும் செய்திருக்கவில்லை. 'போ வீட்டுக்கு ஆள் வரப்போறாங்க' என்று அவள் சொல்லிக்கொண்டிருக்கும் போதே அவன் அவளருகே வந்தான். அவள் அவனை கையால் தடுத்து விலக்கியதும் தள்ளிநின்று சிரித்தான். 'நீயென்ன பைத்தியமா போகப்போறியா இல்லையா எதாவது பேசித் தொலை' என்று அவள் அவனைக் கெஞ்ச ஆரம்பித்தாள் அப்போதும் அவன் சிரித்தபடி நிற்க நடக்கப் போகும் விபரிதத்தை உணர்ந்த தனம் தலையிலடித்து வராண்டாவில் உட்கார்ந்தாள். பலநாள் பேசிப் பழகிய காதலனைப்போல அவன் அவள் அருகில் வந்து அமர்ந்தான். எப்போதும் இல்லாத அன்போடும் வாஞ்சையோடும் அவன் பார்வை இருந்தது. துக்கத்திலிருக்கும் தன்னை அவன் மீட்க வந்திருப்பதுபோல அவனை உணரத்தொடங்கினாள். அவன் மீதிருந்த கசப்பு நீங்கி உடல் முழுவதும் அவன் மீதான காதல் பரவியது. உடலில் ஏதோ மயக்க மருந்தைச் செலுத்தியதுபோல மனதில் போதையும் நிலைகுலைதலுமாக இருந்தாள். அத்தனை நாள் அவனிடம் பேசாத வார்த்தைகள் எல்லாம் உயிர்கொண்டு எழுந்து அவள் மனதை நிறைத்தது. அன்பின் ரகசிய இழைகளை அத்தனை நாளும் அறியாதிருந்தாள். அவன் மீதிருந்த கசப்பெல்லாம் வெறும் மூகமூடியாகத்தான் இருந்திருந்திருக்கிறது. விலகிப்பார்த்தால் மனஆழத்தில் ஆற்று மணலைப் போல அன்பு பரவிக்கிடக்கிறது.

'உனக்கு என்ன பிடிக்கலையா'? என்று அவன் கேட்டதும் 'தெரியல, ஆனா நீ போடுற பாட்டு பிடிக்கும்' என்றாள் 'எனக்குத் தெரியும்' என்று அவன் சிரித்தபடி 'ஏன் நீ என்ன இப்படி தவிக்க விடுற உன்மேல ஆசைப்பட்ட நாளிலிருந்து இப்ப வரைக்கும் எனக்கு வேற சிந்தனை இல்ல. நீ மட்டும்தான் என் நெனப்பில இருக்க. நான் படிக்கலனு உனக்கு பிடிக்கலையா' என்று கேட்க அவள் இல்லையென்று தலையாட்டிவிட்டு 'எனக்கு ஒரு நேரத்தில உன்னை பிடிக்கும், இன்னொரு நேரத்தில உன்னைப் பிடிக்காது. நீ சின்ன வயசில

என்னை அடிக்கிறது ஞாபகத்துக்கு வந்து வெறுப்பாகிடும். அப்புறம் நீ உருகி உருகி பாட்டு போடுறப்ப உன் மேல விருப்பம் வரும். இப்ப வரைக்கும் எனக்கு உன்னைப் பிடிக்குதா பிடிக்கலையாங்கிறதில்ல குழப்பமாத்தான் இருக்கு. நீ ஏன் இவ்வளவு கேவலமா சுவறேறி குதிச்சு வந்த. அதை நெனைக்கிறப்ப இப்பவும் உன்மேல வெறுப்பாதான் இருக்கு. இப்படித்தான் நிலையா உன்னை எனக்கு பிடிக்காத மாதிரி எதையாவது செய்ற'.

அவள் பேசுவதை கேட்டுவிட்டு அவள் கைகளைப் பிடித்தபடி 'உன்னை விரும்புறேங்கிறதை எப்படிச் சொல்றதுன்னு எனக்குத் தெரியல. எப்பவும் நீ கோபமாவே என்னைப் பார்ப்பே. எப்பவாவது லேசா சிரிப்ப, அதுகூட நீ வேற யாரையோ பார்த்துச் சிரிச்சியா? இல்ல தானா சிரிக்கிறீயானு புரியாது. அப்பல்லாம் வருத்தமா இருக்கும் பாட்டு போடுறதைத் தவிர எனக்கு வேற வழி தெரியாது. பிடிக்காத பிள்ளையே நெனச்சுகிட்டிருக்கோமோனு கவலப்பட ஆரம்பிச்சிடுவேன். எங்க நேர்ல சொன்னா உன்னைப் பிடிக்கலடானு சொல்லிருவியோனு பயந்துகிட்டுதான் உன்கிட்ட பேசல. உனக்கு கல்யாணம் பேசியவுடனே செத்து போயிடலானுதான் நெனைச்சேன். ஆனால் உன் மனசில என்ன இருக்கு தெரிஞ்சுகிறத்தான் இப்ப இப்படிச் செஞ்சேன்'.

சில நிமிடம் இருவரும் எதையும் பேசாமல் அமைதியாக இருந்தார்கள். நேரம் ஆக ஆக தனத்திற்கு காய்ச்சல் வருவதுபோலிருந்தது. 'இப்ப எதுவும் செய்ய முடியாது கிளம்பு. வீட்டை எதுத்து ஒன்னுச் செய்ய முடியாது. . சாக வேண்டியதுதான்' என்று புலம்பினாள்.

'வா எங்கயாவது ஓடிப்போகலாம். இல்ல எங்க அக்கா வீட்டுக்கு போவோம். நான் ஊருக்கு போறப்பல்லாம் எங்க அக்கா உன்னைப்பத்தி கேட்கும். நீ எப்படி இருக்கனு நான் பதில் சொல்லாம முறைப்பேன். எங்கக்கா அமைதியாகிடும். உன்னை எனக்கு பிடிக்காதுன்னு எங்கக்கா நெனைச்சிட்டிருக்கு. நான் உன்னைக் கல்யாணம் பண்றேனு சொன்னா அக்கா சந்தோசப்படும். கல்யாணம் பண்ணிக்குவோம் அப்புறம் எல்லாஞ் சரியாயிடும்'. 'அம்மா அப்பாவை தவிக்க விட்டுட்டு அப்படியெல்லாம் வரமுடியாது. இப்ப

நீ போ நான் நாளைக்கு சொல்றேன்' என்று கதவை திறந்து வெளியே ஆள் இருக்காங்களா என்று பார்த்துவிட்டு அவனைக் கையைப்பிடித்து வாசற்படிக்கு இழுத்து வந்தாள். அவன் அவளைப் பார்த்து சிரித்தபடியே அவள் இழுத்த இழுப்பெக்கெல்லாம் சென்றான், அவனுடைய செயல் ஒரு குழந்தையைப் போல அவளுக்குத் தோன்றியது. அவன் மீது அன்பு பெருகியது. சந்தோசமும் பயமும் கலந்த மனநிலையில் இருந்தாள். வாசற்படிக்கு வெளியே அவனை இறக்கிவிட்டாள். அவன் அங்கேயே நின்று அவளைப் பார்த்துச் சிரித்தும் பின் கெஞ்சியும் 'தனம் என்னை விட்டுட்டு கல்யாணம் கட்டிகிட்டு போயிடாதே. வா நாம எங்கயாவது போயிடலாம்' என்றான். 'இப்ப நீ போ. நான் அப்புறமா சொல்றேன்' என்று அவனை கையெடுத்து கும்பிட்டு தெருவில் யாராவது வருகிறார்களா என்று பார்த்தாள். அவள் வீட்டுக்குள்ளேயும் அவன் வாசற்படியிலேயும் நின்று ஒருவருக்கொருவர் கெஞ்சிக்கொண்டிருந்தார்கள். அவள் கிட்டத்தட்ட அழுதுவிடும் நிலைமைக்கு போய் கண்ணைக்கசக்கியதும் 'சரி நீ அழாதே நான் போறேன். ஆனா எனக்கு நல்ல முடிவச் சொல்லு. கைவிட்டுடாத' என்றபடி அவன் தன்னுடைய வீட்டுவாசற்படியில் போய் உட்கார்ந்தான். தனமும் உடனே வீட்டுக்குள் போய் ஒளிந்துகொள்ளாமல் தன் வீட்டு வாசற்படியில் நின்று அவனைப் பார்த்துக்கொண்டிருந்தாள். இத்தனை ஆண்டுகளில் இதுபோல் எப்போதும் அவர்கள் இப்படி பார்த்துக் கொண்டதில்லை. அந்த நொடியில் அவனோடு வாழ வேண்டும் என்று மனம் ஆர்ப்பரித்தது. சந்துக்குள் யாரோ வருவதுபோல் தெரிய வீட்டுக்குள் போய்விட்டாள் தனம். இருவரும் எட்டிவிடும் தூரத்தில் இருந்துகொண்டு ஒருவரையொருவர் விருப்பத்துடன் நினைத்து ஏங்கிக்கொண்டார்கள். தனத்தின் மனதில் அன்பும் தவிப்பும் தாண்டவமாடியது. அழகேசனை மறந்து மணிகண்டனைக் கட்டிக்கொண்டு வாழமுடியாது என்று முடிவு செய்தாள். அழகேசன் அதற்கு பின் பாடல்களை ஒலிக்கச் செய்யவில்லை. அதற்கானத் தேவையும் இல்லாமல் இருந்தது. பாடல்கள் எதுவும் இல்லாமல் தனத்தை முழுதும் ஆக்கிரமித்திருந்தான் அழகேசன். அவனுடைய சிரிப்பு, தான் சொல்வதையெல்லாம் கேட்கிற தன்மையை யோசித்துச்

சிரித்தாள். 'கொஞ்சம் முரட்டுக்குணம் இருக்கு அது சரியாப் போய்டும்' என்று ஏதோ அவனோடுதான் அவளுடைய திருமணம் ஏற்பாடு செய்யப்பட்டிருப்பதைப்போல கனவில் மிதந்துகொண்டிருந்தாள். அதே கணத்தில் உண்மைதாக்க நொறுங்கி சிதறுவதைப்போல பயம் கொண்டாள்.

அன்று இரவு அம்மாவிடம் மெதுவாக 'அம்மா எனக்கு இந்தக் கல்யாணம் வேணாம்' என்று ஆரம்பித்ததும் பதறியடித்து எழுந்து உட்கார்ந்தாள் அம்மா. 'நீ எதை மனசுல வச்சுட்டு பேசுறேனு தெரியும் ஒன்ன ஒத்த பிள்ளனு ஆசையா வளத்ததுக்கு உங்க அப்பாவை அவமானபடவிட்டு சாக வைக்கப்போறியா'? தனம் அழகேசனைப்பற்றி எதையும் சொல்லாமல் இருக்கும்போதே அம்மா அவனைப்பற்றி பேச ஆரம்பித்துவிட்டாள். 'குடிகாரப்பய, டிராக்டர் ஓட்டித்திரியுறான், முட்டாளு... படிப்பாவது ஒழுங்கா வந்துச்சா. நீ அவன் கூட ஓடிப்போக நெனச்சே குடும்பம் அழிஞ்சுதான் போகும், பக்கத்து பக்கத்து வீட்டுல குடியிருக்கோம் ஒருத்தொருக்கொருத்தர் அடிச்சு குத்திட்டுதான் சாவாங்கே. எல்லாத்தையும் அழிக்கனும்னு நீ முடிவு பண்ணினா நீ எதை வேணுனாலும் செய்...' என்று படபடப்பாக பேசியதும் தனத்திற்கு பயம் தொற்றிக்கொண்டது. 'நான் ஒன்னுஞ் சொல்லலமா நான் கல்யாணம் பண்ணிக்கிறேன்' என்று அம்மாவை அமைதிபடுத்திவிட்டு திரும்பிபடுத்து அழுதாள். 'ஒருத்தர் சந்தோசத்துக்காக இன்னொருத்தர் சந்தோசத்தை பறிச்சுகிட்டே போற இந்த வாழ்க்கையில மொத்தத்தில யாரும் சந்தோசமா இருக்கறதில்ல' என்பதை உணர்ந்த தனம் சிறுகுழந்தையைப்போல மனம் ஏங்கித் தவித்தாள். யாரும் அறியாத பொழுதில் அழகேசனோடு அத்தெருவிலிருந்து மறைந்துவிட துடித்தாள். சக்கரைக் கிழவியின் மனதுக்குள் படிந்துகிடக்கும் கதைகளிலிருந்து எல்லோரையும் மயக்கமுறச் செய்யும் மாயக்கிழவியின் மந்திரசக்தியை தேடினாள் தனம். கிழவியோ நினைவு தப்பி கண்களை மூடிய படி அந்த சந்தின் மூலையில் சுவரின் நிழலில் சாக்கை விரித்து படுத்துக்கிடக்கிறாள். அவள் நினைவிலிருந்த தேவதைக் கதைகள் எங்கோ வனாந்திரக் காட்டுக்குள் ஒளிந்துகொண்டது.

அடுத்த நாளும் அதற்கு அடுத்து வந்த நாள்களிலும் தனத்திற்காக அழகேசன் காத்திருந்தான். அவள் அவன் கண் முன் நிழலாடவில்லை. எப்படியும் அவள் வந்துவிடுவாள் என்றே அவன் நினைத்தான். தனம் வீட்டைவிட்டு வெளியேறி அழகேசனைச் சந்திக்கும் சூழ்நிலையை யோசித்துபார்க்க முடியாதபடி அம்மாவோ அல்லது உறவினர்களோ வீட்டில் அவளோடு இருந்தார்கள். பாட்டுச் சத்தம் கேட்காமல் அழகேசனின் வீடு சாவுவீட்டைப்போல் இருந்தது. அழகேசன் என்ன ஆனான் என்பது பற்றி எதுவும் தெரியாமலே திருமணத்திற்கு முதல் நாளே தனத்தை ஊரைவிட்டு அழைத்துப்போய்விட்டார்கள். அந்தச் சந்தின் நீண்ட மதில்சுவர்கள் மிகப்பெரிய மயானசுவராக நின்று அவளை வழி அனுப்பியதாக அவளுக்குத் தோன்றியது. கடைசியாக அவனை, அவன் வீட்டு வாசற்படியில் உட்கார்ந்திருந்தபோது பார்த்த அவனுடைய சித்திரம் அவளை உருத்தெரியாமல் அழிக்க கூடியதாய் இருந்தது. அழகேசன் மீதான கசப்பு நீங்கி நேசத்தின் சிறகுகளைச் சுமந்து காலமெல்லாம் வலிகூட்டும் அன்புடன் அத்தெருவினை கடந்து செல்கிறாள் தனம். வறண்ட காற்றை மேலும் வறண்டுபோகச் செய்யும் துயர் மூச்சினை விட்டபடி முற்றத்தில் கிடக்கிறான் அழகேசன்.

○○○

புளியம் பூ

தோப்பை விற்பதற்கான எல்லாக் கையெழுத்தும் முடிந்தது. தோப்பை வாங்கும் வட்டிக்கடைப் பாண்டியன் பணத்தை அப்பாவிடம் நீட்டினார். 'அவங்ககிட்டயே கொடுங்க' என்று அப்பா அண்ணனைக் காட்டிவிட்டு வெளியேறினார். அண்ணன் பணத்தை வாங்கிக்கொண்டு, 'நீங்க பஸ்ல வந்திருங்க' என்று எங்களிடம் சொல்லிவிட்டுப் புதிதாக வாங்கியிருக்கும் கருமையும் நீலமும் கலந்த மோட்டார் சைக்கிளில் ஏறிப் பறந்துவிட்டான். நான், அம்மா, அக்கா மூவரும் பஸ் ஸ்டாண்டை நோக்கி நடந்துகொண்டிருந்தோம். அம்மாவுக்கு அழுகையை அடக்க முடியவில்லை. சேலைத்தலைப்பால் முகத்தை மூடிக்கொண்டது. அக்கா, அம்மாவைத் திட்டிக்கொண்டே வந்தாள். "அழுகையை நிறுத்து! உன் பையனுக்கே சொத்து வேணாங்கிறப்ப உனக்கென்ன வந்துச்சு? போறப்ப தூக்கிட்டா போகப்போற?" என்றாள் அக்கா. அவளுக்கென்ன தெரியும்! அப்பா எங்களைப் போலவே புளியந்தோப்பை ஒரு புள்ளையாக நேசித்தார் என்று.

புளியந்தோப்பு அப்பாவுடைய நீண்டநாள் கனவு. அந்தக்கனவு நிறைவேறிவிட்டது என்று கண்ணை மூடித்திறக்கும்முன் அது வெறும் கனவுதான் என்றாகிவிட்டது. வாழ்க்கையில் அனேகக்

கனவுகள் இருக்கலாம். முதன்முறையாக அப்பாவுக்குப் புளியந்தோப்புக்கனவு வாழ்க்கையானது. அப்பாவுடன் முதன்முதலாக நான் காட்டுக்குச் சென்று அங்கேயே தங்கிவிட்டது எனக்கு இன்னும் நினைவிருக்கிறது. அது நிலக்கடலை பிடுங்கும் சீசன். பஸ்ஸில் பயணம் செய்துதான் அந்தக் காட்டுக்குப் போகவேண்டும். பஸ்பயணத்திற்காகவே அந்தக்காடு எனக்கு ரொம்பப்பிடிக்கும். பஸ்ஸிலிருந்து இறங்கி மூன்று மைல் நடந்து காட்டுக்குப் போகவேண்டும். அம்மா தலையில் கூடையும் இடுப்பில் என்னையும் வைத்துக்கொண்டு, “ஆமா, நீதான் எல்லாக் கடலைச்செடியையும் புடுங்கி ஆயப்போற. எனக்கு இருக்கிற வேலை பத்தாதுன்னு உன்னைவேறத் தூக்கிட்டுப் போறேன்பாரு” என்று திட்டிக்கொண்டே வந்தது.

அந்த விடிகாலை எங்களுக்கு முன்பே அப்பா காட்டுக்குக் கொத்தாள்களைக் கூட்டிக்கொண்டு போய்விட்டார். அங்கங்கே நிலக்கடலைச் செடியைப்பிடுங்கி, வீடுபோலச்சுற்றி அடுக்கிவைத்து, ஒவ்வொரு குவியலுக்கும் எதிரெதிராக இருவர் உட்கார்ந்து, நடுவில் குழிதோண்டிக் கம்பு வைத்துக் கடலைச்செடியைக் கையில் அடங்கும்மட்டும் எடுத்து அடித்துக் கொண்டிருந்தார்கள். சூரியன் உதிக்காத அந்தக் காலைநேரத்தில் ஆளில்லாத அந்தக் குவியலுக்கு அப்பாவை அழைத்துப்போய்க் கடலைச்செடியை அடித்துக் கொண்டிருந்தேன். வேலை செய்பவர்களைப்போல முடிதெரியாமல் இருக்க நானும் தலையில் துண்டு கட்டியிருந்தேன். அப்பா சரிசெய்ய அது ஒரு பக்கமாக அவிழ்ந்து கொண்டே வந்தது. ‘கடலை வீடு வந்து சேர ரெண்டு நாளாகும். நீ பெரியம்மா கூட வீட்டுக்குப்போ. அம்மாவும் நானும் கடலையைக் காவக்காக்க இங்கேயே இருக்கோம்’ என்று அப்பா சொன்னதைக் கேட்காமல் அடம்பிடித்து நானும் இரவில் அங்கேயே தங்கிவிட்டேன். செடிகளிலிருந்து ஆய்ந்த கடலையைக் குவித்து வாய்க்கால் ஓரத்தில் களம் செதுக்கியிருந்தார்கள். வாய்க்காலின் இருபுறமும் தென்னைமரங்கள் சாய்வாக வளர்ந்திருந்தன. அப்பா கம்புகள் வைத்துக் குட்டியாய் ஒரு குடிசை போட்டிருந்தார். குடிசைக்குள் வைக்கோலும் சாக்கும் விரிக்கப்பட்டிருந்தன. அந்தக் குடிசை நான் தட்டாங்குச்சியில் செய்யும் பொம்மை வீடுபோல இருந்தது.

காட்டை இருள் மூடியதும் எனக்குப் பயம் வந்தது. வெள்ளாவி மணக்கும் அப்பாவின் போர்வைக்குள் பூனைக்குட்டியைப்போல ஒளிந்துகொண்டேன். ராத்திரியில் சங்கீதமாய்க் குரல் எழுப்பிக்கொண்டு அந்தச் சமவெளியெங்கும் காற்று போனதிசையெல்லாம் நானும் சேர்ந்து போனேன் காற்றோடு தூக்கக்கனவில். அந்த இருள் இரவில் அப்பாவைப்போல காடு என்னையும் மறக்கடித்தது. மறுபடியும் அப்பா என்னைக் அந்தக் காட்டுக்குக் கூட்டிக்கொண்டு போகவே இல்லை. பிறகுதான் தெரிந்தது, அது தற்காலிகமான ஒத்திக்காடுஎன்பது. ஒரு காட்டுக்கனவு சிதைந்து போயிருந்த வேளையில், அப்பா திரும்பவும் குளத்துக்குப் பக்கத்திலிருக்கும் இன்னொரு காட்டை வாங்கினார். 'இந்தக்காடு உனக்குத்தாண்டா' என்று அப்பா சொன்னதும், 'பொட்டப்புள்ளைக்கு என்னைக்கின்னாலும் நகை, நட்டுதான் சொந்தம். காடு, வீடெல்லாம் ஆம்பளப்பிள்ளைக்குத்தானே சேரும்' என்ற பக்கத்து வீட்டு நல்லம்மா பாட்டியை முறைத்தார் அப்பா. அப்பா வாங்குகின்ற காடுகளுக்குப் பக்கத்தில் அருவி, குளம், வாய்க்கால் இப்படி எனக்குச் சந்தோஷம் தருகின்ற விஷயங்களாகவே இருந்தன. புதுக்காடு வாங்கியதிலிருந்து அம்மாவுக்கும் அப்பாவுக்கும் இடையே மனவருத்தம். 'மணல்காட்டை வாங்காம இப்படி இறுகிப்போன செவளைக்காட்டை வாங்கினா வெள்ளாமை விளங்குமா?' என்ற அம்மாவின் வருத்தம் அப்பாவுக்கும் இருக்கத்தான் செய்தது. 'பருத்தி வெதச்சா பணம் அதிகமாகச்செலவாகும். ஒரு பூச்சி புழு இல்லாமப் பார்த்துக்கணும். இப்ப பூச்சி மருந்து விக்கிற வெலையில அது நடக்கிற காரியமா? எள்ளு வெதக்கலாம்னா அது நொச்சு புடிச்ச வேலை. அவசரப்பட்டு இந்தக்காட்டை வாங்கிட்டோம்!' என்று அப்பா குழம்பிப்போயிருந்த வேளையில் காடு காவல்காக்கும் நொண்டிமாயாண்டித் தாத்தா வீட்டுக்கு வந்தார். எனக்கு ரொம்ப நாளாக ஒரு சந்தேகம். அன்றைக்கு அதை அவரிடமே கேட்டேன். "ஏன் தாத்தா நீங்க நல்லா நடக்கும்போதே எல்லாரும் உங்களை நொண்டி மாயாண்டின்னு கூப்பிடுறாங்க?" 'இந்த மூளிப்பயபுள்ளைக்கு வேற வேலையே இல்லை' என்று செல்லமாகக் கடிந்துகொண்டே சொல்லத்தொடங்கினார். "எங்க அப்பன் எம்புட்டு அடிச்சுச் சித்ரவதை பண்ணியும்

நான் பள்ளிக்கூடம் பக்கம் போகவே இல்லை. கால்ல விலங்கமாட்டிப் பள்ளிக்கூடத்துல போட்டுவிட்டு வந்திடுவாரு. நான் கால்விலங்கை இழுத்துட்டே போறதப் பார்த்த பயலுகளெல்லாம் 'நொண்டிமாயாண்டி'ன்னு அன்னைக்கிருந்து கூப்பிட ஆரம்பிச்சிட்டாங்க. அதுவே எனக்குப் பேராப்போச்சு" என்று நீட்டி முழக்கினார்.

தாத்தாவுக்குக் காலையிலிருந்து சாயங்காலம் வரைக்கும் பள்ளிக்கூடத்தில் அடைந்துகிடப்பது பிடிக்கவில்லை. அவருக்கு விதவிதமான பறவைகளை வேட்டையாடித்திரிவதுதான் ஆனந்தமாய் இருந்திருக்கிறது. அதற்குமேல் எதுவும் பண்ணமுடியாமல், 'உன் பொழப்பு அம்புட்டுத்தாண்டா' என்று சொல்லித் தாத்தாவின் அப்பாவும் அவரைத் தன்னோடு காவல்காக்க அழைத்துக் கொண்டுபோய்விட்டாராம்.

"அப்பயிருந்து சோளக்காட்டுக்குள்ளேயும் கம்பங்காட்டுக்குள்ளேயும் பரண்மேல் உக்காந்து இஷ்டத்துக்கு வேட்டையாடிக்கிட்டிருக்கேன். அதுவும் பறவை பயிர்மேல உக்காந்ததும் அடிக்கமாட்டேன். அது இரைமேல கவனமா இருக்கிற சமயமாப் பார்த்துக் குறிதவறாம ஒரே போடாபோட்ருவேன்" என்று தன் வேட்டையாடும் சாகசத்தை அளந்தார். "மனசுக்குப் புடிச்ச வேட்டைக்கு வேட்டையுமாச்சு, பொழப்புக்குக் காடு காக்கிற வேலையுமாச்சுன்னுதான் இந்த வேலையை விருப்பமா செய்யுறேன். சாமர்த்தியக்காரன்ல நான்" என்றார். என்னிடம் பேசிக்கொண்டிருந்த தாத்தா, "என்னடா தங்கம், புதுக்காடு வாங்கியிருக்கபோல. உன்காட்டை நான் காவக்காக்குறேன்டா" என்று அப்பா பக்கம் திரும்பிக் கேட்டார். "அட போப்பா, காட்ல இன்னும் என்ன வெதைக்கிறதுன்னே தெரியல. அதுக்குள்ள காவக் காக்குறதப்பத்தி பேசிக்கிட்டு. எள்ளு வெதச்சா தொல்லைன்னு பேச்சி சொல்றா. பருத்தி நட்டா அவ்வளவு பணம் செலவு பண்ணமுடியாது. இந்தக்காட்டை வச்சுக்கிட்டு என்ன பண்றதுன்னே தெரியல," அப்பா அலுத்துக்கொண்டார்.

"பொண்டாட்டியும் புருஷனும் இப்படி ஆளுக்கொரு யோசனையைப் பண்ணினா எப்படி வெவசாயம் பார்க்கமுடியும்? உன்காட்டுக்குக் கீழக்காட்டுக்காரனப் பார்த்தியா? மாங்காமரம் நட்டு ரெண்டு வருசந்தான் ஆச்சு.

இப்ப எப்படி வளந்து நிக்குது. உன் காட்டுக்குப் பக்கத்திலயே கொளம் இருக்கு. தண்ணிக்குக் கவலையில்லை. பேசாம புளியங்கண்ணை நட்டுப்போடு. நாலஞ்சு வருசத்திலே அது உனக்கு சோறுபோடும்” என்றார் தாத்தா. “அதெப்படி? புளியங்கன்னு வளரப் பத்து வருசமாகுங்குறாங்களே?” அப்பா பேசிமுடிக்கும் முன்பே மாயாண்டித்தாத்தா கோபமானார். “எந்த லூசுப்பய சொன்னான்? இப்பதான் ஒட்டுமா, ஒட்டுபுளியங்கான்னு நாலஞ்சு வருசத்தில பலன் தர்றமாதிரி தேனி கூட்டுறவு சந்தையிலே விக்கிறாங்கள்ல, அதை வாங்கிவந்து நடு.” தாத்தாவின் பேச்சு அப்பாவுக்குள் புளியந்தோப்புக் கனவை மீண்டும் ஏற்படுத்திவிட்டது.

அப்பா அந்த விதைப்புக் காலத்தில் கொஞ்சம் புளியம்விதைகளும் புளியங்கன்னும் கொண்டுவந்தார். அம்மாவுக்கு அதில் சிறிதும் விருப்பமில்லை. அவர்களின் நீண்ட நாளைய உழைப்பில் வாங்கிய இந்தக்காட்டில் புளியங்கன்னு வைத்துவிட்டால் விவசாயம் சரிவரச் செய்யமுடியாமல் கஷ்டப்படுவோம் என்று அம்மா மறுத்தாள். அதுவும் சின்னஞ் சிறுசெடிகளும் இன்னும் முளைக்காத புளியவிதைகளும் மரமாகும் என்ற நம்பிக்கை அம்மாவுக்கு இல்லை. அம்மாவின் உதவியை எதிர்பாராமல், அப்பா பிடிவாதமாக அவற்றைக் கொஞ்சம் கொஞ்சமாக எடுத்துச் சென்று காட்டில் நட்டு முடித்தார். நடுவதற்குமுன் மரம் நட்ட அனுபவமுள்ளவர்களிடம் எவ்வளவு ஆழத்தில் குழி தோண்டவேண்டும், எப்படிச் செடிக்கு மண்அணைக்கவேண்டும், எத்தனை நாளைக்கு ஒருதரம் தண்ணீர் விடவேண்டும் என்பதையெல்லாம் தெளிவாகக் கேட்டுக்கொண்டார்.

ஒவ்வொரு புளியங்கன்னையும் பச்சைக் குழந்தையைப் பார்த்துக் கொள்வதுபோல பார்த்துக்கொண்டார். ஒரு கன்னு வாடினாலும் மனசு பொறுக்காது அப்பாவுக்கு. வெயில் ஏறுவதற்கு முன் தண்ணீர் ஊற்றவேண்டும் என்று அதிகாலை நான்கு மணியிலிருந்து புளியங்கன்னுகளுக்குக் குளத்திலிருந்து தண்ணீர் எடுத்து ஊற்ற ஆரம்பித்துவிடுவார்.

கோடைக்காலத்தில் குளத்தில் தண்ணீர்வற்றிப் பூமி பிளந்துகிடக்கும். அந்தச் சமயங்களில் கீழே இரண்டு மைல் தூரம் தள்ளியிருக்கும் தோட்டத்திலிருந்து

தண்ணீர் எடுத்து வரவேண்டும். “இப்படி மேல இருக்கிற காட்டுக்காரங்களெல்லாம் எங்க தோட்டத்தில் வந்து தண்ணி எடுத்துட்டுப் போனா யாருய்யா மோட்டாருக்குக் கரண்டப்பில் கட்டுறது?” என்று தோட்டத்துக்காரர் கத்தினாலும் என்ன செய்வது, திட்டுவதை வாங்கிக் கொள்ளவேண்டியதுதான். தண்ணீர் இல்லையென்றால் செடி வாடிவிடுமே. அண்டா போன்ற பானையைத் தலையில் வைத்துக்கொண்டு, மேல்மூச்சு கீழ்மூச்சு வாங்க அப்பா தண்ணீர் எடுத்து வருவதைப் பார்க்கும்போது பாவமாகஇருக்கும். அப்பாவின் உழைப்பில் புளியங்கன்னுகள் எல்லாம் மரமாகிக்கொண்டிருந்தன. சில நாட்களில் அப்பா திடீரென்று காணாமல் போய்விடுவார். மதியம் இரண்டு மணிக்குப் பசிமயக்கத்தில் திரும்பி வருவார். ‘காலையிலிருந்து சாப்பிடாம எங்கபோனீங்க?’ என்று அம்மா கேட்டால், ‘சும்மா டீ சாப்பிடத்தான் கடைப்பக்கம் போனேன். “புளியகன்னு சும்மா தளதளன்னு வளந்துருக்கு, தண்ணீ ஊத்துறத மட்டும் விட்டுராதண்ணே”ன்னு நம்ம சிவனாண்டி சொன்னான். அதான் நேத்துத் தண்ணி ஊத்தியிருந்தாலும் இன்னைக்கும் தண்ணி ஊத்தணும்னு தோணுச்சு. அப்படியே காட்டுக்கு ஓடிட்டேன்” என்பார். கருகருவென்று அடர்த்தியாக இருந்த அப்பாவின் தலைமுடி செம்மண்குளத்து நீர்பட்டுச் செம்பழுப்புநிறமாகி உதிரத்தொடங்கியது “கன்னுவச்சு அஞ்சுவருசம் முடிஞ்சுபோச்சு. கன்னிமார்சாமிக்கு நேந்துகிட்ட மாதிரி, சொந்தக்காரங்க நாலுபேரைக் கூட்டிட்டு, சேவல் அடிச்சுப் பொங்கவைச்சிரலாமா?” என்று அப்பா, அம்மாவிடம் சொன்னதைக் கேட்டவுடனே நான் குஷியாகிவிட்டேன்.

ஒரு வெள்ளிக்கிழமை அப்பா எங்களைப் பள்ளிக்கூடத்திற்கு லீவு போட்டுவிட்டு வரச்சொன்னார். எனக்கு லீவுலெட்டர் தப்பும் தவறுமாகத்தான் எழுதவரும். ஒரு தப்பு இருந்தாலும் வாத்தியார் முழங்கால்போட வைத்துவிடுவார். அக்காவிடம் போய் எழுதச்சொன்னேன். அவள் ‘வேல இருக்கு போடீ’ என்று விரட்டிவிட்டாள். அண்ணனிடம் போனால் அவன் ‘நீ பாட்டியோட சுருக்குப்பையில சேர்த்து வச்சிருக்கிற காசையெல்லாம் கொடுத்தாதான் எழுதித் தருவேன்’ என்று சொல்லிவிட்டான். அவனுக்கு எப்போதும் காசில்தான் குறி. மந்தையம்மன் கோவில் திருவிழாவில் கல்வளையல், பாசிபலூன், ராட்டினம் போன்ற என் சின்னச்சின்ன

சந்தோசங்களுக்காகச் சேர்த்துவைத்ததை வேறுவழியில்லாமல் அவனிடம்கொடுத்தேன். காடு, தோப்பாகி இருந்தது. அடுத்த வாரம் புளியமரம் பூ எடுத்துக் காய்த்துவிடும் என்று பெரியவர்கள் பேசிக்கொண்டார்கள். புளியமரத்தின் ஊடே பருத்திச்செடி வைத்திருந்தார்கள். இனிப்பாக இருக்கும் பருத்திப்பிஞ்சை நான் பிடுங்கப்போய் பருத்திக்கிளை ஒடிந்து தொங்கியது. யாருக்கும் தெரியாமல் அந்தக்கிளையைப் பக்கத்து கிளைமேல் படரவிட்டு நழுவினேன். கொஞ்சம் புளியங்கொழுந்தைக் கிள்ளி முகர்ந்துபார்த்தேன் புளிப்பு வாசனைவந்தது. பொங்கல் வைத்து முடித்தபின், உச்சிமலை மேலிருக்கும் கன்னிமார்சாமிக்குப் படையல் வைக்க அப்பா புறப்பட்டார். அவரோடு சேர்ந்து நானும் புறப்பட்டேன். மலைக்குப் போகும்வழியில், நொண்டிமாயாண்டித்தாத்தாவும் எங்களோடு சேர்ந்துகொண்டார். ஒரு பெரிய மலைப்பாறையில் நின்றுகொண்டு தூரத்தில் கைகாட்டி, “என்ன தெரியுது?” என்றார் தாத்தா. நானும் “காடுதான் தெரியுது” என்றேன். “நல்லாப்பாரு” என்று தலையில் ஒரு கொட்டுவைத்தார். வானத்தில் தூரமாய்ப் பறக்கும் பறவை கரும்புள்ளியாய்த் தெரிவதைப்போல எங்கள் ஊர் தெரிந்தது. ஆனால் அல்லாக்கோயில் மட்டும் அடையாளம் காணும்அளவில் தெளிவாகத் தெரிந்தது. அல்லாக்கோயிலை எவ்வளவு உயரத்திலிருந்து பார்த்தாலும்கூடத் தெரியும்போல என்று நினைத்துக்கொண்டேன். அதைப்போல் அல்லாக்கோயிலில் நின்றுகொண்டு மலையில் இருக்கும் கன்னிமார்சாமிகோயிலையும் பார்க்க வேண்டும்போல இருந்தது.

எனக்கு எப்போதும் கன்னிமார்சாமிமேல் பொறாமையும் விருப்பமும் ஒருசேர இருந்தன. நான் போக நினைத்த உயரத்தில் எனக்குப் பிடித்த மலையருவியின் மடியில் பன்னீர்ப்பூக்களின் வெண்மையை உடுத்திக்கொண்டு அமர்ந்திருந்ததுதான் காரணம்.

மலையருவியின் ஹோவென்ற சத்தம் பயத்தை ஏற்படுத்தினாலும் அந்த இடத்தில் கன்னிமார்சாமியின் தனிமையைப் போக்குவதாக இருந்தது. படையல் வைத்து, பத்தி, சூடம் ஏற்றி, இந்த வருசம் மாதிரியே எல்லா வருசமும் மழகொடு தாயி என்று தாத்தாவும் அப்பாவும் வேண்டிக் கொண்டனர்.

தோப்பில் எல்லோரும் சாமி கும்பிட்டுவிட்டுப் பொங்கல் சாப்பிட்ட பின்பு அக்காவின் திருமணப் பேச்சை எடுத்தார்கள். பாண்டித்துரை பெரியப்பாதான் பேச்சை ஆரம்பித்தார். “ஏம்ப்பா தங்கம், பெரிய பொண்ணு பன்னெண்டாவது முடிச்சி ரெண்டு வருசமாச்சுல்ல, கல்யாணம் காச்சி நடத்தவேணாமா!” என்றார். அப்பா பதிலுக்கு, “இல்லண்ணே, பையனை காலேஜில சேத்தாச்சு. இந்த வருசம் நம்ம ஐஸ்கூல்லேயே டீச்சர் படிப்பு வரப்போகுதாம். பேசாம அந்தப் பிள்ளையை டீச்சருக்குப் படிக்க வைக்கலாம்ன்னு பார்க்குறேன்” என்றதும், “அடப்போப்பா, பொம்பளைப்பிள்ளையைப் படிக்கவைச்சு அதுக்கு ஏத்தாப்பில மாப்பிள்ளைபாக்க அலையவாமுடியும்? பேசாம பேச்சியம்மா அண்ணமகனுக்கே உன் பெரிய பொண்ணைக் கல்யாணம் பண்ணிவச்சிடு” என்று நல்லம்மா பாட்டி சொன்னவுடனே அம்மாவுக்கு சந்தோஷமாகிவிட்டது. சொந்தக்காரர்கள் எல்லாம் கூடிப்பேசி அன்று அக்காவின் திருமணத்தை முடிவெடுத்துவிட்டார்கள். புளியமரம் இன்னும் நெடுஉயரம் வளர்ந்தது. அதோடு சேர்ந்து அக்காவின் கல்யாணத்திற்கு வட்டிக்கடைப் பாண்டியனிடம் வாங்கிய கடனும் வளர்ந்தது.

புளியமரம் பூவெடுத்துக் காய்க்கத் தயாரானபோது அண்ணன் படிப்பை முடித்து வேலைக்குக் காத்திருந்தான். படித்து முடித்தவுடனே அரசாங்க வேலைக்குப் போகலாம் என்று கனவு கண்டவனுக்கு, உடனே வேலை கிடைக்கவில்லை என்றவுடன் அலுப்பு ஏற்பட்டது. அண்ணன் வேலை பார்த்துக் கடனை அடைப்பான் என்று அப்பா நம்பிக்கொண்டிருந்தார். அவன் சுகமாக வாழ ஆசைப்பட்டான். “அரசாங்க வேலை கிடைச்சாபோறேன். அதைவிட்டுட்டு டவுனுக்குப்போய் ஆயிரத்துக்கும் ரெண்டாயிரத்துக்கும் தனியார் கம்பெனியில் அல்லாடமுடியாது” என்றான். மொத்தத்தில் அவனுக்கு வேலை தேடப்பொறுமையில்லை. “வேலை ஒன்னும் கிடைக்கமாட்டேங்குது. பைனான்ஸ் போடப்போறேன், பணம்குடு...” என்று அப்பாவைத் தொல்லைப்படுத்த ஆரம்பித்தான் அண்ணன். “ஆமாண்டா, சொளவம் சொன்னமாதிரி தாயி தவிட்டுக்குக் குத்தையில, பிள்ளை இஞ்சிப் பணியாரம் கேட்டானாம். நானே பாண்டியன்கிட்ட வாங்கின கடனை எப்படி அடைக்கிறதுன்னு தெரியாம

முழிச்சிக்கிட்டிருக்கேன். நீ வேலை பார்த்துக் கடனை அடைப்பேன்னு பார்த்தா, கொடுத்துவச்சவன்கணக்காப் பணம் கேக்குறியேடா. இந்தக் கொடுமையை எங்கே போய்ச்சொல்ல" என்று புலம்பினார். "எதுக்குப் பணமில்லை, பணமில்லைங்குற? தோப்பை விக்கவேண்டியதுதான." அந்த வார்த்தையை அவன்முடிக்கும்முன்னே, "அடப்பாவி, கொலைகாரா, நான் உசிரக் கொடுத்து வளத்துவச்சிருக்கிற தோப்பை விக்கச்சொல்லுறியே, உன்னால ஒரு கையளவு நிலம் வாங்கமுடியுமாடா?" என்று அப்பா ஆவேசத்துடன் அவனை அடிக்க ஓடினார். அன்றிலிருந்து யாரும் வீட்டில் நிம்மதியாக இல்லை. வீட்டில் ஒரே சண்டையும் சச்சரவுமாக இருந்தது. அப்பா இரவில் தூங்காமல் வாசல்படியிலேயே உட்கார்ந்திருந்தார். திரும்பி வரமுடியாத தூரத்திற்கு அவரது கனவுகள் தொலைந்துபோயின. அண்ணனை அடித்துவிடலாம். கடன் கொடுத்த பாண்டியனை அடிக்கமுடியுமா? கடன்காரர்களிடம் தணிந்துதானே போகவேண்டும். விடிந்தும் விடியாமல் இருக்கும்போதே பாண்டியன் கடனைக்கேட்டுத் திண்ணையில் உட்கார்ந்துவிடுவான்.

அப்பாவுக்கும் மகனுக்கும் தோப்பை விற்பது தொடர்பாக தகராறென்று தெரிந்தவுடனே பணத்தைக் கேட்டுப் பாண்டியன் நெருக்கடி ஏற்படுத்தினான். தோப்பை வாங்குவதில் அவனுக்கு வெறியே வந்துவிட்டது. தளதளவென்று தேக்குமரத்தைப்போல இருக்கிற தோப்பைப் பார்த்துதான் கடனே கொடுத்தான். அது கைக்கு எட்டின தூரத்தில் இருக்கிறது என்றால் சும்மாவிடுவானா! நேரங்காலம் இல்லாமல் வீட்டுக்கு வந்து சத்தம் போட்டுக்கொண்டிருந்தான். "இப்படி எல்லாரும் பணத்தைத் திருப்பி கொடுக்காமல் வச்சிருந்தா நான் பிச்சை எடுக்கவேண்டியதுதான்" என்றவனின் கையிலும் கழுத்திலும் மஞ்சள்கிழங்குபோல தங்கம் மின்னியது. "உடனே புளியமரம் எல்லாம் காய்ச்சுப் பணம் கொட்டப் போகுதாக்கும். . அது நல்லா காய்க்க நாலஞ்சு வருசமாகும். அதுவரைக்கும் கடன் சும்மா இருக்குமா? குட்டி போடாது? அப்புறம் தோப்பை வித்தாலும் கடன்தான் மிச்சமிருக்கும். இப்ப வித்தால் கடனையும் கட்டிரலாம். நானும் பாண்டியன்மாதிரி வட்டிக்குக் கொடுத்துப் பணத்தைப் பெருக்குவேன். அப்புறம் இதுமாதிரி எத்தனை தோப்பு வேனுன்னாலும்

வாங்கலாம்" என்று அண்ணன் வீட்டிலேயே உட்கார்ந்து முணுக்முணுக்கென்று பேசிக் கொண்டேயிருந்தான். மத்தளம் மாதிரி இரண்டுபக்க இடியையும் தாங்கமுடியாத அப்பா, தோப்பைப் பாண்டியனுக்கே விற்கச்சம்மதித்தார். தோப்பும் விற்கப்பட்டு அண்ணன் கைக்குப் பணமும் வந்தாயிற்று. இருண்ட புளியங்காட்டில் மின்மினிகள் அலைந்தன. கதறியழமுடியாத அப்பாவுக்கு வடிகாலாய் இருந்திருக்கவேண்டும் அவை. அப்பாவை வெகுநேரமாக வீட்டில் காணவில்லை. கடைத்தெருவிலும் இல்லை. நிலா வீட்டு வாசலுக்கு வந்த நேரத்தில் அப்பா அமைதியாக வந்து உட்கார்ந்தார். "எங்கப்பா போயிருந்த?" என்ற கேள்விக்கு அவரிடம் பதிலில்லை. அப்பாவின் சுவாசம் முழுவதும் புளியம்பூ வாசம்.

○○○

துயரமெனும் சிறுபுள்ளி

அந்தக் கனவு மிக அற்புதமானது.

நீண்ட பனி இரவு. உள்ளங்கையை மென்மையாக ஆனால் விடுபடாத அழுத்தத்துடன் பிடித்துக்கொண்டிருந்தான். அவனின் விரல்களின் மென்மை கார்த்திகாவின் மனதை நிரப்பும் இசையைப்போல இருந்தது. பிரசவத்தில் குழந்தை வெளியேறிய வலி நீங்கிய தருணத்தின் நிம்மதியைக் கொண்டிருந்தது அவள் மனம். அப்போது, பூக்கள் நிறைந்த காட்டுப்பாதையை ஞாபகப்படுத்தும்படியான இனிமையான காற்று வீசியது. அடர்ந்த காட்டுக்குள் மரங்களின் மேலிருந்து ஊடுருவிய மஞ்சள் வெயிலைப்போன்ற அவனுடைய சிரிப்பு எல்லாக்கசப்புகளையும் நீக்கியது. முழுமகிழ்ச்சி என்பது இதுவாகத்தான் இருக்கும் என்பதைப்போல மனம் நிறைநதிருந்தது. ஆனால் அது கனவு மட்டுமே.

கனவு முடிந்த காலை. கார்த்திகாவின் காதலன் நேற்றிரவே வீட்டைவிட்டுப் வெளியேறிவிட்டிருந்தான். அவளால் அந்தக் கனவிற்கான அர்த்தத்தை உணர முடியவில்லை. பேரன்பு வைத்திருந்தவன் நீங்கிச் சென்ற நாளில் அவன் அத்தனை அன்புடன் இருப்பதாக கனவு வருமா? ஆனால் நிஜம் மிகக் கொடூரமானதாக இருந்தது. மிகப்பெரிய வாளால் தொண்டையைக்

கீறியதைப்போல துக்கம் அடைத்துக்கொண்டது. வெக்கை நிரம்பிய காலை வேதனையைக் கூட்டியபடி அவன் அவளைவிட்டுச் சென்றதை ஆழமாக உணர்த்தியது. கனவு என்று பொய்யான மயக்கம் நடுக்கூடத்தில் சாக்ஸாகக் கிடந்தது. அவன் அவசரமாக பேக் செய்ததில் விடுபட்ட ஒற்றை சாக்ஸ் பிரிவின் சாட்சியாக துயரத்தை அதிகரித்தபடி கிடந்தது.

வெள்ளை நிறத்தில் பெயிண்ட் அடிக்கப்பட்டிருந்த அந்த அப்பார்ட்மெண்ட் மூன்று மாடிகளுடன் பத்து குடித்தனங்களை கொண்டிருந்தது. பெயிண்ட் மங்கிப்போய் கட்டிடமே அவள் மனநிலையை சிதைப்பதாக இருந்தது. கதவைத் திறந்தால் வாகனங்கள் விரைந்தோடும் தார்ச்சாலை. வீட்டைவிட்டு வெளியேறி காலாற நடக்க முடியாதபடி அதன் இருப்பே நோய்த்தன்மை கொண்டிருந்தது. வாடகை வீடுதான். அவன் அவளை வெறுக்கத் தொடங்கிய ஆரம்பக் கட்டத்திலேயே வேறு வீட்டிற்கு இடம்பெயர்ந்திருந்தால் அவன் இப்படி நிரந்தரமாக சென்றிருக்கமாட்டானோ என்று முட்டாள்தனமாக யோசித்தாள். பின்பு அவளே அந்த யோசனையை அழித்து அந்த வீட்டில் அவர்கள் நிறைந்த மகிழ்ச்சியுடன் இருந்த நாட்களைப் பற்றி எண்ணத் தொடங்கினாள். நடுக்கூடத்தில் கிடந்த சாக்ஸ் அவள் எண்ணத்தை குலைத்தபடியிருந்தது. அதனை அவளால் அப்புறப்படுத்தவே முடியாது என்ற நிலையில் அதன் அருகில் தலைவைத்து படுத்துக்கொண்டாள். அது ஒரு பாம்பு குறுகிக்கிடப்பதைப்போன்று அவளருகில் கிடந்தது. அவனை இருத்தி வைத்துக்கொள்வதற்கான எல்லா வகைமுறைகளையும் கையாண்டிருந்தாள். எல்லாவற்றையும் மீறி அவனுடைய வெளிநடப்பு நிகழ்ந்தேறிவிட்டது.

அவனை நான் மறக்கவே முடியாதபடி எப்போதும் என் நினைவில் மழை பெய்து கொண்டிருக்கிறது என்றாள் நவீனிடம் கார்த்திகா. அவளின் துயரார்ந்த சாயல் அந்த வார்த்தைகளுக்கு அழகு கூட்டுவதாக இருந்தது. எப்போதும் மழையில் நனைந்துகொண்டிருக்கும் பெண். அதில் எப்போதும் அவள் காதலன் துயரமாய் அவள் தலையில் இறங்கிக்கொண்டிருக்கிறான். நவீன் அவளை நடமாடும் ஓவியமாக கற்பனை செய்தான். உன் மழைக்காக

வருத்தப்படபோவதில்லை என்றான் நவீன். அவன் மனநிலை நிபுணன். அவளைப்பற்றியான குறிப்பில் லவ் சிக் என்று குறித்துக்கொண்டான். அவள் நிலைக்கே சென்று அவளை வெளியேற்றும் உத்திகளைத் தொடங்கி அவனே அத்துயரின் அழகை ரசிக்க ஆரம்பித்துவிட்டான். கார்த்திகா அவனை நிமிர்ந்து பார்த்து. அந்த மழை மட்டுமே தன்னை உயிர்பித்துக் கொண்டிருப்பதாகவும். அத்துயரம் நீங்கினால் அன்று நான் செத்து போவேன் என்றாள் அமைதியாக. தான் தற்கொலை செய்துகொள்ளாமல் இருப்பதற்கு காரணமே பூமியின் கோளத்தைப்போன்று உருண்டையாக தொண்டையை அடைத்துக்கொண்டிருக்கும் அந்தத் துயரம் மட்டுமே. அதுவும் இல்லையென்றால் அவள் முழு வெறுமையை உணர்வாள். அதன்பின் வாழ்வதற்கான தேவை நீங்கிவிடும். விடாது துக்கப்பட்டுக்கொண்டிருக்க வேண்டியாவது அவள் தான் வாழவேண்டும் என்று நினைத்தாள். ஏதோ அவள் துயரப்பட்டுக்கொண்டிருப்பது மட்டுமே அவனை முழுமையாக அவள் காதலிப்பதற்கான ஆதாரம் என்று கற்பனை செய்துகொண்டாள்.

தன் காதலன் தன்னைவிட்டு வெளியேறிய இரண்டு மாதங்கள் கழித்து நவீனைச் சந்தித்தாள் கார்த்திகா. சைக்காலிஸ்டான நவீன் அவள் வேலைபார்க்கும் தொலைக்காட்சியில் பெண்களின் கவலைகள் குறித்தான விசயங்களை மனதத்துவ முறைப்படி அலசி ஆராயும் நிகழ்ச்சியில் கலந்துகொண்டான். அவனின் குரலில் இருந்த மென்மையும் அக்கறையும் ஆழ் மன உணர்வைப் புரிந்துகொண்டு அவன் பேசியவிதமும் கார்த்திகாவுக்கு பிடித்திருந்தது. அவன் நிகழ்ச்சி முடிந்து சென்ற நாளின் மாலையில் அவனின் செல்போனுக்கு தயக்கத்தோடு அழைத்தாள். விசயம் எதையும் கூறாமல் தான் அவனைச் சந்திக்க விரும்புவதாகவும் தனக்கு கவுன்சிலிங் தேவைப்படுகிறது என்று கூறினாள். எப்போது வேண்டுமானாலும் தாராளமாக வரலாம் என்றான். கவுன்சிலிங்க்காக அந்த வாரத்தின் சனிக்கிழமை மாலை நவீனுடைய மனநிலை மையத்திற்குச் சென்றாள் கார்த்திகா.

கண்ணன்மேல் மீராவுக்கு இருந்த பக்தியை உங்களுக்குத் தெரியுமா என்று நவீன் கேட்டான். எதற்கு என்று கேட்டுவிட்டு,

நான் அவன் மீது கொண்டிருக்கும் பித்தினை உலகத்தின் எந்த முதல் கடவுளுக்கும் முதல் பக்தைக்குமான உயிர் உருக்கும் பக்தியால் உங்களால் கற்பனை செய்ய முடியாது. அவை ஆன்மஒளியால் நிரம்பியிருந்தாலும் என் காதலோடு ஒப்பிடும்போது அவை சிறுபுள்ளிதான் என்றாள் கார்த்திகா.

நவீன் அவளை எப்படி அணுகுவது என்று முதலில் குழம்பித்தான் போய்விட்டான். இவளுடையது பைத்தியக்காரத்தனம் இல்லை. ஆனால், பைத்திய நிலையை ஒட்டிய ஒன்று. ஒரு பித்து என்பதாகக்கூடச் சொல்லலாம். . அதை விட உலகின் அத்தனை இயற்கையாலும் மிளிர்ந்துகொண்டிருக்கும் அழகுணர்ச்சியுடன் கூடிய அதீத பிரேமை என்று அவளுடைய மனநிலைக்கு நவீன் பெயரிட்டுக்கொண்டான்.

அவன் உணர்ச்சியின் வெள்ளப்பெருக்கினை பித்தாகப்பார்ப்பதில்லை. தன்னை எளிமையாக்கி இன்னொரு உயிரை ஒப்பிடமுடியா பேரண்டத்தின் மொத்த அன்பின் கனமாக உணரும் இவளைப்போன்ற ஒரு எளிய உயிரையும், வன்மத்தின் அத்தனைக் குற்றங்களையும் தன் இதயத்தின் இருளாய் வைத்திருப்பவனையும் வேறு வேறு ஆக இல்லாமல் இரண்டையுமே உண்மையின் உன்னதங்களாகவே பார்க்கிறான். நவீன் கார்த்திகாவிடம் அவள் காதலனைப்பற்றிச் சொல்லமுடியுமா? என்று கேட்க, அவள் அவனைப்பற்றிச் சொல்ல ஆரம்பித்தாள். ஆனால் அவளால் கண்ணீரற்று பேசமுடியாமல் தழுதழுத்தாள். அவள் தன் துயரை யாரிடமும் பகிர்ந்துகொள்ளவில்லை என்பதை அவள் அழுகை உணர்த்தியது. நவீன் அவளை சமாதானப்படுத்தி இப்போது ஒன்றும் சொல்லவேண்டாம் வீட்டிற்குப்போய் அவளின் காதலனுக்கு அவள் என்ன சொல்ல விரும்புகிறாள் என்பதை கடிதமாக எழுதி எனக்கு மின்னஞ்சல் செய்யுங்கள் என்றான். அழுததில் ஒரு தற்காலிக அமைதி அடைந்தவளாக அங்கிருந்து கிளம்பினாள்.

நவீனைச் சந்தித்து விட்டுச் சென்ற இரண்டு மணி நேரத்திற்குள்ளேயே மின்னஞ்லை அனுப்பியிருந்தாள். இவ்வளவு சீக்கிரம் அவள் அந்தக் கடிதத்தை அனுப்பி வைப்பாள் என்று அவன் நினைக்கவில்லை. அவன் போனில் மெயில் வந்ததற்கான டிங்கென சவுண்ட் கேட்க அவன்

பார்த்துக்கொண்டிருந்த பிரெஞ்சு படத்தை நிறுத்திவிட்டு லேப்டாப்பை திறந்து மெயிலில் வந்த கடிதத்தை படிக்கத் தொடங்கினான். வழக்கமான பாவனையோடுதான் அந்தக் கடிதம் ஆரம்பித்தது. சாதாரண ஒன்றைப் படிப்பது போலவே படிக்க ஆரம்பித்தான்.

அன்புள்ள கார்க்கிக்கு,

நான் தற்கொலையின் விளிம்பிலிருந்து இதை எழுதுகிறேன். என்னோட இந்த நிலைக்கு நான் அதிகமாக அன்பு வைத்த நீ முக்கிய காரணம் என்பதால் நான் உனக்கு எழுதுகிறேன். நீ எனக்கு செய்திருக்கும் துரோகத்தை, ஏமாற்றத்தை, வலியை, தனிமையை என் வேலை மூலமாக கடந்துவிடலாம் என்று நினைத்தால், உன் நினைவற்று ஒரு நாளைக்கூட யோசிக்க முடியவில்லை, ஆனா நீயோ என் தொடர்பிலிருந்து விடுபட்டுபோய்க்கொண்டே இருக்கிறாய், நீ என்னிலிருந்து விடுபட்டு போய்க்கொண்டே இருக்க, என் மனம் என்னை மரணத்தை நோக்கி தள்ளிக்கொண்டே இருக்கிறது. உறவு சார்ந்து அதி உட்சமான துரோகங்களைச் சந்தித்துவிட்டேன். எல்லாவற்றையும் நீயே கொடுத்தாய். இனி என் வாழ்வில் வலிப்பதற்கு ஏதுமில்லை. முழு உடலும் மனமும் வலியால் நிரம்பியிருக்கிறது. இதயம் ரத்தத்தால் இல்லை நீ எனக்குச் செய்த துரோகம், ஏமாற்று, வலி இவற்றால்தான் நிரம்பியிருக்கிறது. அது என்னை மரணத்தை நோக்கி நகர்த்துகிறது. என் வாழ்வு பகடைக்காயாய் ஏணிமரத்தின் உயரத்தில் ஏறியும், அடுத்த நொடியில் பாம்பின் தலையிலிருந்து அடிபாதாளத்திற்கு கீழிறங்கியும் உன் கையில் இருக்கும் பெரும் சூதாட்டமாய் ஆகிவிட்டது. இந்த சூதாட்டத்தில் உன் மனம் சார்ந்து மட்டுமே நீ எப்போதும் இயங்கிக்கொண்டிருக்கிறாய். உன்னால் வெட்டப்பட்ட என் தலைகள் குறித்த கவலை இல்லை. உனக்கு வேண்டும்போது உன்னோடு வைத்துக்கொள்கிறாய் வேண்டாத போது கொய்து எறிகிறாய். நான் அன்பின், காதலின் பூரணத்துவத்தை அடைந்து உன்னிடம் தஞ்சமடைந்துவிட்டபோது உன்காலடியில் நசுங்கும் ஒரு உதிர்ந்த இலையைப்போல்தான் என்னைப் பார்க்கிறாய்.

என் அன்பும் இரக்கமும் காதலும் கடைசியில் என்னை ஒன்றும் இல்லாததாக்கிவிட்டது. உன்னிடம் அன்பை இரந்து யாசித்து யாசித்து இப்போது குரலற்றுப் போய்விட்டேன். என் காதல் என்னை பலவீனமாக்கிவிட்டது. என்மீது அன்பு வைத்திருந்த எல்லோரையும் இந்தக் காதலால் இழந்துவிட்டேன். உனக்கு என்மீது எப்போதும் காதல் இருந்ததில்லை என் மீது வன்மமும் என்னை வெற்றிகொள்ள வேண்டும் என்ற போதையும்தான் இருந்திருக்கிறது. என்னை அன்பால் பலவீனமாக்கி அதை மிகச் சரியாகவே செய்துவிட்டாய். நன்றாக யோசித்துபார். நான் உனக்கு எதாவது துரோகம் செய்திருக்கிறேனா என்று... என்னை "அதை செய்யாதே, இதைச் செய்யாதே அவனோடு பேசாதே இவனோடு பேசாதே" என்று வன்முறையாக நீ என்னிடம் நடந்துகொண்டிருக்கும்போது அதையெல்லாம் செய்யமுடியாது என்று என் உரிமைக்காக உன்னிடம் சண்டை போட்டிருப்பேன். அதே சமயம் உனக்காக உனக்கு பிடிக்காத பல விசயங்களை செய்யாமலும் இருந்திருக்கிறேன். நினைத்துப் பார்த்தால் உன்னுடனான என் காதல் எத்தனை நீண்ட நெடிய போராட்டம். இந்த ஆறு வருடத்தில் இந்தக் காதலை ஒரு சாகசமாக மட்டுமே நீ நினைத்திருக்கிறாய். நான் முழுவதுமாக உன்னிடம் சரணடைய வேண்டும் உன்னைக் கெஞ்ச வேண்டும் என்று மட்டுமே நீ நினைத்திருக்கிறாய். அதற்காக அன்பு என்ற பெயரில் நீ எவ்வளவு செய்தாய். எத்தனை வெகுளித்தனமாக அத்தனையும் உண்மை என்று நினைத்து நான் முழுதும் உன் வலைக்குள் விழுந்திருக்கிறேன். நீ யார் என்று தெளிவாக தெரிந்தவிட்ட பின்பும் என் ஆன்மா உண்மையாக உன்னை மட்டுமே நேசிக்கிறது. என் ஆன்மாவின் இந்த நேர்மையும் உண்மையும்தான் என்னை மரணத்தின் விதிக்குள் தள்ளுகிறது. என்னை அழித்த இந்தக் காதல்தான் என் ஆன்மாவை நிறைக்கும் அமைதியாகவும் இருக்கிறது என்பது எத்தனை முரண்!

நான் செய்த தீவினையால்தான் நீ என் வாழ்க்கையில் வந்திருக்கிறாய். என் விடுதலையும் மரணமும் நீயே. இனி உன் வாழ்வில் நீ அன்பு செய்யும் இடத்தில் நான் இல்லை என்பது புரிகிறது. உன்னைப் பொறுத்தவரை உன்னால் தோற்கடிக்கப்பட்ட உன் எதிரி நான். என்னுடைய

வீழ்ச்சிதான் உன்னுடைய வெற்றி எனும்போது நீ எப்படி என்னைக் காப்பாற்றுவாய். இப்போது உன் தகுதிக்கு இணையான ஒரு ஆளாக நான் இல்லை என்று நினைக்கிறாய். அதனால் இனி நான் உனக்கு எதிரியாகக்கூட இருக்க முடியாது.

என் இதயம் நீ செய்த துரோகத்தின் திரவத்தால் நிரப்பப்பட்டிருக்கிறது. ஆனால் அதில் என் தூய காதல் பந்துபோல மிதக்கிறது. அதன் மேல் நான் என் மூச்சிருக்கும்வரை நேர்மையோடிருப்பேன் அன்பு வைத்திருப்பேன். நீ என்னை எத்தனை துரோகித்த பின்பும், எனக்கு உன்மீது எப்போதும் வெறுப்பும் வன்மமும் துளிகூட ஏற்படாது. என்னால் உன்னை என்னிலிருந்து பிரித்து பார்க்க முடியாது. நானே நீயாகத்தான் இருக்கிறாய். நான் அழுது தீர்க்க முடியாத துயரம் நீ.

என் வாழ்வு குறித்து என் பால்ய பருவம், எனக்கு பிடித்த இசை, என் ஊர், என் மலை, என் ஆறு, என் நண்பர்கள், என் உறவினர்கள், நீ வருவதற்கு முன்னான என் வாழ்க்கை அத்தனையையும் உன்னிடம் பகிர்ந்துகொண்டிருக்கிறேன். எதையும் நான் மீதம் வைக்கவில்லை. எங்கு சென்றாலும் யாரிடம் பேசினாலும் உன் நினைவற்ற ஒன்றை என்னால் யோசிக்க முடியாது. உன் நினைவு தரும் வலி மிகப்பயங்கரமானது. நீ எதற்கும் நியாயமாக இல்லை என்பது எத்தனை துயரமானது. என் நினைவு முழுதையும் உன்னிடம் ஒப்படைத்துவிட்டபிறகு ஒரு தனி மனுசியாய் நான் வாழமுடியாமல் ஊனமாகிவிட்டேன். ஆனால் நான் எத்தனை திறமையான பெண்ணாக இருந்தேன். அன்பு இத்தனை பலவீனமாக்கும் என்பதை அறியாமல் வீழ்ந்துவிட்டேனே. என்னை மீட்டெடுக்கும் சக்தியை நான் மூச்சிரைக்க தேடிக்கொண்டுதான் இருக்கிறேன். அதற்குள் கேன்சர்போல் பரவியிருக்கிறது அன்பால் ஏற்பட்ட பலவீனம். என் கனவு என் வாழ்க்கை அப்படியே அமுங்கிப்போகப்போகிறது என்பதை என்னால் சகித்துக்கொள்ள முடியவில்லை. நான் பிரமாண்டமாய் உயர்ந்து நிற்க வேண்டிய மரம். என் திறமைகளை நான் அறிவேன். ஆனால் இன்று யாரிடமும் நெருக்கமாக இல்லாமல் தனிமைப்பட்டுபோயிருக்கிறேன்.

என்னை முழுவதுமாக எல்லோரிடமும்மிருந்து பிரித்துவிட்டு நீ எங்கோ ஓடி ஒளிந்து கொண்டாய். வாகனத்திற்கு நடுவே மாட்டிக்கொண்ட குழந்தையைப்போல் முழுக் கலக்கமாய் பரிதவித்து பயந்து கிடக்கிறேன். எத்தனை துன்பத்தையும் ஒரு தூசிபோல் கடந்திருப்பேன் நான் அன்பில் தோற்றுப்போகாமல் இருந்திருந்தால். உன் சூழ்ச்சியில் அழிந்து கிடக்கும் என்னை இனி எது காப்பாற்றப் போகிறது என்று தெரியவில்லை. இவை எல்லாவற்றுக்கு பின்பும் நீ எப்போதும் எனக்காக இருப்பாய் என்று என் மூளையில் ஏதோ ஒன்று எனக்கு அறிவுறுத்திக்கொண்டே இருக்கிறது. அது நான் மரணத்தை தேர்ந்தெடுப்பதை தள்ளிப்போட வைக்கிறது. அந்த எண்ணம் முழுதும் தடைபடும்போது நான் மரணத்தை தேர்வு செய்துகொள்வேன்.

இப்படிக்கு,
ஆன்மாவில் உன்னை நிறைத்திருப்பவள்.

நீண்ட பெருமூச்சு ஒன்றை உதிர்த்த படி, எழுந்து ப்ளூலேபல் ஸ்காட்ச்சைக் கவிழ்த்து, கொஞ்சம் ஐஸ் கட்டிகளை இட்டுக் கொண்டான் நவீன். நிதானமாக, ஒரு சிப்பை உதட்டுக்குள் அனுப்பியபடி, அக்கடிதத்தை மறுபடியும் கண்களில் ஓடவிட்டான். ஒரு மணி நேரத்தில், அவளால் இதை எழுதி அனுப்பியிருக்க முடிகிறது என்றால், அவளது மன அழுத்தத்தின் உச்சத்தை உணரமுடிகிறது என்று நினைத்த படி, இவளை இக்காதலின் அழுத்தத்தில் இருந்து வெளிக் கொணரமுடியுமா என்கிற மெல்லிய அச்ச உணர்வு தனக்குள் பரவுவதை உணர்ந்து, அதைத் தடுக்க முயற்சி செய்தான். எரிக் போம் எழுதிய தி ஆர்ட் ஆப் லவிங் என்கிற புத்தகத்தை எடுத்து புரட்டலானான். எரிக் போம் காதலை ஒரு அதீத உணர்வாக, மர்மமாக, மாயத்தன்மை கொண்டதாக நிறுவுவதை நிராகரித்தவர். காதலை எளிதாக ஆராயமுடியும், உடைக்க முடியும், விளக்க முடியும், இன்னும் சொல்லப் போனால் அதைக் கற்றுக் கொடுக்க முடியும் என்று சொல்லியவர். இவளுடைய பிரச்னை தனக்குப் புரிவதாகவும், அதிலிருந்து அவளை மெல்ல தொடர் உரையாடல் மூலம் வெளிக்கொணர்ந்து விடமுடியும் என்பதாகவும் எழுந்த எண்ணங்களில் தன்னை ஆசுவாசப் படுத்திக்கொண்டு, நாளை தன்னை சந்திக்கமுடியுமா என்கிற

குறுந்தகவலை அவளுக்கு அனுப்பி விட்டு அவளுடைய கேஸ் சீட்டில் உரையாடலுக்கான சில குறிப்புகளை எழுத ஆரம்பித்தான். நாளை பதினோரு மணிக்கு வருகிறேன் என்கிற கார்த்திகாவின் பதில் அவனுடைய மொபைலில் ஒளிர்ந்தது. அவளுடைய வேகத்தைக் கண்டு புன்னகைத்த படி சில சமயங்களில் புயலைத் தடுப்பது அல்லது தணிப்பது கூட ஒரு சைக்காலஜிஸ்ட் ஆக, தன்னுடைய பணிகளில் ஒன்றாக இடம் பெற்று விடுகிறது என்று முணுமுணுத்துக் கொண்டான்.

மறுநாள், பத்து மணிக்கு, அவன் வீட்டை ஒட்டி அமைந்திருக்கும், அவனது ஆலோசனை மையத்திற்குள் நுழையும்போது, அவனுடைய மற்ற சில சந்திப்புக்கான நபர்களுடன், அவளும் உட்கார்ந்திருந்ததைப் பார்த்தான். அவளைக் கடக்கும் போது, மெல்லிய புன்னகையை அளித்துவிட்டு, உங்கள் சந்திப்பு நேரம் பதினோரு மணிதானே என்று கேட்டான். ஆமாம், இருந்தாலும் முன்கூட்டியே வந்துட்டேன் என்றாள் கார்த்திகா ஒரு வித சங்கடத்துடன். வயலட் பூக்கள் இட்ட வெண் பருத்திப் புடவை ஒன்றை அவள் அணிந்திருந்தாள். அவள் முகம் படபடப்பாகவும், அவளுடைய கேசங்கள் அக்கறையற்றும் கிடந்தன. அவளது நெற்றி வெறுமனே இருந்தது. அவளது காதுகள் வெறிச்சோடிக் கிடந்தன. அவளது மடியில், அவன் வளர்த்து வந்த சயாமீஸ் பூனைக் குட்டியான ஜில்லு உட்கார்ந்திருந்ததைப் பார்த்து வியந்தபடி . . ஜில்லு சரியாயிட்டா போல, என்று முகப்பு மேஜையில் அமர்ந்திருந்த உதவியாளரிடம் வினவியபடி தன் அறைக்குள் சென்றான் நவீன்.

அவனுடைய முதல் இரண்டு கவுன்சிலிங்களை முடித்து அவளை அழைக்கும்போது நேரம் பதினொன்னரை ஆகியிருந்தது. தாமதத்திற்கு வருத்தம் தெரிவித்து அவளை அமரச் சொன்னான். சில நிமிட மௌனத்திற்குப் பின் உங்கள் கடிதம் படித்தேன் கார்த்திகா என்று ஆரம்பித்தான். இரையை எதிர்நோக்கியிருக்கும் பசித்த விழிகளுடனான ஒரு பெண் புலியைப் போல் அவள் ஆர்வத்துடன் அவன் முகம் நோக்கினாள். மிக நீண்ட அக்கடிதத்தில் இருந்து உங்கள் மனநிலையை என்னால் ஊகிக்க முடிகிறது. நீங்கள் அதிகத் துயரத்தில் இருக்கிறீர்கள். நான், உங்களின் அந்த சோகக்

கதைக்குள் முழுமையாக செல்ல நினைக்க வில்லை. ஏனெனில், உங்களின் சோகக் கதையின் ஆரம்பம், மிக அழகான மழை ஒன்றினை, மிக அருமையான பருவகாலம் ஒன்றினை, மிக மென்மையான பாடல் ஒன்றினைக் கொண்டதாகவும் இருக்கிறது. காதல் எப்போதும் அப்படித் தான் ஆரம்பிக்கும். உங்களை துயரத்தில் இருந்து, வெளிவர அதுவே தடுக்கவும் செய்கிறது. காதலின் இனிய தருணங்கள் சாம்பலாக்கும் எரிகனலைத் தம்முள் பொதிந்து வைத்திருக்கும் தன்மை கொண்டவை. நான், உங்கள் சோகத்தின், உங்கள் துயரத்தின் தற்போதைய நிலையிலிருந்து உங்களிடம் உரையாட விரும்புகிறேன் என்றான். சரிதான் என்பதாக முகம் காட்டி, தலை அசைத்தாள் கார்த்திகா.

உங்கள் கடிதத்தின் இரண்டு இடங்கள் எனக்கு மிகவும் அதீதமாகத் தோன்றின என்றான் நவீன். என்ன என்பதாக அவள் பார்த்தாள். முதலில் நீங்கள் மரணத்தை உங்கள் காதலின் துயரத்தின் ஒரே சாத்தியமான விடுதலையாக சொல்லியிருப்பது. இன்னொன்று, கடிதத்தை நிறைவு செய்யும்போது ஆன்மாவில் உன்னை நிறைத்தவள் என்று குறிப்பிட்டிருப்பது. ஆன்மாவுக்கு மரணம் இல்லை என்கிற தத்துவத்தை அறிவீர்களா கார்த்திகா என்றான் நவீன் சிரித்தபடியே. அவள் அமைதியாக இருந்தாள். சும்மா, ஒரு பேச்சுக்காக அதைச் சொன்னேன் நாம் பேச விருப்பது தத்துவம் அல்ல என்று சொல்லிவிட்டு, எத்தனை தடவை இதுவரைக்கும் மரணத்திற்கு முயன்று இருக்கிறீர்கள் கார்த்திகா என்று கேட்டான். முந்தைய நாள் நாலு தூக்க மாத்திரைகள் போட்டு முயன்றது வரைக்கும் சேர்த்து இதுவரை பத்து பதினோரு முறை என்றாள் கார்த்திகா. நாலு மாத்திரைகள் உங்களை மரணத்திற்குள் தள்ளும் என்று நம்பினீர்களா என்று கேட்டான் நவீன். இல்லை, அதற்கு மேல் போட்டுவிடுவேனோ என்று ஒரு உணர்வு வந்ததும், அவனைத் தொடர்பு கொள்ள முயற்சித்தேன். வழக்கம் போல் அவன் கிடைக்கவில்லை என்றதும் அம்மாவை அழைத்துச் சொன்னேன், அவர்கள் வந்து பேச ஆரம்பிக்கும்போதே ஆழ்ந்து தூங்கி விட்டேன் என்றாள் கார்த்திகா. ஆனால், மறுநாள் எழுந்தவுடன் அதே மரணத்தை நோக்கிய மனமும், தலை வலியும் இருந்தன. இப்போதெல்லாம் எனது உடல் முறுக்கிக் கொள்கிற அவஸ்தையும் நிகழ்கிறது. வீட்டில்

இருக்கும்போது சிலசமயம் என்னால் கட்டுப்படுத்த முடியாத அளவிற்கு என் உடலும் மனமும் தறிகெட்டுப்போகிறது. ஒரு ஓலத்துடன் முன்னூற்று அறுபது டிகிரிக்கு உடலை முறுக்கிச் சரிகிறேன் என்றாள் கார்த்திகா. அதைச் சொல்லும்போது மிகவும் வெட்கப்பட்டவளாக இருந்தாள் கார்த்திகா. அதை புரிந்தகொண்ட நவீன் அவளை ஆசுவாசப்படுத்தும் விதமாக, அழைப்பு மணியை அமுக்கி, அவர்கள் இருவருக்கும் பழச் சாறு கொண்டு வரச் சொல்லிவிட்டு எழுந்து அறைக்குள் நடக்கலானான். தான் அறியாமலே அவள் நிலையின்மேல் அதிக கவனம் எடுத்துக்கொண்டோமா என்றுகூட அவன் எண்ணத் தொடங்கினான். அவளின் கடிதம் அத்தகைய கவனத்தையும் ஈர்ப்பையும் ஏற்படுத்தியிருக்கிறது என்று அவன் புரிந்துகொண்டான். கார்த்திகாவைப்போல துயர்தரும் ரொமாண்டிஸம் நிறைந்த மனிதர்கள் அவனுடைய தொழிலின் சுவாரஸ்யத்தை கூட்டுவதையும் அவன் மறுப்பதாக இல்லை.

நடந்துகொண்டிருந்த அவன் அங்கே இடப்பட்டிருந்த சோஃபாவில் அமர்ந்தபடி, இங்கே வந்து அமருங்கள் கார்த்திகா என்று அழைத்தான். நாற்காலியை விட இது சற்று சவுகர்யமாயிருக்கும் என்றான். அவள் எழுந்து வந்து அமர்ந்தாள். உங்கள் முகமும், கேசமும், உடல் பாவனைகளும் தன் மேல் சிறிதும் அக்கறையற்ற ஒரு ஜீவனைப் போல் இருக்கிறது என்றான் நவீன். அவள் அதை ஆமோதிக்கிற மாதிரி, அமைதியாக இருந்தாள். அவளுக்கு முதலில் அக்கறை தேவை என்பதால் அவ்வப்போது இப்படி அவள் நிலை குறித்த கவலைகளைத் தெரிவித்தான். பத்து, பதினோரு முறை நீங்கள் தற்கொலைக்கு முயன்றும் இப்போது உயிருடன் தான் இருக்கிறீர்கள் என்கிற நல்ல விஷயத்துக்காகவே நீங்கள் அக்கறையற்று இருப்பதை மன்னிக்கலாம்தான் என்றான் நவீன் புன்னகைத்த படி. அவள் எதையும் வெளிக் காட்டாமல், நான் இத்துயரத்தில் இருந்து வெளியே வந்து விட முடியும் என்று உண்மையில் நீங்கள் நம்புகிறீர்களா என்று நவீனை நோக்கி கேள்வி எழுப்பினாள். அது, உண்மையில் நீங்கள் அதை விரும்புகிறீர்களா என்பதைப் பொறுத்தும் இருக்கிறது என்றான் அவனுக்கான பழச்சாறை அருந்தியபடி. நீங்கள் முதலில் கொஞ்சம் ஜூஸ் குடிங்கள், உங்களிடம் மிக முக்கியமான இன்னொரு பதிலை அதற்கப்புறம் நான் எதிர்பார்க்கிறேன்

என்றான் கார்த்திகாவிடம். அவள் அவனுக்காக அதை அருந்துவது போலான பாவனையில் டம்ளரை எடுத்துக் கொண்டாள்.

எனக்கு இந்த துயரம் பிடிக்கவே இல்லை. உண்மையாக மிக சந்தோசமான பெண் நான் என்று சொல்லிவிட்டு அவனை நிமிர்ந்து பார்த்து நிறுத்தினாள். நவீன் அவளைப் பார்த்து நிறுத்த வேண்டாம் உங்களுக்கு என்ன தோன்றுகிறதோ எல்லாவற்றையும் சொல்லிவிடுங்கள் என்றான். அவள் பழச்சாற்றை மொத்தமாக ஒரே மூச்சில் குடித்து முடித்தாள். அவளுடைய அந்த பரபரப்பை பார்த்தபோது அவள் தன்னுடைய எல்லாத் துயரங்களிலிருந்தும் மீளத் துடிக்கிறாள் என்பதை அவனுக்கு உணர்த்தியது. முதல் சந்திப்பின்போது துயரமே அவளைக் காப்பாற்றிக்கொண்டிருக்கிறது என்று சொன்னவள் இப்போது துயரம் பிடிக்கவே இல்லை என்கிறாள். முன்பு அவள் சொன்னபோது, அவள் சொல்வதை ஆமோதிப்பதுபோல் அவளுடைய துயரத்தைப்பற்றி அவன் ஒன்றும் கூறாமல் இருந்தான். அதற்கு காரணம் இருந்தது. அப்போது அவளிடம் அந்தத் துயரம் மட்டுமே முழுதாய் மண்டிக்கிடந்தது. அந்தத் துயரத்தை ரொமான்டிசைஸ் செய்து அதிலிருந்து அவளை வெளிவரச் செய்ய முடியும் என்ற நம்பிக்கை அவனுக்கு வரும் வரைக்கும் அதுவே அவளைக் காக்கும் என்று சொல்லியிருந்தான். ஏனென்றால், அதீத துயரம் மரணத்தையும் தாண்டிய ஒரு தண்டனை வழியை யோசிக்கச் செய்யும் யாரையும் என்பதை அவன் பிறர் உடனான அனுபவத்தின் மூலம் அறிந்திருந்தான். புராணத்தில் கண்ணகி தன் துயரின் உச்சத்தில் மதுரையை எரித்த மாதிரியான ஒரு மனநிலை அது. இப்போது, அவள் அதிலிருந்து வெளிவரத் துடிக்கிறாள் என்பது அவனுக்கு கொஞ்சம் ஆசுவாசமாக இருந்தது. இனி, ஒருவேளை அவனுடைய உரையாடல் பலன் தரக்கூடும் என்றும் நம்பிக்கை வந்தது.

உங்களை ஒவ்வொரு முறையும் மரணத்திற்கு போக விடாமல் ஏதோ ஒன்று தடுத்திருக்கிறது என்று நான் சொன்னால் நீங்கள் நம்புவீர்களா கார்த்திகா என்று கேட்டான். அந்த ஏதோ ஒன்று வெளியில் இருந்து வந்ததல்ல... அது உங்களுக்கு உள்ளே இருக்கின்ற ஒன்றுதான் என்றான் நவீன். நீங்கள் சொல்ல

வருவதன் அர்த்தம் சரியாகப் பிடிபடவில்லை என்றாள் கார்த்திகா ஒரு குழப்பமான முக பாவனையுடன். உங்கள் ஆன்மா உங்கள் காதலனைக் கொண்டு நிறைத்திருப்பதாக நீங்கள் நம்புகிறீர்கள். ஆனால், உண்மையில் உங்களின் அதே ஆன்மா இன்னொன்றையும் அதன் மிக ஆழமான இடத்தில ஒளித்து வைத்திருக்கிறது. அது உங்களுக்கான ஒன்று. உங்களின் சுயம் என்று கூட வைத்துக் கொள்ளலாம். அந்த உங்களுக்கான சுயம் உங்களை மரணத்திடம் இருந்து தடுத்துக்கொண்டே இருக்கிறது. இன்னமும், அது உங்களைத் தடுத்துக்கொண்டே தான் இருக்கும். அது என்ன என்பதை நீங்கள் அக்கறையோடு யோசித்தால் வெளிக்கொண்டு வந்துவிடமுடியும் என்றான் நவீன். அவள் ஆச்சர்யமாகப் பார்த்தாள். அவளின் முகத்தில் ஒரு ஒளிக் கீற்று தோன்றி மறைந்தது.

அவன் மேலும் சொன்னான், உங்கள் கடிதத்தில் நீங்கள் குறிப்பிட்டிருந்த படி, நீங்கள் ஒரு பிரமாண்டமாய் உயர்ந்து நிற்க வேண்டிய மரம், அதற்கான திறமைகள் உங்களிடம் இருக்கின்றன. ஆனால், அதை நோக்கிய உங்கள் பார்வையை ஒரு போதும் செலுத்த முடியாத அளவுக்கு, நீங்கள் நேசித்தவருக்கு எல்லாவற்றையும் அள்ளிக் கொடுத்திருக்கிறீர்கள் அல்லது அவ்வாறு நினைக்கிறீர்கள். உங்கள் காதல் எத்தனை வருடம் கார்த்திகா என்றான் நவீன். ஆறு வருடம் என்றாள். காலத்தை மட்டும் எடுத்துக் கொண்டால் கூட, இந்த ஆறுவருடம் அவருக்கானது மட்டுமே என்ற பட்சத்தில் அவர் இப்போது இல்லாதபோது, அது வலிக்க ஆரம்பிக்கிறது. அதுவும் இல்லாமல் கடந்து வந்த அத்தனை காலங்களையும் இசை போன்ற எல்லா உணர்வுகளையும் முழுமையாக அவரோடு பகிர்ந்துகொண்டிருக்கிறீர்கள். எல்லாவற்றையும்விட உங்கள் காதலன் ஒன்றை பொறுமையாகச் செய்திருக்கிறார் என்று மட்டும் புரிகிறது. நீங்கள் அவரிடம் பகிர்ந்து கொண்டவற்றை மிகவும் ஆர்வத்தோடும் அன்போடும் கேட்டிருப்பார். மற்றவர்கள் இதில் என்ன இருக்கிறது என்று சாதாரணமாக நினைப்பதை உங்கள் காதலன் ஆச்சர்யத்தோடு கேட்டிருப்பார். கிட்டத்தட்ட உங்களிடம் அந்த விசயம் என்னவாக இருக்கிறதோ அதை அப்படியே ஏற்றுக்கொண்டிருந்திருப்பார், அதனால் நீங்களும் உங்களின் எல்லா விசயங்களோடும் அவரை இணைத்துக்கொண்டுவிட்டீர்கள். உங்கள் வாழ்வு குறித்த

கற்பனைகளையும் கனவுகளையும் அவரால் மட்டுமே சரியாக புரிந்துகொள்ள முடியும் என்று முழுமையாக நினைத்ததால் அவர் உங்களைவிட்டு பிரிந்ததும் உங்களின் எல்லா விசயங்களும் உங்களைவிட்டு பிரிந்துசென்றுவிட்டதாக நினைக்கிறீர்கள்.

இன்னமும் எளிய வார்த்தைகளில் சொன்னால் உங்களின் இசை, உங்களின் ருசி, உங்களின் பயணம், உங்களின் சமூகம் குறித்த அக்கறை, உங்கள் வலி, சந்தோசம் எல்லாமே இந்த ஆறு வருடங்களில் அவருடன்தான் இணைந்திருந்திருக்கிறது. இப்போது, அவர் இல்லாமல் போகும் ஒரு கணத்தில் மேற்சொன்ன எல்லாமும் இல்லாமல் போய், வெறுமையில் நிற்பதாக ஆழமாக நம்புகிறீர்கள். ஆனால், உண்மையில் மேல் சொன்ன எல்லாவற்றிலும் உங்களின் ஆன்மா ஒளித்து வைத்திருக்கிற சுயம் நிரம்பி இருக்கிறது. சுயம் என்பதே மிகப்பெரிய சுதந்திரம்தான். அந்த சுதந்திரம் உங்கள் மனதிற்கடியில் கிடக்கிறது. துயரம் என்கிற கழிவிரக்கம் உங்களை அடிமைப்படுத்துகிறது மேலெழும்பி நிற்கிறது. அதை ஏற்றுக்கொள்ளாத உங்களுடைய சுதந்திர மனம்தான் அதிலிருந்து விடுபடுவதற்காக மரணத்தை நாடுகிறது. ஆனால் உண்மையில் அந்த சுயம்தான் உங்களை நான் சொன்ன மாதிரி மரணத்திலிருந்து தடுத்துக்கொண்டே இருக்கிறது. அவர் இல்லாமல் போவது குறித்த துயரம் என்று நீங்கள் உணர்வது நிஜமாக உங்களின் சுயம் இல்லாமல் போனது குறித்தான வலி தான். உங்களின் சுயம் என்பது அவரை நிறைத்திருப்பதாக நீங்கள் உணரும் ஆன்மாவின் ஆழத்தில் ஒரு சிறு பொறியாய் ஒளிர்கிறது. அதைக் கொஞ்சம் கொஞ்சமாய் மேலெழுப்பி உங்கள் ஆன்மாவை நிறையுங்கள். அந்த ஆன்மா என்பதே உங்களின் ஆசையும் சுயமும்தான். அது மேலெழும்பும்போது, நீங்கள் வெளிவந்துவிடுவீர்கள் கார்த்திகா என்றான். உங்களுடைய எல்லாமும் உங்களோடுதான் இருக்கிறது. அவர் எதையும் எடுத்துச் செல்லவில்லை. அதை நீங்கள் நம்புங்கள் கார்த்திகா என்றான்.

உங்களுடைய காதலன் திரும்பி வருவதற்கான வாய்ப்பிருக்கிறதா கார்த்திகா என்றான் நவீன். அவர் திரும்பியே வரப்போவதில்லை. அப்படியே வந்தாலும் முன்பிருந்த முழு

அன்போடு அவர் இருக்கமாட்டார். நான் தற்கொலைக்கு முயன்றது, அவரில்லாமல் நான் பெரும் வேதனை அடைவேன் என்பது அவருக்கு நன்றாகவே தெரியும். அப்படியும் அவர் அதுகுறித்து எந்தக் கவலையுமற்று இருந்துவிட்டு அவருக்கு தோன்றும் நேரத்தில் என்னிடம் வந்து நின்றால் அது எப்படி உண்மையான அன்பாக இருக்க முடியும். அவர் என் வாழ்விலிருந்து நிரந்தரமாகப் போய்விட்டார். எனக்கு இந்த துயரம் வேண்டாம். அது உண்மையில் என்னுடையது இல்லை என்று முடிவு செய்தவளைப்போல பேசிவிட்டு, மெல்ல தன் கேசத்தைச் சரிசெய்துகொண்டு, நாளை வரட்டுமா என்று கேட்டாள். தாராளமாக என்றான் நவீன்.

அடுத்த நாள் அவள் வரவில்லை. நவீன் பரபரப்பாக அன்றைய கவுன்சிலிங்குகளை முடித்துவிட்டு இரவில் தன் குட்டிப் பூனை ஜில்லுவிற்கு உணவை வைத்துவிட்டு, டீவியில் வெளிநாட்டு சேனலில் ஓடிக்கொண்டிருந்த படத்தைப் பார்த்துக்கொண்டிருந்தான். கார்த்திகாவை அவன் முழுமையாக மறந்துபோயிருந்தான். வெளியே மழை பெய்து கொண்டிருந்தது. படம் பார்ப்பதை நிறுத்திவிட்டு கொஞ்சம் நேரம் மழை பெய்வதை பார்த்துக்கொண்டிருந்துவிட்டு மீண்டும் சோஃபாவில் வந்து அமர்ந்தான். சாப்பிட்ட களைப்பிலிருந்த பூனைக்குட்டி அவன் மடியிலேறி படுத்துக்கொண்டது. அப்போது அவன் போனில் குறுஞ்செய்தி வந்ததற்கான சத்தம் ஒலித்தது. கார்த்திகா செய்தி அனுப்பியிருந்தாள். அவர் போனபிறகு நான் முதல் முறையாக மழையை துயரமற்றுப் பார்க்கிறேன். அழகாக இருக்கிறது என்றிருந்தது அவளுடைய செய்தி.

○○○

கள்வன்

வண்டுகளும் ஓசை எழுப்பாத அர்த்த ஜாமத்தில், நிறைமாதக் கருவைச் சுமந்தபடி, உறங்காமல் விழித்துக் கிடந்தாள் முத்துமாயனின் மனைவி மூக்கம்மாள். கருப்பசாமி கோயிலில் இருந்த மரங்கள் ஆடிக்காற்றில் சரசரத்து, ஒன்றோடொன்று உரசிக் கிளைகள் முறிந்தபோது அவளுக்கு வலிகண்டது. தாமரைக்குளத்தின் மேட்டிலிருந்த வீட்டில் அவள் மட்டும் தனித்திருந்தாள். ஈரம் அப்பிய குளத்தங்கரையில், தவளைகள் கண்களில் பயத்தைத் தேக்கி வைத்துக் கத்தவா, வேண்டாமா என்று யோசித்துக்கொண்டிருந்தன. சாரைக்காற்று செம்மண் சுவரைத் துளைத்து வீட்டுக்குள் இறங்கியது. மேல்கூரை பிய்த்துக்கொண்டு பறக்கத் தயாரானது. பிரசவமானால் குழந்தையைத் துடைத்துக்கொள்ள ஆகுமென்று ஆத்தா கொடுத்தனுப்பிய கிழிந்த நூல்சேலையை எடுத்துப் போர்த்திக்கொண்டாள் மூக்கம்மாள். இப்போதைக்குப் போர்த்திக் கொள்வதற்கென்று அதுதான் இருந்தது. கையை அணைவாக வைத்து சிம்னி விளக்கைப் பிடித்துக்கொண்டு, கதவைத் திறந்தாள். முத்துமாயன் இன்னும் வரவில்லை.

வலி அதிகரிக்கத் தொடங்கியது. வயிற்றில் பிதுங்கியவலி, தொண்டையை இறுக்கிப் பிடித்தது. காற்றில் அணைந்த சிம்னி விளக்கை வீட்டுக்குள்

எடுத்துப் போனாள். தீப்பெட்டி தேடி, விளக்கைப் பற்றவைக்கும் நிலைமையில் அவள் இல்லை. இடுப்புக்குக் கீழே வலிபெருத்து, அவளை ஓலமிடச்செய்தது. தசைகள் பிய்த்துக்கொண்டு வெளியேவரும் உணர்வில், மூச்சை இறுக்கிப் பிடித்துவிட்டதில், வயிற்றுக்குள் இருந்த உயிர் கீழிறங்கத் தொடங்கியது. வலி முழுவதையும் நெஞ்சுக் கூட்டில் ஏற்றி, வாய்வழியாகவிட்டாள். கடக்கென்று ஒருநொடியில் எல்லாவலியும் விலகிப்போனது. கருஉதிரம் உடலெங்கும் பிசுபிசுக்க, வெறுந்தரையில் விழுந்தது குழந்தை. நஞ்சுக்கொடியின் கனத்தைச் சுமந்திருந்த குழந்தையின் அழுகுரல், ஒரே ஸ்வரத்தில் சத்தமெழுப்பிக்கொண்டிருந்த தவளைகளின் சத்தத்தையும்மீறி, சாரைக்காற்றில் கலந்து, முத்துமாயன் வரும் திசையில் எதிரொலித்து நின்றது. முத்துமாயன் உயிர்வெறுக்க ஓடிவந்தான். என்ன செய்வதென்று அறியாமல் ஒருநொடி திகைத்து நின்றவன், நடுங்கும் கைகளால் தொப்புள்கொடியை அறுத்தான். குழந்தையைத்தூக்கி, மூக்கம்மாள் போர்த்தியிருந்த நூல்சேலையை விரித்துக் கட்டிலில் போட்டான். மூக்கம்மாள் உதிரச் சொதசொதப்பில் அப்படியே கிடந்தாள்.

மூன்று நாளுக்குப்பின், மூக்கம்மாளைத் தன்வீட்டுக்குக் கூட்டிக்கொண்டு போனாள் அவள் ஆத்தாள்ஒச்சாயி. தாமரைக்குளக்கரை ஓரமாக அவர்கள் நடந்து போவதையே பார்த்துக் கொண்டிருந்தான் முத்துமாயன். தூக்கம்மறந்த கொக்கு ஒன்று, குளத்துக்கு மேலே பறந்துபோனது.

தனிமையான இரவில் வீட்டைவிட்டுக் கிளம்பி, வைக்கோலும் சண்டுநெல்லும் பரவிக்கிடந்த களத்துமேட்டில் கட்டிலைப்போட்டுப் படுத்தான். கண்களுக்கு எட்டும் தூரம்வரை நெல் பூத்தவெளி. அந்த நிச்சலன அமைதியும், வாய்பேசா ஜீவராசிகளின் இரவுச்சத்தமும் அவனுக்குப் பெரும்பாரமாய், அவன் பால்யத்தை ஞாபகப்படுத்திக்கொண்டே இருந்தன.

இரவு பகல் பாராது செம்புழுதி ஊரை நிரப்பியிருந்த காலத்தில் அப்பன், ஆத்தாள், அண்ணனோடு நாட்டாமங்குளத்தில் வசித்தான் முத்துமாயன். அந்த ஊரில் பஞ்சம் கடும் தொற்றுநோயாய் விரைந்துபரவி, வீடு தவறாமல் பசியாக மாறிக்கொண்டிருந்தது. வீட்டுக்கு முன்னால் இருந்த கொடிக்காய் மரம் காய்ந்து சருகாய்த் தொங்கியது. சாமப்புல்லுகூட

முளைக்காமல், காடு சாம்பல் பூத்துக்கிடந்தது. சூடான கஞ்சி குடித்த நாள்கள் அவர்களுக்கு நினைவில் இல்லை.

ஓடப்பட்டியைத் தாண்டி பாளம்பாளமாய் வெடித்துக் கிடக்கும் காட்டுவழியே தண்ணீர்தேடி அலைந்தாள் முத்துமாயனின் ஆத்தாள் சின்னத்தாய். கத்தாழைப்பழங்களைத் தின்று, வயிற்றை நிரப்ப முயன்று கொண்டிருந்தனர். முத்துமாயன் தின்னும்போது, பழத்தின் நடுவிலிருந்த முள் தொண்டையில்மாட்டி அறுவிக்கொண்டே இருந்தது. நாயைப்போலச் செருமி, தொண்டையில் அறுவிய முள்ளை வெளியேற்றப் பார்த்தான். அது பசியைவிடக் கொடுமையாக இருந்தது.

பெண்களும் குழந்தைகளும் தூங்கியபின், தூரதேசம் புறப்படுபவர்களைப்போல, வீட்டின் சனிமூலையைக் கும்பிட்டுவிட்டு, இடுப்பில் கத்தியோடு புறப்பட்டார்கள் ஆண்கள். ஊரே திருட்டின் தடம் தேடி அலைந்தது. ஆண்டிபட்டிக்குக் கிழக்கே பசுமையைத் தேடி நகர்ந்தது ஒருகூட்டம். மழையின் சூட்சுமமும் திருட்டின் சூட்சுமமும் பிடிபடாத மக்கள் ஊரைக் காலிசெய்து கொண்டிருந்தனர்.

எதுவும் இல்லாத செம்பழுப்பு நிறப்புல்வெளியில் பசிகொண்டு இரைதேடி அலையும் மிருகத்தைப்போல, கண்களில் வெறிகொண்டுபோன அப்பன் சின்னானை மிரட்சியோடு தொடர்ந்து போனார்கள் முத்துமாயனும் முத்துக்கருப்பனும். பெயர் தெரியாத ஊர்வழி அவர்கள் நீண்டதூரம் நடந்துபோனார்கள். கேழ்வரகு, கம்பு, சோளம் இப்படி எந்தப் பயிரானாலும் இரவோடு இரவாக அறுத்துக்கொண்டு வந்தார்கள். வெகுநாளைக்குப்பின் தானியங்கள் உரல்களில் குத்தப்படும் ஓசையே குழந்தைகளின் பசியைத் தூண்டியது.

காவல் இல்லாத காட்டில் ஆளுயரத்தைத்தாண்டி வளர்ந்துகிடந்த சோளக்கதிரை அப்பனும் மகன்களும் வேகத்தில் அறுத்து, சாக்கில் திணித்தனர். களவு போகும் கதிர்களைப் பாதுகாக்க வேண்டி ஒரு பெருங்கூட்டம், ராஜபாளையத்து நாயோடு தீப்பந்தம் ஏந்தி வந்துகொண்டிருந்தது. காதில் நாயின் குரைப்புச்சத்தமும் கண்ணில் வெளிச்சமும் தட்டுப்பட, சின்னான் தன்மகன்களை சோளக்காட்டுக்குள்ளிருந்து

வெளியேற்றினான். தூரத்தில் அசைந்தோடிக் கொண்டிருக்கும் உருவங்களைத் துரத்தியது கூட்டம். மிகப்பெரும் தூரம் ஓடி முடித்தபின்தான், திரும்பிப் பார்த்தான் சின்னான். சோளக்கதிர் மூட்டையைத் தலையில் சுமந்து வந்துகொண்டிருந்த முத்துமாயன் பின்னால் ஓடிவரும் அரவம் கேட்கவில்லை. அவனைத் தேடிப் போகவும் முடியாமல், ஊருக்குப் போகவும் மனம் இல்லாமல் அங்கேயே ஊரை ஒட்டியிருந்த காட்டு வரப்பில் தலையைக் கவிழ்த்து உட்கார்ந்தனர் சின்னானும் முத்துக்கருப்பனும். இருட்டு இருக்கும்போதே காட்டை நோக்கிப் பெண்கள் வேலைக்கு வரத்தொடங்கினர். விடிந்தபின் சாக்கோடு ஊரைக் கடக்க முடியாது என்பதால், சாக்கில் திணித்திருந்த சோளக்கதிரைக் கிணற்றில் கொட்டினான் சின்னான். அப்பனும் மகனும் முத்துமாயனுக்காகக் கருவேலங்காட்டுக்குள் பசியோடு காத்துக் கிடந்தனர்.

பிடிபட்ட முத்துமாயனை மரத்தில் கட்டிவைத்து, வெற்றுடம்பின்மேல் காய்ச்சிய வெல்லத்தை ஊற்றினார்கள். சிலநொடிகளில் எறும்புகள் பெருங்கூட்டமாக வந்து அவன் உடலை அப்பிமொய்த்தன. கண்களை நோக்கியும் எறும்புகள் ஏற, இறுக மூடிக்கொண்டான். நரக வேதனையில் கண்ணீர் தானாக வழிந்துகொண்டிருந்தது. உடம்பெல்லாம் வீங்கிப்போய், கண்மூடிக்கிடந்த முத்துமாயனைப் பார்த்த பெண்கள் பதறிப்போய், கயிற்றை அவிழ்த்துவிட்டார்கள்.

முத்துமாயன் வந்து சேர்ந்தபின், அவனுக்கு நேர்ந்த கொடுமையை பார்த்த சின்னானும் முத்துக்கருப்பனும் அவனைக் கட்டிப்பிடித்து அழுதார்கள். முனகியபடி பிளேக் நோயில் சுருண்டு கிடநத சின்னத்தாய், அவர்களைப் பார்த்து அழக்கூடத் தெம்பில்லாதவளாய் போய்ச்சேர்ந்தாள். ஆத்தாளைப் பீடித்த நோய் அப்பனையும் கொண்டு சென்றது. கொடுமையான பஞ்சத்துக்குப் பயந்து, ஊரைக் காலிசெய்யாதவர்கள்கூட பிளேக் நோய்க்குப் பயந்து ஊரைக் காலிசெய்தனர்.

ஊர்க்காரர்களின் தடத்தைப் பின்பற்றி, தாய்மாமன் சிவனாண்டியோடு அணைப்பட்டிக்குப் போனார்கள், அண்ணனும் தம்பியும். எங்கு பார்த்தாலும் பசுமையும் செழுமையுமாக இருந்தது அணைப்பட்டி. ஏகசாலையாகக்

கிடந்த இடத்தைப் பிடித்து, ஒரு வீடு அமைத்துக்கொண்டனர். அவர்களுக்கு அங்கே உழுவதற்குச் சொந்த நிலம் இல்லாததால், மீண்டும் காடுகளில் திருட ஆரம்பித்தார்கள். திருட்டு அவர்களுள் ஒரு மந்திரம்போல சுழல ஆரம்பித்தது. ஜெயிலும் வீடும் ஒன்றாகிப்போனது.

முத்துமாயன், முத்துக்கருப்பனைவிட திருட்டில் தேறியிருந்தான். அவர்கள் காட்டைவிட்டு, ஊரில் இருட்டில் திருட ஆரம்பித்தார்கள். பணக்காரக்கவுண்டர், செட்டியார் வீடுகளாகப் பார்த்து மச்சு வழியே வீட்டுக்குள் இறங்கித் திருடினார்கள். முத்துக்கருப்பன் தன்திருட்டுப் பங்கில் மாமன்மகளுக்கு ஐந்துபவுன் நகை செய்துபோட்டுக் கல்யாணம் பண்ணிக்கொண்டான். முத்துமாயன் தன் திருட்டுப் பங்கில் வில்வண்டி வாங்கிக்கொண்டு பகட்டாகத் திரிந்தான். கூடலூரில் மூக்கம்மாளைத் திருமணம் செய்துகொண்டான். எல்லோரும் அவனை அணைப்பட்டியான் என்றார்கள். ஊர்க்கிணற்றில் தண்ணீர் எடுக்கப் போனபோதுதான், முத்துமாயன் திருட்டைத் தொழிலாக வைத்திருப்பவன் என்று மூக்கமாளுக்குத் தெரிந்தது.

'திருடனுக்குக் கட்டிக்கொடுத்துட்டியே! அதுக்குப் பதிலா பாழுங்கெணத்துல தள்ளியிருக்கலாம்' என்று தன் அப்பனிடம் அழுது தீர்த்தாள். வீடு முழுவதும் நிறைந்து கிடந்த திருட்டுப்பொருள்களை ஒருநாள் யாரும் அறியாத பொழுதில் கிணற்றில் கொட்டினாள்.

ஒருதடவை திருடப்போனபோது, வெளியே காவல் இருந்தான் முத்துக்கருப்பன். வீட்டுக்குள்போன தம்பி வெகுநேரமாக ஆளையே காணவில்லையே என்று, உருவம் தெரியாதவாறு போர்வையை முழுதாகப் போர்த்தியபடி வீட்டுக்குள் நுழைந்தான். வீட்டுக்காரன்தான் வந்துவிட்டான் என்று நினைத்து, கையிலிருந்த கம்பால் அவன் தலையில் ஓங்கி அடித்தான் முத்துமாயன். "அடப்பாவி... நான்தான்டா!" என்று அலறி விழுந்தவனின் குரலைக் கேட்டதும், முத்துமாயனுக்குக் கையும் ஓடவில்லை, காலும் ஓடவில்லை. அதற்குள், திருவிழாவுக்குப் போயிருந்த வீட்டுக்காரர்கள் திரும்பிவிட, முத்துக்கருப்பனை அங்கேயே போட்டுவிட்டு, முத்துமாயன் தப்பி ஓடி வந்துவிட்டான். பிடிபட்ட முத்துக்கருப்பனை

விடிந்ததும் போலிஸ் ஸ்டேஷனில் ஒப்படைக்க, பின்பு முத்துமாயனையும் போலிஸ் பிடித்துக்கொண்டு போனது. ஒருமாதம் ஜெயிலில் இருந்துவிட்டு வெளியே வந்தனர் இருவரும். முத்துக்கருப்பனின் பெண்டாட்டி, "இனி முத்துமாயனின் சாவகாசமும் வேணாம், திருடப்போகவும் வேணாம்" என்று சொல்ல, நகையை விற்று மளிகைக்கடை வைத்து உட்கார்ந்தான் முத்துக்கருப்பன்.

தன்னை யாரென்று அறியாத ஒரு ஊரில் தனித்துத் திருடப் போனான் முத்துமாயன். பெரியமாடி வீட்டின் முற்றத்து ஓடு வழியாகச் சத்தம் எழுப்பாமல், உள்ளே இறங்கினான். அது கல்யாண வீடு. அவனின் அதிர்ஷ்டம், வீட்டில் இருந்த பெரியவர்கள் தொலைவில் வசித்த தங்கள் உறவினர்களுக்குப் பத்திரிகை வைக்கப்போயிருந்தார்கள். கல்யாணப் பெண்ணும் பாட்டியும் மட்டுமே வீட்டில் இருந்தனர். முத்துமாயன் நுழைந்த அறையில், கட்டிலில் படுத்துறங்கிக் கொண்டிருந்தாள் கல்யாணப்பெண். கட்டிலுக்கு அருகில் தரையில் பாய் விரித்துப்படுத்திருந்த பாட்டி, பூனையின் நடையைப் போன்ற சத்தத்தைக் கேட்டுக் கண் விழித்தாள். கருகரு, நெடுநெடுவென வளர்ந்திருந்த ஆளைப் பார்த்ததும், தன் பேத்திக்குக் களங்கம் வந்துவிடுமோ என்று அஞ்சி, போய்விடும்படி கும்பிட்டு அழுதாள். அதிர்ச்சியில் விழித்துக்கொண்ட கல்யாணப்பெண், மறுபேச்சில்லாமல் அவளுடைய கல்யாண நகைகளைக் கைரேகை பதியத் தடவிப்பார்த்து அவனிடம் கொடுத்தாள். பெண்களுக்கு முன்னால் கையில் கத்தியுடன் மௌனமாக நின்றிருந்த முத்துமாயனுக்கு அவமானமாக இருந்தது. எதையும் எடுத்துக் கொள்ளாமல் திரும்பிவர நினைத்தவனின் மூளையில், பசியோடு உடம்பில் எறும்புகள் ஊறி உயிர்வலி கண்டநாள் ஞாபகத்துக்குவர, நகைகளை அள்ளிக் கொண்டு வந்தான்.

கனவிலும் யோசித்துப் பார்க்க முடியாத அழகில் இருந்த நகைகளைப் பார்த்ததும், மூக்கமாளுக்கு மூச்சு நின்றுவிடும் போலிருந்தது. இவை ஒரு கல்யாணப்பெண்ணின் நகைகள் என்று சொல்லிவிட்டுப் போர்த்திப்படுத்துக் கொண்டான் முத்துமாயன். அன்றிரவு முத்துமாயன், ஓர் அழகான இளம்பெண்ணைக் கொடூரமாகக் கொலை செய்வதாகக் கொடுங்கனவு கண்டாள் மூக்கம்மாள். கனவின் கொடூரம்

தாங்காமல், விட்டத்தில் கயிற்றைப் போட்டுத் தூக்கில் தொங்கப்போனாள். சத்தம் கேட்டு விழித்த முத்துமாயன், அவளைத் தடுத்து நிறுத்தினான். அவனின் திருட்டுக்குணம் மாறினால்தான், அணைப்பட்டி பக்கம் வருவேன் என்று அப்பன் வீட்டுக்குப் போய்விட்டாள் மூக்கம்மாள்.

மூக்கம்மாள் விட்டத்தில் தொங்கிய காட்சியும் அவள் சொன்ன கனவும் அவனுக்குக் கலக்கத்தை ஏற்படுத்த, கல்யாணப் பெண்ணின் நகையை எடுத்ததம் தெரியாமல் திரும்ப வைக்கப்போனான் முத்துமாயன். அதற்குள் எல்லாம் முடிந்திருந்தது. நகைகளைப் பறிகொடுத்த கல்யாணப்பெண், உடம்பில் ஒருபொட்டுத் தங்கம்கூட இல்லாமல், உண்மையாகவே தூக்கில் தொங்கி இறந்து போயிருந்தாள். மஞ்சள் பூசிய முகமும், தலைநிறையப் பூவும், பட்டுச்சேலையுமாகப் புதுப்பெண்ணைப்போல அவளை அலங்கரித்து, சுவரில் சாய்த்து வைத்திருந்தனர். ஜென்மத்துக்கும் தீராத பாவத்தைச் செய்துவிட்ட முத்துமாயனுக்கு மனம் இருண்டு, உடல் நடுங்கியது. வேட்டியில் ஒளித்து வைத்திருந்த நகைகளை, கூட்டத்தில் யாரும் அறியாமல் ஒரு மூலையில் போட்டுவிட்டு வந்தான். அதன்பிறகு, அவன் திருட்டுக் கைகள் விலங்கிட்டதுபோல் பூட்டிக்கொண்டன.

மூக்கம்மாளைத் தேடிக் கூடலூருக்குப் போனான். அந்த ஊரின் பெரும் பணக்காரரான கருப்பசாமியிடம் சொல்லி, அவர்கள் வயலில் காவல் காக்கும் வேலையை முத்துமாயனுக்கு வாங்கித் தந்தார் மூக்கமாளின் அப்பன் மூக்கன். திருட்டின் சூட்சுமம் அறிந்த அவனைமீறி அங்கே களவு என்ற பேச்சுக்கே இடமில்லாமல் போனது. களவை முற்றிலுமாக மறந்து காவல் காக்கும் வேலையைப் பார்த்தாலும், தூக்குப் போட்டு இறந்துபோன கல்யாணப் பெண்ணின் ஞாபகம் வரும்போதெல்லாம், உயிர்ச் சித்ரவதையை உணர்ந்து கொண்டே இருந்தான் முத்துமாயன்!

○○○

மருதாணி

வெயில் மெல்ல மெல்ல ஊர்ந்து தாழ்வாரத்தின் மேல்கூரையில் விழுந்த நேரம் மருதாணிக்கு வலதுகாலின் கட்டைவிரலில் நரம்பு சுண்டி இழுத்தது. அது தன் மனத்திலிருந்து கிளம்பும் காமத்தின் வலி என்பதை நன்கு அறிவாள். யாருக்கும் தெரியாமல் தன் பாதங்களைச் சேலைக்குள் மூடி உட்கார்ந்தாள்.

முனியம்மாள் வீட்டுத் திண்ணையில் அமராவதி, பார்வதி, மீனாட்சி என்று தெருப் பெண்கள் எல்லோரும் ஆளுக்கு ஒரு மரக்கால் வேர்க்கடலையை வாங்கிக் கையால் உடைத்துப் பருப்பு எடுத்துக்கொண்டிருந்தார்கள். முனியம்மாவின் மகள் நிலா அவளுக்குத் தோழிகள் என்று பெண்கள் கூட்டத்தால் திண்ணை பேச்சும் சிரிப்புமாய் நிறைந்திருந்தது. அது பெரிய மாயன் வீட்டு விதைக்கடலை. ஒரு மரக்கால் வேர்க்கடலையை உடைத்துப் பருப்பெடுத்துக் கொடுத்தால் இரண்டு ரூபாய் கொடுப்பார்கள். அந்தக் காசில் அன்றிரவு முதல் ஆட்டத்திற்கு வேல்முருகன் தியேட்டருக்குப்போக அந்தப் பெண்கள் முடிவெடுத்திருந்தார்கள். அவ்வளவு பேச்சுக்கும் கூட்டத்துக்கும் நடுவே தனக்குள் எழுந்த தாபத்தை நினைத்து மனம் பதைந்தாள்

மருதாணி. கவனத்தைப் பேச்சின் பக்கம் திசை திருப்பினாள். எல்லாம் உள்ளுக்குள் அடங்குவதாக இருந்தது.

அந்த ஊரில் எல்லோரும் கோடையை விரும்பினார்கள். வேர்க்கடலை பயிரிடுவது முக்கிய விவசாயம். மேற்குத் தொடர்ச்சி மலைக்குக் கீழே அந்த ஊர் இருந்ததால் மழைக்குப் பஞ்சமில்லை. வானம் பார்த்த பூமியில் விவசாயம் செழிப்பைத் தந்தது.

கோடை மழையில் விதைக்கும் விவசாயம்தான் அவர்களுக்கு வற்றாத செல்வத்தைக் கொடுத்துக்கொண்டிருந்தது. முன்கோடையில் மழை வேண்டிப் பெண்கள் மாமன் முறை ஆண்கள்மீது மஞ்சள் நீரை ஊற்றினார்கள். ஆண்களும் தங்கள் முறைப் பெண்கள் மீது பதிலுக்கு மஞ்சள்நீரை ஊற்றி மழையை அழைத்தார்கள். மழை அவர்களை ஏமாற்றாமல் நடுக்கோடையிலும் பின்கோடையிலும் அளவு கடந்த நீரை அள்ளிக்கொடுக்கும். நிலமும் நீரை அழகாக உள்ளிழுத்துக்கொண்டு விதைகளைப் பூக்க வைக்கும்.

பெண்கள் மல்லிப் பூக்களைத் தொடுத்துத் தலையில் வைத்திருந்தார்கள். அதன் மணம் கோடையின் வெம்மையை தணித்து சுகந்தத்தைக் கூட்டியது. காதல் பெருக்கோடிய காமம் மருதாணியின் மனதில் அடர்ந்து எழுந்துகொண்டிருந்தது. வெய்யிலின் உக்கிரம் படிப்படியாகக் குறைந்து மேற்கு மலையில் இருட்டுக்கட்டிக்கொண்டு வந்தது. வெப்பத்தைக் தணித்துத் தெருவில் கிடந்த தூசிகளை அந்தரத்தில் பரப்பியபடி பெருங்காற்று மழை வாசத்துடன் வீசியது. பெண்கள் முகத்தில் சந்தோசம் தாண்டவமாடியது. மழை பெய்து கொட்டப்போகிறது நாளைக்கே விதைப்புக்குத் தயாராகிவிடலாம் என்று நினைத்தார்கள். எடுத்த விதை பருப்பை மரக்காலிலும் சாக்கிலும் அள்ளிப் பத்திரமாக வைத்தார்கள். பெரிய மாயன் பொண்டாட்டி தான் எடுத்த பருப்பை வீட்டில் கொண்டுபோய் வைத்தாள். காற்றில் பறக்கும் கேசத்தோடு அங்கு வந்தான் சுரேஷ். இளமை பொங்கும் அழகின் சிரிப்பில் மருதாணியின் காமத்தைத் தூண்டிக் கொண்டிருப்பவன் அவன்தான். அழுக்கடையாத வெள்ளை வேட்டி சட்டையும் அவளை விழுங்கும் பார்வையும் அவள் அங்கங்களை ஆனந்தத்தில் நடுங்கச் செய்தன. சுரேஷ்

கந்து வட்டிக்கு கொடுத்துக்கொண்டிருந்தான். காட்டுக்குக் கூலி வேலைக்குச் செல்லும் பெண்களிடம் அதிகமாக வரவு செலவு வைத்திருந்தான். தினமும் மாலையில் அந்தப் பெண்களிடம் வசூலிக்க வருவான். பெண்கள் வீட்டு வேலைகளை முடித்துவிட்டுச் செல்வி வீட்டு சிமெண்ட் படியில் உட்கார்ந்து கதை பேசிக்கொண்டிருக்கும்போதுதான் அவன் வசூலுக்கு வருவான். பெண்கள் அவனிடம் விலகல் இல்லாமல் பேசுவார்கள். படியில் உட்கார அவனுக்கு இடம் கொடுப்பார்கள். பெண்களின் பேச்சில் இயல்பாகத் தன்னை நுழைத்துக்கொண்டு அவனும் கதை பேசுவான். மருதாணி அவனிடம் வட்டிக்குப் பணம் வாங்கவில்லை என்றாலும் அவனிடம் அதிகமாகக் கதை அளப்பது அவள்தான். அவளுடைய ஆண் குழந்தையை விருப்பத்தோடு கொஞ்சி மகிழும் சுரேஷ் கடைக்கு அழைத்துச் சென்று அதன் கையில் பிஸ்கெட் பாக்கெட் வாங்கிக்கொடுத்துத்தான் திரும்புவான்.

இருவர் பேச்சுகளும் ஒரு நாள் செயலிழந்தன, குழந்தையை வாங்கும்போதும் கொடுக்கும்போதும் ஏற்பட்ட தீண்டல் இருவர் உடலுக்குள்ளும் தீ மூட்டின. அவனது வருடல் அதிகரிக்க அதிகரிக்க இவள் உள்ளுக்குள் உருகிக் குழைந்தாள். செல்வி வீட்டுக்குள் தண்ணீர் குடிக்கப் போகிறேன் என்று மருதாணி சமையல் அறைக்குள் போக “எனக்கும் தண்ணீ” என்று அவன் பின்னால் போனதைப் பெண்கள் விகல்பமாக நினைக்கவில்லை. அங்கே இருவரும் தழுவிக்கொண்டு அவசரமாக முத்தமிட்டுப் பிரிந்தார்கள். போகப்போக இருவரின் பார்வைகளையும் தொடுதலையும் சிரிப்பையும் பெண்கள் புரிந்துகொண்டு தங்களுக்குள் பேசிக் கொண்டார்களே தவிர மருதாணியிடமோ சுரேஷிடமோ அது பற்றிப் பேசவில்லை. அதற்காக மருதாணியிடம் பாரா முகத்தையும் காட்டவில்லை. அத்தெருவின் அழகியாக இருந்த மருதாணியின் சிரிப்பு பொங்கும் முகம் அவர்களுக்கு மகிழ்வைக் கொடுத்துக்கொண்டுதான் இருந்தது, அவள் குழந்தையை விருப்பத்துடன் கொஞ்சினார்கள்.

மருதாணி புதுப்பெண்ணாக ஐயப்பனைத் திருமணம் செய்துகொண்டு ஊருக்கு வந்தபோது பட்டுச்சேலை படபடக்க ப்ளஷர் காரில் வந்து இறங்கினாள். அவள் குட்டிக்

கிராமத்தைப் போல் அல்லாமல் பெரிய தெருக்களைக் கொண்ட இந்த ஊர் அவளுக்குப் பிரமிப்பாக இருந்தது. ஆனால் எப்போதும் தன் வீட்டுக்கு அருகில் சலசலத்து ஓடும் ஆறு இந்த ஊருக்கு வெளியே மூன்று கிலோமீட்டர் தூரத்தில் இருந்தது அவளுக்குச் சலிப்பைத் தந்தது. அவள் குளித்ததும் ஆடைகளைத் துவைத்ததும் வீட்டருகில் ஓடும் ஆற்றில்தான் நடந்துகொண்டிருந்தன. கூடலூரில் குழாயில் வரிசையில் நின்று தண்ணீர் பிடிப்பதைப் பெரும் சிரமமாக உணர்ந்தாள். தன் ஊரில் நீராடிவிட்டு வீட்டுக்குத் திரும்பிய வழியில்தான் தன் நண்பன் சுரேஷுடன் வந்து இவளைப் பெண் பார்த்துச் சென்றான் ஐயப்பன். தன் எதிரே வரும் இளைஞர்களில் ஐயப்பனைப் பார்க்காமல் சுரேஷைப் பார்த்துதான் அழகான ஆணாக இருக்கிறானே என்று மருதாணிக்கு எண்ணத் தோன்றியது. தன்னைப் பெண் பார்க்கத்தான் வருகிறார்கள் என்று தெரியாமல் ஏகாந்தமாக அழகிய பெண்ணின் திமிரான நடையுடன் அவர்களைக் கடந்து சென்றாள். இவளைத்தான் கட்டிக்கொள்வது என்று முடிவுக்கு வந்த ஐயப்பன் கைகளை மேலே தூக்கி சந்தோசமாக விசிலடித்துச் சென்றான். சுரேஷ் திரும்பி அவள் நடந்து செல்லும் விதத்தைப் பார்த்துச் சொக்கிப்போனான். அன்று சாயங்காலமே ஐயப்பன் தன் குடும்பத்துடன் அவர்கள் வீட்டுக்குப் பெண் பார்க்க வந்து, ஒரு நல்ல தினத்தில் கல்யாணத்தை நிச்சயித்துக்கொண்டார்கள். மாப்பிள்ளைத் தோழனாக வந்த சுரேஷின் கண்களும் மருதாணியின் கண்களும்தான் அடிக்கடி சந்தித்துக்கொண்டன. நீரோட்டத்தில் அடி ஆழத்தில் படிந்த பாசியாய் சுரேஷின் முதல் பார்வையை மருதாணி மனதில் நிலைநிறுத்திக்கொண்டாள்.

ஐயப்பன் சொந்தமாக டிராக்டர் வைத்து ஓட்டிக் கொண்டிருந்தான். கல்யாணத்திற்கு முன்பே நான்கைந்து தடவை சுரேஷுடன் “இங்க பக்கத்தில் காட்டுக்கு உழுது போட வந்தோம். அப்படியே பார்த்துட்டு போயிடலாம்னு” என்று வழிந்தபடி மருதாணி வீட்டு டீக்கடையில் உட்கார்ந்து சென்றார்கள். அப்போதெல்லாம் மருதாணி நீராட ஆற்றுக்குத் தன் தோழிகளுடன் போய்க்கொண்டிருப்பாள். பலகாரமும் டீயும் சாப்பிட்டுவிட்டு இருவரும் அவள் பின்னாடியே போவார்கள். போகும் வழியில் ஐயப்பனிடம் தைரியமாகப்

பேசிய மருதாணி சுரேஷைப் பார்த்து வெட்கப்பட்டாள். ஐயப்பனுடன் திருமணம் முடிந்த பின்னரும் அந்த வெட்கம் தொடர்ந்தது.

அவர்கள் முதலிரவு அறையை சுரேஷ்தான் அலங்கரித்தான். அவனைப் பார்த்து மருதாணியின் உடல் நடுங்கியது. ஐயப்பனை வெளியே தள்ளிவிட்டு சுரேஷை அறையில் இருத்திக்கொள்ளலாம் என்ற எண்ணம் ஒரு நொடி அவள் மனதில் தோன்றி குற்ற உணர்வுடன் விலகியது. அர்த்தம் கண்டுபிடிக்க முடியாத சிரிப்புடன் அறையை அலங்கரித்து முடித்தவுடன் சுரேஷ் விலகிச் சென்றான். ஐயப்பன் வீட்டார் புதுமணத் தம்பதிகளைத் தனிக்குடித்தனம் வைத்தார்கள். அவர்கள் வீட்டுக்கு எப்போதும் சாதாரணமாக வந்துபோய்க்கொண்டிருந்த சுரேஷ் மருதாணியின் மனதில் பெரும் குழப்பத்தை ஏற்படுத்திக்கொண்டிருந்தான். அவன் பார்வையையும் சிரித்த பேச்சையும் எதிர்கொள்ள முடியாமல் விடைத்த நரம்புகளை அடக்கி உள்ளுக்குள் உலர்ந்து குறுகிப்போனாள். ஐயப்பனின் தொடுகை அணலாய் எரிந்தது. தொடர்ந்து அவளது விலகல் ஐயப்பனுக்கு எரிச்சலைத் தந்தது. இதற்கெல்லாம் சுரேஷ் காரணமாக இருப்பான் என்று புரிந்துகொண்டான். அவனிடம் பேசுவதைத் தவிர்த்து அவன் வீட்டுக்கு வருவதையும் தடுத்து நிறுத்தினான்.

மருதாணிக்குக் குழந்தை பிறந்ததும் அவளுக்கும் ஐயப்பனுக்கும் இடையே வெறுப்பு மூண்டு அடிக்கடி சண்டையிட்டுக் கொண்டார்கள். அவனுடன் சண்டையிட்டு பையைத் தூக்கிக் கொண்டு கோபத்துடன் ஊருக்குக் கிளம்பும்போதெல்லாம் ஐயப்பன் அவளை சைக்கிளின் பின் சீட்டிலும் குழந்தையை முன்னால் இருக்கும் கேரியர் கூடையிலும் வைத்து, விருந்தாளியாகப் போவதைப்போல மாமியார் ஊரில் மருதாணியை விட்டு வந்தான். பேச்சற்று அவர்கள் ஆற்றுப்பாலத்தின் வழியாகப் போகும்போது குழந்தை மரம், செடி, கொடிகளை வேடிக்கை பார்த்தபடி ஆனந்தத்தில் கூத்தாடிக்கொண்டு போகும். சுரேஷ் தனக்குக் கணவனாக இருந்திருந்தால் இப்படி அடிக்கடி தான் கோபித்துக்கொண்டு போக நேர்ந்திருக்காது என்று மருதாணி நினைத்தாள். மாமியார் வீட்டுத் தெரு முனையிலேயே ஐயப்பன் அவளை

இறக்கிவிட்டு ஊருக்குத் திரும்பிவிடுவான், அப்புறம் அவளாகக் கோபம் தணிந்து தன்னை ஊருக்குக் கூப்பிட்டுக் கொண்டு போகுமாறு ஐயப்பனுக்குச் செய்தி அனுப்புவாள். அவனும் பிணக்குத் தீர்ந்து அதே ஆற்றுப்பாலத்தின் வழியாக அவளைச் சந்தோசமாக அழைத்து வருவான். அப்போது வழிநெடுகத் தன் பிள்ளையின் சந்தோசத்தைப் பகிர்ந்து கொண்டு மெல்லிய குரலில் குழந்தையைக் கொஞ்சிக்கொண்டே வருவான். அவர்கள் இருவரின் சந்தோசத்தையும் பார்த்து சுரேஷின் ஞாபகத்தை முழுமையாகத் தன்னிலிருந்து எடுத்துவிட்டு ஐயப்பனோடு மனநிறைவோடு வாழ வேண்டும் என்று மருதாணி நினைப்பாள். கொஞ்ச நாள் சுரேஷ் வசூலுக்கு அத்தெருவுக்கு வரும் சமயங்களில் வீட்டிலேயே அடைந்து மூர்க்கமாக வீட்டு வேலைகளைச் செய்துகொண்டிருப்பாள். இச்செய்கைகளைப் பார்த்து ஐயப்பனும் மனநிறைவுகொள்வான்.

தெருப் பெண்களிடம் பேசிக்கொண்டிருக்கும்போதோ அல்லது அவள் குழாயில் தண்ணீர் பிடித்துக்கொண்டிருக்கும்போதோ சுரேஷ் நடந்து போனால் ஆசைப் பிசாசு மறுபடியும் அவள் மனதில் ஏறிக்கொள்ளும். அவன் நினைவில் தன்வசம் இழந்துகொண்டிருப்பாள். அதன்பின் ஐயப்பனுக்குச் சோறு வைக்கும் போது மறுசோறு வேண்டுமா என்றுகூடக் கேட்காமல் எரிச்சலும் கோபமுமாய் நாட்களைக் கழிப்பாள். காமம் அவளைச் சுற்றிக்கொண்டே கிறுகிறுக்கச் செய்தது. அவனுடன் பேசினாலாவது அது கொஞ்சம் தணியும் என்று அவள் மனத்திற்குத் தோன்றியது. பின்பு அவன் வசூலுக்கு வரும் முனியம்மா அக்கா வீட்டிலும் செல்வி வீட்டிலும் அவன் வரும் நேரமாகப் பார்த்துத் தன்னை அலங்கரித்துக்கொண்டு குழந்தையுடன் அமர்ந்து கொள்வாள். அவன் குழந்தையைத் தூக்கும் சாக்கில் அவளோடு பேச்சைத் தொடர்ந்தான். அவர்கள் இருவரும் எல்லையைத் தாண்டமாட்டார்கள் என்று நினைத்த ஐயப்பன் அதைப் பெரிதாக எடுத்துக்கொள்ளவில்லை.

அது கோடை காலமாக இருந்ததால் காடு உழுவதற்கு ஐயப்பனுக்கு அழைப்பு இருந்துகொண்டே இருந்தது. ஒரே நாளில் இரண்டு மூன்று காட்டுக்கும் உழவு போட வேண்டும் என்று காலையிலேயே டிராக்டரைக் கிளப்பிக்கொண்டு போயிருந்தான். அவனுக்காக மதியச் சாப்பாட்டையும்

மருதாணி கொடுத்து விட்டிருந்தாள். முனியம்மாள் வீட்டிலிருந்த பெண்கள் மழை வரப்போகிறது என்று சொல்லி அவரவர் வீட்டை ஒதுங்கவைக்கக் கிளம்பிப் போய்விட்டார்கள். சுரேஷ் திண்ணையில் ஓரமாக உட்கார்ந்திருந்தான். சமைத்த பாத்திரங்கள் வீட்டில் குவிந்து கிடப்பதாகக் கூறி அவற்றை விளக்கிவைத்துவிட்டு வருவதாகச் சொல்லிக் குழந்தையை முனியம்மாள் வீட்டில் விட்டுவிட்டு, சுரேஷுக்குத் தீர்க்கமான சமிக்ஞை ஒன்றைக் காட்டிவிட்டுப் போனாள் மருதாணி. அவள் போன சில நிமிடங்கள் கழித்து சுரேஷ் அவள் வீட்டுக்குள் நுழைந்தான். மழை பெய்யத் தொடங்கியதால் தெருவில் ஆள் நடமாட்டம் இல்லை. மழை அடித்ததால் அது ஓயட்டும் என்று வீட்டுக்குத் திரும்பினான் ஐயப்பன். முனியம்மாள் வீட்டு முன்னால் இருக்கும் காலி இடத்தில் எப்போதும் டிராக்டரை நிறுத்துபவன், மருதாணி அங்கே இருக்கிறாளா என்று பார்ப்பதற்காகச் சென்றான். "உன் பொண்டாட்டி பாத்திரம் கழுவி வீட்டை ஒழுங்கு பண்ணப் போயிருக்கறா. குழந்தை இங்க தூங்குது" என்றாள் முனியம்மாள். சடசடவென்று பெய்த மழையில் நனைந்தபடி முனியம்மாள் வீட்டுத் திண்ணைக்கு வந்து அமர்ந்தான். "என்ன மாமா உன்மேல மஞ்சத் தண்ணி ஊத்துனதுக்கு மழ வந்திருச்சு பார்த்தியா!" என்று முனியம்மாவின் மகள் அவனிடம் கேலியாகப் பேசிக்கொண்டிருந்தாள். அவனும் பதிலுக்கு அவளிடம் வாயாடிக்கொண்டிருந்தான். சாரல் மழையில் லேசாக நனைந்தபடி திண்ணையில் உட்கார்ந்திருந்தவனை "உள்ள வந்து உட்காருப்பா. முழுசா நனையப்போற" என்றாள் முனியம்மாள். "பரவாயில்லக்கா..." என்று கூச்சத்துடன் நெளிந்து உள்ளே தள்ளி அமர்ந்தான். கட்டிலில் தூங்கிக்கொண்டிருந்த தன் குழந்தையை ஆசையுடன் பார்த்தான். குழந்தை மருதாணியைப் போல் சிரித்த முகத்துடன் தூங்கிக்கொண்டிருந்தது. வெயிலைப் போல் மழையும் உக்கிரமாகக் கொட்டியது. பூமியின் வெக்கை தணித்து மழை குளிர்ச்சியைக் கொடுத்தது.

தான் கனவில் கண்டதை மருதாணி நிஜத்தில் வெல்லத் தொடங்கினாள். அவள் சேமித்துவைத்திருந்த காதலெல்லாம் காமமாக உருகி வழிந்தது. அவளுக்கு ஈடுகொடுக்க முடியாமல் சுரேஷ் திணறினான். ஆனால் அவனது சிறு தொடுகையும் அவளை இன்பத்தின் எல்லைக்குக் கொண்டுசென்றது.

மருதாணி | 107

மழையின் ஊடே அவள் ஆசை திணறித் திளைத்து முடிவுக்கு வந்தது. வெளியே பெரும் மழை பெய்ந்து ஓய்ந்தது. அவள் உடலும் சமநிலைக்கு வந்தது. ஒருவரின் கைகளை ஒருவர் பிடித்தபடி மூச்சு வாங்கிக்கொண்டிருந்தார்கள். சிறு சத்தமாக ஆரம்பித்த கதவுத் தட்டல் பெரும் சத்தமாக ஒலித்தது. கைகளை விடுவித்துக் கொண்டார்கள். உடைகளை அணிய அவளுக்குத் துணிவில்லை. சத்தம் கூடக் கூட அவள் கதவை நோக்கிச் செல்ல ஆரம்பித்தாள். இருவரும் எலிப்பொறியில் சிக்கிக்கொண்டார்கள். திறக்கும் சாவி இவர்களிடமே இருந்தது. காமத்தைக் கடந்த அவள் மனதில் பயம் விலகி நின்றது. எல்லாம் தணிந்துபோன தைரியத்தில் தாழ்ப்பாளை விலக்கினாள். அவளை இடித்தபடி வேட்டியை மட்டும் கட்டிக்கொண்டு கையில் சட்டையைக் கழற்றிப் பிடித்துக்கொண்டு குழந்தையுடன் நின்றிருந்த ஐயப்பன் முகத்தைப் பார்க்காமல் விலகி மழைச் சகதியில் தெருவெல்லாம் தன் கால்தடங்களைப் பதித்து ஓடினான் சுரேஷ்.

பாவாடை ஜாக்கெட்டுடன் இருந்த மருதாணி சேலையை எடுத்து நிதானமாகக் கட்டிக்கொள்ளத் தொடங்கினாள். அவள்மீது சரமாரியாக அடி விழுந்தது. அவளோ அசையாமல் சேலை கட்டுவதிலே குறியாக இருந்தாள். அடுப்பெரிக்க வைத்திருந்த தேக்கு விறகை எடுத்து அவள் தலையில் அடித்தான் ஐயப்பன். மளமளவென்று ரத்தம் முகத்தில் இறங்கியது. அவள் எல்லா வலியையும் மறந்துவிட்டிருந்தாள். இவனே ஓடிப்போய்ப் பக்கத்து வீட்டுப் பெண்களை அழைத்து வந்தான். கெட்ட வார்த்தையில் வசை பொழிந்தான். அவள் யாரையும் நிமிர்ந்து பார்க்கவில்லை. பெண்கள் உடனடியாக ஆஸ்பத்திரிக்குக் கூட்டிப்போனார்கள். பெரிய கட்டுடன் வீடு திரும்பினாள். அவள் வீட்டின் முன் ப்ளஷர் கார் நின்றிருந்தது. அவள் வீட்டுக்குள் நுழையாமலே யாரோ ஒரு பெண்ணிடமிருந்த தன் குழந்தையை வாங்கிக் காரின் பின் சீட்டில் உட்கார்ந்தாள். அவளது துணிமணிகள் திணிக்கப்பட்ட பெட்டி டிக்கியில் வைக்கப்பட்டது. ஐயப்பன் தன் சொந்தக்காரர்களை அழைத்து அந்தக் காரில் ஏறச் சொல்லிவிட்டுத் தானும் உட்கார்ந்தான். கார் ஆற்றுப்பாலத்தின் வழியே அவள் ஊருக்குப் போனது. குழந்தை ஜன்னல் வழியே ஓடும் மரங்களை வேடிக்கை பார்த்துக்கொண்டு வந்தது. ஐயப்பன் வீட்டுப்

பெண்கள் மருதாணியின் பெற்றோர்களிடம் விசயத்தைச் சொன்னதும் அவள் அம்மா ஓடிவந்து மருதாணியை அடி அடியென்று அடித்து வீட்டுக்குள் போகச் சொன்னாள். மருதாணியின் உடலில் வேட்கை அப்போது முழுமையாக நிறைவடைந்திருந்தது. கண்ணீர் ஏதுமற்ற தீர்க்கமான முகத்துடன் அவள் அறைக்குள் போனாள்.

ooo

சூது நகரம்

நகரம் முழுதும் தீப்பிடித்து எரிவதைப் போன்று வெக்கை. நாள்முழுதும் சங்கர் நகர்ந்து கொண்டே இருந்தான். நிலையாக நிற்கமுடியவில்லை. நடந்தோ, பஸ்ஸில் ஏறியோ, தன் நகர்வை நிறுத்தாமல் தொடர்ந்தான். யாரையேனும் தன்மீது கவனம் செலுத்த வைப்பதுதான் அவனது இன்றைய நோக்கமாக இருந்தது. வாழ்வின் மிகப்பெரும் சூது தன்மேல் செலுத்தப்பட்டதாக உணர்ந்தவன் அதன் ஆட்டத்துக்குள் மிகமெதுவாக நுழைந்தான்...

வேலை பார்த்த எந்த இடத்திலும் அவனை யாரும் மரியாதையாக நடத்தியது இல்லை. படித்த பி. ஏ., வரலாறுக்கு நாற்காலியில் உட்கார்ந்து வேலை செய்யும் வாய்ப்பு கிடைக்கும் என்று நினைத்தவனுக்கு, பலமாதங்கள் அலைந்து திரிந்ததில் கிடைத்த முதல் கௌரவமான வேலை, துணிக்கடையில் சேல்ஸ்மேன் வேலை.

துணிக்கடையின் பிரமாண்டம் முதலில் அவனை மயக்கியது. அந்தக்கடையில் கம்ப்யூட்டர் முன்னால் உட்கார்ந்து கணக்குப் பார்க்கவேண்டும் என்ற கற்பனையில் உள்ளே நுழைந்தான். சேல்ஸ்மேன் வேலை மட்டும்தான் இருக்கிறது என்றார்கள். பசி அவனை விழுங்கிக்கொண்டுடிருந்தது. மறுப்பு ஏதும் சொல்லாமல் ஒப்புக்கொண்டான்.

அவன் யாரோடும் பேசிப்பழக்கம் இல்லாதவன். எவரிடமும் பேசாமல், வரும் போகும் கஸ்டமர்களை வேடிக்கைப் பார்த்துக்கொண்டிருந்தான். முதல்நாள்தானே, வேலை பழகட்டும் என்று விட்டார்கள். அடுத்தடுத்த நாட்களிலும் அவன் வேடிக்கைப்பார்ப்பவனாக மட்டுமே இருந்தான். கஸ்டமர்களிடம் நயமாகப்பேசி துணிகளை வாங்கவைக்க அவனால் முடியவில்லை. ஓர் ஊமையைப்போல துணிகளை எடுத்துப் போடுவதும், மடித்து வைப்பதுமாக இருந்தான். இப்படி யாரோடும் பேசாமல் இருந்தால், வேலையைவிட்டு எடுத்துவிடுவோம் என்று சூப்பர்வைஸர் பலமுறை எச்சரித்துவிட்டார்.

எப்படியும் தன்னை மாற்றிக்கொள்ளவேண்டுமென்ற முனைப்பில், மேன்ஷனில் அறைவாசிகள் யாரும் இல்லாத நேரத்தில், மற்ற விற்பனையாளர்கள் பேசுவதைப்போல் தானாகப் பேசிப்பார்த்தான். இளம்பெண்களிடம் ‘இந்தக் கலர் உங்க ஸ்கின் கலருக்கு கரெக்டா இருக்கும்’ என்று இவன்சொல்ல, அவர்களும் சிரித்துக் கொண்டே அந்தத் துணியை வாங்கிச் செல்வதுபோல கற்பனை செய்தான். மறுநாள், எப்படியும் கஸ்டமர்களிடம் கலகலப்பாகப்பேசி துணிகளை வாங்க வைத்துவிடவேண்டும் என்ற முடிவுடன் சென்றால், அவன் திட்டம் எல்லாம் விற்பனைப்பிரிவுக்கு உள்ளே நுழையும்வரைதான். அதன்பின், அவன் வாய் விலங்கிட்டதுபோலாகிவிடும். சாதாரண நாட்களில் இருப்பதைவிட, அப்படித் திட்டமிட்ட நாட்களில் முகம் இன்னும் காய்ந்து இறுகிக்கொள்ளும்.

தான் இருக்கும் இடத்தில் அடுக்கப்பட்டு இருக்கும் துணிகளைப பார்க்காமல் எல்லோரும் கடந்து செல்வதாகவே நினைத்தான். எல்லோர்மீதும் எரிச்சலாக வந்தது. விற்பவன் எதையாவது பேசவேண்டுமென்று கஸ்டமர்கள் ஏன் நினைக்கிறார்கள்? பிடித்திருந்தால் துணியை வாங்கிச் செல்லவேண்டியதுதானே! எதற்காகப் பேசிச் சிரிக்கவேண்டும்? எல்லாமே அவனுக்கு விகாரமாகப்பட்டது.

அவனால் ஒருபோதும் கஸ்டமர்களை கவரமுடியாது என்று நினைத்த நிர்வாகம், எல்லா விற்பனைப் பிரிவுகளிலும் மலை மாதிரி குவிந்து கிடக்கும் துணிகளை மடித்து வைக்கும்

வேலையை மட்டும் செய்தால் போதும் என்று விற்பனைப் பிரிவிலிருந்து மாற்றிவிட்டது. நாளெல்லாம் துணிகளை மடித்து மடித்து அவன் மணிக்கட்டிலும் முழங்கையிலும் எப்போதும் நீங்காத வலி இருந்து கொண்டே இருந்தது.

உடன் வேலை பார்க்கும் ஆண்களும் பெண்களும் சிநேகமாக பேசமறுப்பதும், யாரும் தன்னை விரும்பாதவர்களாக இருப்பதும் ஏன் என்று அவனுக்குத் தெரியவில்லை. எந்தப் பெண்ணும் தன்னிடம் நட்போடு கைகுலுக்கிக் கொள்ளவில்லை என்பது அவனுக்குப் பெரும்பாரமாக இருந்தது. இதுவரை ஒருபெண்ணின் முத்த ஸ்பரிசத்தை தான் அடையவில்லை என்று நினைக்கும்போது, துக்கம் கழிவிரக்கமாகி உள்ளுக்குள் உடைந்து போனான். அந்த முதல் முத்தம் ஒரு பிச்சைக்காரியிடமிருந்தோ, அல்லது ஒரு பைத்தியக்காரியிடமிருந்தோ கிடைத்தால்கூடப் பரவாயில்லை என்று தோன்றியது.

எல்லோரும் எதன் நிமித்தமாகவோ விடாமல் பேசிக்கொண்டு இருக்கிறார்கள். பேசவிடாமல் தன்னைக் கட்டிப்போட்டிருப்பது எதுவென்று புரியவில்லை. எட்டாம்வகுப்பு, பத்தாம்வகுப்பு ஃபெயிலானவர்கள் எல்லாம் அங்கே வாய்கொள்ளாச்சிரிப்பும் பேச்சுமாக நிறைய ஆடைகளை விற்றுத்தீர்க்கிறார்கள். தான் படித்த டிகிரி இங்கே பேச்சற்றுக் கேவலமாக மதிப்பிடப்பட்டுக் கிடக்கிறது. பேச்சுதான் எல்லாம் என்றால், படிக்காமல் சிறுவயது முதல் பேசுவதை மட்டுமே தகுதியாக வளர்த்து இருக்கலாம். அதுவும் கொஞ்சம் பொய்யாகப் பேசபழகிவிட்டால், வாழ்க்கை சிரமம் இல்லாமல் கழியும்!

சங்கருக்கு விவரம் தெரிந்த நாளில், உடம்பெல்லாம் புண்களோடு ஒரு சிறுநகரத்தில் ஆதரவற்றோர் இல்லத்தின் ஒருமூலையில் முடங்கிக்கிடந்தான். எங்கிருந்து எப்படி அங்கே வந்தான் என்று யாரும் அவனுக்குச் சொல்லவில்லை. அவனும் யாரிடமும் அதைக்கேட்க விரும்பவில்லை. முன்பிருந்த பசி என்ற ஒரு விஷயம் இல்லை என்பது மட்டுமே அவனுக்கு விடுதலையாக இருந்தது. சீழ்ஒழுகிய புண் ஏற்படுத்திய வேதனையால், அவன் இரவெல்லாம் கத்திக்கொண்டிருந்தான். அவன் கதறல் எல்லோருடைய தூக்கத்தையும் கெடுப்பதாகவும், அப்படிச் செய்தால் மீண்டும் தெருவில் விட்டுவிடுவோம் என்று

அவர்கள் சொல்ல, பற்களைக் கடித்து வலியைப் பொறுத்துக் கொண்டான்.

வலியடக்கிப் பழக்கப்பட்ட நாளில், தானாக யாரிடமும் போய்ப் பேசுவதை நிறுத்திக்கொண்டான். யாராவது பேசினால் மட்டும் பதில் சொல்பவனாக இருந்தான். அங்கே இருந்தவர்கள் என்ன செய்யச் சொன்னார்களோ, அதைமட்டும் செய்தான். நான்கு மூலைக்குள் படிப்பு, நான்கு மூலைக்குள் தூக்கம். இதுமட்டுமே வாழ்க்கை என்றாகிப் போனது. வரிசையாகச் சாப்பாட்டுக்குச் செல்வது, வரிசையில் நின்று குளிப்பது இதுமட்டுமே உலகத்தின் ஒழுக்கம் என்று அங்கே கற்பிக்கப்பட்டது. அரசுக் கல்லூரி, அரசு விடுதி என்று அவனுடைய கல்லூரிக் காலமும் குறுகியே இருந்தது. கல்லூரிப் படிப்பை முடித்ததும், மிகப்பெரும் ஜனநெரிசலில் சுதந்திரமாக வாழவேண்டும் என்பது ஒருகனவாக இருந்தது. ஆதரவற்றோர் இல்லத்திலிருந்து ஒருநாள் சொல்லிக்கொள்ளாமல் வெளியேறி, இந்தப் பெருநகர வாழ்க்கைக்குள் கரைந்தான்.

அக்கா வீட்டில் இல்லாத சமயங்களில் எல்லாம் படுக்கைக்கு அழைக்கும் மாமாவைச் சமாளிக்க முடியாமல் ராஜலட்சுமியும், கொடுமைப்படுத்தும் சித்தியைத் தட்டிக்கேட்காமல் மௌன சாட்சியாக அமர்ந்திருக்கும் அப்பாவைச் சகிக்கமுடியாத கவிதாவும் ஊரைவிட்டு வெளியேற முடிவுசெய்தனர். ராஜலட்சுமிக்கு பதினெட்டு வயதும் கவிதாவுக்கு பதினேழு வயதுமாகிருந்தது. .

இருவரும் ஒன்றாக கயிறு மில்லுக்குப் பஸ்ஸில் ஏறி வேலைக்குச் செல்லும் நாளிலிருந்து சிநேகிதிகள். எப்போதும் சோகம் அப்பியிருக்கும் முகத்துடன் காணப்படும் அவர்களின் கற்பனை ஒன்றாக இருப்பதைக் கண்டுகொண்டனர். இந்த ஊருக்கு வெளியே எங்கோ தூரநகரத்தில் தங்களுடைய வாழ்க்கைச் சிறப்பாகக் கட்டமைக்கப்பட்டு இருக்கிறதென்று நினைத்த அவர்கள், கிராமத்தை விட்டு வெளியேறி, கனவுகள் சுமந்து கோயம்பேடு பஸ்நிலையத்தில் வந்திறங்கினர்.

ஆதரவற்றோர் இல்லத்துக்கு வாசகர்கள் நிதி அனுப்புமாறு நாளிதழில் வந்த விளம்பரத்தில் குறிப்பிட்டிருந்த முகவரியைத் தேடிச்சென்றனர். அந்த இல்லம் நகரிலிருந்து

விலகி ஒதுக்குப்புறமாக இருந்தது. யாருமே இல்லாத அநாதைகளுக்கு மட்டும்தான் இங்கே இடமென்று சொல்லி, இல்லத்தைச் சேர்ந்தவர்கள் அந்தப் பெண்களை வெளியே போகச் சொன்னார்கள். தங்களால் ஊருக்குத் திரும்பிப் போகமுடியாது; தற்கொலை செய்துகொள்வதைத்தவிர, வேறுவழி இல்லையென்று இரண்டு பெண்களும் அழுதபடி அங்கேயே உட்கார்ந்தனர். மனமிரங்கிய இல்லத்தினர் தங்க இடம்கொடுத்து, தையல் பயிற்சியும் அளித்தனர்.

அதன்பின், இரண்டு பெண்களும் தூங்கும் நேரத்தில் பெருங்கனவுகளைப் பேசிக்கொண்டிருந்தனர். அந்த இல்லத்தை விட்டு வெளியேறி எப்போதும் வாகனங்கள் இரையும் நகரத்தின் மையத்தில் வாழவேண்டுமென்று ஆசைப்பட்டார்கள். ஆறுமாதத்தில் தையல் பயிற்சி முடித்து, அவர்கள் பெரியதுணி ஏற்றுமதி நிறுவனத்தில் வேலை செய்யவேண்டி, பகல் முழுதும் நகரத்தில் அலைந்தார்கள். அந்த நேரங்களில் பைக்கில் ஆண்களை கட்டிப்பிடித்துப் பறக்கும் பெண்களைப் பார்த்து ஏங்கினார்கள். சினிமா தியேட்டருக்குள் உள்ளே போகாமல் வெளியே இருந்தபடி சந்தோஷமாக பேசி சிரித்துக் கொண்டிருக்கும் மனிதர்களை உற்று நோக்கினார்கள். அவர்களைப்போல தங்களுடைய சந்தோஷம் எதில் ஒளித்து வைக்கப்பட்டிருக்கிறது என்பதை அறியும் நோக்கில், அவர்கள் தேடுதல் நகரவீதிகளில், பிரமாண்டமான கட்டடங்களில், வாகன நெரிசல்களில் தொடர்ந்து கொண்டிருந்தது.

ஒன்றுக்கொன்று பொருத்தம் இல்லாத நிறத்தில் பாவாடை தாவணி அணிந்திருந்த இருபெண்களும், சங்கர் வேலைபார்த்த அந்த பிரமாண்டமான கடைக்குள் நுழைந்தார்கள். அந்தக்கடையில் வேலை கேட்பதே அவர்கள் நோக்கமாக இருந்தாலும், தாங்கள் அணிந்திருக்கும் ஆடைகளைப் பார்த்து வேலை தரமாட்டார்கள் என்று முடிவுசெய்து, புது சுடிதார் வாங்கும்பொருட்டு அந்தக் கடைக்குள் நுழைந்தார்கள்.

அன்று சுடிதார் செக்சனில் தள்ளுபடி போட்டதால் பெருங்கூட்டம். துணியை மடித்துக்கொண்டிருந்த சங்கரை கஸ்டமர்களைக் கவனிக்கும்படி அங்கே அனுப்பினார் சூப்பர்வைஸர். அதை நிரந்தரமாகப் பிடித்துக் கொள்ளவேண்டும் என்ற ஆசையில், வரிசையாகத்

தொங்கவிடப்பட்ட துணிகளுக்கு மத்தியில் புன்னகையை வரவழைக்கும் பாவனையில் நின்றுகொண்டிருந்தான். 300 ரூபாய் மதிப்புள்ள சுடிதார் 80 ரூபாய் என்று போடப்பட்டிருந்த சுடிதார் செக்சனுக்கு வந்த ராஜலட்சுமியும் கவிதாவும் ஆளுக்கு ஒரு சுடிதாரைத் தேர்வுசெய்து, பில் போடுமாறு அவனிடம் கொடுத்தனர். அவர்கள் இருவருக்கும் அந்த சுடிதார் பொருத்தமாக இருக்குமென்று அவன் சொல்ல நினைத்தான். ஆனால், எதுவும் சொல்லாமல் பில் கவுன்ட்டரை நோக்கிப் போனான். பின்னால் போன இருபெண்களும் பஸ்சுக்குசெல்ல பணம் மீதம் இருக்கிறதா என்பதைப் பலதடவை உறுதி செய்த பின்னரே பணத்தைக் கொடுத்துவிட்டுக் கிளம்பினார்கள்.

முன்புபோல் இல்லாமல், கொஞ்சம் சுமாராக துணிகளை விற்பனை செய்திருப்பதால், இனித் தன்னை விற்பனை செக்சனில் போடுவார்கள் என்று நம்பினான் சங்கர். ஆனால், அடுத்தநாளும் துணிகளை மடித்து வைக்குமாறு சூப்பர்வைஸர் சொல்லிவிட்டார். கொஞ்சநேரம் பதில் சொல்லாமல் இருந்த சங்கர், தன்னால் நிற்கமுடியவில்லை, மயக்கமாக வருகிறது என்று லீவு வேண்டுமென்றான். கீழே போய் மேனேஜரிடம் கேட்டுவிட்டுப் போகுமாறு அவர் சொன்னார்.

அவன் கீழே இறங்கிச்செல்ல, அங்கே நேற்று சுடிதார் வாங்கிச்சென்ற பெண்கள் அந்த சுடிதாரை அணிந்துகொண்டு மேனேஜரிடம் தங்களுக்கு இந்தக்கடையில் வேலை கிடைக்குமா என்று கேட்டுக் கொண்டிருந்தார்கள். அவன் நினைத்ததுபோலவே அந்தப் பெண்களுக்கு சுடிதார் பொருத்தமாக இருந்தது. உடனடியாக அதை அவர்களிடம் சொல்ல நினைத்தான். இவன் நிற்பதைப் பார்த்த மேனேஜர், மிகக்கேவலமாக முகத்தை வைத்துக் கொண்டு என்னவென்று கேட்டார். இவன் விவரம் சொல்ல, ‘செய்யற வேலைக்கு லீவுவேற... போ’ என்று அவமரியாதையாக அனுப்பி வைத்தார். இதற்குமேல் இங்கே வேலையைத் தொடர முடியாதென்று அவனுக்குத் தோன்றியது. வாங்கும் சம்பளம் தங்கும் இடத்துக்கும் சாப்பாட்டுக்குமே போதவில்லை. பணத்துக்கு என்ன செய்வதென்று யோசித்தபடி அங்கிருந்து நடந்தான். ‘இங்கே வேலை எதுவும் இல்லம்மா’ என்று கறாரான

குரலில் மேனேஜர் கத்த, அந்தப் பெண்களும் இவனைப் பின்தொடர்ந்து கடையைவிட்டு வெளியேறினார்கள்.

எங்கே போவதென்று தெரியாமல் பஸ் ஸ்டாண்டில் சிமெண்ட் திட்டில் அமர்ந்து ஒவ்வொரு பஸ்ஸாக கொஞ்சநேரம் வேடிக்கை பார்த்த சங்கர், ஏதோ ஒரு பஸ்ஸில் ஏறிக்கிளம்பினான். புகையோடு வெக்கையைக் கிளப்பிக்கொண்டு சென்ற பஸ்ஸின் ஜன்னல் ஓரத்திலிருந்து பார்த்தான். அந்தப் பெண்கள் இருவரும் பஸ் ஸ்டாண்டில் சிமெண்ட் திட்டில் அமர்ந்திருந்த இரண்டு இளைஞர்களிடம் பேசிக்கொண்டிருந்தார்கள். அப்படியே பஸ்ஸிலிருந்து இறங்கி, அவர்களிடம் போய்ப் பேசலாமா என்று யோசித்தான். ஏனோ அந்தப் பெண்கள் அவனுக்கு மிகநெருக்கமான தோழிகளைப்போல அவனுக்குத் தோன்றினார்கள். அவன் யோசிக்கும்போதே, பஸ் அங்கிருந்து நகரத் தொடங்கியது.

நகரம் விரித்தவலையில் தான் வசமாக மாட்டிக் கொண்டதாக நினைத்த அவனது பயணம் இலக்கில்லாமல் சென்று கொண்டிருந்தது. ஓயாமல் எங்கேயோ நடந்து போய்க்கொண்டிருக்கும் மக்கள், நிரம்பி வழியும் ரயில்கள், பஸ்நிலையங்கள், இரவெல்லாம் ஒளிரும் விளக்குகள்... இவை எல்லாம் தன்வாழ்வை மாற்றிவிடுமென நம்பினான். நாள்கள் செல்லச் செல்ல நகரத்தின் சூழ்ச்சி புரிந்தது. தன்னைப்போல் தனிமை கொண்டலையும் மனிதர்களையும் நகரம் விடாமல் பிடித்திருந்தது என்பதைக் கண்டுகொண்டான். தனித்துவிடப்பட்ட பிச்சைக்காரன், பிச்சை எடுப்பவனையே பார்த்துக் கொண்டிருக்கும் மனிதன், ஒவ்வொரு ரயிலையும் தவறவிட்டு தண்டவாளங்களை வெறித்தபடியிருக்கும் பெண் என்று கைவிடப்பட்டவர்களை நகரம் தன்னுள் வைத்துச் சிரித்துக் கொண்டிருக்கிறது.

பஸ் ஸ்டாண்டில் பார்த்த இளைஞர்கள் வேலை வாங்கித் தருகிறோம் என்று சொல்ல, ராஜலட்சுமியும் கவிதாவும் அவர்களுடன் சென்றார்கள். எக்ஸ்போர்ட் கம்பெனியில் நாளைக்கே வேலை கிடைச்சுடுமா என்று நம்பமுடியாமல் திரும்பத்திரும்ப அந்த இளைஞர்களைக் கேட்டுக்கொண்டே வந்தாள் கவிதா. ரோஸ்கலர் சட்டை போட்ட இளைஞன் தனக்குக் காதலனாகக் கிடைத்தால் நன்றாக இருக்குமென்று

நினைத்த ராஜலட்சுமி, அவன் பெயரைக் கேட்டாள். அவன் அவள் கைகளைப் பிடித்து சுரேஷ் என்றான். அவள் கைகளைப் பின்னால் இழுத்து வெட்கத்துடன் சிரித்துக்கொண்டாள். நீலநிற பனியன் அணிந்த இளைஞன் கவிதா கேட்காமலேயே தன் பெயர் ரமேஷ் என்றான். இரண்டு பெண்களும் ஏதோ ஜோக்கைக் கேட்டதுபோல சுரேஷ், ரமேஷ் என்று அவர்களின் பெயர்களைச் சொல்லிச் சிரித்தார்கள். பின்பு நகரத்துக் காதலர்களைப்போல சினிமாவுக்குப் போனார்கள். படம் பார்க்கும்போது கைகளைக் கோத்துக்கொண்டார்கள். இடைவேளையில் ஐஸ்க்ரீம் சாப்பிட்டார்கள்.

அந்தப் பெண்களுக்கு நகரம் மிகச்சுதந்திரமானதாகத் தெரிந்தது. இருட்டில் நகரம் இன்னும் அழகாக இருப்பதாக நினைத்தார்கள். நகரத்தின் நடுவில் ஓடிய கூவம் ஆறும், அதைச்சுற்றிய குடிசைகளும், பழைய அடுக்குமாடிக்கட்டடங்களும் அவர்களுக்கு வசீகரமாகவே தெரிந்தன.

இருட்டின் நிறமும் நகரத்தின் வெளிச்சமும் சங்கரின் தனிமையை அதிகப்படுத்தின. இனி யாரிடமும் கைகட்டி நின்று வேலை பார்க்கக்கூடாது. ஆனால், பணத்தை எப்படியாவது சம்பாதித்து விடவேண்டும்! வெளிச்சம் குறைந்த நகரத்தின் புறநகர்ப்பகுதியில் யாருக்கோ காத்து இருப்பதைப்போல இருட்டில் நின்று தன்னைக் கடந்து செல்லும் பெண்களின் கழுத்தைப் பார்த்துக் கொண்டிருந்தான். ஒடிசலான தேகம் கொண்ட ஒரு பெண் ரோட்டில் நடந்து செல்கிறோம் என்ற பிரக்ஞையே இல்லாமல் போய்க்கொண்டிருந்தாள். பஸ் நெரிசலில் பின்னால் நின்று இடித்தவனின் கோரமுகமோ, புழுக்கம் குடிகொண்டிருக்கும் சமையலறையின் வாசனை பற்றியோ, அல்லது ராத்திரி படுக்கையில் கேட்கப்போகும் கணவனின் வசைச்சொல்லோ ஞாபகத்தில் வந்து அவளைக் கலக்கமுறச் செய்திருக்கலாம். தன் கழுத்தில் விழுந்த கை, செயினை அறுத்துக் கொண்டு ஓரடி முன்வைக்கும்வரை அவள் எதையும் உணரவில்லை. அந்தப் பெண்ணைத் திரும்பிப்பார்த்தபடி ஓடத்துவங்கினான் சங்கர்.

அவள் கண்களில் தெரிந்த மிரட்சியையும் சோகத்தையும் பார்த்த அவனால் வெறிகொண்டு ஓடமுடியவில்லை. நடை தளர்ந்தது. அவன் பின்னால் கூக்குரலுடன் ஆட்கள் ஓடிவந்து

கொண்டிருந்தார்கள். எப்படிக் கீழே விழுந்தோம் என்றே தெரியாமல், அவன் முதல் திருட்டில் பிடிபட்டான். அன்று முழுதும் அவன் சாப்பிட்டிருக்கவில்லை.

புறநகர் காவல்நிலையத்தில், பிளந்த உதடுடன் மூலையில் உட்கார்ந்திருந்தான் சங்கர். அவன் வேலை பார்த்த கடையில் சுடிதார் வாங்கிய ராஜலட்சுமியும் கவிதாவும் கிழிந்த நாராய் அவன் பக்கத்தில் இருந்த மரப்பெஞ்சில் கிடத்தப்பட்டனர். நேற்று முழுவதும் அந்தப்பெண்களுடன் சுற்றிய முன்பின் தெரியாத அந்த இளைஞர்கள், நகரத்தின் ஒதுக்குப்புறத்தில் ரயில்வே தண்டவாளத்தின் பின்புறம் இருந்த புதருக்கடியில், இரு பெண்களையும் பாலியல் பலாத்காரம் செய்திருக்கிறார்கள். அதோடு அவர்களின் மற்ற நண்பர்களையும் வரவழைத்துப் பெண்களை பலாத்காரம் செய்ய, அந்தப் பெண்கள் தங்கள் சக்தியை எல்லாம் ஒன்றுசேர்த்துக் கத்த, பக்கத்தில் செங்கல் சூளையில் வேலை பார்த்தவர்கள் வந்து காப்பாற்றியிருக்கிறார்கள்.

‘எவன் கூப்பிட்டாலும் பின்னாடியே போயிருவீங்களா? அப்படி உடம்பு தெனவு எடுத்துத் திரிஞ்சிருக்கீங்க...’ இன்னும் வாய்கூசும் கெட்ட வார்த்தைகளால் பெண்காவலர்கள் இரு பெண்களையும் ஏசினார்கள். கூனிக்குறுகி அவமானத்தில் நெளிந்த பெண்களின் கண்களிலிருந்த கனவு எல்லாம் தொலைந்திருந்தது.

இப்போது நகரம் அவர்களுக்குச் சாப இடமாகக் காட்சியளித்தது. நகரத்தின் எந்த மூலையிலிருந்தும் கொடும்வாள்கள் தங்கள்மீது பாய்ச்சப்படலாம் என்று பயந்தார்கள். நேற்று பஸ்ஸிலிருந்து இறங்கி அந்தப் பெண்களிடம் பேசியிருந்தால், இன்றைய நிகழ்வு எதுவுமே நடந்திருக்காது என்று சங்கர் நினைத்தான்.

இன்னும் இன்னும் மனிதர்களை உள்ளிழுக்கும் வசீகரத்துடன், பரபரப்பாகவும் பகட்டாகவும் வெளியே செயல்பட்டுக்கொண்டிருந்தது நகரம்!

OOO

காட்டின் பெருங்கனவு

போரில் சூறையாடப்பட்ட ஊரின் அலங்கோலமும் தனிமையுமாய் நீண்டுகொண்டிருக்கிறது வாழ்க்கை. தீவிரமான கணங்கள் சூழ்ந்து கடும் இருள் பரவி இருந்தது. நட்சத்திரங்களற்ற வானம் முழுதும் கருமையாகவே காட்சியளித்தது. அவன் வருகை இத்தகைய கணங்களில் மட்டுமே நிகழும் என்று எனக்கு முன்னமே உரைக்கப்பட்டிருந்தது. நிறங்களற்ற வெளியில் அவன் வரும் தடத்தை அறிய ஒலியைச் சார்ந்திருக்கத் தொடங்கினேன். அவன் கால்கள் விலங்கிடப்பட்டிருப்பதை அறியாமல். மனோரஞ்சிதம் மலர்களை உதிர்க்கும் அழகிய வாயில் கொண்ட என் வீட்டில், அவன் வெகுநேரமாய்ச் சங்கிலியால் பிணைக்கப்பட்டபடி அமர்ந்திருந்திருக்கிறான். ஆனால் என் புலன்களால் பூக்கள் உதிரும் சத்தத்தைத் தவிர எதையும் உணர முடியவில்லை. ஒவ்வொரு கணமும் யுகம் யுகமாய்க் கழிகிறது. நேரம் கடந்து போய்க்கொண்டே இருக்கக் கைகளும் கண்களும் பரபரக்கத் தொடங்கின. இரண்டுக்கும் எதுவும் தட்டுப்படவில்லை. கணநேரம் விலகாது காற்றில் கைகள் அலைந்துகொண்டே இருந்தன. கண்களால் இருட்டைத் தவிர வேறெதையும் காண முடியவில்லை. இருள் பிரியத் தொடங்கியது. மாதுளைபோல் சிவந்திருந்த என் விழிகளால் அவனைத் தேடத் தொடங்கினேன். தொலைவில்

ஒரு உருவம் போய்க்கொண்டிருந்தது. அது அவனாகத்தான் இருக்க வேண்டும். அழைக்கக் குரல் எழவில்லை. வார்த்தைகள் காற்றாக வெளியே வந்தன. அந்த ஒலியும் மனோரஞ்சித மரத்தைத் தாண்டிச் செல்லவில்லை. உயிரோடு நடமாடும் ஓவியம்போலப் பனி படர்ந்த வெளியில் என் கண்பார்வையிலிருந்து அவன் மறைந்துபோகிறான்.

தினமும் நான் காணும் கனவு இது. என் கனவில் என்னிடமிருந்து தொலைவில் மறைந்துபோகிறவன் உன்னி. இப்பவும் அவன்தான் உலகத்திலே எனக்கு மிக நெருக்கமான உறவாகத் தெரிகிறான். உன்னி எங்கே இருக்கிறான் என்ன செய்கிறான் எதுவுமே தெரியாது. எப்போதும் என் ஞாபகத்தில் அழியாத ஓவியமாய் முகமற்றுக் கிடக்கிறான் என்பது மட்டும் உண்மை. என்னுடைய எல்லா அளவற்ற மகிழ்ச்சியின் முடிவிலும் சோகம் கவ்விய அவனது ஆழமான ஈரவிழிகள் முடிவற்று அழுத்திக்கொண்டே இருக்கின்றன. கடைசியாய்ப் பிரிந்தபோது கண்ணீர் ததும்பிய அவன் கண்கள் ஆயிரம் காலத்திற்கு என்னுடனான காதலை வேண்டி நின்றன. சென்ட்ரல் ரயில்நிலையத்தில் உன்னியைப் போன்ற சாயலில் ஒருவனைப் பார்த்ததும், வேகமாக வரும் ரயிலுக்குக் குறுக்கே பறந்து போய் விழுந்து உடல் சிதறியதைப் போல உயிர் கலங்கி நின்றேன். பொது இடம் என்று பாராமல் இப்படி அவனைப் பற்றிய நினைவுகளைச் சிலசமயம் வெளிப்படையாகவே என் கண்களில் காட்டிவிடுவேன். எனக்கும் காதல் இருந்தது என்று பெருமைகொள்வதற்காகவோ அல்லது எனக்குள் இருக்கும் காதல் உணர்வை நிரந்தரப்படுத்திக்கொள்வதற்கானதோ அல்ல அந்த உணர்வை என்ன செய்தும் என்னிலிருந்து பிரிக்க முடியவில்லை என்பதை நான் எப்படி விளக்குவது. கனவு,

நிஜம் என்று பிரித்துப்பார்க்க முடியாத அளவிற்குக் கணநேரமும் என் நினைவிலிருந்து அகலாமல் இருக்கிறான். அவன் நினைவுகள் என்னைச் சிதைத்துக்கொண்டிருப்பதை என்னால் தடுக்க முடியவில்லை.

என் வாழ்க்கையைத் தலைகீழாக மாற்றப்போகிறவன் என்பதை அறியாமல் எங்கள் முதல் சந்திப்பில் அவனை மிக அலட்சியமாக நடத்தினேன். பத்தாம் வகுப்பு முழு ஆண்டு விடுமுறையில் அவனை முதல்முறையாகச் சந்தித்தேன். நானும்

தங்கையும் ஒவ்வொரு விடுமுறைக்கும் பெரியப்பா வீட்டுக்குச் செல்வது வழக்கம். எங்கள் ஊருக்கு மேற்கே கண்ணுக்கு எட்டும் தூரம்வரை மேற்குத் தொடர்ச்சி மலை நீண்டு கிடக்கும். அந்த மலைக்குப் பின்னால் கேரளா. அங்கே எங்க பெரியப்பாவிற்குச் சொந்தமான மிளகுக்காடு இருந்தது. அங்குதான் நானும் தங்கையும் ஒவ்வொரு விடுமுறைக்கும் செல்வோம். எங்கள் விடுமுறையைச் செலவிடப் பெரியப்பாவின் ஊரைத்தவிர வேறு எதுவும் எங்களுக்கு இல்லை. நெருக்கமான உறவினர்கள் யாரும் தொலைதூர ஊர்களில் இல்லை. எல்லோரும் நாங்கள் வசிக்கும் ஊரிலேயே இருந்தார்கள்.

நானும் தங்கையும் ஊரிலிருந்து எடுத்துவந்த பாம்புக் கட்டத்தில் சோவிமுத்தை உருட்டி விளையாடிக்கொண்டிருப்போம். மலையில் எங்களுடைய அதிகபட்ச விருப்பம் வீட்டு வாசலில் வளர்ந்துகிடந்த கொடி ரோஜா செடிகளும் டிசம்பர் பூக்களும்தான். அவற்றைத்தாண்டிக் கொஞ்சம் விருப்பம் மலையின் குளிர்ச்சிமீது. சில நாட்களில் வாசற்படியில் உட்கார்ந்து மலைப் பள்ளத்தில் தெரியும் எங்கள் ஊரை வேடிக்கை பார்ப்போம். ஊரில் எரியும் லைட் வெளிச்சம் வானத்தில் எரியும் நட்சத்திரங்களைப் போலிருக்கும். அது எங்களுக்குச் சிறு வியப்பைக் கொடுத்தது. “ராத்திரி நேரத்துல பூச்சி பொட்டு வரும். வீட்டுக்குள்ள வாங்கடி”என்று பெரியம்மா எங்களை அழைத்துக்கொள்ளும். மலையின் இருட்டு பயத்தைக் கொடுக்கும். பயத்தைப் போக்குவதற்கு நானும் தங்கையும் தூங்கும்போது எதையாவது பேசிச் சிரித்துக்கொண்டே தூங்குவோம். பேய்க்கதை மட்டும் பேசமாட்டோம்.

அப்போது மிளகு பிடுங்கும் சீசன் என்பதால் பெரியம்மா சீக்கிரம் சமையலை முடித்து மிளகு பிடுங்கும் வேலையை ஆரம்பிக்க வேண்டும் என்று காலையிலேயே சமைக்க ஆரம்பித்தது. வீட்டுக்கு முன்னால் சீராக வளர்ந்திருந்த சிவப்பு நிறத் தண்டங்கீரையைப் பிடுங்கி வருமாறு என்னிடம் சொல்லியது. ஈரம் சொட்டிய கீரையைப் பறித்துத் தாவணியில் வைத்துக்கொண்டிருந்தேன். என் தங்கை கொளுந்துக் கீரையைப் பிடுங்கி என்னிடம் கொடுத்துக்கொண்டிருந்தாள். பனி அடர்ந்து பூக்களில் நீர் வடிந்து கொண்டிருந்தது. அந்தக் காலையில் அவனுடைய உருவம் பனியில் மறைந்திருந்ததால் தெளிவில்லாமல் தெரிந்தான். முற்றுப்பெறாத ஓவியம்போல்

மலை இறக்கத்தில் எங்கள் வீட்டை நோக்கி நடந்து வந்து கொண்டிருந்தான். அருகில் வரவர கண்ணுக்கு முழுதாகப் புலப்படத் தொடங்கினான். என்னைவிட ஒன்றிரண்டு வயது பெரியவனாகத் தெரிந்தான். லுங்கியை மடித்துக்கட்டி ஒரு வளர்ந்த இளைஞனைப் போலிருந்தான். ஆனால் அவன் முகமோ குழந்தையைப் போலிருந்தது. அவன் முன்னால் தாவணியை மடியாகப் பிடித்துக்கொண்டிருந்தது எனக்குள் வெட்கத்தை ஏற்படுத்தியது. விரைந்து வீட்டுக்குள் போய் மறைந்துகொண்டேன்.

அடுப்பு ஊதிக்கொண்டிருந்த பெரியம்மாவிடம் "யாரோ ஒரு பையன் வந்திருக்கான்" என்றேன். புகை மூண்ட கண்களைக் கசக்கியபடி பெரியம்மா "சோறைப் பொங்காமப் பாத்துக்க. அடுப்பை ஊதிவிடு" என்று சொல்லிவிட்டு வெளியே போனது. மடியில் இருந்த கீரையைச் சொளகில் கொட்டிவிட்டு அவன் யாராக இருக்கும் என்ற ஆவலில் சமையலறை வாசலில் நின்றுகொண்டேன். இடையிடையே சோறு பொங்குகிறதா என்றும் பார்த்துக்கொண்டேன். பெரியம்மா "உள்ள வா உன்னி. எப்ப ஊருலருந்து வந்தே?" என்று அவனை வீட்டுக்குள் அழைத்து வயர் கட்டிலில் உட்காரச் சொன்னது. உள்ளே வந்த அவன் "எப்படிக்கா இருக்கீங்க? அண்ணே எப்படி இருக்காங்கே?" என்று தமிழில் கேட்டான். மலையாளியைப் போலிருந்த அவன் அவ்வளவு அழகாகத் தமிழ் பேசியதைக் கேட்டு வியப்படைந்தேன். என் தங்கை கோபமாக உள்ளே வந்தாள். என்னைச் சமையலறைப் பின்வாசல் வழி வெளியே கூட்டிப்போய் "ஏக்கா என்கிட்ட சொல்லாம உள்ள வந்த? நீ என்ன லூஸா? நான் பேசாம கீரையைப் புடுங்கி உங்கிட்டக் கொடுக்கலான்னு பார்த்தா யாரோ ஒருத்தவங்க நிக்கிறாங்க. நான் பயந்து போயிட்டேன்" என்றாள். "சரி வா யார்ன்னு பார்ப்போம்" என்று சமையலறைக்குள் போனோம். பெரியம்மா கடை அடுப்பில் அவனுக்குக் கட்டங்காப்பி சுடவைத்துக்கொண்டிருந்தது. "இல்லக்கா இப்பாதான் குடிச்சிட்டு வந்தேன்" என்றான். "பரவாயில்லப்பா குடி"என்று கண்ணாடி டம்ளரில் அவனுக்குக் கட்டங் காப்பியை ஊத்திக் கொடுத்துவிட்டுக் கீரையைக் கழுவி அரிந்தபடி அவனிடம் ஊர்ல எல்லாரும் எப்படி இருக்காங்கே படிப்பு முடிஞ்சிருச்சா என்று பல கேள்விகளைக் கேட்டுக்கொண்டிருந்தது. அடுப்பை

122 | சோளம்

ஊதியபடி எல்லாவற்றையும் கேட்டுக்கொண்டிருந்தேன். அவன் பனிரெண்டாம் வகுப்பு பரிட்சை எழுதிவிட்டு வந்திருக்கிறான். அடுத்த வருடம் காலேஜ் படிக்கப்போவதாகச் சொல்லிக்கொண்டிருந்தான். “கீரை பத்தாது. இன்னும் கொஞ்சம் கீரை பிடுங்கிட்டு வா” என்று சொல்ல அவனைத் தாண்டி வெளியே சென்றேன். தங்கையும் என் பின்னாடியே வந்தாள்.

அவன் எங்களைப் பற்றிப் பெரியம்மாவிடம் கேட்டுக்கொண்டிருந்தான். “என் தங்கச்சி மகளுக லீவுக்கு வந்திருக்காளுக.” “நான் ஒரு தடவைகூடப் பார்க்கலையேக்கா” “இந்த மலங்காட்டுல எத்தனை நாளைக்கு இருப்பாளுக? நாலு நாளைக்கு இருப்பாளுக. அப்புறம் பொழுது போகலன்னு ஓடிப்போயிடுவாளுக” என்றது. அவன் பெரியம்மாவிடம் பேசிவிட்டு மலை இறக்கத்தில் இறங்கி மிளகுக் காட்டுக்குப் போனான். அவன் போனதும் அவன் யாரென்று பெரியம்மாவிடம் கேட்டோம். “அவங்கப்பா மலையாளி. அவங்கம்மா தமிழ். நாகர்கோவில் பக்கம். ரெண்டு பேரும் காதலிச்சுக் கல்யாணம் பண்ணிருக்காங்க. நாகர்கோவில்ல அவன் அம்மாச்சி வீட்டுலருந்து தமிழ் பள்ளிக்கூடத்திலதான் படிக்கிறான். நல்லா படிப்பானாம். மலைக்கு வந்தா நம்ம வீட்டுல கிடையா கெடப்பான். நல்ல பையன்” என்றது.

மலை இறக்கத்தில் கீழே இறங்கிப்போன உன்னி ஒரு மணிநேரம் கழித்துத் தலையில் புல்லுக்கட்டுடன் திரும்பி வந்தான். மூங்கில் ஏணியில் நின்று மிளகு பிடுங்கிக்கொண்டிருந்த பெரியப்பா “உன்னி எப்ப வந்த?” என்று சத்தமாகக் கேட்டது. அவன் புல்லுக்கட்டைக் கீழே போட்டுவிட்டு “நேத்துதாண்ணே வந்தேன்” என்றான். “அதுக்குள்ள வேலையைப் பார்க்க ஆரம்பிச்சிட்டே. கீழே ஓடையில தண்ணி எம்புட்டு போகுது?” “கொஞ்ச குறைவாத்தான் இருக்கு. ஆனால் அழுகு மங்காம இருக்குண்ணே” என்றான். பெரியம்மா கட்டங்காப்பியைப் போட்டுக்கொண்டு வந்தது. பெரியப்பா ஏணியிலிருந்து கீழே இறங்கிக் கொஞ்சம் இளப்பாறிக் காப்பியைக் குடித்தார். உன்னி கிளம்புவதாகச் சொன்னான். பெரியம்மா அவனுக்கும் ஒரு டம்ளர் காப்பியைக் கொடுத்தது.

"இப்பதானக்கா குடிச்சிட்டுப் போனேன். வேணாம். மாடு சும்மா கிடக்கும் போய் புல்லைப் போடுறேன்" என்றான். "நீ வந்ததும் உங்கம்மாவுக்குப் புல் அறுக்கிற வேலை இல்ல. உங்க காட்டுல மிளகு பறிக்கலையா?" என்றார் பெரியப்பா. "இன்னும் ஒரு வாரம் ஆகட்டும். மிளகு பழுக்கட்டும்னு அப்பா சொல்லிட்டார்." "விலை கம்மியா இருந்தாலும் பரவாயில்ல. நாங்க பச்சையாவே புடுங்கி போடுறோம்ப்பா" என்று சொல்லிவிட்டுப் பெரியப்பா அடுத்த மரத்திற்கு ஏணியை மாற்றி மரத்தின் உயரத்தில் படர்ந்திருந்த கொடியிலிருந்து மிளகைப் பிடுங்க ஆரம்பித்தார். நாங்கள் மரத்துக்குக் கீழே நின்று கை எட்டும் தூரம்வரை இருந்த மிளகைப் பிடுங்கிக்கொண்டிருந்தோம். உன்னி தானாகவே கனமான புல்லுக்கட்டைத் தூக்கித் தலையில் வைத்துக்கொண்டு கிளம்பினான். தினமும் புல் அறுக்க போகும்போதும் வரும்போதும் அவன் கொஞ்ச நேரம் பெரியப்பா பெரியம்மாவிடம் பேசிவிட்டுப் போனான். வேறு ஆண்பிள்ளைகளுடன் பேசிப் பழக்கம் இல்லாததால் அவனோடு நாங்கள் ஒருபோதும் பேசவில்லை. அவன் பேசும்போது சிரிப்புடனிருந்தது அவன் முகம். சிரிக்கும்போது ஈரம் படர்ந்த அவனது விழிகள் எப்போதும் நேசத்தையே காட்டின. அவன் படிப்பு, ஊர் பற்றி அவனோடு பேச விரும்பினேன். பெரியம்மாவும் பெரியப்பாவும் என்ன நினைத்துக்கொள்வார்களோ என்று பேசாமல் இருந்துவிட்டேன்.

ஒரு வாரம் கழித்து நாங்கள் ஊருக்குக் கிளம்பத் தயாரானோம். காலையிலேயே ஊருக்கு எடுத்துச் செல்ல காட்டுப் பொருள்களைச் சேகரிக்கத் தொடங்கினோம். காட்டுக்குள் இறங்கி பிளம்ஸ், அன்னாசி, மாங்காய் எல்லாவற்றையும் சேகரிக்கத் தொடங்கினோம். பூக்களை மட்டும் கிளம்பும் நேரத்தில் பறித்துக்கொள்ளலாம் என்றிருந்தோம். எல்லாப் பொருள்களையும் பையில் வைத்துவிட்டு உட்கார்ந்தபோது தங்கை "உன் காதுல ஒரு தோடைக் காணாம்க்கா" என்று குண்டைத் தூக்கிப் போட்டாள். தோடைக் காணாக்கிவிட்டுப் போனால் எங்கம்மா என்னைக் கொன்றே போடும். ஓடிப்போய்ப் பெரியம்மாவிடம் சொன்னோம். நாங்கள் போயிருந்த இடத்திற்கெல்லாம் சென்று மண்ணைக் கிளறித் தோடைத் தேடினோம். தோடு கிடைத்தபாடில்லை. நான்

சிறுபிள்ளைபோல அழுதுகொண்டிருந்தேன். புல் அறுக்கப் போன உன்னி விசயம் அறிந்து அவனும் தோடைத் தேடினான். இனித் தோடு கிடைக்காது என்று மேலேறி வரப்புக்கு வந்தோம். உன்னி இருப்பதையும் மீறி நான் அழுதுகொண்டிருந்தேன். அவன் என்னைப் பரிதாப உணர்வோடு பார்த்தான். கடைசியாக உன்னி அன்னாசிப்பழம் இருந்த இடத்தில் தேடிப் பார்த்தான். சிரித்தபடி தோடு கிடைச்சிருச்சு என்றான். அந்தச் சிரிப்பு இன்னும் அழகாக இருந்தது. தோடு கிடைத்த சந்தோசமும் அழுத வெட்கமுமாய்த் தங்கையைக் கட்டிப்பிடித்துக்கொண்டேன். "பாருப்பா யாரு கையில் கெடைக்கனும்னு இருந்திருக்கோ அவங்க கையிலதான் கெடைச்சிருக்கு" என்று பெரியம்மா அவனிடம் இருந்த தோடை வாங்கி "இனியாவது சூதானமா போட்டுக்கோ" என்று கொடுத்தது. நான் அவனிடம் "தேங்க்ஸ்" என்று சொன்னேன். அதற்கு அவன் ஒரு சிரிப்பைப் பதிலாகத் தந்தான்.

பெரியம்மாவும் பெரியப்பாவும் எங்களை ஊரில் கொண்டுவிடக் கிளம்பினார்கள். நாங்கள் ஊருக்குப் போகும் பாதையில்தான் உன்னி வீடு இருந்தது. பெரியம்மாவின் காட்டில் வெள்ளைக் கொடிரோஜா மட்டும்தான் இருந்தது. உன்னி காட்டில் மஞ்சள் ரோஜாவும் சிவப்பு ரோஜாவும் மருதாணியும் பிடுங்கித் தருவதாகப் பெரியம்மா சொல்லி அவங்க வீட்டுக்கு அழைத்துப் போனது. உன்னி அம்மா எங்களுக்குக் கட்டங்காப்பியும் கப்பையும் கொடுத்தது. உன்னியிடம் சொல்லிப் பூக்களைப் பறித்துத் தரச் சொன்னார். நாங்களும் உன்னியோடு காட்டுக்குள் இறங்கிப் போனோம். செடியில் இருந்த அத்தனை மஞ்சள், சிவப்பு ரோஜாக்களையும் பறித்துக்கொடுத்தான். "இந்த மருதாணி செக்கச் செவல்னு சிவக்கும்" என்று மருதாணியைப் பிடுங்கித் தந்தான். தோடு கண்டெடுத்துக் கொடுத்த சந்தோசத்தில் அன்று முழுதும் அவன் முகம் மட்டுமே என் நினைவில் வந்துகொண்டிருந்தது. நாங்கள் அவன் வீட்டைவிட்டுக் கிளம்பினோம். பாதையில் வரிசையாகப் போய்க்கொண்டிருந்ததில் நான் மட்டும் கடைசியில் இருந்தேன். கொஞ்ச தூரம் போனதும் திரும்பிப் பார்த்தேன். பாதையில் நின்று நாங்கள் போவதையே பார்த்துக்கொண்டிருந்தான். முதன்முறையாகக் கவலை தோய்ந்த அவன் முகத்தைப் பார்த்தேன். அவன் சிரிக்கும்போது எவ்வளவு சந்தோசமாக

இருக்குமோ அதற்குச் சமமாக வலி நிறைந்த துயரத்தில் இருந்தது அவன் முகம். என் கால்கள் நடை தளர்ந்து பின்வாங்கின. திரும்பிப் பார்த்துக்கொண்டே போனேன். இதுவரை நான் அனுபவித்திராத பயமும் சந்தோசமும் வலியும் கலந்த உணர்வு என்னுள் ஊற்றெடுத்துக்கொண்டிருந்தது. வேலியில் கிடந்த பழத்தைப் பறித்துச் சாப்பிட்டுக்கொண்டே தங்கை வந்தாள். உனக்கு வேண்டுமா என்றவளைப் பதில் ஏதும் சொல்லாமல் முறைத்தேன். "அதான் தோடு கிடைச்சிருச்சுல்ல? அப்புறம் எதுக்கு உம்முன்னு வர்ற?" என்றாள் அவள்.

நாங்கள் பஸ்ஸுக்காகக் காத்திருந்தபோது மழை தூற ஆரம்பித்தது. கடை வாசலில் ஒதுங்கி நின்றோம். இன்று பஸ் ஸ்ட்ரைக் என்று சொல்லிவிடமாட்டார்களா? காட்டுக்கே திரும்பிவிடமாட்டோமா என்று கற்பனை விரிந்து பறந்து ஓடிக்கொண்டிருந்தது. மழை பெரிதாகப் பெய்ய ஆரம்பித்தபோது குமுளி பஸ் வந்தது. நாங்கள் ஏறிக்கொண்டோம். கேரள எல்லையைத் தாண்டிக் கூடலூர் பஸ்ஸில் ஏறும்போது மழை இடியுடன் பெய்தது. மழை நீரில் பெரும் வரப்பில் இருந்த மண் கரைந்து உருகி வழிந்தோடிக்கொண்டிருந்தது. உன்னியின் ஞாபகம் மழையை அழகாக்கியது. உன்னி என்னைப் பற்றி எதையோ நினைத்துக்கொண்டிருந்திருக்கிறான். அதனால்தான் அத்தனை கவலையோடு நின்றிருந்திருக்கிறான். மலைப் பயணம் முழுவதும் அவனைப் பற்றியே யோசித்துக்கொண்டிருந்தேன். வீட்டுக்குச் சென்ற உடனே மருதாணியை அரைத்து விரல்களில் இட்டுக்கொண்டேன். மருதாணியில் சிவந்த விரல்கள் அவனை எனக்குள் ஆழமாகப் படியவைத்துக் கொண்டே இருந்தன.

பத்தாம் வகுப்பு ரிசல்ட் வந்தது. ஐந்நூறுக்கு 430 மார்க் வாங்கியிருந்ததால் பதினொன்றாம் வகுப்பில் கணக்கும் அறிவியலும் எடுத்திருந்தேன். தங்கை எட்டாம் வகுப்பு போயிருந்தாள். அந்த ஆண்டு காலாண்டு விடுமுறைக்குப் பெரியம்மா வீட்டுக்குப் போகிறேன் என்று அம்மாவிடம் கேட்டேன். "எப்பவும் முழுபரிட்சை லீவுக்குதானே போவே? இப்ப மட்டும் என்ன புதுசா?" என்று அம்மா மறுத்துவிட்டது. பின்பு அடம்பிடித்து அரையாண்டு விடுமுறைக்கு மலைக்குப் போனோம். மனம் முழுக்க உன்னி வந்திருப்பானா இல்லையா என்ற கேள்வி பாடாய்ப்படுத்தியது. பஸ்ஸிலிருந்து இறங்கி

உன்னி வீடு வரும்வரை நடந்த ஞாபகமே இல்லாமல் நடந்து வந்தேன். வீட்டு வாசலில் நின்றிருந்த உன்னி அம்மா "பிள்ளைக லீவுக்கு வந்திருச்சுகளா?" என்று கேட்டுவிட்டு "வாங்க கட்டங்காப்பி குடிச்சிட்டுப் போங்க" என்று சொன்னார். "இல்லம்மா பாவம் அவரு வீட்ல தனியா கிடக்காரு சோறாக்கினாரோ என்னவோ போய்ப் பாக்கணும்" என்றது பெரியம்மா. "உன்னி அங்கதான் அண்ணனைப் பார்க்கப் போயிருக்கான். கொஞ்சம் இடியாப்பம் கொடுத்துவிட்டேன்" என்று உன்னியின் அம்மா சொன்னதும், நான் மிக வேகமாக மலை இறக்கத்தில் ஓடினேன். "எதுக்குடி இம்புட்டு வேகமாப் போற? விழுகப் போற" என்று பெரியம்மா சொன்னதைக் காதில் வாங்காமல் இன்னும் வேகமாக ஓடினேன். அதை ஒரு விளையாட்டாக நினைத்து தங்கையும் என் பின்னால் வேகமாக ஓடி வந்தாள். ஓடி வந்த வேகத்தில் எங்கள் வீட்டைத் தாண்டி நின்றோம். யார் இப்படி ஓடி வருகிறார்கள் என்று பார்க்க உன்னி வீட்டுக்குள் இருந்து வேகமாக வந்து நம்ப முடியாமல் அதிர்ந்து நின்றான். அவனைப் பார்த்ததும் மனம் பூரித்தது. அவன் பின்னால் வந்த பெரியப்பா "வந்திட்டிங்களா வாங்க வாங்க" என்று வரவேற்றார்.

உன்னி எந்தத் தயக்கமும் இல்லாமல் "எத்தனை மார்க்? என்ன குரூப்?" என்று என்னைக் கேட்டான். பதில் சொல்லிவிட்டு நானும் "நீங்க எத்தனை மார்க்? எந்தக் காலேஜ்ல சேர்ந்திருக்கீங்க?" என்று கேட்டேன். அவன் பதில் சொல்வதற்கு முன்பே "தம்பி படிப்பில கெட்டில்ல. இன்ஜினியருக்குப் படிக்கிறாரு" என்றார் பெரியப்பா. உடனே நானும் இன்ஜினியரிங் படிக்க ஆசைப்பட்டேன். அதற்குப் பின் உன்னி புல் அறுக்கப்போகவில்லை. அவர்கள் வீட்டில் இருந்த பால் மாட்டை விற்றுவிட்டிருந்தார்கள். ஆனால் உன்னி தினமும் எங்கள் வீட்டுக்கு வருவது தவறவில்லை. நாங்கள் சரளமாகப் பேசிக்கொள்ள ஆரம்பித்துவிட்டோம். பெரியம்மாவும் பெரியப்பாவும் அதைத் தவறாக எடுத்துக்கொள்ளவில்லை. கொஞ்ச நாள் படிப்பு மட்டும் பற்றியே பேசிக்கொண்டிருந்த நாங்கள் பிறகு எங்கள் விருப்பங்கள் பற்றிப் பேச ஆரம்பித்தோம். அவனுக்கு இந்த மலை பிடித்தமானதாக இருந்தது. எப்போதும் இயற்கையோடு இருக்க ஆசைப்பட்டான். மலை, பறவைகள், காட்டுப் பூக்கள்,

நீரோடை ஆகியவற்றின் அழகைப் பேசிக்கொண்டேயிருந்தான். அவன் பேசுவது எல்லாம் கற்பனையைப் போலிருந்தது. அவன் என்ன பேசினாலும் அதில் பயணப்படத் தொடங்கினேன். ஒரு வாரம் மட்டுமே விடுமுறை இருந்தது. நாட்கள் நகரக் கூடாது என்று எண்ணத் தொடங்கினேன். அவன் விருப்பங்களுக்குள் நானே சென்று சேர்ந்தேன். தினமும் ஏதாவது ஒரு அரிய பொருளை எனக்காகக் கொடுத்துக்கொண்டிருந்தான். அதில் ஒன்று இன்னும் நான் பெட்டியின் அடியில் என் பழைய புத்தகத்தில் பத்திரப்படுத்தியிருக்கும் பெயர் தெரியாத பறவையின் நீளமான மஞ்சள் சிறகு. அதை அவன் கொடுத்த கணம் வாழ்வில் மென்மையின் உச்சம். அவன் என்னை ரசனையான பெண்ணாக்கிக்கொண்டிருந்தான்.

அன்று அதிகாலையிலேயே பெரியம்மா, பெரியப்பா, உன்னி அம்மா, அப்பா அனைவரும் பக்கத்துக் காட்டு ராணி அக்கா மகள் திருமணத்திற்காக ஆறாம் மைல் போயிருந்தார்கள். அன்று உன்னி என்னையையும் தங்கையையும் மலை இறக்கத்திற்கு அழைத்துப்போனான். காற்றில் மிதந்துகொண்டிருந்தது உடல். பலமுறை என்னைக் கிள்ளிப்பார்த்துக்கொண்டேன். மலைப்பாதையில் உன்னி என்னோடு நடந்து வந்துகொண்டிருந்தான். இரண்டு பக்கமும் நாணல் வளர்ந்துகிடந்த பாதையில் நானும் அவனும் தங்கையும் மூடியிருந்த பனியை விலக்கி ஒருவர் பின் ஒருவராகச் சென்றோம். புற்களில் மிதந்திருந்த பனித்துளி எங்கள் கால்களை நனைத்தது. நாங்கள் மூவரும் ஸ்வெட்டரும் குல்லாயும் அணிந்திருந்தோம். உடல் வெம்மையாகத்தான் இருந்தது. பள்ளத்தை நோக்கிச் செல்லச் செல்லச் சலசலவென்ற நீரோடையின் சத்தம், பல்வேறு பறவைகளின் இனிமையான குரல் பூமியில் நான் கண்டிராத அற்புதக் காட்சிகளாக இருந்தன. ஒரு பெரும் வெளியில் சட்டம் செய்யப்பட்ட ஓவியத்தைப் போன்றிருந்தது அந்தக் காட்சி. தெளிந்த நீரோடை கூளாங்கற்களின் மேல் விரவிச் சென்றது. அதைச் சுற்றிலும் இருந்த காட்டு மரங்கள் பூக்களைப் பல வண்ணங்களில் நீரோடையில் பரப்பியிருந்தன. வெளிர் நீலம், மஞ்சள், இளம் சிவப்பு என்று நானறிந்திராத பல வண்ணங்களில் காட்டுப் பூக்கள் மிதந்து போய்க்கொண்டிருந்தன. மரங்களை விலக்கிச் சூரியன் மெல்ல இறங்கி நீரோடையைப் பொன்னிறமாக்கியது. ஒளியில் மிதந்த மலர்கள் எல்லாம் தங்க

ரதங்களாக நகர்ந்துகொண்டிருந்தன. அத்தனை அழகைப் பார்க்க வைத்த அவன் கைகளைத் தங்கை அருகில் இருந்ததையும் மீறி இறுக்கப் பற்றிக்கொண்டேன். அவள் அதைக் கவனிக்கவில்லை. காட்டுப் பூக்களைச் சேகரிக்கத் தண்ணீரில் இறங்கினாள். மிக இயல்பாகக் கைகளை விடுவித்துக்கொண்டு நாங்களும் தண்ணீரில் இறங்கினோம். நீரோடையில் மிதந்த ஒளியைப் பிடிக்கும் ஆவலில் இருகைகளிலும் நீரை அள்ளினேன். அவனும் அதையே செய்தான். எங்கள் விருப்பங்கள் ஒன்றாக இணைந்தன. மெல்லிய நீரோடையைப் போல் அவன் மனம் மெல்லியதாக இருந்தது.

ஓடையைத் தாண்டி இன்னும் சற்றுத் தூரம் கூட்டிப்போனான். அங்கிருந்து மலையை நிமிர்ந்து பார்த்தோம். மலையிலிருந்து அதள பாதாளத்தில் இருப்பதாகத் தோன்றியது. சமதளத்தில் நீண்ட மஞ்சள் நிறப் புல்வெளி ஒளிபட்டு மின்னிக்கொண்டிருந்தது. சற்று நேரம் சத்தம் இல்லாமல் அமைதியாக உட்காரச் சொன்னான். காற்றில் சிறகாய் அசைந்துகொண்டிருந்த புல்வெளியின் ஊடே இரண்டு மான்கள் விசுக்கென்று துள்ளி ஓடிக்கொண்டிருந்தன. மான்களை முதன்முறையாக மிக அருகில் பார்த்த சந்தோசத்தில் என்னை இறுக்கக்கட்டிக்கொண்டாள் தங்கை. இன்னும் வேறு விலங்குகள் போகுமா என்று ஆவலோடு பார்க்க ஆரம்பித்தாள். நானும் அவனும் இயற்கையாக எங்களை வர்ணித்துக்கொண்டிருந்தோம். மலையிலிருந்து பொங்கி வழிந்த அருவியை நான் என்றேன். அது கீழே விழுந்து உருண்டோடும் நீரோடையைத் தான் என்றான். பெருங்காற்று நான் என்றேன். அதில் பறக்கும் ஒற்றை மஞ்சள் சிறகு தான் என்றான். இப்படியே எங்களின் உரையாடல் நீண்டது.

அவனைப் போலவே நானும் இயற்கையை நேசிக்கத் தொடங்கினேன். என் மனத்திற்குள் ஒளிந்திருந்த அழகை மீட்டெடுத்தான். முயல் குட்டியின் மென் தோல்களைத் தொடவைத்தான். மலை உச்சியில் தூரத்தில் மேய்ந்துகொண்டிருந்த மாடுகளைக் காட்டி “அவை மலைக்கு எவ்வளவு அழகைத் தருகின்றன பார்” என்றான். எனக்கு அவன் மீது அன்பு துளிர்த்துப் பெருங்காடாக மாறியது. வாழ்நாள் முழுதும் அவனோடு காட்டின் புதுபுது அழகுகளைக் கண்டுகளித்தால் போதும் என்றிருந்தது. மழை, வெயில், பனி,

பூக்கள் மலரும் காலம், இலை உதிரும் காலம் எல்லா நேரமும் அவன் நினைவுகளைப் புதுப்பித்துக்கொண்டேன்.

ஒரு நாளும் நினைவிலிருந்து நீங்காத பெருங்கனவாய் அவனது அன்பும் மென்மையும் என் மன ஆழத்தில் புதைந்தன.

பெரியம்மா பெரியப்பா வருவதற்கு முன் நாங்கள் மேலேறிவிட்டோம். மேட்டில் ஏறச் சிரமமாக இருந்தது. உன்னி ஆளுக்கொரு குச்சியைக் கொடுத்து ஊன்றிக்கொண்டு வரச் சொன்னான். அவன் தினமும் இந்தப் பள்ளத்திலிருந்துதான் புல் அறுத்துக்கொண்டு மேலேறி வருவான். நாங்கள் வெறுமனே நடக்க முடியாமல் திணறினோம்.

எப்போதும்போல் ஒரு வாரத்தில் ஊருக்குக் கிளம்பினோம். அவனும் புறப்பட்டான். எனக்கு மனம் நிரம்பி வழிந்திருந்தது. நன்றாகப் படிக்க வேண்டும் என்றான். நானும் பதிலுக்கு அதையே அவனுக்குச் சொன்னேன். எங்களுக்குள் ஒரு வார்த்தைப் பிசகுகூட நிகழவில்லை. இந்த உலகில் எனக்காக உருவாக்கப்பட்ட அன்பின் அகன்ற வெளியாக இருந்தான். என் வாயாடித்தனங்கள் அவன் அளவற்ற மென்மையில் மறைந்துபோயின. அவன் அன்பில் அருள்பாலிக்கப்பட்டவளைப் போல் என் முகம் பொலிவடைந்தது. என் பேச்சின் அமைதி கண்டு தோழிகள் வியந்துபோனார்கள். ஒளி படிந்த நீரோடையும் காட்டுப்பூக்களின் வண்ணங்களும் அவன் உருவை நிலைநிறுத்திக்கொண்டே இருந்தன. அவனிடம் பாராட்டைப் பெற நன்றாகப் படித்தேன். அந்த முழு ஆண்டு விடுமுறையில் கணிதப் பாடங்களை எனக்குப் பொறுமையாகக் கற்றுக்கொடுத்தான். பனிரெண்டாம் வகுப்பில் நிறைய மார்க் வாங்க வேண்டும் என்றான். அந்த விடுமுறை முழுக்க விடாமல் படித்து அவனிடம் பாடங்களை ஒப்பித்துக்கொண்டிருந்தேன். ஒரு நாள் இரவில் பெரியப்பா வருத்தத்தோடு பெரியம்மாவிடம் ஒரு விசயத்தைப் பற்றிப் பேசிக்கொண்டிருந்தார். மிளகில் சரியான வருமானம் இல்லாததால் உன்னியின் படிப்புக்கும் விடுதிக் கட்டணத்திற்கும் செலவுசெய்ய வேண்டியிருப்பதால் அவன் அப்பா மிளகுக் காட்டை விற்றுவிடப்போவதாகச் சொன்னார். அதை விலைபேசி முடித்துவிட்டதாகவும் பக்கத்துக் காட்டைச் சேர்ந்த பாபி வாங்கப் போவதாகவும் சொல்லிக்கொண்டிருந்தார். உன்னி குடும்பத்தினர்

நாகர்கோவிலுக்கு இடம்பெயரப் போவதாகவும் அங்கே உன்னியின் அப்பா மளிகைக் கடை வைக்கப்போவதாகச் சொன்னார். எனக்குத் தூக்கி வாரிப்போட்டது. உன்னியை இந்த விடுமுறைக்குப் பின் பார்க்கவே முடியாதா? என்ன கொடுமை? உன்னி இதைப் பற்றி ஒரு வார்த்தைகூடச் சொல்லவில்லை. மனம் புரட்டிப் போட்டது. தூக்கம் விலகியது.

காலையில் பெரியம்மா உன்னி வீட்டுக்குப் போகும்போது நானும் போயிருந்தேன். அவர்கள் காட்டை விற்கும் விஷயம் எனக்குத் தெரிந்துவிட்டதை அறிந்து அவன் அமைதியாக இருந்தான். அந்த வார இறுதியில் ஊருக்குக் கிளம்பப் போவதாக உன்னியின் அம்மா சொன்னது. வீட்டில் இருந்த பொருள்களை எல்லாம் உன்னி மூட்டைகட்டிக்கொண்டிருந்தான். அவன் கண்களில் பெருஞ்சோகம் தெரிந்தது. அவன் அம்மாவும் அவ்வளவு நாட்கள் இருந்த இடத்தைவிட்டுப் போகப்போகிறோம் என்ற துக்கத்தில் அழுதது. பெரியம்மா அவர்களுக்கு ஆறுதல் சொன்னது. அதற்கடுத்து வீட்டுக்கு வந்த நாளில் உன்னியும் நானும் பேசிக்கொள்ளவில்லை. கண்களில் திரண்ட நீரை யாருக்கும் தெரியாமல் மறைத்துக்கொண்டிருந்தோம். உன்னி தனியாக மலை இறங்கிப் போனான். காற்றில் கலந்த எங்கள் பேச்சைத் தனியாகத் தேடிக்கொண்டிருந்திருப்பான்.

மலை முழுதும் பனிப்புகை மூடிய அந்த நாள் வந்தது. இனி அவனுக்குச் சொந்தமான நிலம் இங்கு இல்லை. ஆனால் மலை முழுவதையும் நாங்கள் இருவரும் சொந்தம் கொண்டாடினோம். மலை அரசன் மலை அரசியைப்போல் இயற்கை எங்களுக்கு இசைந்தபடி இருந்ததாகக் கனவு கண்டோம். கண்ணீர் மல்க "நான் ஊருக்குப் போறேன்" என்றான். எத்தனை துப்பாக்கிக் குண்டுகள் என் உடலில் பாய்ந்திருந்தாலும் அப்படிப்பட்ட வலியை உணர்ந்திருக்கமாட்டேன். என் மனம் முழுவதும் அவனைப் பிரியும் துக்கம் அடர்ந்த பனியாய் மூடிக்கொண்டது. நெஞ்சுக்கூடெங்கும் வலி பரவிப் பெருமூச்சாய் வெளியேறியது. அந்தத் துயர்மூச்சையெல்லாம் உள்ளே இழுத்து ஒரே நொடியில் செத்துவிடலாம் என்று நினைத்தேன். அடக்கிவைத்த பெருமூச்சு அதே கணத்தில் வெளிக்கிளம்பிப் பெரும் சத்தமாகக் கேட்டது. அதுவரை யாரும் அறியாத என் காதலைப் பெரியம்மா முதன்முறையாக

உணர்ந்துகொண்டது. அதை வெளிக்காட்டிக்கொள்ளாமல் வழியனுப்ப அவர்கள் பின்னால் போனது.

ஓடிப்போய் அவனைப் பிடித்திழுத்து என்னைவிட்டுப் போகாதே என்று கெஞ்சி அழ மனம் துடித்தது. என் கால்கள் முன்னோக்கிச் சென்றன. அவர்கள் வீட்டுக்குப் போனால் எல்லோர் முன்பும் வெடித்தழுதுவிடுவேன். அது மிகப் பெரிய விபரீதத்தில் கொண்டுவிடும். அன்பும் மேன்மையும் கலந்த உறவை என்ன சொல்லி என் பக்கத்தில் வைத்துக்கொள்வது. அவன் என்னிலிருந்து பிரிந்துபோன கடைசிக் கணம் உடலெங்கும் தீப்பிடித்து எரிந்த ரணமாக இருந்தது. என் மூளை மயங்கிச் சரிந்தது. உன்னி போன திசையைப் பிரியாத என் கண்களால் பாதை தடுமாறி நிலைகுலைந்தேன். எனக்கு நூறாயிரம் பூக்களைக் கொடுத்த வெள்ளை நிற கொடிரோஜாச் செடியின் முட்களின் மேல் விழுந்துகிடந்தேன். உடனே எழுந்திருக்கத் தோன்றவில்லை. அப்படியே முட்களில் படுத்திருந்தேன். இப்போதாவது என் உயிர் பிரிய வேண்டும் என்று விரும்பினேன். தசைகளிலிருந்து ரத்தம் பிரிந்துகொண்டு வந்தது. உடலின் ஈரமும் ரத்தத்தின் பிசுபிசுப்பும் சேர்ந்து என் இதயத்தில் லேசான அமைதியைத் தந்தன. அவன் திரும்பிப் பார்க்காமல் போய்க்கொண்டிருந்தான். அவன் திரும்பிப் பார்த்திருந்தால் எல்லாத் துயரத்தையும் சேர்த்து இருவரும் உடைந்து அழுதிருப்போம். கண்களைத் துடைத்துக்கொண்டுதான் அவன் போய்க்கொண்டிருந்தான். காட்டின் ரகசியங்களை, அழகை, அதன் ஆழங்களை எனக்குள் கூர்மைப்படுத்தியவன். என் ஆன்மாவின் காதலன். எல்லாவற்றையும் நீங்கி என்னைவிட்டுப் போய்க்கொண்டிருந்தான். மலை உச்சியில் தூரத்தில் மேய்ந்துகொண்டிருந்த மாடுகள் இப்போது உட்சபட்சத் தனிமையைக் கொடுத்தன. இந்தக் காடு எங்கள் கனவு. எங்கள் ஆன்மாக்கள் பரந்த வெளியெங்கும் சுற்றிக்கொண்டிருக்கும். என்னால் அதன் தனிமையைத் தாங்கிக்கொள்ள முடியாது. பெரியம்மா பலமுறை வற்புறுத்தி அழைத்தும் அதன் பின் ஒருபோதும் நான் எந்த விடுமுறையையும் கழிக்க அந்த மலைக்குச் செல்லவில்லை. காடு எனக்குள் இப்போதும் முடிவுக்கு வராத தனிமையைக் கொடுத்துக்கொண்டிருக்கிறது.

○○○

பன்னீர் மரத் தெரு!

கனவுகள் ஒளிரும் தெருவாக அது இருந்தது. ஆயர்குலப் பெண்களைப்போல மகிழ்ச்சியில் துள்ளிக் குதித்துத் திரிந்தனர் சிறுமிகள். உடல் பூத்த பூரிப்பும் இறுமாப்புமாக பால்யமனம் மாறாமல் இருந்தனர் குமரிகள். கரிய இருள் தெருவில் அப்பிக்கிடக்கும் பின் ஜாமங்களில் கனவு கண்டு சிரிப்பவர்களாக இருந்தார்கள் குழந்தைகள். எப்போதும் பன்னீர் பூக்கள் உதிர்ந்து கிடக்கும் அந்தத் தெருவுக்கு கோயில்தெரு என்று பெயர் இருந்தாலும், எல்லோரும் பன்னீர் மரத்தெரு என்றே அழைத்து வந்தார்கள். ஆண்பிள்ளைகளைவிட பெண்பிள்ளைகள்தான் அங்கே அதிகமாக இருந்தார்கள் அல்லது பெண்பிள்ளைகளின் ஆதிக்கம்தான் அதிகமாக இருந்தது. பன்னீர்மரத்துக்கு நேரெதிர் வீட்டில் அகிலா வீடு இருந்தது. பெரும்பாதிப் பூக்கள் அவள் வீட்டு வாசலில் விழுந்து கிடந்ததால், பூக்களைப் பொறுக்கும் சாக்கில் எல்லாக் குழந்தைகளும் அவளுக்கு சிநேகிதமானார்கள்.

ஒரு கறுப்பு முடிகூட இல்லாமல் தலை முழுவதும் வெள்ளையாக மாறிவிட்ட சின்னச்சாமி வாத்தியாரின் கடைசிப் பெண்தான் அகிலா. பள்ளிக்கூடத்தில் அவர் ஒருநாளும் பிள்ளைகளை விளையாட அனுமதிக்காதவராக

இருந்தார். தெரு பார்த்தவீடு. வாத்தியார் வேலையிலிருந்து ஓய்வுபெற்ற அவர், சாய்வு நாற்காலியில் உட்கார்ந்து தண்டனையை அனுபவிப்பவர்போல, தெருவில் பிள்ளைகள் விளையாடுவதையே ஓயாமல் பார்த்துக் கொண்டிருக்கிறார். குழந்தைகளும் சிறுமிகளும் அவரைக் கண்டு பயப்பட்டார்கள். ஆனால், அகிலா அவர்களின் கண்களுக்கு ஒரு தேவதையாகத் தெரிந்தாள். இவ்வளவு அழகான பெயருடனும் அழகுடனும் அவள் இருப்பது அத்தெருவின் பாக்கியம் என்றே குழந்தைகள் கருதினார்கள். அந்தத் தெருவில் கல்லூரிப் படிப்பை முடித்திருக்கும் ஒரே பெண் என்பதால், அவளிடம் பேசப் பிரியப்பட்டார்கள். அகிலாவின் இரண்டு அக்காள்கள், ஒருவர் உள்ளூரிலும் ஒருவர் வெளியூரிலும் வாழ்க்கைப்பட்டிருந்தார்கள். அண்ணன் இ. பி-யில் சீனியர் கிளார்க். வீட்டுக்கு மூத்தவர் என்றாலும் தங்கைகளுக்குத் திருமணம் முடிந்த பின்பே தன் திருமணம் என்றிருந்தார். வயது நாற்பதைத் தாண்டியிருந்ததால் அதற்குமேல் திருமணத்தைப்பற்றி யோசிக்கவில்லை. அகிலா பத்தாம் வகுப்பு படிக்கும்போதே அவளுடைய அம்மா நோய்வாய்ப்பட்டு இறந்து போயிருந்தார்.

அகிலா, பெரியகுளத்தில் ஹாஸ்டலில் தங்கி கல்லூரிப்படிப்பை முடித்துவிட்டு வந்த நாளிலிருந்து தெருப்பெண்கள் வாத்தியார் வீட்டு வாசற்படியில் நின்று அவளுடன் பேசத்தொடங்கினார்கள். கோடை காலவிடுமுறையில் பன்னீர்மர நிழலில் உட்கார்ந்து தன் கல்லூரியில் உலவிய பேய்க்கதைகளைச் சொல்ல ஆரம்பித்தவளை, அதன்பிறகு, 'யெக்கா...யெக்கா...கதை சொல்லுக்கா' என்று அடம்பிடித்தனர் பிள்ளைகள். பன்னீர்மர நிழலில் உட்கார்ந்து அவர்களுக்காகத் தினுசுதினுசான புதுக்கதைகளைச் சொல்லிவந்தாள். அவள் சொல்லும் கதைகளின் ஆழங்களை அறியாமலேயே பிரமிப்பாகவும் ஆர்வமாகவும் சிரிப்புடனும் கேட்டுக் கொண்டிருந்தார்கள் சிறுமிகள். அவள் சொன்ன கதைகளில் வந்த மரம் நிறைந்த கடுங்கானகங்களும், கலர் கலரான பேசும் பறவைகளும், தேவதைகளும், துர்தேவதைகளும் அவர்களின் கனவுகளை ஆக்ரமித்தனர். தன்வீட்டில் பூத்த கனகாம்பரம், டிசம்பர் பூக்களைக் கட்டியபடி அவள் கதை சொல்வாள். சிறுமிகளுக்கும் அவளைப்போல பூக்கட்ட வேண்டுமென்று தோன்றும். ஆனால், அவர்களுக்கு அகிலாவைப்போல கைவிரல்களில்

நூலைக்கோர்த்துப் பூக்கட்டத் தெரியாது. அவர்கள் பன்னீர்பூக்களைப் பொறுக்கி கால் பெருவிரலில் நூல்கோர்த்துச் சரமாகத் தொடுப்பார்கள். பன்னீர்பூக்களைத் தலையில் வைத்தால், பேன் வருமென்று அவள் சொல்லியிருந்ததால், அதை சாமிக்குப் போட்டார்கள். அவ்வப்போது பன்னீர் பூக்களின் காம்பை உறிஞ்சி அதன் இனிப்பின் சுவையை மட்டும் ருசித்தனர். சிறுமிகள் மட்டும் அல்லாமல் அகிலாவிடம் கதை கேட்கும் குமரிகளும் குழந்தையாகிப்போகும் வித்தை நாளெல்லாம் நடந்தது. அகிலா, தன் பருவமறியாது குழந்தையாகப் பாவனை செய்துகொண்டிருந்தாள். திருமணம் வேண்டாமென்று சொல்லும் அண்ணனையும், வாழ்க்கையின் கடைசிக் கட்டத்தில் இருக்கும் அப்பாவையும் தனியாக விட்டுப்போக அவளுக்கு மனதில்லை. அப்பாவும் அண்ணனும் அவளுடைய திருமணப்பேச்சை எடுக்கும் போதெல்லாம் தனக்கு கவர்ன்மென்ட் வேலை கிடைக்கட்டும், அதற்குப்பின் மாப்பிள்ளை பார்த்துக் கொள்ளலாம் என்று தட்டிக்கழித்து வந்தாள். அரசு வேலைக்கான தேர்வுகளை அவள் அடிக்கடி எழுதினாலும் வேலை ஏனோ அவளுக்குக் கிடைத்தபாடில்லை. அதன் பொருட்டு அவள் கவலைப்பட்டதும் இல்லை. கூட்டுறவுப் பண்ணையில் அவ்வப்போது லீவ் போஸ்ட்டில் கிளார்க் வேலை பார்ப்பாள். நீளமான வெயில் நாட்களில் பூப்போட்ட கலர்குடையைப் பிடித்துக்கொண்டு தெருவில் அவள் நடந்து போகும் அழகைப்பார்க்கும் சிறுமிகள் வருத்தப்பட்டார்கள். குடைக்குப் பொருத்தமாக அகிலா, டீச்சர் வேலைதான் பார்க்கவேண்டும் என்று விருப்பப்பட்டார்கள்.

அகிலாவிடம் கதை கேட்டுக்கொண்டிருந்த ரமா, கீதா, சுமதி, லதா, செல்வராணி, தங்கம் எல்லோரும் வளர்ந்து கொண்டிருந்தார்கள். அகிலா இல்லாத நேரங்களில் அவர்கள் மாறிவரும் தங்கள் பருவத்தைப்பற்றி பேசிக் கொண்டிருந்தார்கள். ரமா தன்னைக் கண்ணன் காதலிப்பதாக சுமதியிடம் மிக மெதுவான குரலில் சொன்னாள். "இதைப் பரம ரகசியமாக வைத்திருக்கவேண்டும். வெளியே தெரிந்தால் கோயில் கிணத்தில் விழுந்து செத்துப்போவேன்" என்று பயமுறுத்தி வைத்திருந்ததால், அதுபற்றி மூச்சுவிடாமல் இருந்தாள் சுமதி.

பன்னீர்மர நிழலில் உதிரி மல்லிகைப்பூவை ஊசியில் கோத்தபடி இருந்த அகிலாவுக்கு ஒவ்வொரு பூவாக எடுத்துக் கொடுத்துக் கொண்டிருந்தாள் ரமா. அப்போது கண்ணன் நாலைந்து தடவைக்குமேல் சைக்கிளில் அந்த தெருவைச் சுற்றியே வலம் வந்து கொண்டிருந்தான். 'ஏன் இந்தப் பையன் திரும்பத் திரும்ப நம்ம தெருவுல சுத்திட்டுத் திரியுறான் என்று அகிலா கேட்டபோது சுமதிக்குத் தொண்டைவரை வார்த்தை வந்துவிட்டது. ரமா கிணற்றில் மிதக்கும் காட்சி கண்ணுக்குத் தெரியவே, பயந்தவளாக 'லூஸா இருப்பான்போல' என்று அவனைத் திட்ட ஆரம்பித்தாள். ரமா அதைக் கண்டுகொள்ளாதவள்போல பூவைத் தொடர்ந்து அகிலாவின் கையில் கொடுத்துக் கொண்டிருந்தாள். அவள் கண்களில் லேசான கலக்கமும் கூச்சமும் இருந்தது.

பின்பனிக்காலத்தின் வெயில் தொடங்கிய காலையில் பேங்க் மேனேஜரின் குடும்பம் தஞ்சாவூரிலிருந்து மாற்றலாகி பன்னீர்மரத்தெருவுக்குக் குடிவந்தது. மேனேஜரின் மகள் லாவண்யா வந்த முதல்நாளே, சுமதியையும் ரமாவையும் தன் தோழிகளாக்கிக் கொண்டாள். அவர்கள் லாவண்யாவை அகிலாவுக்கு அறிமுகப்படுத்தி வைத்தனர். நாகரிகமான பழக்கம் கொண்ட அவளுக்கு, அகிலாவின் பேச்சு மட்டுமே ஈடுகொடுப்பதாக இருந்தது. வேகவேகமாகப் பேசும் பழக்கம் கொண்ட லாவண்யா, தெருப்பையன்கள் தன்னை ஒருமாதிரியாகப் பார்ப்பதாக வந்த முதல்நாளே புகார் கூறினாள். அந்தத் தெருவிலேயே இருக்கும் தங்களைக் கண்டுகொள்ளாத பையன்கள், லாவண்யாவை வைத்தகண் வாங்காமல் பார்த்தது அவர்களுக்கு எரிச்சலாகத்தான் இருந்தது.

அதுவரை கேள்விப்படாத அதிசயம் ஒன்று லாவண்யாவின் வீட்டில் ஒளிந்திருந்தது. முதல்முறையாக டி.வி. பெட்டி லாவண்யா வீட்டுக்கு வந்தது. தெருவில் ஒருவர் பாக்கியில்லாமல் எல்லோரும் சென்று அதனை ஒருமுறை பார்த்து வந்தார்கள். வீட்டுக்குள்ளே படம் பார்ப்பது அந்த மக்களுக்கு அதிசயமாக இருந்தது. பன்னீர்மரத்துக்கு அருகிலிருக்கும் பழனி டீக்கடையில் இருந்த ஆண்களெல்லாம் பேங்க் மேனேஜர் வீட்டு டி.வி. பெட்டியைப் பற்றியே பேசிக்

கொண்டிருந்தார்கள். அப்படியொரு கேளிக்கைப் பொருளை வீட்டில் வாங்கி வைத்துக்கொள்ளும் அளவுக்கு அவர்களுக்கு வசதி இல்லையென்றாலும் அதை அப்படிச் சொல்லாமல், “வாரத்துக்கு ஒரு நாளைக்கு படம் போடுவானுங்களாம் அந்த ஒருநாளு கூத்துக்கு ஆயிரக்கணக்குல துட்டைப்போட்டு டி.வி. பொட்டியை வாங்கணுமா? ஒரு ரூபா குடுத்துப்பிட்டு தேட்டர்ல படம் பார்த்துட்டு போயிரலாம்ல!” என்றார்கள். மற்றவர்களிடம் வெளிப்படையாகப் பகிர்ந்து கொள்ளமுடியாத ஒரு நப்பாசை எல்லோர் மனதிலும் தோன்றியது. பேங்க் மேனேஜரின் வீட்டிலிருக்கும் டி.வி. பெட்டியைப்போல தங்கள் வீட்டிலும் வாங்கி வைக்கவேண்டும் என்பதுதான் அது. குழந்தைகளுக்கு வீட்டுக்குள்ளேயே படம் பார்ப்பது குதூகலமாக இருந்தது. வெள்ளிக்கிழமையிலும் ஞாயிற்றுக்கிழமையிலும் டி.வி. பார்ப்பதற்காக லாவண்யா வீட்டு வாசலிலேயே காத்துக் கிடந்தார்கள்.

அதற்கடுத்து வந்த நாட்களில் அவர்களுக்குக் கதை சொல்வதற்காகக் காத்திருந்து காத்திருந்து ஏமாந்து போனாள் அகிலா. குழந்தைகளும் சிறுமிகளும் கதை கேட்பதை மறந்தவர்களானார்கள். ஒருவரும் அவள் பற்றிய சிந்தனையின்றி டி.வி. பார்ப்பதிலும் அதனைப் பற்றியே பேசிக் கொண்டிருப்பதையும் மட்டுமே விரும்பிச் செய்தார்கள். அவள் சொல்லாமல் தேக்கி வைத்திருந்த கதைகள் பன்னீர்மரத்துக்குக்கீழே கரைந்து கொண்டிருந்தன. லாவண்யா வீட்டுக்குள் டி.வி. பார்க்கவரும் கூட்டத்தால் வீடு அலங்கோலமாகிப் போவதாக வீட்டு உரிமையாளர் கோபித்துக்கொண்டார். இதனால் படம் போடும் நேரத்தில் வீட்டை உள்பக்கமாகப் பூட்டினார் லாவண்யாவின் அம்மா. லதாவையும் சுமதியையும் மட்டும் உள்ளே விடலாம் என்று லாவண்யா அடம்பிடிப்பாள். வேறு வழியில்லாமல் கதவு திறந்தால், வாசலுக்கு வெளியே பெருங்கூட்டமாக நின்றிருக்கும் குழந்தைகள் குபுக்கென்று உள்ளே நுழைந்துவிடுவார்கள். இதில் பெண்களும் விதிவிலக்கல்ல. வீட்டு உரிமையாளர் திட்டுவதைப் பொருட்படுத்தாமல் அவர்களும் நுழைந்துவிடுவார்கள். சுமதியும் லதாவும் பள்ளிக்கூடம் போன நேரம் தவிர, மற்ற நேரங்களில் லாவண்யா வீடே கதியென்று கிடந்தார்கள். வீட்டைச் சுத்தப்படுத்துவது, பாத்திரம் தேய்ப்பது, கடைக்குப்

போவது என்று எல்லா வேலைகளையும் லாவண்யாவின் அம்மா அவர்களிடம் சாதுர்யமாக வாங்கிக்கொண்டாள்.

“பன்னீர்மரத்துக்குக் கீழே உட்காரலாமா?” என்று அகிலா அழைத்தால் “போக்கா தெருவுல போய் உட்காருவாங்களா? எல்லா ஆம்பளைகளும் ஒரு மாதிரியாப் பார்த்துட்டு போவாங்க” என்று மறுத்து விடுவாள் சுமதி. கட்டுக்கடங்காத கற்பனைக் கதைகளைத் தவிர பேச எதுவும் இல்லாத அகிலா, சுமதி சொல்லும் காதல் கதைகளை வெறுப்பாகக் கேட்டுக் கொண்டிருந்தாள். ஒரு கட்டத்தில் அதையெல்லாம் கேட்கச் சகிக்காதவள்போல, “கொஞ்ச வேலை இருக்கு. உள்ளே போகட்டுமா” என்று அறைகளில் போய் ஒடுங்கிக் கொண்டாள்.

கதைசொல்லிப் பாவனையை மாற்றிக் கொள்ளமுடியாத அகிலாவால் குழந்தை மனதிலிருந்து விடுபடமுடியவில்லை. மிக மெனக்கெட்டு தன் உடலை ரசிக்க முயற்சித்தாள். அப்போதுதான் அவள் எப்போதும் ஆண்களை ஆசையோடு பார்த்திருக்கவில்லை என்பது தெரிந்தது. அவளாகத் திணித்துக் கொண்ட வேடம் அவளின் இயல்பாகிப்போனது. தனிமை, பெரும் படலமாய் சுற்றிக்கொண்ட அவள் உடல் தளர்ந்து கொண்டிருந்தது. எந்த ஆணையும் தன்னுடன் சேர்த்துக் கற்பனை செய்ய முடியாதவளாக இருந்தாள். அப்படிச் செய்வது அவளுக்கு அருவருப்பூட்டுவதாகவும் இருந்தது. அவள் திருமணம் செய்துகொள்ளாததைப்பற்றி பேசாதவர்களே இல்லை. அதனாலேயே யாரையும் பார்க்க விரும்பாமல் வெயில் ஊரும் வீட்டின் தாழ்வாரத்தில் பகலெல்லாம் படுத்தே கிடந்தாள். தண்ணிவாட்டுத் தகரத்தின் ஓட்டை வழியே தாழ்வாரத்தில் பாய்ந்த வெயில் ஒரு உலக்கையைப் போல நெளிந்து கிடந்தது. சிறுகச்சிறுக ஒளியின் நீளம் குறைந்து முழுவதுமாக இல்லாமல் போகும் வேளையில் அவள் குளிக்கப் போனாள். தன் உடல் பார்க்காமல் குளியலறையின் சுவர்களைப் பார்த்து மட்டுமே குளித்தாள்.

உள்ளறையில் படுத்தபடுக்கையாகக் கிடந்த அப்பாவின் நினைவு தப்பியது. அகிலா இருப்பது அறியாமலேயே போய்ச்சேர்ந்தார். அவளுடைய திருமணத்துக்கு அக்காக்கள் பார்த்த படித்த மாப்பிள்ளைகள் அவளின் கண்களில் தெரிந்த தனிமையைச் சகிக்க முடியாதவர்களாக பதில் ஏதும் சொல்லாமல்

கிளம்பிப்போனார்கள். அந்த நிகழ்வுகளில் பொருள்காட்சியின் பிம்பத்தைப்போலவே வந்துநின்றாள். படிக்காத, வசதிகுறைந்த மாப்பிள்ளையைத் தன்தங்கைக்கு மணம் முடித்துவைக்க விரும்பாத அக்காக்கள், தத்தம் குடும்பப் பிரச்னையில் ஆழ்ந்துபோனார்கள். அதற்குப்பின், 'இப்படி என் தங்கச்சி கல்யாணமாகாமக் கெடக்காளே' என்று புலம்புவதோடுசரி, மாப்பிள்ளை பார்ப்பதை மறந்தேவிட்டார்கள்.

அப்பாவின் மரணத்துக்குப்பிறகு கோடையில் கிடைத்த லீவ்போஸ்ட் வேலைக்கும் அகிலா போகவில்லை. பன்னீர்மரத்தைப் பார்க்கும்போதெல்லாம் தெருவில் இல்லாத குழந்தைகளையும் சிறுமிகளையும் தேடி மனம் அலைந்தது. ஒரு கதைசொல்லியின் வசீகரத்தை இழந்துவிட்டதாக நினைத்த அவள், அதற்குப்பின் எப்போதும் பன்னீர்மரத்தைப் பார்க்க முடியாத அளவுக்குத் தெருக்கதவை மூடியே வைத்திருந்தாள்.

பெரும் வெறுப்புமூண்ட வாழ்வைப் பார்த்துக் கலங்கிப்போன அண்ணன், தன் ஐம்பதாவது வயதில் ஒரு ஏழைப் பெண்ணை மணந்து கொண்டார். அண்ணனுக்குத் திருமணம் செய்திருந்த தாமரையின் வயதும் அகிலாவின் வயதும் ஒன்றாக இருந்தது. தாமரை ஒருவரைக் காதலித்து அவர் இறந்து போனதாக ஊரில் பேசிக்கொண்டார்கள்.

அகிலாவுக்கு அந்த வீட்டில் இருப்பது பெருங்கூச்சமாக இருந்தது. உள்ளறையைப் பூட்டிக்கொண்டு தாமரையைப் பார்க்காமல் இருந்தாள். முன்பு தாழ்வாரத்துவரை இருந்த அவள் சுதந்திரம் இப்போது அறைவரை என்றாகிப் போனது. அவள் அப்படி விலகி இருந்தது தாமரைக்கு அவள்மேல் காரணமில்லாத வெறுப்பைத் தந்தது. அவள் இன்னும் தன் இளவயதுக் காதலனை மறக்க முடியாத துயரத்தில் இருந்தாள். அகிலாவால் தாமரையின் துயரத்துடனும் சந்தோஷத்துடனும் பங்கெடுக்க முடியவில்லை.

அந்தத் தெருவுக்கு இரண்டாவது டி.வி. வந்தது. புது மனைவியின் ஆசைப்படி வீட்டில் டி.வி. வாங்கி வைத்தார் அகிலாவின் அண்ணன். குழந்தைகளிடமிருந்தும் சிறுமிகளிடமிருந்தும் தன் வாழ்வைப் பிரித்தபடி டி.வி. பெட்டியின் குரலும் வெளிச்சமும் அவளுடைய துக்கத்தைக் கீறிக் காயப்படுத்திக் கொண்டிருந்தது.

துணியைக் கிழித்து அதன் சத்தம் காதில் விழாதவாறு அடைத்துக்கொண்டு தானாகப் பேச ஆரம்பித்தாள் அகிலா.

தன் துயரங்களுக்கு மிகப்பெரும் வடிகாலாக டி.வி. பெட்டியை நினைத்தாள் தாமரை. மொழி புரியாத படங்களையும் வைத்தகண் மாறாமல் பார்த்தவள், படம் வராத வேளைகளிலும் டி.வி. பெட்டியை போட்டே வைத்திருந்தாள். கொர் கொர் என்று டி.வி பெட்டியிலிருந்து வந்த சத்தத்தைக் கேட்டுக்கொண்டே வீட்டு வேலைகளைச் செய்தாள்.

சாப்பிட, குளிக்க என்று அகிலா அறையைவிட்டு வெளியே வரும் வேளையில் டி.வி. பெட்டி பக்கம் கண்ணைத் திருப்புவதில்லை. இருந்தாலும் அதன் சத்தம் பேய்க்கூச்சலைப்போல அவளைத் தொந்தரவு செய்வதைப் பொறுக்கமாட்டாமல் டி.வி. பெட்டியின் சுவிட்சை அணைத்துவிடுவாள். அவள் அந்த இடத்தை விட்டுப்போனதும் தாமரை டி.வி. சுவிட்சைப் போட்டு அக்கம் பக்கத்துக் குழந்தைகளை மலரச் செய்தாள். குழந்தைகள் இப்போது தாமரை அக்காவிடம் பிரியமாக இருந்தார்கள். வாய்திறந்து சண்டை போடாமல் செய்கைகள் மூலமே தங்கள் வெறுப்பைத் தெரியப்படுத்திக் கொண்டார்கள். அவர்களின் பெருத்த மௌனங்களைக் கரைக்க முடியாமல் தவித்தார் அண்ணன். சிரித்த அகிலாவின் முகம் அவருக்கு மறந்து போனது.

அறைக் கதவைப் பூட்டிக்கொள்ளும் அகிலா, தெருவோரமாக இருக்கும் அறை ஜன்னலை நொடிக்கொரு தடவை சாத்துவதும் திறப்பதுமாக இருந்தாள். தெருக்களில் குழந்தைகள் நடமாடுவது தெரிந்தால் வெடுக்கென்று ஜன்னலைச் சாத்திவிட்டு மூலையில் உட்கார்ந்து நகம் கடிப்பாள். அடுத்த நொடியில் அவளது கை விரல்கள் இல்லாத பூவைக் கட்டிக்கொண்டிருக்கும். வாய் எதையோ பேசிக்கொண்டிருக்கும். அவள் முகம் சாம்பல் பூத்துப்போய்த் தீர்க்கமுடியாத வேதனையில் மூழ்கிக் கிடந்தது.

தாமரை பிரசவத்துக்காக தாய்வீட்டுக்குப் போனதும் அகிலாவுக்கு ஒருவகையில் சந்தோஷமாக இருந்தது. அண்ணன் வேலைக்குப் போனபிறகு தெருக்கதவைச் சாத்திக்கொண்டு உள்ளே வந்தவள், டி.வி. பெட்டியை ஒரு கறுப்புத் துணியால் மூடி யாரும் பார்க்க முடியாத இடத்தில் வைத்துவிட்டாள்.

டி.வி. பெட்டியைத் தொட்ட கைகளைத் திரும்பத் திரும்ப சோப்பு போட்டுக் கழுவிக் கொண்டாள். தாழ்வாரத்தில் இருந்த டி.வி. எங்கே என்று தங்கையிடம் கேட்காமல் வீட்டைச் சுற்றித் தேடி அண்ணன் கண்டு பிடித்தார்.

அகிலாவுக்கு நிம்மதியே இல்லை. டி.வி. எழுப்பிய ஒலி வீடெல்லாம் நிறைந்திருப்பதைப்போலத் தோன்றியது. திரையில் தோன்றிய படம் வீட்டுச் சுவர்களிலெல்லாம் நிழலாகப் படர்ந்தது. வீட்டின் எந்த மூலையில் சென்று ஒளிந்து கொண்டாலும் அதன் சத்தமும் நிழலும் விடாமல் துரத்தியது. அதிலிருந்து விடுபடத் துடித்தாள். யாரும் சேகரிக்காத பன்னீர்பூக்கள் மண்ணில் உதிர்ந்து கொண்டிருக்கும் அதிகாலையில் வீட்டைவிட்டுக் கிளம்பிப்போன அகிலா, பின் எப்போதும் வீடு திரும்பவில்லை!

ooo

ராஜா ராணி ஜோக்கர்

பி.எஸ்.சி தியேட்டர்ல ரெண்டாவது ஆட்டம் ஆரம்பிக்கப் போறதுக்கான கொம்பு ரிக்கார்டை போட்டுட்டாங்க. எனக்கு தூக்கமே வரமாட்டேங்குது. அப்பா இன்னும் வரல. நான் தெரு பிள்ளைகளோட லைட் கம்பத்துக்கு கீழ கண்ணாமூச்சி, இல்லாட்டி தொட்டு வெளையாட்டு வெளையாடிகிட்டு இருக்கறப்ப அப்பா மேற்கே கடைப்பக்கமிருந்து வந்திடுவாரு. "கிறுக்கு கழுத இன்னும் வெளையாடி கிட்டிருக்க, காலயில பள்ளிக்கூடத்துக்கு போகவேணாமா"ன்னு சொல்லி என்னைத் தூக்கிட்டுப் போவாரு. இன்னைக்கு என்னமோ கரெண்டை அமத்தினதுக்கப்புறமும் அப்பா வரல. எங்க ஊர்ல ராத்திரியில கரண்டு அமந்தால் பத்து மணின்னு அர்த்தம்! அப்பா வந்தா போவோம்ன்னு நானும் வீட்டுக்கு போகாம கெடக்கேன். அப்பா இல்லாம தனியா வீட்டுக்குப் போனா "இம்புட்டு நேரமும் எங்கடி போனே"ன்னு அம்மா என்னைப் போட்டு அடிக்கும். அப்பா இருந்தா என்னை அடிக்க விடமாட்டாரு. எல்லாப் பிள்ளைகளும் வீட்டுக்குப் போயிட்டாங்க. அதுவும் பொம்பளப்பிள்ளைங்கெல்லாம் எப்பவும் கரண்டு அமறதுக்கு முன்னாடியே போயிடுவாங்க. குமரேசன், பிரகாசு, மொக்கப்பாண்டி நாங்க நாலு பேரு மட்டும்தான் கடைசிவரைக்கும் வெளையாடிட்டிருந்தோம். அவங்க வீடெல்லாம்

பக்கத்தில இருக்கு குடுகுடுன்னு ஓடிப்போயிடுவாங்க. எங்க வீடு... பெரிய தெருவுலருந்து உள்ள திரும்பற முட்டுச் சந்துக்குள்ள இருக்கும். நான் எப்படி தனியா போறது. அன்னைக்கு கரண்டு அமந்து மறுபடியும் லைட்டை போட்டதுக்கப்புறம் "யெம்மே... வெளையாண்டது போதுமே அவரவர் வீட்டுக்குப் போயி அவரக்கஞ்சியை குடிங்க"ன்னு சொல்லிட்டு குமரேசன் ஓடிப்போயிட்டான். மொக்கப் பாண்டியும் "நானும் தூங்கப்போறே"ன்னு போயிட்டான். நானும் பிரகாசும் மட்டும் இருந்தோம். "எலே எங்கப்பா வர்றவரைக்கும் இங்கய இருடா"ன்னு பிரகாசை என்கூடவே ஒக்கார வச்சுட்டேன்.

எப்பவும் பிரகாசு என்கூட சண்டை போடமாட்டான். அவனுக்கு நான்னா பிரியம். சாக்கடைக்குக் குறுக்க போட்டிருந்த கல்லுல ரெண்டு பேரும் காலைத் தொங்கப் போட்டு ஒக்கார்ந்திருந்தோம். அவனுக்கு தூக்கம் பொறுக்க முடியல. தூங்கி என்மேல சாஞ்சான் ஆனால் எனக்கு அப்பா வரலங்கிற துக்கத்திலும், அம்மா அடிக்குமேங்கிற பயத்திலயும் தூக்கம் வரல. அவனப் பார்க்கப் பாவமா இருந்துச்சு. அம்மா அடிச்சாலும் பரவாயில்ல வீட்டுக்குப் போகலான்னு முடிவு பண்ணிட்டேன். அவனை "தெரு முனையிலே நில்லுடா. நான் சந்துக்குள்ள போறேன். நீ நூறுவரைக்கும் சத்தம் போட்டுச் சொல்லு நான் எதாச்சும் கத்துனா மட்டும் ஓடிவந்து பாரு. நீ நூறு சொல்லி முடிச்சும் நான் கத்தலன்னா சூதானமா வீட்டுக்கு போயிருப்பேனு அர்த்தம். அதுக்கப்பறம் உங்க வீட்டுக்குப் போயிரு சரியாடா"னேன். அவனும் தூக்கக் கலக்கத்தில் "சரிம்மா நீ போ நான் பாத்துக்கிறேன்"னு ஒண்ணு ரெண்டு எண்ண ஆரம்பிச்சிட்டான்.

சந்துக்குள்ளே போற வழியில முத்து வீட்டுக் கொட்டம் இருக்கும். கொட்டத்து விட்டத்தில் சாக்குச் சாக்கா தொங்கவிட்டு இருப்பாங்க. நான் எப்பவும் அந்தப் பக்கம் திரும்பிப் பார்க்கமாட்டேன். சாக்குத் தொங்குறது இருட்டு நிழலுல ஆள் உருவம் மாதிரியே தெரியும். அவங்க வீட்டைக் கடந்து வேக வேகமா எங்க வீட்டுக்கு ஓடிட்டேன். வைக்கோல் போட்டு மேஞ்ச எங்க வீடு மண்சுவரா இருந்தாலும் கதவு மட்டும் கெட்டியா இருக்கும். சாத்தியிருந்த கதவை என்

சத்தெல்லாம் ஒன்னு சேத்து உள்பக்கமா தள்ளுனேன். எங்கம்மாவுக்கு பிடிக்காததை நான் செய்யுறப்ப, அதுக்குக் கோபம் முத்துறதுக்கு முன்னாடி "அடியே உனக்கு முதுகெல்லாம் பரபரன்னு இருக்கு. இப்ப அடி வாங்கிச் சாகப் போறே"ன்னு எச்சரிக்கை பண்ணும். அன்னைக்கும் எனக்கு அப்படித்தான் அம்மா அடிக்கிறதுக்கு முன்னாடியே வலிய நெனைச்சு முதுகு பரபரன்னு இருந்துச்சு. வீட்டுக்கு நடுவில தரையோடு தரையா சேர்ந்திருந்த மரவிட்டத்தில சாஞ்சு உட்கார்ந்திருந்துச்சு எங்கம்மா. தலையை கீழ குனிஞ்சு, கருவேப்பிலை குச்சியால தரையில் கோடு போட்டுகிருந்துச்சு. எங்கம்மா கவலையாயிருக்கறப்பல்லாம் இப்படிதான் ஒரே சிந்தனையா ஒக்காந்திருக்கும். கண்ணீர் மட்டும் தானா கண்ணுலருந்து வழிஞ்சுகிருக்கும். அப்பல்லாம் என்னை அடிக்கவும் அடிக்காது. "நல்ல வேள தப்பிச்சோம்"ன்னு பேசாம போயி எங்கப்பா படுக்கிற கயித்துக் கட்டில்ல படுத்தேன். நான் வெளையாட போறதுக்கு முன்னாடியே சாப்பிட்டிருந்தாலும் விளையாண்டதுல மறுபடியும் வயிறு பசிச்சுச்சு. "கஞ்சி ஊத்துமா"ன்னு இப்ப கேட்டா அம்மா அடிக்கும்னு பயந்துக்கிட்டு பேசாம இருந்திட்டேன். அப்பா இருந்தார்னா அவர் சாப்பிடுறப்ப சோறை உருண்டை பிடிச்சு குடுப்பாரு. அதுவும் அப்பா தட்டுல பயறு, காய்னு இருக்கிற ஒவ்வொன்னா எடுத்து தின்னுக்கிட்டே இருப்பேன் அதிலயே வயிறு நெறைஞ்சிடும். "தொட்டி பழக்கம் சுடுகாடு வரைக்கும். இன்னைக்கு உன் வட்டியில எடுப்பா கல்யாணமானதுக்கப்புறம் புருசன் வட்டியலயும் எடுப்பா. "ஒங்காத்தா எப்படி வளர்த்திருக்கா பாரு"ன்னு அவ மாமியார்காரி என்னை வைவா"ன்னு சொல்லி அம்மா இன்னும் கொஞ்சம் கடிச்சுக்குடிக்கைய கொழம்புச் சட்டியிலிருந்து எடுத்து அப்பா வட்டியில போடும். "உனக்கெல்லாம் அறிவு இருக்கா? பச்சபிள்ளைக்கு நாளைக்கத்தான் கல்யாணம் பண்ணி வைக்கப்போறயாக்கும். கூறுகெட்டு எதாவது பேசாத"ன்னு அப்பா அம்மாவை வைவாரு.

அப்பா பக்கத்தில படுத்தாதான் எனக்கு உறக்கம் வரும். பொம்பளப்புள்ள அம்மாகூடதான் படுக்கணுன்னு என்னை அடிச்சு அதுக்கு பக்கத்தில் படுக்கவச்சுக்கும். அம்மாவோட கயித்து கட்டிலு ரொம்ப சிறிசு. நெருக்கியடிச்சு அதுல படுக்க

எரிச்சலா இருக்கும். அதுவும் இல்லாம அப்பா மாதிரி அம்மா கதை எதுவும் சொல்லாது. என்னதான் எங்கம்மா என்னை அடிச்சாலும் சினிமாக்கு போறப்ப நடக்க முடியலன்னா என்னை அடிக்காம தூக்கிப் போகும். தெரு பொம்பளைக கூட காலை நீட்டி ஒக்காந்து பேசிகிட்டிருக்கறப்ப போயி மடியில படுத்தேன்னாலும் ஒன்னும் சொல்லாது. கறிச்சோறு ஆக்குற அன்னைக்கு என்னைச் சாப்பிட வைக்காம அது சாப்பிடாது. சொல்லு கேக்காட்டிதான் அம்மா என்னை அடிக்கும். இல்லாட்டி ஒன்னும் சொல்லாது. அதனால அம்மா கவலையா இருக்கிறப்ப எனக்கும் கவலையா இருக்கும். அம்மாவைப் பார்க்க பாவமா இருந்துச்சு. பக்கத்தில் "போயி என்னாம்மா அழுகுறன்னு" கேட்டேன். "உங்கப்பா இன்னும் வரல. கெழக்குத் தெருவில நல்லமாயாண்டி செத்து போயிட்டாருல்ல. அங்கதான் இருப்பாரு" போலாமான்னு கேட்டுச்சு.

எனக்கு பயத்தில் தூக்கம் வர்ற மாதிரி இருந்துச்சு. அப்பா ரொம்ப நல்லவருதான் ஆனா ஊர்ல யாராவது செத்துப்போயிட்டா மட்டும் கெட்டவரா மாறிடுறாரு. நானும் அம்மாவும் அப்பாவைக் கூட்டிக்கிட்டு திரும்பி வர்றப்ப பெரும்பாலும் அப்பா தோள்ல நான் தூங்கிக்கிட்டு வருவேன். வீட்டுக்குப் பக்கத்தில வர்றப்ப அப்பா என்னைத் தோள்ல வச்சுக்கிட்டே அம்மாவை அடிப்பாரு. அப்பா அடிக்கிற வேகத்தில் அவர் தோளிலிருந்து துள்ளி முழிச்சுக்குவேன். அப்பா அம்மாவை அடிக்கிறப்பல்லாம் நான் ஊரைக் கூட்ற மாதிரி அழுவேன். என் சத்தத்தைக் கேட்டு பக்கத்துவீட்டு ஒச்சம்மா சின்னம்மா, ஜெயமணி அத்தை யாராவது ஓடி வந்து அடிக்கிற அப்பாவை தடுத்து நிறுத்தி அம்மாவை அவங்க வீட்டுக்குக் கூட்டிட்டுப் போயிடுவாங்க. அப்பா போர்வையைத் தலை கால் தெரியாம இழுத்து மூடி படுத்துப்பாரு. "நான் வரலம்மா அண்ணனை கூட்டிட்டுப் போ"ன்னு சொன்னேன். "அப்பா அடிப்பாருன்னு அண்ணன் வரமாட்றான். ஒன்னை அடிக்கமாட்டாரு நீ வா"ன்னு சொல்லுச்சு. நான் மாட்டேன்னு கண்ணை மூடிப் படுத்ததும், "போதும்த்தே இந்தப் பொழப்பு புருசனும் சரியில்ல. பிள்ளைகளும் சரியில்ல. குருவனத்து ஆத்துல விழுந்து செத்துபோறே"ன்னு பெரிய ஒப்பாரியா வச்சு அழுதுச்சு. அம்மா கையைப் பிடிச்சு இழுத்து "அழுகாதம்மா நான் வாரே"ன்னு சொன்னதும். கொண்டைய அள்ளி

முடிஞ்சு என்னை தூக்கிட்டுப் போச்சு. மத்த நேரத்தில நான் தூக்கச் சொன்னா என்னைத் திட்டிக்கிட்டே "குச்சிக்காலி எட்டு வயசு கொமரியாயிட்ட இன்னும் தூக்க வைக்கிறியேனு திட்டிக்கிட்டே தூக்கிப் போகும். நல்லா ஓடியாடி வெளையாண்டாலும் எனக்கென்னமோ அந்த வயசில நடக்கிறது கஷ்டமான காரியமா இருந்துச்சு. எங்க போனாலும் எங்கம்மாவைத் தூக்க வப்பேன். ஆனால் நான் கேட்காமலே அம்மா என்னைத் தூக்கி வச்சுகிச்சு. அம்மா இருக்கிற தைரியத்தில் முத்து வீட்டுக் கொட்டத்தை உத்துப் பாத்துட்டே போனேன்.

நான் இல்ல எங்கண்ணன் எங்க ரெண்டு பேருல யாரையாவது தொணைக்கு கூப்பிட்டுக்கிட்டு எம்புட்டு இருட்டானாலும் அம்மா நடந்து போகும். பந்தல் போட்டிருந்த வீட்டுக்குப் பக்கத்திலிருக்க மொட்டு மதிலுக்குப் பின்னாடி மறைவா நின்னுகிட்டு "அப்பாவைக் கூப்டுக்கிட்டு வா"ன்னு என்னை மட்டும் அனுப்பி வச்சுச்சு. பந்தல்ல டியூப்லைட் எரிஞ்சதால பட்டப்பகல் மாதிரி வெளிச்சமா இருந்துச்சு. பந்தலுக்கு மேல தேங்கா எளனியக் கட்டி தொங்க விட்டிருந்தாங்க, தரையில வைக்கலைப் பரப்பி அதுக்க மேல சாக்கை விரிச்சு ஆம்பளைங்கெல்லாம் கூட்டமா ரவுண்டு கட்டி ஒக்கார்ந்திருந்தாங்க, எல்லோர் கையிலும் கலர்கலரா சீட்டு இருந்துச்சு. கூட்டத்தில எங்கப்பா இருக்காரான்னு எட்டிப் பார்த்தேன். பச்சக் கலர் துண்டை தலையில உருமா கட்டி கையிலிருந்த சீட்டைக் கவனமா பார்த்துக்கிட்டு இருந்தாரு எங்கப்பா. என்னைப் பாத்ததும் கூட்டத்தில ஒருத்தரு "யாரு பிள்ளமா நீயி! இந்நேரத்தில இங்க வந்துகிருக்க"ன்னு கேட்டாரு. எதுவும் சொல்லாம நான் அப்படியே நின்னுகிட்டு இருந்தேன். "பக்கத்து வீட்டுப் பிள்ளையா இருக்கும். எங்கிட்டோ தூக்கச் சடவுல எந்திரிச்சு வந்திருக்கும். யாருன்னு விசாரிச்சு அவங்க வீட்ல விடுங்கப்பா"ன்னு இன்னொருத்தர் சொன்னாரு. அப்பதான் எங்கப்பா நிமிந்து பாத்துட்டு ரொம்ப பதட்டமா "என் பிள்ளப்பா"ன்னாரு. "இந்த இருட்டுக்குள்ள மேற்குத் தெருவிலிருந்து இந்தப்பிள்ளையாவா தனியா வந்துச்சு"ன்னு ஆளாளுக்கு அதிசயப்பட்டு பேசிகிட்டு இருந்தாங்க. "எப்பா அம்மா அங்க நின்னுக்கிட்டு இருக்கு, ஒன்னை கூப்பிட்டுச்சுப்பா. வீட்டுக்கு வாப்பா"ன்னு கூப்ட்டேன். அப்பா

நான் சொன்னதை காதுல வாங்கிக்காம என்னைத் தூக்கி மடியில ஒக்கார வச்சுகிட்டாரு. நாங்க வர்றமான்னு அம்மா எட்டி எட்டி பாத்துகிட்டு இருந்துச்சு. அப்பாவை நான் ஒரு தடவைதான் கூப்ட்டேன் அதுக்கப்புறம் அப்பா கையில இருந்த சீட்டைப் பார்க்க ஆரம்பிச்சுட்டேன். கலர் கலரா இருக்கிற அந்தச் சீட்டை பாக்கிறது எனக்கு ரொம்ப பிடிச்சிருச்சு. அதுவும் பரபரன்னு சீட்டை அடுக்கி கலைச்சு கண்ணசைக்கிற நேரத்தில சர்சர்ன்னு சீட்டை தூக்கி முன்னாடி போடுறது, வித்தை காட்ற மாதிரி இருந்துச்சு. ஆனால் எங்கப்பா மெதுவா கலைச்சு பொறுமையா ஒவ்வொரு சீட்டா போட்டாரு. அவருக்கு சீட்டை வேகமா போடுற வித்தை வரவே வராது போலருக்கு. எங்க பள்ளிக்கூட புத்தகத்தில போட்டுருந்த ராஜா ராணி படம் மாதிரியே அப்பா வச்சிருந்த சீட்லயும் ராஜா ராணி படம் போட்டிருந்துச்சு. இது இல்லாம கோமாளி படம் போட்டுருந்த சீட்டுதான் எனக்கு ரொம்பப் பிடிச்சிருந்துச்சு.

எழவு வீட்டுக்குள்ள பொம்பளைங்க அழுகிற சத்தம் விட்டுவிட்டு கேட்டுக்கிருந்துச்சு. யாரோ ஒரு பொம்பளை சீட்டு வெளையாடுற எல்லா ஆம்பளைகளுக்கும் டீ கொண்டு வந்து குடுத்தாங்க. என்னைப் பாத்துட்டு "என்னாப்பா புள்ள குட்டியோட சீட்டு வெள்ளாண்டுகிட்டு"ன்னு சொல்லி எனக்கொரு கௌாசுல டீ குடுத்தாங்க. "இந்தா முத்துக்கழுவன்புள்ள. அந்தா அவங்கம்மா இருட்டுக்குள்ள நின்னிருக்கு. அவர கூப்ட வந்திருக்காங்க"ன்னு ஒருத்தர் சொன்னதும், அந்த பொம்பளை எங்கம்மாகிட்ட போயி ஏதோ பேசுனாங்க. அவங்க திரும்பி எங்கப்பாகிட்ட வந்து "ஏந்தம்பி சம்பாதிக்கிறதெல்லாம் சீட்டு வெளையாண்டு தோத்துட்டு போறீங்களாம்ல. அப்புறம் எப்படிப்பா குடும்பம் நடத்த முடியும். பச்ச புள்ளய ஒக்கார வச்சுக்கிட்டு மேற்குத் தெருவிலிருந்து இங்க வந்து சீட்டு வெளையாடிக்கிட்டு இருக்க. சீட்டு வெளையாண்டது போதும். வீட்டுக்கு எந்திரிச்சு போப்பா. உன் பொண்டாட்டி இருட்டுக்குள்ள நின்னுகிட்டு இருக்கா"ன்னு சொன்னாங்க. அப்பா தலையை குனிஞ்சுகிட்டே "இந்தா போயிறேன்க்கா"ன்னு சொன்னாரு. "எழவு வீட்ல எப்பவும் ஆளு இருக்கணும். ராத்திரி சும்மா கண்ணு முழிக்க முடியாதுன்னு பொழுதுபோக்குக்கு சீட்டு வெளையாடிட்டு போங்கன்னு விட்டா, ஊர்ல எங்க எழவு விழுந்தாலும் நீ

கௌப்பில வெளையாடுற மாதிரி தீவிரமா வெளையாடிக்கிட்டு இருந்தா குடும்பம் கெட்டுப் போகாதா?"ன்னு சொல்லிட்டு உள்ள போனாங்க. அப்பா அதுக்கப்புறமும் எந்திருச்சு வராம வெளையாடுனாரு. அப்படியே அவர் மடியில நான் படுத்து தூங்கிட்டேன்.

அப்பா என்னைக் கட்டில போயி டம்முன்னு போட்டதுல்ல முழிச்சுப் பாத்தேன். நான் கட்டில்ல விழுந்த அடுத்த நொடியே அம்மாவை ஓங்கி முதுகில அடிச்சாரு. அம்மா அப்படியே மர விட்டத்துக்கு பக்கத்தில் போட்டுருந்த இன்னொரு கட்டில்ல போயி விழுந்து கத்துச்சு. அப்பவும் அப்பா விடல. அம்மாவை தூக்கி மரவிட்டத்தில் முட்ட வச்சாரு. "ஆத்தே என்னை கொல்றா"ன்னு அம்மா கத்தி அழுதுச்சு. உடனே அப்பா அம்மா தலையை விட்டுட்டாரு. தலையிலிருந்து ரத்தம் சரசரன்னு ஊத்துச்சு. எங்கண்ணன் எந்திரிச்சு பேந்த பேந்த முழிச்சுகிட்டு ஒக்காந்திருந்தான். அம்மா தலையிலிருந்து வந்த ரத்தத்தைப் பார்த்து நான் உருண்டு உருண்டு அழுதேன். எங்கப்பாவுக்கு கையெல்லாம் நடுங்குச்சு. ஒரு துணியை எடுத்து அம்மா தலையை கட்டப் போனாரு. அம்மா கோபத்தில "போடா அங்கிட்டு"ன்னு ஆங்காரமா கத்தி அப்பாவை தள்ளிப்போகச் சொல்லுச்சு. அண்ணன் வேகமா எந்திருச்சு வெளியே ஓடுனான். "இந்தச் சீட்டு விளையாடி பயங்கிட்ட ஒரு நிமிசங்கூட நான் வாழமாட்டேன் இப்பயே போயி நான் சாகப் போறே"ன்னு சொல்லி அம்மா அழுதுகிருந்துச்சு. அதுக்குள்ள எங்க பெரியம்மா நெஞ்சுல அடிச்சுக்கு ஓடியாந்துச்சு. எங்கம்மா தலையில வழியிற ரத்தத்தைப் பார்த்து "ஐய்யையோ என் தங்கச்சிய அடிச்சு கொன்னுபுட்டானே"ன்னு அது ஒருபக்கம் ஒப்பாரி வச்சுச்சு. பெரியப்பா "ஏம்ப்பா அடிக்கிறதுக்கு ஒரு அளவு இருக்குப்பா இப்படியா பண்ணுவே"னு சொல்லிட்டு அம்மாவை எங்கேயோ டாக்டர் வீட்டுக்குக் கூட்டிட்டுப் போனாரு. அண்ணனும் அவங்ககூட போயிட்டான். எல்லாரும் போனதுக்கப்புறம் அப்பா அழுதாரு. "இனிமேல் சீட்டு வெளையாட போகமாட்டேன். உன் மேல் சத்தியமா"ன்னு என் தலையிலடிச்சு சத்தியம்பண்ணி என் கண்ணீரைத் தொடச்சுவிட்டாரு. "சத்தியத்தை மீறுனா, யார் மேல சத்தியம் பண்ணுனோமோ, அவங்க தலை வெடிச்சுப் போகும்ன்னு பிரகாசு சொல்லியிருக்காம்பா. நீயி சீட்டு

வெளையாடப் போகக் கூடாது. இல்லாட்டி என் தலை வெடிச்சுப் போகும்"ன்னு அப்பாகிட்ட சொன்னேன். "சத்தியமா போகமாட்டேம்மா"ன்னு அப்பா இன்னொரு தடவ என் தலையிலடிச்சு சத்தியம் பண்ணுனாரு. அம்மாவோட காயம் ஆறிப்போச்சு. இப்ப அம்மா எந்த எழவு வீட்டுக்கும் ராத்திரியில என்னைக் கூப்டுட்டுப் போகல. அப்பா சீட்டு வெளையாட்ட மறுந்திட்டார்போல. சிகரெட் அட்டையை சீட்டு மாதிரியே கத்திரிச்சு அதுல ஒன்னு ரெண்டு நம்பர எழுதி நானு மொக்கப்பாண்டி பிரகாசெல்லாம் சேந்து அப்பா மாதிரியே சீட்டு வெளையாண்டோம். நான் வெளையாடுறத பாத்து அண்ணன் அம்மாகிட்ட சொல்ல, சோளத்தட்டைய எடுத்துட்டு வந்து என்னை அடி அடின்னு அடிச்சுச்சு.

தெம்பு இருக்கிற வரைக்கும் தனியா கஞ்சி காச்சி குடிச்சிக்கிறேன்னு எங்கப்பத்தா ஒரு வீட்டை ஒத்தி வாங்கி குடியிருந்துச்சு. இப்ப கொஞ்ச நாளா அதுக்கு ஒடம்பு சரியில்லாம போனவுடனே "என் மகன் வீட்ல போயி சாகுறே"ன்னு சொல்லி எங்க வீட்டுக்கு வந்திருச்சு. மூனுமாதம் படுத்த படுக்கையா கெடந்த அப்பத்தா ஒரு சனிக்கெழமை செத்துப் போச்சு. எனக்கு அப்பத்தா செத்துப் போனதை விட "எல்லா எழவு வீட்ல மாதிரியும் எங்க வீட்லயும் சீட்டு வெளையாடப் போறாங்க. அப்பா சீட்டு வெளையாண்டார்னா என் தலை வெடிச்சுப் போகுமே"ன்னு பயந்துபோயி பிரகாசுகிட்ட கேட்டுகிருந்தேன். "சனிப்பொணம் தனியா போகாது. உங்கப்பா சீட்டு வெளையாண்டார்ன்னா உன் தலை வெடிச்சுதான் போகும். நீயெ உங்கப்பத்தாவுக்கு தொணையா போயிடுவே"ன்னு மொக்கப் பாண்டியன் சொன்னான். உங்கப்பா உன்மேல பாசமாத்தானமே இருக்காரு. சத்தியத்தை மீறமாட்டாரு. பயப்படாத"ன்னு பிரகாசு சொன்னான். தப்படிக்கிறதுக்கு ஏத்தமாதிரி தலையை ஆட்டி கோயிலுக்கு வளக்கிற முடியை முன்னால வரவச்சு பிள்ளைகளுக்கு வேடிக்கை காட்டிட்டு இருந்தான் குமரேசன். அப்பதாளை தூக்கிப்போக சந்து ஓரமா தேரு கட்டிகிட்டு இருந்தாங்க. தேருல சுத்துறதுக்கு வெட்டி வச்ச பூவை ஒவ்வொன்னா எடுத்து குடுத்துக்கிட்டு இருந்தேன். அப்பத்தா செத்து போச்சு அங்க போயி தலையை விரிச்சு போட்டுக்கு அழுகாம தேருல கைய வச்சுகிட்டு இருங்க"ன்னு கல்யாணி மாமா என்னை

எழவு வீட்டுக்குள்ள வெரட்டி விட்டாரு. தேருல எல்லாச் சோடனையும் முடிஞ்சதும் ஒரு கோழி குஞ்சை தேருல கட்டி அப்பத்தாவை சுடுகாட்டுக்கு தூக்கிப் போனாங்க. ஏழாநாளு எழவு முடியற வரைக்கும், எழவு வீட்ல ஆளு இருந்துகிட்டே இருப்பாங்க. அதுவரைக்கும் பந்தலும் டியூப்லைட்டும் வீட்டுக்கு முன்னாடி இருக்கும். பகல் நேரத்தில நாங்கெல்லாம் பந்தக்காலைச் சுத்தி வெளையாடுவோம். குழிமுழுகின அன்னைக்கு ராத்திரி எல்லா வீட்டையும் போல எங்க வீட்லயும் சீட்டு வெளையாட ஆரம்பிச்சாங்க. மொட்டை எடுத்த தலையில மஞ்சத் துண்டை கட்டியிருந்த அப்பா இரும்புச் சேர்ல ஒக்கார்ந்திருந்தாரு. அப்பா சீட்டு வெளையாடினா என் தலை வெடிச்சுப்போகுமேங்கிற பயத்தில் அப்பாவை பாத்துக்கிட்டேயிருந்தேன். அம்மா சீட்டு வெளையாடுற எல்லாருக்கும் மொனங்கிகிட்டே டீ கொண்டுவந்து குடுத்துச்சு. அப்பா சீட்டு வெளையாடுறத சும்மா வேடிக்கை பாத்துக்கிட்டு இருந்தாரே தவிர வெளையாடல. அப்புறம் எனக்கு தூக்கம் வந்தவுடனே வீட்டுக்குள்ள போயிப் படுத்துகிட்டேன்.

காலையில் அம்மா முணுமுணுன்னு பேசிக்கிட்டிருந்த சத்தம் கேட்டு எந்திரிச்சேன். “பிள்ள மேல சத்தியம் பண்ணிட்டு சீட்டு வெளையாடினதுக்கு பிள்ளைக்கு என்ன ஆகப்போகுதோ”ன்னு அம்மா குண்டை தூக்கிப் போட்டுச்சு. “ஐய்யையோ என் தலை வெடிக்கப்போகுது”ன்னு நான் அழுதேன். வீட்லருந்த சொந்தக்காரங்கெல்லாம் “சும்மா இருடி”ன்னு என்னை அடக்கிட்டாங்க. எனக்கு அப்பாவை பாக்கவே பிடிக்கல. அடுத்தடுத்து ராத்திரிகள்ல ஏழாநாளு எழவு முடியற வரைக்கும் அப்பா சீட்டு வெளையாண்டு என் பயத்தைக் கெளப்பினாரு. மொக்கப்பாண்டியன் வேற “சனிப் பொணத்துக்கு தொனைப் பொணம் ரெடியாயிடுச்சுடா”ன்னு எல்லார்ட்டயும் சொல்லி எரிச்சலக் கெளப்பிக்கிட்டு இருந்தான். காசுக்கா வெளையாடுறாங்க சும்மா பொழுதுபோக்குக்கு சம்பிரதாயக்கு வெளையாடிகிருக்கோம். கூறுகெட்ட பிள்ளகெணக்கா கத்திகிட்டு இருக்க”ன்னு சொந்தக்கார ஆம்பளைகெல்லாம் அம்மாவை சமாதானப்படுத்தினாங்க. “எப்பா வெளையாடதப்பா என் தலை வெடிச்சுப் போகும்”ன்னு அப்பாவை கெஞ்சிக்கிட்டு இருந்தேன் நானு. “ஒன்னும் ஆகாது கிறுக்குப்புள்ள”னு ரெண்டு ரூபாயை கையில

குடுத்து என்னை பேசாம இருக்க வச்சாரு அப்பா. அவர் கையிலிருந்த ராஜா ராணி படமெல்லாம் எனக்கு இப்ப பேய் படம் மாதிரி கண்ணுக்குத் தெரிஞ்சுச்சு. அப்பா மாதிரியே பம்பையன் கிழவனும் சீட்டாட்டத்தில வெறியா இருப்பாரு. சாகிற வரைக்கும் சீட்டாடிகிட்டே இருப்பாரு போல. தொங்குதொங்குன்னு இருமிகிட்டே கை நடுங்க சீட்டைப் பிடிச்சு அவரு வெளையாடுனாரு. முன்னெல்லாம் விடாம ஜெயிப்பாராம். இப்ப கூறு மாறிப் போச்சு அப்டின்னாலும் பத்துக்கு ஒன்னு பழுதில்லாம ஜெயிச்சுட்டு “செத்துப் போயி சாத்தி வச்சிருந்தாலும் எந்திரிச்சு வந்து தன் ஆட்டத்தை ஆடாம போகமாட்டாருப்பா நம்ம பம்பை கெழவ”ன்னு கூட்டம் கெழவனை லகல பண்ணுச்சு. “ஜென்மம் ஜென்மமா வெளையாண்டாலும் மாப்பிள்ள ஜெயிக்க மாட்டார் இதுல ராங் அடி குடுத்து வேற அவுட்டாகிபுடுராரு”ன்னு கல்யாணி மாமா அப்பாவை கிண்டல் பண்ணினதை அண்ணன் அம்மாகிட்ட சொல்லிக்குடுத்தான். “சீட்டு வெளையாண்டு எல்லாத்தையும் தோத்து புட்டான். காதுல மூக்குல ஒன்னும் இல்லாம மூளியாத் திரியுறேன். இவன் நாலு காசு சேர்த்து வைக்க மாட்டான். மறுபடியும் சீட்டைத் தொட்டுட்டான். என் உசுரு அடங்கினாத்தான் இவந்திருந்துவா”ன்னு அம்மா பக்கத்து வீட்டு ஒச்சம்மா சின்னம்மாகிட்ட பொலம்பிகிட்டே இருந்துச்சு. எழவு முடிஞ்சதும் பந்தலைப் பிரிச்சிட்டாங்க.

அப்பா சீட்டு வெளையாடியும் என் தலை வெடிக்கல. மறுபடியும் அப்பா எழவு வீட்ல சீட்டு வெளையாட கௌம்பிட்டாரு. ஊர்ல எங்க எழவு விழுந்தாலும் எழவு வீட்டுக்காரங்கள விட எங்கம்மா அதிகமாத் துக்கப்பட்டுச்சு. அப்பா சீட்டு விளையாடிய எழவு வீட்டு ராத்திரிகள்ல என் தூக்கம் கெட்டுப் போச்சு. மறுபடியும் சீட்டு வெளையாட்டு, சண்டன்னு குடும்பத்தில் நிம்மதியில்லாம போச்சு. சண்டையில் காயம் பட்ட அம்மாவை சமாதானப்படுத்துறதுக்கு அப்பா மறுபடி மறுபடி என்மேல சத்தியம் பண்ணி, அதை மீறிகிட்டே இருந்தாரு. அப்பா ஒவ்வொரு தடவை என்மேல சத்தியம் பண்றப்பவும் எனக்கு ரெண்டு ரூபா காசைத் தருவாரு. அப்பா தன்மேல சத்தியம் பண்ணிக் காசு தரலேயேன்னு அண்ணனுக்கு வருத்தமா இருக்கும்.

நானும் இப்ப ஏழாப்புக்கு போயிட்டேன். அண்ணன் ஹைகூல்ல சேந்ததுக்கப்புறமும் அப்பா அம்மாவை அடிக்கிறது அவனுக்கு வேதனையா இருந்துச்சு. அவர் அடிக்கிறப்ப போய் வெலக்கி விடவோ, அவரக் கேள்வி கேட்கவோ அவனுக்கு பயம். அப்பா என் கேள்விகளை அன்பால தொடைச்சு போட்டுட்டு போயிட்ருந்தாரு. இப்பல்லாம் ஆம்பளைப் பையன் சட்டையை எனக்கு லூஸா தைச்சு போட்டு விட்டுச்சு அம்மா. “உன் மகளுக்கு தாவணி போட்டுவிடு மதினி, அசிங்கமா இருக்கு”ன்னு ஜெயமணி அத்தை சொல்றப்பல்லாம் “இப்பயே இவளுக்கு தாவணியைப் போட்டு கல்யாணம் பண்ணிக்க என் வீட்ல பொண்ணு ரெடியா இருக்கான்னு சொல்லச் சொல்றியா? உங்கண்ணன் பொறுப்பில்லாம, இன்னும் சீட்டு வெளையாண்டு பணத்தை தோத்துகிட்டு திரியுறாரு. அஞ்சு பைசா சேத்து வைக்கல, என்னிய என்னா செய்யச் சொல்ற? அவ வயசுக்கு வரட்டும் தாவணி போடுறதப் பத்தி பேசுவோம்”ன்னு அத்தை வாயை அடைக்கும் எங்கம்மா.

முன்ன மாதிரி அப்பா சீட்டு வெளையாடுறப்ப பக்கத்தில போய் ஒக்காந்துகிட்டு அவரை கூப்டுறதுக்கு இப்பல்லாம் கூச்சமாத்தான் இருந்துச்சு. நான் வளந்துகிட்டிருக்கேங்கிறதே அப்பாவுக்கு புரியல. எப்பயும் போல என்னைப் பக்கத்தில் ஒக்கார வச்சுட்டைக் காட்டுறாரு. சீட்டு வெளையாட்டுல அப்பா ஜெயிச்சதா சரித்திரமே இல்ல. இதுவரைக்கும் எழந்த பணத்தெல்லாம் ஒரே நாள்ல அடைஞ்சிரலாங்கிற வெறியோடதான் ஒவ்வொரு தடவையும் ஆட்டத்தை தொடங்குறாரு. ஆனால் சீட்டு வெளையாட்டு அவருக்கு கைகூடல. கொஞ்ச நாள் ஊர்ல எழவு வீடு விழுந்தாலும் அவரே வெறுத்துப்போய் சீட்டு வெளையாடப் போகல.

எங்ககிட்ட சொந்தக்காடு இல்லன்னாலும் தோட்டத்தை குத்தகைக்கு எடுத்து அம்மாவும் அப்பாவும் வெவசாயம் பாத்தாங்க, அப்பா கடுமையா உழைப்பாரு. தோட்டத்தில் செவ்வந்தி பூ நட்டுருந்தாங்க. ஆயுத பூசை சமயந்தான் பூ வெடிக்கும். அந்தச் சமயம் பூவைப் புடுங்கி மதுரை சந்தையில் கொண்டுபோய் மொத்தமா வித்தா நல்ல வெலைக்குப் போகும். “பூ விக்கிற எடத்தில சிறுக சிறுக காசை வாங்க வேணாம் மொத்தமா வாங்கிக்கலாம். மொத்தம் பத்தாயிரத்துக்காச்சும்

பூ வெளையும். ஐயாயிரம் கடன் இருக்கு. அதைக் கழிச்சிட்டு மீதி ஐயாயிரத்தை மிச்சப்படுத்தலாம்"னு அம்மா அப்பாகிட்ட சொல்லுச்சு. பூ வெடிச்சு ஓஞ்சு போச்சு. மதுரையில பூ போட்ட எடத்தில காசு வாங்கி வரேன்னு சொல்லி அப்பா மதுரைக்குப் போனாரு. மதுரைக்குப் போயிட்டு திரும்பி வர்றப்பல்லாம் அப்பா எனக்கு குண்டு மல்லியும் ரப்பர் ரோசாவும் வாங்கிட்டு வருவாரு. அதுக்காகவே நான் காத்துகிட்டு இருந்தேன். அப்பா அன்னைக்கு ராத்திரியே வந்திருக்கணும். அப்பா வரல. அம்மா ராத்திரி தூங்காம முழிச்சு கெடந்திருக்கும்போல, காலையில கண்ணெல்லாம் செவந்து போயி கெடந்துச்சு. பகல் முழுசும் அப்பா வரல. அப்பாவை எங்க போயித் தேடுறதுன்னு தெரியல. ஊர்லயும் எந்த எழவும் விழல. அம்மா முக்காட்டைப் போட்டு சாப்பிடாம படுத்திருச்சு. "உன் புருசன் பணத்தை அடிச்சிகிட்டு சீட்டு வெளையாடத்தாண்டி போயிருக்கான். சாராயம் குடிக்கிறவனை திருத்திபிடலாம் சீட்டு வெளையாடுறவனைத் திருத்த முடியாதுடி"ன்னு பெரியம்மா சொன்னதும். "அப்டியெல்லாம் அவன் செஞ்சிருந்தாண்டு வச்சுக்க, என் உசுரை மாச்சுகிறதைத் தவிர வேற வழியே இல்ல"ன்னு சொல்லி அம்மா அழக்கூட சத்தில்லாம படுத்திருச்சு. "ஏண்டி ரெண்டு பிள்ளைகளைத் தெருவில விட்டு சாகப் போறீயாக்கும். பெரிய காசலைக்கார புருசனை மொத்தமா துட்ட வாங்கிட்டு வாடான்னு அனுப்பிச்சிட்டு இப்ப உக்காந்து அழு"ன்னு அம்மாவை பெரியம்மா திட்டுது. மூணு நாளாச்சு அப்பா வரல. "பணத்தைச் சீட்டாடுனாலும் பரவாயில்ல. இப்படி ஆளக்காணாமே பணத்தை வாங்கி வர்றப்ப எவனும் புடுங்கிட்டு எதுவும் செஞ்சு புட்டானுங்களோ என்னமோ?" அப்பா உசுருக்கு ஆபத்தாகியிருக்குமோன்னு புதுசா [illegible] நெனைச்சு அழுக ஆரம்பிச்சிருச்சு அம்மா. அப்ப சிங்கம் சித்தப்பாதான் அந்த விசயம் எங்கம்மாகிட்ட வந்து சொன்னாரு. "மதினி அண்ணன் சீட்டுக் கௌப்பில மூனு நாளா கெடக்குறாராம், நம்ம ஜெயராசு சொல்லி போறா"ன்னு சொல்லி வாயை மூடி முடிக்கல. அதுக்குள்ள அம்மா ஆவேசம் வந்த மாதிரி கௌம்புச்சு. என்னையும் புடிச்சி "வாடி"ன்ன இழுத்துக்கிட்டுப் போச்சு.

எழவு வீட்டுலதான் சீட்டு வெளையாடுவாரே தவிர சீட்டுக் கௌப்புக்கெல்லாம் போயி அப்பா சீட்டாடுனுதில்ல. ஊருக்கு ஒதுக்குபுறமா கிடுகு வச்சு சுத்தி கட்டியிருந்துச்சு அந்தக் சீட்டுக்

கௌப்பு. கிழிஞ்சு போன மூங்கிப் பாயை தரையில விரிச்சு அதுக்குமேல ஒக்காந்து சீட்டு வெளையாடிகிட்டிருந்தாங்க. அப்பாவோட சட்டை வேட்டியெல்லாம் அட்ட அழுக்கா இருந்துச்சு. வாயெல்லாம் ஒனந்து போயி வெள்ளை பரிஞ்சு பரதேசி மாதிரி இருந்தாரு. கூட்டத்தோட உக்காந்து வெளையாடாம தனியா கௌப்புக்காரங்கிட்ட இன்னொரு ஆட்டம் ஆடுறதுக்கு காசைக் கடனா கேட்டு கெஞ்சிகிட்டிருந்தாரு. பூ வித்த பத்தாயிரத்தையும் தோத்திருப்பாரு போல. கடன் வாங்கி' ஒரு ஆட்டத்தை ஆடி ஜெயிச்சு அதிகமா இல்லன்னாலும் பூ வித்த காசு பத்தாயிரத்தை மட்டுமாவது மீட்டிப்புடலான்னு நம்பிக்கிருந்தாரு அப்பா. "பத்தாயிரத்தையும் தோத்துட்டு ஐநூறுவாய்க்கு மேல கடனும் வாங்கிட்ட. பேசாம எடத்தைக் காலிபண்ணு"ன்னு கௌப்புகாரன் அப்பாவை வெரட்டிகிட்டிருந்தான். இம்புட்டு காலமும் அப்பா எத்தனையோ தடவை நெறையாப் பணத்தை சீட்டாடி தொலைச்சிருந்தாலும் அம்மா அப்பாவை அடுத்த ஆம்பளைகளுக்கு முன்னால கேவலமா வஞ்சதில்ல. சீட்டு வெளையாடுற எடத்துக்கு பக்கத்தில போகாம தூரமா ஒதுங்கி நின்னுதான் அப்பாவை கூப்புடும். ஆனா இப்ப அளவே இல்லாத அதோட கோவத்தை கட்டுப்படுத்த முடியாம ருத்ரதாண்டவம் ஆடுச்சு. "நீயெல்லாம் ஒரு ஆம்பளையாடா. பரதேசி மாதிரி திரியிற ஒனக்கெல்லாம் பொண்டாட்டி, புள்ள. பூராத்தையும் சீட்டு வெள்ளாண்டு தோத்துட்டு இதை மட்டும் எதுக்குடா பாக்கி வச்சிருக்க, இதையும் வச்சு வெளையாடு. பாஞ்சாலி கெணக்கா என்னையும் வச்சு சீட்டாடாம உன் உசுரு அடங்காது"ன்னு மஞ்சள் கயித்தியில் தொங்கிக்கிட்டிருந்த கால்பவுனு தாலியை கழத்தி அப்பா மேல எறிஞ்சுச்சு. அப்பா தலையை கவுந்து அப்படியே குத்த வச்சு ஒக்காந்தவருதான் நிமிந்தே பார்க்கல. அப்பாவை அந்த நெலைமையில் பார்க்கிறப்ப எனக்கு கொலயே நடுங்கிப்போச்சு. வெரசா அப்பாவை அந்த எடத்தை விட்டு கூப்டுட்டுப் போகனும்னு நெனைச்சேன். எங்கப்பாவை மட்டுமில்ல கௌப்புகாரங்கள பாத்தும் அம்மா வைய ஆரம்பிச்சிருச்சு. "ஏண்டா இப்படி கௌப்பு நடத்துறோம்னு ஊர்ப் பொழப்பில மண்ணள்ளி போடுறீங்க, கண்ணகி மதுரையை எரிச்சாப்ல பூராத்தையும் தீய வச்சு எரிச்சுபுட்டு போயிடுவேன்"னு வாய்க்கு

வந்தபடி பேசுச்சு. சீட்டு வெளையாடிகிட்டிருந்ததில ஒன்னு ரெண்டு பேரு தெரிஞ்சவங்களா இருந்தாங்க. “என்னாமா பொம்பளையல்லாம் கௌப்புக்கு வந்துகிட்டு”ன்னு கௌப்பு நடத்துறவன் பேசி முடிக்கல அதுக்குள்ள எங்கம்மா “என்னப்பா நொட்ட கெணக்கா பேசிகிட்டிருக்க. உங்கௌப்பில ஒக்காந்து சீட்டு வெளையாடவா வந்தேன். என் பொழப்பை அத்துபுட்டு இவன்பாட்ல அட்ரஸ் இல்லாம கெடக்கான். இவன் சரியா இருந்தா நான் எதுக்கு இங்க வரப்போறே”ன்னு சொல்லிட்டு அழுதுகிட்டே “கண்ட கண்டவங்கிட்டல்லாம் பேச்சு கேக்கனுன்னு தலையில எழுதியிருக்கு. நாடோடி மாதிரி அப்டியே எங்கிட்டாச்சும் ஓடிப்போயிருடா. வீட்டுப் பக்கம் வந்திராதே”ன்னு அப்பாவை பாத்து கேவலமா பேசிட்டு போயிருச்சு.

மத்தநேரத்தில் அம்மா இம்புட்டு பேச்சு பேசியிருந்தா அப்பா அம்மாவை வெட்டியே போட்டிருப்பாரு. கொலக் குத்தவாளி மாதிரி தண்டனையை தலை வணங்கி ஏத்துக்கிட்டாரு. “வாப்பா வீட்டுக்கு போவோம்”ன்னு நான் நின்னுட்டு இருந்தேன். அப்பா கண்ணுல சொட்டுச் சொட்டா தண்ணீ வடிஞ்சுகிட்டிருந்துச்சு. “ஆனது ஆகிப் போச்சு வீட்டுக்குப் போங்க”ன்னு அப்பா பக்கத்தில வந்து சொன்ன ஒருத்தர் என்னை இடிச்சுகிட்டு நின்னாரு. அவரு என் தொடையில கிள்ளிவச்ச மாதிரி இருந்துச்சு. பயத்திலும் அருவருப்பிலும் என் உடம்பெல்லாம் புள்ளரிச்சு முடியெல்லாம் நட்டுகிச்சு. நிமிந்து அவரை ஒரு மொறை மொறைச்சேன். எதுவுமே நடக்காதது மாதிரி தள்ளி நின்னு “சரி சரி வீட்டுக்கு போங்க, பொம்பளப்பிள்ளைய இங்கயா நிக்க வப்பாங்க”ன்னு சொல்லிட்டு நகர்ந்து போயிட்டாரு அந்தாளு. அம்மா போட்டச் சத்தத்தில எல்லாரும் சீட்டாட்டத்தை நிறுத்திட்டு எந்திரிச்சிட்டாங்க. அப்பா அங்க நடக்கிறது எதுவும் தெரியாம ஒரே ஒரு ஆட்டத்தில எழந்ததெல்லாம் ஜெயிச்சுபுடலாமுன்னு கனா கண்டுகிட்டிருப்பாருபோல. எப்பா எந்திரிச்சு வாப்பான்னு கத்துனேன். அப்பதான் நெனைவுக்கு வந்தவருகெணக்கா நிமிந்து பார்த்திட்டு என்கூடவே வந்திட்டாரு.

அப்பா எங்க வீட்டுக்குள்ள வராம ஒச்சம்மா சின்னம்மா வீட்டுத் திண்ணையில ஒக்காந்திருந்தாரு. “ஐய்யோ கடனை

என்னைக்கு அடைக்கப்போறேனோ? இவன வச்சுகிட்டு இந்தப் பொட்டச்சியை என்னைக்கு கரையேத்தப் போறேன்” அம்மா மனம் ஆறும்மட்டும் ஒவட்ட அழுதும், பொலம்பியும். அப்பாவைத் திட்டியும் கடைசியா பேச்சில்லாம வாயை மூடிகிச்சு. சொந்தக்காரங்கெல்லாம் அப்பாவுக்கு எம்புட்டோ அறிவுரை சொல்லி அம்மாவை சமரசம் பண்ணி அப்பாவை வீட்டுக்குள்ளவிட்டாங்க. “மொதல்ல மேலுக்கு ஊத்திட்டு வேட்டி சட்டையை மாத்துண்ணே. ஏய் தண்ணிய காயவைமா”ன்னு ஒச்சம்மா சின்னம்மாகிட்ட சொன்னாரு சிங்கம் சித்தப்பா. அப்பா குளிச்சிட்டு வந்ததும் சாப்பிட வச்சிட்டு எல்லாரும் வீட்டுக்கு போயிட்டாங்க. இனிமேல் சீட்டு வெளையாட போகமாட்டேன்னு இந்தத் தடவை அப்பா என் தலையிலடிச்சு சத்தியம் பண்ணல.

அண்ணனும் அம்மாவும் நல்லா தூங்கிட்டாங்க. அப்பா கட்டில்ல காலை தொங்கப் போட்டு ஒக்காந்திருந்தாரு. விடாம பீடியைக் குடிச்சுகிட்டே இருந்த அவர் காலுக்குகீழ சாக்கை விரிச்சு நான் படுத்திருந்தேன். “எங்கடி உங்கப்பனை காணாம்? மேற்க டீ குடிக்க போயிட்டானோ? அது ஒன்னுதான் அவனுக்கு கொறச்சலு”ன்னு பேசிகிட்டே, முத்து வீட்டு மாட்டுக் கொட்டத்தில் சாணியை எடுத்துக்கு வந்து கரைச்சு வாசலத் தெளிச்சிச்சு. கெழக்கே உதிச்ச சூரியன் எல்லா திசையும் பரவி முழுமஞ்சளான பின்னாடியும் அப்பா வரல. “பழையபடிக்கு சீட்டு வெளையாட ஓடிப்போயிட் டாத்தே”ன்னு அம்மா அடுக்கு பானையில வச்சிருந்த துட்டு சரியா இருக்கான்னு பாத்துச்சு. உச்சிவெயிலு மண்டைய பொளக்கிருப்ப “முத்துக்கலுவன் தாமரைக் கெணத்தில் செத்து மெதக்கிறாரு”ன்னு ஆட்டுக்காரப் பேயத்தேவன் ஓடிவந்து ஊருக்குள்ள சொல்லிக்கிருந்தாரு. அப்பா சீட்டு வெளையாடப் போனப்பல்லாம் “வாடி அப்பாவை கூப்ட்டுக்கு வரலாம்”ன்னு என்னைக் தொணைக்கு கூட்டிட்டுப்போன அம்மா, இப்ப என்னைக் கூப்பிடாமலே விழுந்தடிச்சு ஓடுது. நான் அப்பா மாதிரியே தலை கால் தெரியாம போர்வையால மூடி படுத்துக்கிட்டேன்.

○○○

தொலைவதின் புனிதம்

பாண்டிச்சேரியில் மதுபானம் மற்றும் நடன வசதி கொண்ட நட்சத்திர ஹோட்டலில் நான் என் நண்பர்களுடன் அமர்ந்திருந்தேன். அன்றைய செலவில் ஐந்து பைசாவைக் கூட நான் கொடுக்கப் போவதில்லை. நண்பர்கள் அப்படி என்னிடம் எதிர்பார்ப்பதும் இல்லை. அவர்கள் எல்லோரும் என் கல்லூரி நண்பர்கள். என்றாவது ஒரு சனிக்கிழமை ‘மச்சி இன்னைக்கு ஈவினிங் பார்ட்டிடா’ என்பார்கள். முன்பெல்லாம் அவர்கள் அப்படி அழைக்கும்போது மறுப்பேதும் சொல்லாமல் ஓடிவிடுவேன். ஆனால் இப்போதுதான் நான் சினிமாவில் உதவி இயக்குனாராக வேலைக்கு சேர்ந்திருப்பதால் என்னால் முன்பு மாதிரி கூப்பிட்டவுடன் ஓடிவிட முடியாது. நான் வேலைக்குச் சேர்ந்திருக்கும் புதுமுக இயக்குனர் எப்போது அழைப்பார் எப்போது விடுவார் என்றே தெரியாது. நண்பர் ஒருவர் அவரிடம் அறிமுகபடுத்திவைத்து வேலைக்குச் சேர்த்துவிட்டார். என்னுடைய விஷுவல் கம்யூனிகேசன் படிப்பும் ஸ்டைலான ஆங்கிலமும், அவரிடமே சிகரெட் வாங்கி புகைப்பிடித்த பாசாங்கற்ற குணமும் பிடித்துப்போனதாக இயக்குனர் என் நண்பரிடம் சொல்லி இருக்கிறார். என்னுடைய இதே குணத்தால் ஒரு பெரிய

இயக்குனர் என்னை வேலைக்கு சேர்க்க முடியாது என்று சொன்னது தனிக்கதை. இத்தனைக்கும் அவரிடம் நான் சிகரெட் கூட கேட்கவில்லை. அந்த பெரிய இயக்குனர் ஆபிஸுக்கு இரண்டு மூன்று தடவை போனேன். அப்போதெல்லாம் அவர் அலுவலகத்தில் இல்லை. முதல் தடவை போனபோது ஆபிஸ் பாய் அடிக்காத குறையாய் அவர் இல்லை என்று கடுமையான முகத்தோடு பிச்சைக்காரனை விரட்டுவதுபோல் துரத்திவிட்டான். முதலில் எனக்கு 'இதென்னடா நான்சென்ஸ்' என்று எரிச்சலாகவும் அசூசையாகவும் இருந்தது. எனக்கு இயக்குனராக ஆசை. அதற்கு பெரிய இயக்குனரிடம் வேலை பார்த்தால்தான் சாத்தியம் என்பதால் வேலை தேட ஆரம்பித்தேன். ஆங்கிலத்தில் பேசியதால் சில இடங்களில் வேலை இல்லை என்பதை மரியாதையாகச் சொல்லி வெளியே அனுப்பிவிட்டார்கள். சில இடங்களில் மெடிக்கல் ரெப்பை பார்ப்பதுபோல விநோதமாக பார்த்தார்கள். ஆகமொத்தம் வாய்ப்பு இல்லை. விண்ணப்பம் போடாமல் வாசலில் கதியே என்று கிடந்து வேலை தேடுவது சினிமாவில் மட்டும்தான் நடக்கும். பின்பு சினிமாவில் இருக்கும் சில நண்பர்கள் "இப்படி போய் அவங்ககிட்ட ஆங்கிலத்தில பேசுனா எப்படி வேலை குடுப்பாங்க. இங்கே பாதி இயக்குனருக்கு ஆங்கிலம் தெரியாது. அவஅவன் நல்ல சட்டை போட்டுட்டு போயே வேலை தேடமாட்டான். நீயி என்னாடானா ஜீன்ஸ், ஸ்டைலான டீசர்ட், ஷூ, ஆங்கிலம் இப்படி போய் நின்னா எப்படி வேலை தருவான். அதனால என்ன பண்ற ஆங்கிலத்தை குப்பையில போடு, சாதாரண செக்டு சர்ட் ஒரு அழுக்கு ஜீன்ஸ் போட்டுக்க, ரெண்டு நாளா சாப்பிடாதவன் மாதிரி முகத்தை வச்சுட்டு வேலையத் தேடு' என்றார்கள். அவர்கள் ஆலோசனைப்படியே நடந்தேன். தேவை இருந்தால் மட்டுமே ஆங்கிலத்தை பயன்படுத்தினேன்.

இரண்டாவது தடவையாக அந்த பெரிய இயக்குனரை பார்க்கப்போனேன். அவருடைய அப்பா இருந்தார். "ஐய்யா வெளியே போயிருக்காங்க. ஐய்யா நாளைக்குதான் வருவாங்க. ஐய்யாவை நாளைக்கு பார்க்கலாம்". எத்தனை ஐய்யா! அப்பதான் மற்றவர்களுக்கும் மகன் மேல் மரியாதை வரும் என்பதால் அப்படி அழைக்கிறாராம். மூன்றாவது தடவை போனபோது அந்த பெரிய இயக்குனர் வரவேற்பறையில்

பேப்பர் படித்துக்கொண்டிருந்தார். சிலநேரங்களில் இயக்குனர்கள் இப்படி இயல்பாக உலாத்துவதும் உண்டு. என் அதிர்ஷ்டம் அவரை வெகு சீக்கிரம் பார்த்துவிட்டேன். வணக்கம் சொன்னவுடனே 'என்ன' என்றார் மிகப்பெரிய அதிகாரத் தோரணையில். நான் விசயத்தை சொன்னதும் 'என்ன படிச்சிருக்க' என்றார். எவ்வளவு முடியுமோ அவ்வளவு கீழிறங்கி பவ்யமாக(எல்லாம் நண்பர்களின் டிரெயினிங்) விஷுவல் கம்யூனிகேசன் என்றேன். அவர் கடுமையாக முகத்தை வைத்துக்கொண்டு, அப்போது அவர் முகம் மிகவும் கோரமாக இருந்தது. 'இலக்கியத்தில என்ன படிச்சிருக்க' என்றார். இலக்கியங்கிற வார்த்தையை தவிர எனக்கு ஒன்னும் தெரியாது. கொஞ்சம் நேரம் கேனப்பயல் மாதிரி முழித்துவிட்டு, 'நிறைய வெளிநாட்டுப்படம் ஆங்கிலப்படம் பார்ப்பேன் சார்' என்றேன் சிறிது நம்பிக்கையுடன். அப்புறம் அவர் ஆரம்பித்தார் 'யோவ் உங்கள மாதிரி ஆட்கள் சினிமாவுக்கு வர்றதாலதாயா சினிமா கெட்டு கெடக்கு. ஆங்கிலப்படத்தை உருவி அப்படியே படம் எடுக்கிறது. ஒரு படம் வேலை செஞ்சதும் பெரிய நடிகனுக்கு கதை சொல்லி மசாலா படம் எடுக்கிறது. சினிமாவை வணிகமாக்கி கெடுத்திட்டாங்க. அந்த வரிசையில நீயும் சேரப்போறியா. போ போ. . போய் ஜெயகாந்தன், புதுமைபித்தன், சுந்தரராமசாமி, கோணங்கி இவங்களெல்லாம் படி அப்புறம் உதவி இயக்குனர் வேலை தேடு'. "அடப்பாவிங்களா கவுத்துபுட்டாங்களே விஷுவல் கம்யூனிகேசன் படிச்சா ஈஸியா வாய்ப்பு கிடைக்கும்னு சொன்னாங்கே. அப்ப இவங்களெல்லாம் படிக்கனுமா" என்று எனக்கு அலுப்பாகிவிட்டது. அப்புறம் கொஞ்சநாள் புதுமைபித்தனோடும், சுந்தரராமசாமியோடும் மல்லுக்கட்டிக் கொண்டிருந்தேன்.

"பார்ட்டி, கேர்ள் ப்ரண்ட்ஸ், ஜாலியான சினிமா, கிதாருன்னு சுத்திக்கொண்டிருந்தவன். பனி படர்ந்த பாரிஸ் வீதியிலே பாக்கெட்டுல கையைவிட்டுட்டு ஏகாந்தமாக நடந்து போற மாதிரி கனவு கண்டேனே எல்லாம் கனவாகவே போய்விடுமோ. கேன்ஸ், பெர்லின் திரைப்படவிழாவுக்கெல்லாம் போக முடியாதோ" என்ற பயத்தில் மூலையில் உட்கார்ந்து பரிட்சைக்கு படிப்பதுபோல் இலக்கியம் படித்தேன். அந்த நாள்களில் சில நேரங்களில் தமிழ் படிக்கும் மாணவனைப்போல

என்னை உணர்வேன். ஆனால் ஒரு விசயம் அதிசயமாக நடந்தது. சில எழுத்தாளர்கள், புத்தகங்கள் நிஜமாகவே எனக்கு பிடித்து போய்விட்டன. ஜி. நாகராஜன், கோபி கிருஷ்ணன் படித்துவிட்டு கொஞ்சநாள் பைத்தியமாக சுத்தினேன். கோபி கிருஷ்ணன் இறந்து போனது, வாழ்வில் அவருடைய வறுமை, மனப்பிறழ்வு இதையெல்லாம் கேள்விப்பட்டதும் இன்னும் அவர் நெருக்கமாகிவிட்டார். ஆல்பர் காம்யூவில் என்னை அடையாளப்படுத்திக் கொண்டேன். எப்போதாவது தலைதூக்கும் குற்ற உணர்ச்சி அந்நியனை படித்ததும் விலகியது. அப்படியே ஏதாவது கதை கிடைத்து ஸ்கிரிப்ட் எழுதிவிடலாம் என்றதால் மனம் போன போக்கில் குற்றங்களுக்கான பின்னணியை ஆராயத் தொடங்கினேன். ஆனால் அது அவ்வளவு சீக்கிரம் கைகூடாது என்பதால் மீண்டும் படம் பார்ப்பது, புத்தகம் படிப்பதில் கவனம் செலுத்தினேன். புத்தகங்கள் எனக்கு வேறொரு வாழ்க்கையை தெரியபடுத்திக்கொண்டிருந்தன. படிப்பதை மிக முக்கியமான வேலையைச் செய்வதைப்போல உணர்ந்தேன். எனக்குள் இருந்த நவீன நாகரிகப்பையன் ஒழிந்து ஓடிக்கொண்டிருந்தான். அப்போதுதான் டால்ஸ்டாயின் புத்துயிர்ப்பு படித்தேன். படித்து முடித்ததும் எனக்குள் அடியாழத்தில் பதுங்கிக் கிடந்த குற்ற உணர்ச்சி மேலெலும்பி வந்தது. முதலில் அது என்னவென்று தெரியவில்லை. உள்ளுக்குள்ளே உருத்திக் கொண்டே இருந்தது. இனம் காண முடியவில்லை. தூங்கவே பயபட்டேன். என்னவென்று தெரியாமலே இப்படி வேதனையாக இருக்கிறதே அதைத் தெரிந்து கொண்டால் நினைக்கவே பயங்கரமாக இருந்தது. கொஞ்சநாள் கடும் யோசனைக்குப்பின்னே மிகப்பிரயத்தனப்பட்டு குற்ற உணர்ச்சியை மறைத்துக்கொண்டு வேலையைத் தேடிக்கொண்டிருந்தேன்.

பாலியல் விசயங்களை நவீனமாக படம் எடுத்த இயக்குனர் ஆபிஸுக்கு தினமும் வாய்ப்பு தேடி போய்க்கொண்டிருந்தேன். ஒரு நாள் பால்கனியிலிருந்து பார்த்த அவர் என்னை மேலே வரச்சொன்னார். என்னைப்பற்றி அக்கறையோடு விசாரித்தார். என்னிடம் கலகலப்பாகவே பேசிக்கொண்டிருந்தார். 'எதில வந்தே' என்றார். 'பஸ்ல சார்' என்றேன். 'பைக் இல்லையா' என்றார். 'இல்ல' என்றேன். பைக்கை வீட்டில் வைத்திருந்தேன். அதுவும் நண்பர்களின் ஆலோசனைதான். 'நானும் உன்னை

மாதிரிதான் உதவி இயக்குனரா வேலை தேடுற காலகட்டத்தில பைசா இல்லாமத்தான் அலைஞ்சிருக்கேன். ஆனாலும் கார்ல போய்தான் வாய்ப்புத் தேடுவேன். எப்படி' என்றார். 'எப்படி' என்று அவர் கேட்கும்போது குழந்தைகளிடம் மேஜிஸ்யன் கேட்பதைப்போல் முகத்தை வைத்திருந்தார். அவர் முகபாவம் எனக்கு சிரிப்பை வரவைத்தாலும் அடக்கிக்கொண்டு. தெரியவில்லை என்பதை ஒரு புன்னகையாக வெளிப்படுத்தினேன். பின்பு அவரே சொல்ல ஆரம்பித்தார் 'லிப்ட் கேட்டு கார்ல போய்தான் இயக்குனர்கள் ஆபிஸ் வாசல்ல இறங்குவேன்' என்றார். "நமக்கெல்லாம் பைக்கில லிப்ட் தரமாட்டாங்க இவர் கார்ல போயிருக்கார் பெரிய விசயம்தான்" என்று நினைத்துக்கொண்டேன். 'கெத்தா போனாதான் சினிமாகாரனுங்க மதிப்பானுங்க. என்னைக்கும் என் ஸ்ர்டுல ஒரு சின்ன கசங்கல் கூட இருக்காது' என்றார். எனக்கு உண்மையாகவே குழப்பமாகத்தான் இருந்தது. அன்றைக்கு இன்னும் அழுக்கான சட்டையும் பேண்ட்டும் தாடி வேற வைத்திருந்தேன். பரதேசி மாதிரிதான் அவருக்கு தெரிந்திருக்கும். அப்ப கண்டிப்பாக வேலை கொடுக்கமாட்டார் என்று தெரிந்தது. அவரோடு சேர்ந்து என்னைச் சாப்பிடச் சொன்னார். உண்மையாகவே நான் சாப்பாட்டுக்கெல்லாம் கஷ்டப்பட்டுக்கொண்டிருக்கவில்லை. அவர் என்னிடம் காட்டும் இரக்கத்தை துண்டிக்க விரும்பவில்லை. ஒருவேளை பாவம் பார்த்து வேலை கொடுக்கலாம் என்று அமைதியாக இருந்தேன். வேலை கிடைக்குமா இல்லையா என்பது மட்டும்தான் அப்போது என் கேள்வியாக இருந்தது. கடைசியாக அந்த இயக்குனர் 'தம்பி எங்கிட்ட பத்துபேரு வேலை பார்க்கிறாங்க இப்ப உன்னை வேலைக்கு சேக்க முடியாது அடுத்த படத்தில எவனாவது வெளியே போவான், அப்படியே காண்டாக்ட்ல இரு அடுத்த படத்தில சேர்த்துக்கிறேன்' என்றவர் ஒரு உதவி இயக்குனரை அழைத்து பைக்கில் என்னை பஸ் ஸ்டாப்பில் விட்டுவரச் சொன்னார். "வானத்தில வீடு கட்டுனாலும் கட்டிலாம் ஆனால் சினிமாவில சேர முடியாது போல" என்று நினைத்துக்கொண்டு போனேன்.

புதுமுக இயக்குனர் உண்மையாகவே என்னிடம் திறமை இருப்பதாக நம்பினார். ஆங்கிலம், இலக்கியம், வெளிநாட்டுப் படங்கள் என்று இண்டெல்ஷுவலாகவே

பேசிக்கொண்டிருப்பார். சில நேரங்களில் விதண்டவாதமாகவே எதிர்வாதம் வைத்துக்கொண்டிருப்பார். ஆனாலும் அவர் உணர்வுபூர்வமாக சில விசயங்களை அணுகியதால் அவரோடு கொஞ்சம் எனக்கு இணக்கமாக இருந்தது. மிகுந்த கடமை உணர்வோடு இரவு பகல் பாராது அவரோடு கதை டிஸ்கஸனில் இருந்தேன். அவர் ஒருநாளில் ஒரு தடவை மட்டுமே சாப்பிடுபவராக இருந்தார். சிகரெட், டீ மட்டும் அரைமணிநேரத்துக்கு ஒரு தடவை. முதலில் அது எனக்கு கடினமாக இருந்தது பின்பு அவருடைய பழக்கத்திற்கு ஏற்ப பழகிக் கொண்டேன். அவரிடம் வேலை பார்த்த மற்ற உதவி இயக்குனர்களும் அப்படியே ஆகிப்போனார்கள். சில நேரங்களில் அது எனக்கு அயர்ச்சியூட்டுவதாக இருக்கும். அப்போதுதான் நண்பர்கள் என்னை பாண்டிச்சேரிக்கு பார்ட்டிக்கு அழைத்துப்போனார்கள்.

அறையெங்கும் உற்சாகம் பொங்கி வழிந்தது. டி. ஜே சிரித்த முகத்துடன் இசையை ஒலிக்கச் செய்து கொண்டிருந்தான். ஜாக், ராப், என்று எல்லாவற்றிலிருந்தும் உற்சாகம் பொங்கும் துள்ளல் இசையை ஒலிபரப்பச் செய்தான். இசையில் எங்கும் தொய்வு ஏற்படாமல் ஒரு நிமிடத்திற்கு ஒரு முறை அவன் பாடல்களை மாற்றிய விதத்தைப் பார்த்தபோது ஒரு இசைக்கலைஞனைப் போலவே தோன்றினான்.

நண்பர்கள் நாங்கள் நான்கு பேரும் ஒரு டேபிளில் உட்கார்ந்திருந்தோம். தறிகெட்டு தொடர்பின்றி ஓடிக்கொண்டிருந்தது எங்கள் பேச்சு. நண்பர்கள் போதையின் களிப்பை முழுவதுமாக உணர்ந்துகொண்டிருந்தார்கள்...

நடன அரங்கில் ஆண்களும் பெண்களும் இசைக்கேற்ப பின்னிப்பிணைந்து ஆடிக்கொண்டிருந்தார்கள். இசையில் கரைந்து வெறித்தனமாக ஆடிக்கொண்டிருந்த பெண் லாவண்யாவைப்போல இருந்தாள். குட்டை முடி, சின்ன டீசர்ட், இடுப்பு தெரியும் பேண்ட் அவளாக இருக்க வாய்ப்பில்லை என்று நினைத்து, நண்பர்களோடு பேச்சில் கவனம் செலுத்தினேன். இருந்தும் ஏதோ உந்த மீண்டும் அவளைப் பார்க்கத்தொடங்கினேன். இப்போது அவள் நடன அரங்கிலிருந்து டேபிளுக்கு வந்தாள். ஆண்களும் பெண்களும் ஐந்தாறு பேருக்கு மேல் அந்த டேபிளில் இருந்தார்கள். நான்

அவளையே பார்த்துக்கொண்டிருந்தேன். யதேச்சையாக என்னைப் பார்த்தவள் உற்சாகத்தோடு ஒரு பெரிய ஹாய் சொல்லி என்னருகே வந்தாள். லாவண்யாவேதான் இந்த ஒரு வருடத்தில் எவ்வளவு மாறிபோயிருக்கிறாள். என்னால் அவளோடு இயல்பாக பேச முடியவில்லை. உள்ளுக்குள்ளே ஏதோ ஒரு வலியை உணர்ந்துகொண்டிருந்தேன். அவள் கடகடவென்று பேசிக்கொண்டிருந்தாள். மிக சந்தோசமானப் பெண்ணைப்போலத் தோன்றினாள்.

கல்லூரியின் இறுதியாண்டு படிக்கும்போது அவளை முதல் முறையாகச் சந்தித்தேன்... சுருள் சுருளான என் முடி எப்போதும் நண்பர்கள் மத்தியில் ஒரு ஈர்ப்பை உருவாக்கியிருந்தது. நகரத்தின் நாகரீகம், ஸ்டைல், பரப்பரப்பில் என்னை முழுமையாக்கி கொள்ளவேண்டும் என்ற முடிவோடுதான் கல்லூரியில் படிக்க நகரத்திற்கு வந்தேன். நான் பிறந்தது கிராமம் என்றாலும் அப்பா என்னை சிறுநகரத்தில் இருக்கும் ஆங்கிலப்பள்ளியில் படிக்க வைத்தார். சிறு வயதிலிருந்த ஆங்கிலத்தின் மீதும் நகரத்தின் மீதும் நாட்டம் அதிகமாகிருந்தது. பள்ளி இறுதி நாள்களில் எல்லாம் ஊரில் இருப்பதை அபத்தமாக நினைத்தேன். அதுவும் என்னைச் சுற்றியிருந்த நண்பர்கள் ரசித்த சினிமாக்கள் இன்னும் துக்கமாக இருந்தது. ஆங்கிலப்படங்களைப் பார்க்க ஏங்கினேன். சென்னைக்கு வந்த புதிதில் சத்யம் சினிமா தியேட்டரில்தான் குடியாய்க் கிடந்தேன். கொஞ்ச நாள் தமிழ்படம் பக்கம் தலை வைத்து படுக்கவில்லை. நான் படித்த கல்லூரியிலும் நாகரீக வாசம் அதிகமாக இருந்தது. பக்கத்தில் நடமாடும் உண்மையான மனிதர்களை, உலகத்தைவிட்டு வேறொரு உலகத்தில் வாழ்ந்த காலம் அது. சனிக்கிழமையானால் பார்ட்டி கொடிகட்டி பறந்தது. ஊரிலிருந்து படிப்பு, விடுதிக்கென்று தேவையான பணம் வந்தது. பார்ட்டி செலவுகளை பணக்கார நண்பர்கள் பார்த்துக்கொண்டார்கள். சீக்ரெட் பார்ட்டி அப்போது எங்களிடையே பிரபலமாக இருந்தது. மாதத்திற்கு ஒரு முறை ஈ.ஸி.ஆர் ரோடு, பாண்டிச்சேரியில் ஒரு ஃபார்ம் ஹவுஸை நண்பர்கள் ஏற்பாடு செய்வார்கள். அங்கே பெண் தோழிகளோடு ஆஜராகிவிடுவோம். பெண் தோழிகளும் குடிப்பார்கள். சில பெண்கள் ஆண்களை மிஞ்சும் அளவிற்கு குடிப்பார்கள். ஆனால் யாரும் பெண்களிடம் வரம்புமீறி நடப்பதில்லை. மனம் விரும்பினால் எதைப் பற்றியும்

கவலைப்படாமல் எல்லாவற்றையும் செய்பவர்களாகவே அந்தப் பெண்கள் இருந்தார்கள்.

அந்த சமயத்தில்தான் எங்கள் கல்லூரியின் இசைக்குழு நண்பர்கள் ஸ்பென்சர் ப்ளாசாவில் கே. எல் என்ற சேட்டிலைட் ரேடியோ நிறுவனத்திற்காக ஒரு இசை நிகழ்ச்சியை ஒவ்வொரு சனிக்கிழமை சாயங்காலம் நடத்திக்கொண்டிருந்தார்கள். 4 மணியிலிருந்து 6 மணி வரை நிகழ்ச்சி நடக்கும். ஆங்கிலப்பாடல்களை எங்கள் இசைக்குழு இசைத்து பாடுவார்கள். இசையை ரசிக்க தெரியுமே தவிர எனக்கு பாடவும் தெரியாது எந்த இசைக்கருவியையும் இசைக்கத் தெரியாது. ஆனால் என்னுடைய சுருள் முடியின் ஸ்டைலுக்காக என்னை தங்கள் குழுவில் இடம்பெறச் செய்தார்கள் நண்பர்கள். என் கையில் கிதாரை கொடுத்து ‘கீழே இருக்கும் ஸ்டிங்கை மட்டும் லேசாக இழுத்துக்கொண்டிரு’ என்று சொல்லி என்னை அமரவைத்துவிட்டார்கள். நானும் பெரிய கிதார் இசைக் கலைஞனைப் போல் நாணை மீட்டிக்கொண்டிருந்தேன். கிதாரில் நான் எழுப்பும் சத்தம் மற்ற இசைக்கருவிகளுக்கு நடுவே அமுங்கிப் போய்விடும். சொல்லப்போனால் சில சமயம் என்விரல்களால் கிதாரின் நாணைத் தொடாமலே வெறும் பாவனையோடு அசைத்துக் கொண்டிருந்தேன். அங்கு நான் இசைச் கலைஞன் இல்லை. காட்சி பொருளாகத்தான் இருந்தேன்.

எங்கள் இசையை ஒரு நூறுபேராவது ரசித்துக் கொண்டிருப்பார்கள். அந்த சின்ன ஹால் கூட்டத்தால் நிரம்பி வழியும். கிதாரை வாசிக்கும் முழுபாவனையில் பார்வையாளர்களின் கண்களை நேரடியாகப் பார்ப்பேன். அப்படியான ஒரு பொழுதில் லாவண்யாவும் என்னைக் கூர்ந்து பார்த்ததை பார்த்துவிட்டேன். பின்பு எங்கள் இருவரின் கண்களும் அடிக்கடி சந்தித்துக்கொண்டன.

அன்று நிகழ்ச்சி முடிந்ததும் லாவண்யா என்னிடம் ஆட்டோகிராஃப் கேட்டு ஒரு சின்ன நோட்டை நீட்டினாள். நானும் மிகப்பந்தாவோடு நோட்டை வாங்கி ஆட்டோகிராஃப் போட்டேன். அதை பார்த்த நண்பர்கள் ஒரே பேய்க்கூச்சல் போட்டு கலாட்டா செய்தார்கள். லாவண்யா அந்தக் கலாட்டாவை ரசித்தபடி காதைப்பொத்திக்கொண்டு

என்னிடம் பேசினாள். நான் ஸ்டைலாக இருப்பதாகச் சொல்லி நான் கிதார் வாசிப்பது பொருத்தமாக இருக்கிறது என்றாள். கட்டுப்பெட்டியாக ஒரு காட்டன் சுடிதாரை அணிந்து வந்திருந்த அவள் என்னை எந்த விதத்திலும் ஈர்க்கவில்லை. நண்பர்கள் மச்சான் ‘கன்னி மச்சம்டா’ என்று கூப்பாடு போட்டார்கள். அது சந்தோசமாக இருந்ததால் நானும் அந்தப் பெண்ணை ஒரு மூலையில் ஓரங்கட்டி பேச ஆரம்பித்தேன். அவள் ‘நீங்கள் எப்படி அவ்வளவு அழகா கிதார் வாசிகிறீங்க’ என்றதும் எனக்கு சிரிப்பை அடக்க முடியவில்லை. மேலே எழும்பாத இசைக்கு ஒரு ரசிகை வேறு! அதுவும் என்னிடம் ‘கிதார் நல்லா வாசிக்கிறீங்க’ என்று சொன்ன முதல் ஆளு வேறு அதனால் அவளைத் தவிர்க்க முடியாமல் “எதாவது சாப்பிடலாமா” என்றேன். சரி என்று கொஞ்சம் வெட்கத்துடனே தலையாட்டினாள். பின்பு அவளே சொன்னாள் ‘லாஸ்ட் டூ மன்த்ஸா உங்கள பார்த்திட்டிருக்கேன். பேச ஆசையா இருக்கும் ஆனால் பயத்தில விட்டுடுவேன். இன்னைக்குத்தான் கொஞ்சம் தைரியமாகி உங்ககிட்ட பேசினேன்’ என்றாள். நான் சிரித்தபடி அவளுக்கும் எனக்குமாக கோக், பீட்ஸா வாங்கினேன். அன்று சனிக்கிழமையாக இருந்ததால் இளம் பெண்களும் ஆண்களுமாக ஸ்பென்சர் நிரம்பி வழிந்தது. ஒரு மூலையில் நின்றபடி சாப்பிட்டோம். அவளைப்பற்றி விசாரித்தேன் சொந்த ஊர் சேலம் என்றாள். இங்கே விடுதியில் தங்கி, பெண்கள் கல்லூரியில் முதலாம் ஆண்டு படிப்பதாகச் சொன்னாள். அவள் குடும்பம் ஓரளவு வசதியான குடும்பமாம். அவளும் என்னைப்போல் நகரத்தின்பால் ஈர்ப்பு கொண்டுதான் இங்கே வந்திருக்கிறாள். ஆனால் தோழிகள் அவ்வளவாக இல்லை. அவள் நகரத்தின் எல்லா அடுக்குகளையும் திறந்து பார்க்கும் ஆர்வத்தோடு இருந்தாள். கொஞ்ச நேரம் அவளோடு பேசிவிட்டு அங்கிருந்து கிளம்பினேன். செல்போன் நம்பர்களை பரிமாறிக்கொண்டோம். அவள் எனக்குள் எந்த பாதிப்பையும் ஏற்படுத்தாததால் அப்படியே அவளை மறந்துவிட்டேன். ஆனால் அவள் எனக்கு குறுஞ்செய்தியை அனுப்பினாள். என்னைச் சந்திக்க விரும்புவதாகச் சொன்னாள். நேரம் கிடைக்கும்போது சொல்கிறேன் என்று பதில் அனுப்பினேன். அடுத்த சனிக்கிழமை ஸ்பென்சரில் பார்த்ததும் ஓடிவந்து பேசினாள்.

நண்பர்களுக்கு அறிமுகப்படுத்தி வைத்தேன் உற்சாகமாக கைகுலுக்கிக் கொண்டாள். அவளுள் ஒரு புத்துணர்ச்சியும் எல்லாவற்றையும் அறிந்துகொள்ளும் ஆவலும் இருந்தது. நானும் அவளோடு நட்போடு பேச ஆரம்பித்தேன். அப்படியே நட்பு தொடர்ந்தது. மணிக்கணக்காக என்னோடு போனில் பேச ஆரம்பித்தாள். சில நேரம் செல்போனில் விடிய விடிய குறுஞ்செய்திகளை பறிமாறிக்கொண்டிருந்தோம். அப்போது நான் ஒரு பெண்ணை தீவிரமாக காதலித்துக்கொண்டிருந்தேன். அதை லாவண்யாவிடம் சொல்லவில்லை. நான் காதலிக்கும் பெண் அடக்கமான பெண். என்னோடவே அதிகம் வெளியே வரமாட்டாள். வாரத்திற்கு ஒரு நாள் ஒரு காபி ஷாப்பில் சந்திப்போம். பின் போனில் பேசிக்கொள்வோம். அதுவும் அதிகமான உரையாடல் கிடையாது. என் காதலி அவளைப்போலவே என்னையும் அடக்கமான பையனாக நினைத்துக்கொண்டிருந்தாள். என்னுடைய பார்ட்டி கலாச்சாரமெல்லாம் அவளுக்கு தெரியாது. என் காதலியைவிட லாவண்யாவிடம்தான் அதிகமாக பேசினேன். சந்தித்தேன். ‘எப்படியெல்லாம் பேசுறே’ என்று வியந்து போய் லாவண்யா என்னைப்பார்ப்பாள். அவளை வீழ்த்தும்விதமாக பேசிக்கொண்டிருப்பேன். ஒரு முறை அவளிடம் ‘லேடிஸ் சைக்காலஜி சிம்பிள்’ என்றேன். ‘எப்படி?’ என்றாள் வியப்பாக. ‘உனக்கு பிடிச்ச பாட்டு, படம் சொல்லட்டுமா’ ‘சொல்லு பார்ப்போம்’ ‘உனக்கு மௌனராகம் பிடிக்கும். அதுல வர்ற கார்த்திக் கேரக்டர் ரொம்ப பிடிக்குமே’(90 சதவீதம் பெண்களுக்கு அந்த கதாபாத்திரம் பிடிக்கும் என்று தெரியாத அப்பாவி அவள்).

‘அய்யோ எப்படிடா’ என்று துள்ளிக்குதித்தாள். ‘மின்சாரக்கனவு படத்தில வர்ற வெண்ணிலவே பாட்டு பிடிக்குமே’ ஆமாம் என்று கண்களை விரித்து ‘சிநேகிதனே’ பாட்டை விட்டுட்டியே என்றாள். ‘அடுத்து வருவேன்ல’ என்று அந்த பாட்டு ‘*the most erotic song*’ என்றேன். ‘அது ரொமாண்டிக் சாங்க்தானே ஏன் எரோடிக்குனு சொல்ற’ என்றாள். ‘நைட் போய் மறுபடியும் கேட்டுட்டுச் சொல்லு அது எரோடிக்னு புரியும்’ என்றேன். ‘ஏய் இப்பவே சொல்லுடா என்றவள் என் கண்களைப்’ பார்த்தாள். நான் குறும்பாக சிரித்ததும் ‘சரி நானே கேட்டுக்கிறேன்’ என்றாள். அன்றிரவு “மலர்களில் மலர்வாய்” அந்த வரிதானே

என்று குறுஞ்செய்தி அனுப்பி, உண்மையாவே எரோட்டிக்தான் என்றாள்.

கல்லூரியை முடித்துவிட்டு வேலை தேடத் தொடங்கினேன். அப்போதும் அவள் என்னோடு சுற்றிக்கொண்டிருந்தாள். ஒரு நாள் அவளுக்கு ஆண்நண்பர்கள் யாரும் இல்லை என்று சொல்லி வருத்தப்பட்டாள். 'இப்படி இருந்தா எப்படி கிடைப்பாங்க ஃபாய்ஃபிரண்ட்ஸ். 'ஸ்டைலா மாறனும்' என்றேன். அன்று நானும் உன்னோடு சனிக்கிழமை பார்ட்டிக்கு வாறேன் என்றாள். 'இந்த சுடிதாரோடா?' என்று சிரித்துவிட்டேன். அவள் முகம் சுருங்கியது. 'என்னைப்பார்த்தா கட்டுப்பெட்டி மாதிரியா தெரியுது' என்றாள். ஆமாம் என்றேன். 'என்ன செய்ய' என்றாள் அப்பாவியாக. 'முதல்ல நீ ட்ரெஸ் ஸ்டைலே மாத்து. மாடர்ன் டிரெஸ் போடு' என்றேன். 'நீயே எடுத்துக்குடுக்கிறீயா இதுக்கு முன்னாடியே நான் அப்படியெல்லாம் டிரெஸ் வாங்கினதே இல்ல' என்றாள். அப்போதே கடைக்குச் சென்று அவளுக்கான ஒரு முக்கால் பேண்ட்டும் டி சர்ட்டும் வாங்கினோம். அதை அங்கேயே அணிந்து கொண்டு வந்தாள். உடை மாறியதும் ஆளே மாறிப்போனாள். 'இப்ப என்னை கூட்டிட்டு போவியா' என்றாள் சிரித்தபடி.

ஹோட்டலின் மதுபான விடுதியை ஆச்சர்யமாக பார்த்துக் கொண்டிருந்தாள். என்னுடைய நண்பர்களும் தோழிகளும் அங்கே உற்சாகத்தில் மிதந்து கொண்டிருந்தார்கள். இவள் அந்த இடத்திற்கு அந்நியமானவளைப் போலவே அமர்ந்திருந்தாள் அவளின் கைகள் மட்டும் இடை தெறிந்த டீ சர்ட்டை இறக்கி விட்டுக்கொண்டிருந்தது. குடிக்கிறீயா என்றேன் தயக்கத்தோடு அவள் லேசான சிரிப்போடு ஒன்னும் ஆகாதா? என்றாள். இல்ல 'கொஞ்சமா குடி' என்றேன். ஆனால் அதிகம் வாசனை இல்லாத கசக்காத ட்ரிங் கிடைக்குமா என்றாள். ஆப்பிள் ரெட்வைன் அவளுக்கு ஆர்டர் செய்தேன். ஒன்னும் ஆகாதே என்றபடி முதல் சிப்பை விழுங்கினாள். அவள் முதல் சிப்பை விழுங்கிய விதம் இன்னும் என் ஞாபகத்தில் இருக்கிறது. தயக்கம் சந்தோசம் சுதந்திரம் எல்லாமே அவள் முகத்தில் தெரிந்தது. கனவு உலகத்தை எட்டிப்பார்க்கும் குழந்தையாக முதல் சிப்பை விழுங்கினாள். அவள் அந்த கசப்பை

எதிர்பார்த்திருக்கமாட்டாள் போல பார்ட்டி முடியும் வரையில் ஒரு பெக்கை கையில் வைத்து குடித்துக்கொண்டிருந்தாள்.

டிஸ்கொதேயில் ஆணும் பெண்ணும் கட்டிப்பிடித்துக் ஆடிக்கொண்டிருப்பதையே பார்த்துக்கொண்டிருந்தாள். 'போய் ஆடுறியா' என்றேன். 'என்னது? முன் பின் தெரியாதவங்ககூட இப்படி வெட்கமில்லாமல் கட்டிப்பிடிச்சு ஆடுறதா சீ' என்றாள். 'சில்வியா ப்ளாத் படிச்சிருக்கியா நீ' என்றேன் 'யார் அவங்க' என்றாள் அப்பாவியாக 'அவங்க ஒரு கவிஞர் அவங்களைப்பத்தி சொல்லனும்னா அரை நாள் வேணும் ஆனால் அவங்க சொன்ன ஒரு விசயத்தை சொல்றேன் கேட்டுக்க, *"Dancing is the normal prelude to intercourse"* னு சொல்லியிருக்காங்க தெரியுமா? சோ யூ என்ஜாய் டான்ஸ்' என்றேன். 'யார் வேணுன்னாலும் என்ன வேணுன்னாலும் சொல்லிட்டு போகட்டும் நான் ஆடலப்பா' என்று அமர்ந்திருந்தாள்.

நான் அன்று அவளிடம் மெஸ்மரிசம் பண்ணுவது மாதிரிதான் நிறைய விசயங்களைப் பேசினேன். 'சந்தோசத்துக்காக நீ செய்யுற ஒவ்வொரு செயலும் மூளைக்குத்தான் போகும். ஆனால் இசையோடு நீ இணையும் போது சந்தோசம் இதயத்துக்கு போகும். தொலைந்து போவதுதான் புனிதம். அது இசையாகவோ, போதையாகவோ, காமமாகவோ இருக்கலாம்'. அவள் என்னையே பார்த்துக்கொண்டிருந்தாள். 'எனக்கு சுத்தி நடக்கிறது எதுவும் தெரியல நீமட்டும்தான் தெரியுற. எவ்வளவு அறிவா அழகா பேசுற நாள் முழுக்க உன்கூடவே இருக்கனும் அதுதான் என் ஆசை' என்றாள்.

அவளை பத்திரமாக விடுதியில் விட்டுவிட்டு நான் கிளம்பினேன். நான் அவள் மேல் அதிக அன்பும் அக்கறையும் வைத்திருப்பதாக மெசேஜ் அனுப்பினாள். 'பாவம்டா அந்தப் பொண்ணு. நான் வேற பொண்ணை காதலிக்கிறேனு உண்மையை சொல்லுடா' என்று நண்பர்கள் என்னைக் கடிந்துகொண்டார்கள். பதிலுக்கு நான் அவர்களிடம் 'போங்கடா நான் இல்லன்னா வேற எவனாவது அவளை கரெக்ட் பண்ணுவான். அது நானா இருந்துட்டு போறேன். போங்கடா நானென்னா அவளை ரேப் பண்ணவா பேறேன். ஜாலியா கொஞ்சநாள் அவளோடட சுத்துவேன் அவ்வளவுதான்' என்று அவர்களின் வாயை அடைத்தேன்.

லாவண்யா என்னோடு நெருங்கிக் கொண்டிருந்தாள். அவளைப்போல நான் அவளை விரும்பவில்லை. உண்மையில் அவள் மேல் மிகப்பெரிதான அக்கறையும் இல்லை. எல்லோரையும் போல அவளிடம் நட்பாக பழகினேன். பின்பு வந்த நாள்களில் அவளை நான் சுடிதரோடு பார்க்கவில்லை. அவள் ஸ்டைலும் உடையும் மாறிப்போனது ஆனால் உள்ளுக்குள் அன்பான பெண்ணாகவே இருந்தாள்.

நண்பன் ஒருவனின் பிறந்தநாளைக் கொண்டாட ஈ.ஸி.ஆர் ரோட்டில் பார்ம் ஹவுஸ் ஒன்றில் சீக்ரெட் பார்ட்டி ஏற்பாடானது அதைப்பற்றி அவளிடம் நான் சொல்லவில்லை. நண்பன் அவளை அழைத்திருக்கிறான். அவள் என்னிடம் ஏன் சொல்லவில்லை என்று கோபப்பட்டாள். 'ஹோட்டல் மாதிரி இல்லை. நடுராத்திரி ஆயிடும் அங்கேயே தங்கனும் அதனாலே வேணாம்னு நினைத்தேன்' என்றேன். 'வேற கேர்ள்ஸ் யாரும் வரமாட்டாங்களா' என்றாள். 'வருவாங்க' என்றேன் 'அப்புறம் ஏன் என்னை மட்டும் வேணாங்கிற இன்னும் நான் உனக்கு கட்டுப்பெட்டியாவே தெரியுறேனா' என்றாள். 'அப்படியெல்லாம் நினைக்கல வா' என்றேன்.

முன்பு மாதிரி இல்லை அவள் நிறைய குடிக்கப் பழகியிருந்தாள். போதை ஏறியதும் ஆளாளுக்கு அறையில் போய் ஒதுங்கிக்கொண்டார்கள். நானும் அவளும் ஒரு அறைக்குச் சென்றோம். எனக்கும் அன்று போதையில் கொஞ்சம் தலையை வலிப்பதுபோல் இருந்தது. கட்டிலில் அப்படியே விழுந்தேன். அவள் என்னருகில் வந்து படுத்தாள். பின்பு என் காதருகில் வந்து 'டேக் மீ டா' என்றாள். அவளை அப்படியே தலையோடு சேர்த்து அணைத்துக்கொண்டேன். பேசாமல் படுத்திருந்தேன். திரும்பவும் 'டேக் மீ டா' என்றாள். 'இங்க பாரு லாவண்யா இப்ப நீ நிறைய குடிச்சிருக்கே நானும் நிறைய குடிச்சிருக்கேன். எனக்கும் செக்ஸ் வச்சுகலான்னுதான் தோணுது. ஆனாலும் மனசுக்கு சரியாபடலை. போதை தெளிஞ்சதுக்கு அப்புறமும் இது தப்பில்லனு உனக்கு தோணுச்சுனா அதுக்கப்புறம் வச்சுக்கலாம். இப்ப தூங்கு' என்றேன். 'சரி' என்று அவள் என்னருகில் படுத்துத் தூங்கினாள். காலையில் எழுந்து கிளம்பிக் கொண்டிருந்தோம். அவளிடம் 'இப்ப உனக்கு செக்ஸ் வச்சுகிட்டா தப்பில்லனு தோணுதா' என்றேன். 'இல்ல' என்றாள்.

'இனிமேல் குடிச்சிட்டு இந்த மாதிரி யோசிக்காதே' என்று சொன்னேன். அவள் மிக அன்போடு என்னைப்பார்த்தாள். அந்தப் பார்வையை ஒன்றிரண்டு கணங்களுக்கு மேல் சந்திக்காமல் பார்வையை விலக்கிக்கொண்டு அவளை அங்கிருந்து அழைத்துக்கொண்டு கிளம்பினேன்.

ஒரு நாள் முக்கியமான விசயம் பேச வேண்டுமென்று நேரில் வரச்சொல்லி என்னைக் காதலிப்பதாகச் சொன்னாள். நான் அப்படியெல்லாம் அவளிடம் பழகவில்லை என்றேன். அப்போதுதான் அவளிடம் ஏற்கனவே நான் ஒரு பெண்ணை காதலித்துக்கொண்டிருக்கிறேன் என்றேன். ஆனால் அவள் அதை நம்பவில்லை. 'பொய் சொல்லாதடா என்னைப் பிடிக்கலன்னா பிடிக்கலன்னு சொல்லு எனக்குத் தெரியும் நீ யாரையும் காதலிக்கல. பார்ட்டிக்கு வராம டிரிங் பண்ணாம, செக்ஸ் வச்சுக்கலாம்னு உன்னைக் கூப்பிடாம இருந்திருந்தா என்னை லவ் பண்ணியிருப்பியிலே. இப்ப நான் உனக்கு கேவலமான பொண்ணாத் தெரியுறேன்ல. நான் உன்னை பார்த்த நாளிலிருந்தே உன் மேல எனக்கு க்ரஷ்தாண்டா. நான் எப்பவும் உன்னை லவ் பண்றதா நெனைச்சுட்டுதான் உன்கூட வந்தேன்' என்றாள். எனக்கு சங்கடமாக இருந்தது. எனக்காகத்தான் எல்லாவற்றையும் செய்ததைப்போல் அவள் சொன்னாள். ஸ்டைலாக இல்லாட்டி அவளை வேண்டாமென்று சொல்லிவிடுவேனோ என்றுதான் அவள் அப்படிமாறியதாகச் சொன்னாள். அதை என்னால் நம்பவும் முடியவில்லை. நம்பாமல் இருக்கவும் முடியவில்லை. 'ஐ லைக் யூ. பட் ஐ லவ் சம் அதர் கேர்ள்' என்றேன்.

அவள் நம்பாமல் மறுபடியும் மறுபடியும் காதலிப்பதாகச் சொன்னாள். நான் அவளிடம் பேசுவதைத் தவிர்த்தேன். விடாமல் குறுஞ்செய்தி அனுப்பிக்கொண்டிருந்தாள். பதிலும் அனுப்பவில்லை போனையும் எடுக்கவில்லை. அவளைச் சந்திக்காமல் ஓடி ஒளிந்து கொண்டேன். ஒரு நிலைக்கு மேல் போன் நம்பரையே மாற்றிவிட்டேன். அவள் என் நண்பர்களிடம் என் போன் நம்பரைக் கேட்டு தொந்தரவு செய்திருக்கிறாள். என் நம்பரை அவளிடம் கொடுக்க கூடாது என்று எல்லோரிடமும் சொல்லி வைத்திருந்தேன். 'ஆரம்பத்திலே சொன்னோம்லடா பாவம்டா அந்தப்பொண்ணு' என்று

நண்பர்கள் என்னைத்திட்டினார்கள். பின்பு அப்படியே அவள் தொடர்பு விட்டுப்போனது.

ஒரு வருடத்திற்கு பிறகு பாண்டிச்சேரி பார்ட்டியில் சந்தித்தேன். அப்போது அவளைச்சுற்றி வேறொரு குரூப் இருந்தது. தோழியின் பிறந்தநாள் பார்ட்டிக்கு வந்திருப்பதாகச் சொன்னாள். என் அறைக்கு அழைத்துச் சென்று கொஞ்ச நேரம் பேசிக்கொண்டிருந்தோம். ராத்திரி அங்கே பார்ட்டி நடப்பதாகவும் காலையில் சந்திக்கலாம் என்று சொல்லிவிட்டுப் போனாள். ராத்திரி ஒரு மணி இருக்கும் பலமான கதவு தட்டல். கதவை திறந்தால் லாவண்யா அலங்கோலமாக நின்று கொண்டிருக்கிறாள். வேகமாக அறைக்குள் நுழைந்து கதவைச் சாத்தினாள். அவள் முகமெல்லாம் வீங்கித் தடித்திருந்தது, மூக்கிலிருந்து ரத்தம் வழிந்து கொண்டிருந்தது. பார்ட்டி முடிந்ததும் கூட வந்த ஒருத்தன் அவளை செக்ஸுக்கு அழைத்திருக்கிறான். அவள் மறுத்ததும் அடித்து பலாத்காரம் செய்யமுயல, ஓடி வந்திருக்கிறாள். பயத்தில் நடுங்கிக் கொண்டிருந்தாள். அவளுடைய பனியன் எல்லாம் சாப்பாடெல்லாம் கொட்டி அழுக்காக இருந்தது. குடிபோதை, உடல் காயம் பார்க்க சகிக்க முடியாத கோலத்தில் இருந்தாள். எனக்கு முதல் முறையாக அந்த மாதிரியான வாழ்க்கைமுறை பிடிக்காமல் போனது. அருவருப்பாக இருந்தது. நானும் அவள் இப்படி ஆக ஏதோ ஒரு விதத்தில் காரணமாக இருந்திருக்கிறேன். அவளை கட்டிலில் படுக்க வைத்தேன். என் நண்பர்கள் கீழே படுத்துக்கொண்டார்கள்.

ஹோட்டல் வராண்டாவில் சத்தம் கேட்டுக்கொண்டிருந்தது. அவன்தான் என்றாள் லாவண்யா. நான் வெளியே வந்து பார்த்தேன். அவன் 'ஹேய் பிட்ச். ஐ வில் கேட்ச் யூ' என்று சலம்பியபடி தேடிக்கொண்டிருந்தான். பிரச்சினை வேண்டாமென்று நான் அறைக்குள் வந்துவிட்டேன். நான் தூங்காமல் அவளையே பார்த்துக்கொண்டிருந்தேன். அன்று அதிகாலை ஐந்து மணிக்கு அவளை எழுப்பி வா கிளம்பலாம் என்றேன். பகலில் அவளை வெளியே அழைத்துப் போக முடியாதபடி அவள் காயம்பட்டிருந்தாள். போலீஸுக்கும் போக முடியாத சூழ்நிலை. அவள் முகத்தில் காய்ந்து போயிருந்த ரத்தக் கறையை ஈரத்துணியால் துடைத்துவிட்டேன்.

அப்போதும் அவள் அரைப் போதையில் இருந்தாள். யாருக்கும் தெரியாமல் அவளை அங்கிருந்து காரில் அழைத்துக்கொண்டு என் நண்பர்களோடு கிளம்பினேன். நான், என் நண்பன், அவள் மூவரும் பின்னால் அமர்ந்திருந்தோம். ஒரு நண்பன் காரை ஓட்டி வந்தான். இரு நண்பர்கள் முன் சீட்டில் ஒருவர் மடியில் ஒருவர் உட்கார்ந்து வந்தார்கள். அவள் என் தோளில் சாய்ந்தபடி வந்தாள். அவளால் உட்காரக்கூட முடியவில்லை. சிறிது நேரத்தில் அவள் தோழியிடமிருந்து போன். போதை தெளிந்து இப்போதுதான் அவளைத் தேடி இருக்கிறார்கள். அழுதபடி ராத்திரி நடந்த விசயத்தை சொல்லி "குடிச்சா எல்லாத்தையும் செஞ்சிடுவேனு அவன் நெனைச்சானாடி" என்றாள். பின்பு ஃபோனை அணைத்துவிட்டு என்னைப்பார்த்தாள். 'ஏன் லாவண்யா இந்த மாதிரி ஃப்ரண்ட்ஸோட வந்தே. இந்த மாதிரி தப்பெல்லாம் இனிமேல் பண்ணாதே' என்றேன். அவள் என்னை கூர்ந்து பார்த்தபடி 'என் வாழ்க்கையிலேயே செஞ்ச ஒரே தப்பு உன்னை பார்த்ததுதாண்டா' என்று சொல்லிவிட்டு கண்ணை மூடிக்கொண்டாள். நான் அமைதியாக அவள் சொன்னது பெரிதாக பாதிக்கவில்லை என்பதைப்போல் இருந்தேன். அவளை ஒரு ஆஸ்பத்திரிக்கு அழைத்துபோய் டாக்டரிடம் காட்டிவிட்டு அப்படியே விடுதிக்கு கொண்டுபோய் விட்டுவிட்டேன். அவள் எப்படி இருக்கிறாள் என்று அறிய அவள் செல்போனுக்கு அழைத்தால் அணைத்து வைக்கப்பட்டிருந்தது. பலமுறை தொடர்புகொண்டும் ஃபோன் அணைக்கப்பட்டே இருந்தது. விடுதிக்குச் சென்று விசாரித்தால் அவள் ஊருக்கு சென்றுவிட்டதாகச் சொன்னார்கள். அவளை தொடர்பு கொள்ள வழியில்லாததால் அப்படியே விட்டுவிட்டேன். இது நடந்து இரண்டு வருடங்களுக்கு மேலாகிவிட்டது.

இப்போதுவரை அவள் எப்படி இருக்கிறாள் என்று தெரியவில்லை. அவள் அப்படி ஆவதற்கு நான்தான் காரணமோ என்ற குற்ற உணர்வு மட்டும் உறுத்திக்கொண்டே இருக்கிறது. அவளும் அப்படி நினைத்துதான் என் தொடர்பிலிருந்து விலகிப்போயிருக்கலாம். எங்களுக்கென்று பொதுவான நண்பர்கள் யாரும் இல்லாததால் அவள் எங்கிருக்கிறாள் என்பதை அறியமுடியவில்லை. அவள் ஏதாவது ஒரு வெளிநாட்டில் இருப்பாள் என்றே தோன்றியது. உயர்படிப்பை

வெளிநாட்டில் படிக்க வேண்டும் என்று அடிக்கடி சொல்லியிருக்கிறாள். ஆனால் இன்னொரு பக்கம் அவள் வாழ்க்கை தறிகெட்டு சீரழிந்து போயிருக்குமோ? பார்ட்டி, நண்பர்கள் என்று விடுபடமுடியாமல் போயிருப்பாளோ ஏதாவது அசம்பாவிதம் நடந்திருக்குமோ என்ற பயம். என்னுடைய ஏளனம்தான் அவளை இப்படியெல்லாம் செய்ய வைத்ததோ? ஏதோதோ நினைவு. அவள் பாலியல் தொழிலாளியாகக்கூட மாறியிருப்பாளோ என்று நினைத்தேன். அப்படி நினைக்கவே பயங்கரமாக இருந்தது. குற்ற உணர்ச்சி கனவில் கருமை நிறத்தில் வந்து கொன்றது. கனவில் பாசிபடிந்த கிணற்றில் வழுக்கி விழுந்து செத்தேன், மலை உச்சியிலிருந்து குதித்தேன், பாலைவனத்தில் தண்ணீரில்லாமல் காய்ந்து வெப்பத்தில் உயிர் பிரிந்தது. எல்லாக் கனவிலும் நான் செத்துக்கொண்டே இருந்தேன். ஒன்றும் இல்லை அவள் என்னோடு பேசக்கூட வேண்டாம். நன்றாக இருக்கிறாள் என்று தெரிந்தால்கூடப் போதும்... அதுவரை என்னால் குற்ற உணர்ச்சியிலிருந்து மீளமுடியாதுதான்.

○○○

வெகு நாட்களுக்குப் பின்னான மழை

ஒரு கொலையின் பொருட்டு அவன் கரட்டுபட்டிக்குத் திரும்பிக்கொண்டிருந்தான்.

அவன் ஒரு கொலைக்கு உடந்தையாக இருந்திருக்கிறான். ஒரு பெண் கழுத்தறுக்கப்பட்டுக்கொண்டிருந்தபோது அந்தப் பெண்ணின் துடிக்கும் கால்களை பலம்கொண்ட மட்டும் அழுத்திப் பிடித்திருந்தான். அந்தக் கொலையைத் தவிர அவனோடு இந்த அளவு தீவிரத்தோடு பயணப்பட்ட விசயம் எதுவும் இல்லாத காரணத்தால் அவன் வாழ்வின் அர்த்தம் நிரம்பிய கணமாக அதனை நினைக்கிறான். இயக்கமற்ற அந்தக் கால்களின் மூலம் அந்த பெண்ணின் உயிர் அடங்கியதை இன்னும் தன் கைகளில் உணர்ந்தான். போராடி ஓய்ந்த அந்தப் பெண்ணின் விழிகள் அவன் நடந்து செல்லும் வழியெங்கும் அவன் கால்களில் மிதிபட்டுக்கொண்டு வருவதாக நினைத்து நிம்மதியற்று ஒவ்வொரு அடியையும் தாண்டி தாண்டிச் சென்றான். விழிகள் விடுவதாக இல்லை. மேலே பார்த்து நடந்தால் மலைமுகட்டில் இரு விழிகளும் உருட்டிக்கொண்டு நின்றன.

மலைக்கரட்டின் மேடு பள்ளங்களில் அவன் ஒரே வகையான நடையை நடந்தான். அதனால்

அவன் உடல் தடுமாறி சமநிலை குலைந்து விழப்போகிறவன் போலவே நடந்துபோனான். கரட்டுப்பட்டியில் அவனுக்காக காத்திருப்போர் யாரும் இல்லைதான். வெறுமையையும் குற்றத்தையும் சுமந்துசெல்லும் அவனை யார் வரவேற்கப்போகிறார்கள்.

மலைக்கரட்டில் அவன் முன்பு பார்த்த ரேடியோப் பூக்களும் அருவமற்றுப்போய்விட்டது. கத்தாழைப்பழச் செடிகளும்கூட கருகிக்கிடந்தன. தன் பால்ய காலத்தின் கற்பனையில் ஊறிய பனிநிறைந்த சமவெளியையும் அடுக்கடுக்கான மலைத்தொடரையும் அவன் கடைசிவரை காணவில்லை. வெக்கை நிறைந்த ஊர் மட்டுமே அவன் ஞாபக அடுக்குகளை நிறைத்துக்கொண்டிருப்பதை வெறுத்தான்.

பத்து வருடங்களுக்குப்பின்பும் அனல்காற்று வீசும் அந்த ஊரின் தனிமை குறைந்தபாடில்லை இன்னும் அதிகமாகத்தான் இருந்தது. மலைக்கரட்டின் உச்சியை அடைந்ததும் நான்கைந்து ஆடுகள் பாறையில் நின்றுகொண்டிருப்பதைப் பார்த்தான். அங்கு இன்னும் சில குடும்பங்கள் வாழ்ந்துகொண்டிருந்தன. நூறு வீடுகள் மட்டுமே இருந்த அந்த ஊரில் இப்போது ஒரு பத்துக் குடும்பத்துக்கு மேல் இல்லை. குடியிருக்கும் வீடுகளைத்தவிர மற்ற வீடுகள் இடிந்தே கிடந்தன. கிணற்றடிக்குப் பக்கத்திலிருந்த வீடு இருந்த இடம் தெரியாமல் மண்ணோடு மண்ணாகிக்கிடந்தது. கிணற்றைச் சுற்றியிருந்த பூசணிக்கொடிகள் பேருக்கு கூட பச்சையாக இல்லை சருகாகி தொங்கிக்கிடந்தன. தவளை இல்லாத கிணம் உள்ள ஊரில் மனிதர்கள் வாழ்வது அதிசயம்தான். ஊருக்கு நடுவிலிருந்த பாறைக்கு பக்கத்தில் ஒரு அரசாங்க அடிபம்பு குழா தண்ணீர்க்குழாய் இருந்தது. அதுதான் பத்துக்குடும்பத்தின் நீருக்கு வழிவகை செய்தது. வறண்ட கரட்டுப்பட்டிக்கு ஐந்துமைல் தாண்டி மலையடிவாரத்தில் ஃபாரஸ்ட்டுக்குச் சொந்தமான பினாத்திமரத்தோப்பு இருந்தது. தீக்குச்சி செய்யப்பயன்படும் அந்த மரங்கள் மட்டுமே அந்த நிலப்பகுதியின் பசுமைக்கான ஒரே ஆதாரம். அதன் பொருட்டு பெய்யும் சிறு மழையால் எப்போதோ வளர்க்கப்பட்ட முந்திரிப் தோப்புக்குச் சொந்தக்காரர்கள் மட்டுமே அந்த ஊரில் குடியிருந்தார்கள். அந்த முந்திரித் தோப்புகளும் அழிந்துவிடும் நிலையில்தான் இருந்தன.

எப்போதும் பாறைகளில் நின்றுகொண்டிருக்கும் ஆடுகள் மட்டும் வெயிலை குடித்துக்கொண்டபடி மனித நடமாட்டம் குறைந்த ஊருக்குள் ஜீவனோடு சுத்திக்கொண்டிருக்கின்றன. ஊருக்குள் நடுப்பாறைக்கு பக்கத்திலிருந்த வீட்டின் முன்னிருந்த வேப்பமரத்துக்குக் கீழே இரண்டு ஆடுகள் கத்திக்கொண்டிருந்தன. ஒரு வயதான மனிதன் ஈரப்பதமற்ற வேப்பங்குலையை தொரட்டால் பிடுங்கிக்கொண்டிருந்தார். அவர் வேப்பங்குலையை ஆட்டுக்கு முன்னால் நீட்ட ஆடு பரிதவித்தபடி வேப்பங்குலையைத் தின்றது. இவன் அந்தக் கிழவரையும் ஆட்டையும் மாறி மாறி பார்த்தபடி நின்றான். ஒரு புதிய மனிதனின் அரவத்தை உணர்ந்த கிழவன் நிமிர்ந்து பார்த்தார். 'தாத்தா என்னைத் தெரியுதா' என்றான் இவன். அவர் அவனைக் கூர்ந்து பார்த்துவிட்டு, மிக கவனமாக ஆட்டுக்கு குலையைக் கொடுத்துக்கொண்டே 'உன் சாடை தெரியலப்பா யாரு' என்றார். கிழவனின் அலட்சியமான போக்கு தந்த நிம்மதியில் அவன் 'நான் பொம்மைசாமி மகன்' என்று சொல்லிக்கொண்டிருக்கும்போதே வீட்டுக்குள்ளேயிருந்த வந்த கிழவி அவனை வியப்போடு பார்த்தாள். 'ஆத்தே பொம்மசாமி மகனாடா? பாவிப்பயலா இம்புட்டு வருசமா எங்கடா திரிஞ்ச. உன்னை பத்து வருசமா காணாம தேடிக்கிருக்கோமேடா' என்று சொல்லி அவனருகே வந்து கட்டிக்கொண்டாள்.

அன்பில் எழும் உணர்ச்சிப் பெருக்குகளை எல்லாம் அவன் மறந்து பல வருடங்களாகிவிட்டது. அந்தக் கிழவியின் அன்பையும் தொடுதலையும் உணர்ச்சிக்கொந்தளிப்புகளையும் விலகி நின்று பார்த்தான். கிழவியின் அணைப்பில் அவன் உடல் அவனுக்கே யாருடையது போலவோ தோன்றியது.

அந்தக் கிழவனும் கிழவியும் அவனுடைய சின்னத்தாத்தாவும் சின்ன அப்பத்தாவும்தான். அவனுடைய குடும்பம் கோரையூத்துக்கு இடம்பெயர்ந்துவிட்டதாக கிழவி சொன்னதும் அவனுக்கு ஒரு வகையான நிம்மதி பிறந்தது. கொலைக்கலை நிரம்பிய முகத்தோடு அவன் தன் அம்மாவின் முன்னால் நிற்க விரும்பவில்லை. 'எல்லாம் மாறிப்போச்சுடா. அம்புட்டு பேரும் பெருசாகிட்டாங்க. நீயும்தான் ஆம்பளையா வந்து நிக்கிறே. உங்க அக்கா மகளை கட்டிக்குடுத்திட்டாங்க. உன்

தங்கச்சி ரெண்டு பிள்ளைகள விட்டுட்டு தூக்குபோட்டுச் செத்துபோய்ட்டா. உங்க ஆத்தாலும் அப்பனும்தான் அந்த ரெண்டு பிள்ளைகளையும் வளர்த்துக்கு திரியுறாங்க. நீ போனதுக்கப்புறம் இந்த ஊர்ல செல்வம் பொழிஞ்சுச்சு. மலையோரத்தில கஞ்சாசெடியை வளர்த்து வித்து நம்ம ஊரு செழிப்பாயிருச்சு. பொழைக்க வழியில்லாதப்ப என்ன செய்யிறது. பட்டினியா கெடந்து சாவுறதுக்கு எதையும் செஞ்சு பொழைக்கலானு துணிஞ்சிட்டாங்க. நீ பார்க்கனுமே ஒரு நாலைஞ்சு வருசம் ஊர்ல பாலும் தேனுந்தான் ஓடுச்சு. கார்டு வாச்சரு போலிஸ்காரங்களெல்லாம் நம்ம ஊரே கெதினு கெடந்தாங்க. எல்லாருக்கு பணத்தை குடுத்து சரிக்கட்டி ஊர் செழிப்பாயிடுச்சு. வெவசாயம் பார்த்தப்ப இல்லாத வெளச்சல் கஞ்சா போட்டு வளத்தப்ப இருந்தது பாரு. அப்படியொரு வெளச்சல். எங்கிருந்தெல்லாம் இங்க வந்து கஞ்சா வாங்கிட்டு போனாங்க. உங்க அப்பங்கூட கஞ்சா வளர்த்தான். முறுக்கு போடப்போன இடத்திலிருந்து நீ ஓடிப்போன நாளையிலிருந்து இங்க செழிப்பாகிட்டானுங்க. உங்கப்பனும் உன்னைத் தேடாத இடமில்ல. நீ எங்கபோயி தொலைஞ்சியோ. உங்க ஆத்தாகாரி அழாத நாளில்ல. "கஞ்சியாவது குடிச்சு பொழைக்கட்டுன்னுதான் என்பிள்ளைய முறுக்கு போடுற வேலைக்கு அனுப்பினே. அவனை கண்காணாமாக்கி இந்தக் கடவுள இப்படிச் செழிப்பை குடுத்திருக்கேனு" புலம்பி திரிஞ்சா. உங்க அக்கா தங்கச்சிக்கெல்லாம் நல்லா நகை போட்டா. உன் தங்கச்சி, புருசன் சொன்ன சின்ன சொல்லுக்கு பொறுக்க மாட்டாமா தூக்குப்போட்டுச் செத்துபோயிட்டா. உன்னைக் காணாம பாதி உசுரு இல்லாம அலைஞ்ச உங்க ஆத்தாவுக்கு மீதி உசுரும் போச்சு'.

கிழவி சொல்வதெல்லாம் அவனைப் பாதிப்பது போலவும் பாதிக்காதது போலவும் இருந்தது.

அவனால் அந்தக் கிழவி சொல்வதை நம்ப முடியவில்லை. அந்த ஊர்ப் பெண்கள் கழுத்தில் தங்கச்சங்கிலி இருந்திருக்கும் என்பதே அவனுக்கு விசித்திரமாகத்தான் இருந்தது. அப்போதுதான் கவனித்தான் வெறுங்காதாக இருந்த கிழவியின் காதில் தண்டட்டி தொங்கிக்கொண்டிருந்தது. கழுத்திலும் சங்கிலி போட்டிருந்தாள். கிழவன்தான் எதுவும்

பேசாது தனக்கு இனி எந்த மனிதனிடமும் வாழ்வு குறித்து விசாரிக்கவோ பதில்சொல்லவோ ஏதுமில்லை என்ற கணக்கில் ஆட்டுக்கு தொடர்ந்து வேப்பங்குலையை சாப்பிடக் கொடுத்துக்கொண்டிருந்தார். சவக்கலை நிரம்பிய அந்தக்கிழவனின் முகம்தான் அவனுக்கு கொஞ்சமாக ஆசுவாசத்தைக்கொடுத்தது.

அத்தனை செழிப்பு வந்த பின்பும் ஏன் இந்த ஊர் அழிந்த காடாக கிடக்கிறது என்று அவன் யோசித்துக்கொண்டிருக்கும்போதே மீதிக்கதையையும் கிழவி சொல்லிக்கொண்டிருந்தாள். ‘அரசாங்கம் கொஞ்ச நாளைக்கு அப்புறம் முழிச்சுகிருச்சு. நூத்துக்கணக்கா துப்பாக்கி வச்சு போலிஸு காட்டுக்குள்ள வந்து கஞ்சாவெல்லாம் தீ வச்சு அழிச்சிட்டாங்கே. வீட்டுக்கு ஒரு கேஸு. ஒரு வருசம் ஆறுமாசம் ஜெயில்ல போட்டாங்க. உங்கப்பங்கூட ஜெயிலுக்கு போயிட்டு வந்தான். ஆனா பணம் எல்லார் கையிலும் இருந்துச்சு. அப்புறம் எதுக்கு இந்தக் கல்லுக்காட்டுல மனுசங்க வாழப்போறாங்க. ஆளாளுக்கு சுத்தியுள்ள கிராமத்துக்கு வாழப்போயிட்டாங்க. எங்களை மாதிரி கெழடு கெட்டைகதான் இங்க வாழ்ந்துகிருக்கோம். இன்னும் ஒரு ரெண்டு மூனு வருசத்தில. முந்திரிதோப்பு காய்க்காம போய்டுச்சுனா மிச்ச இருக்கிற பத்துவீடும் ஊரைக்காலி பண்ணி போய்டும். உங்க சீயாங்காரன் இந்த ஆட்டை கட்டிக்கு அலையிறாரு. இங்கதான் சாவேனு நிக்கிறாரு மொதலாளி. உங்க சித்தப்பன் அத்தைகாரிகளெல்லாம் பொன்னம்படுகைக்கு குடிபோய்ட்டாக. “செத்துபோனா எழவு சொல்லிவிடக்கூட ஆளில்லாம கெடக்கப்போறீங்கனு” உங்க சித்தப்பன் கத்திட்டு போறான். இந்தக் கெழவன் இந்த அரசக்கோட்டையைவிட்டு நகரமாட்டேங்கிறாரு’ என்றாள்.

இவன் கிழவனைப் பார்க்க கிழவன் சிரிப்பதற்கே மறந்துபோயிருந்தவராக வெறுமையான கண்களுடன் பார்த்தார். அவனுக்கு தானே அவராக நின்றுகொண்டிருப்பதாகத் தோன்றியது. அவனுடைய தாத்தா பாட்டி அவன் பிறப்பதற்கு முன்பே இறந்துபோயிருந்ததால் சின்ன அப்பத்தா, சின்ன தாத்தாவையும் தாத்தா பாட்டியாக நினைத்துக்கொண்டிருந்தான். இந்தக் கிழவனும் அவனும் இந்த கரடெல்லாம் ஆடுகளோடு பசுமையைத் தேடி அலைந்திருக்கிறார்கள். பனிமலைகளையும்

தொடர் அடுக்குமலைப் பற்றிய கனவுகளையும், பசுமையான சமவெளி நிரம்பிய பிரமிப்பான பலக்கதைகளையும் அவனுக்குள் இந்தக் கிழவனே விதைத்திருந்தான். ஆனால் எல்லாவற்றையும் மறந்தவனாக அந்தக் கிழவன் தன் கனவுகள் தூர்ந்துபோய் அனல்காற்றினுள் கலந்திருக்கும் ஒரு தூசியாக தன்னைத்தானே நினைத்துக்கொள்ளும் மனிதனாக மாறிப்போய்விட்டிருக்கிறான். கிழவி மட்டுமே பழங்காலத்தை தனக்குத்தானே பேசியபடி கிழவனுக்கு சோறாக்கி போட்டுக்கொண்டிருக்கிறாள். மூன்று மாதத்திற்கு ஒரு முறை வரும் மகன் அவர்களுக்கு தேவையான சாப்பாட்டு பொருளினை வாங்கி கொண்டு போடுகிறான். கிழவன் கரட்டைவிட்டு இறங்கி பல காலமாகிவிட்டது. கிழவிதான் எதாவது ஒரு காரணத்தை முன்னிட்டு மாதத்திற்கு ஒரு தடவை கரட்டைத் தாண்டிய ஊர்களுக்குப் போகிறாள்.

'உங்க தாத்தனுக்கு இந்த வயசில பேய் பிடிச்சிடுச்சுடா அதான் இப்படி திரியுறாறு" என்று சொன்னவள் அவனைப்பற்றி விசாரிக்க ஆரம்பித்தாள். அவன் கிழவனைப் போலவே வார்த்தைகள் இல்லாதவனாக இருந்தான். 'எங்க இருந்தேனு அப்புறமா சொல்றேத்தா' என்றவனை சரி சரி நிதானமாவே சொல்லு என்று சொல்லி சாப்பாடு போட்டாள். முன்பு கிழவி வீட்டில் கூழும், சோள அரிசி சோறையும் தவிர அவன் வேறெதையும் சாப்பிட்டதில்லை. இப்போது கிழவி அவனுக்கு அரிசி சோறை போட்டாள். 'ஏலே இப்பல்லாம் கம்பு, சோளம் எல்லாம் அத்துப்போச்சுடா. இந்த அரிசியைத்தான் உங்க சித்தப்பன் வெலைக்கு வாங்கி போடுறான். இந்தக் கெழவனுக்கு சோறு தொண்டையில எரங்கமாட்டுது. ஒரு நேரத்துக்கு கூழு காச்சி குடுத்தாதான் சாப்பிடுது என்னா செய்யா செல்வம் வந்தாலும் வறுமை போகாதுங்கிறகணக்கா இந்தக் கெழவனுக்காக கூழைக் குடிச்சு திரியவேண்டியிருக்கு'.

சாப்பிட்டுவிட்டு வெறிச்சோடிக்கிடந்த தெருவழியாக நடந்துபோனான். சிறகுகளை அசைக்காமல் பறந்துபோன பறவையின் பெயர் அவனுக்கு தெரியவில்லை. மௌனங்கள் மட்டும் நிரம்பியிருந்த அந்த ஊரில் சிறு சத்தமும் பிரமிப்பாக கேட்டது. காகம் ஒன்று இடிந்திருந்த கூரையின் மேல் நின்று அலறலான ஒலியை எழுப்பிக்கொண்டிருந்தது. யாரோ

ஒருவரின் காலடி ஓசைக்கேட்டு திரும்பி பார்த்தான். ஒருவர் ஆட்டைப்பிடித்தபடி நடந்து வந்துகொண்டிருந்தார். ஆடு மட்டுமே அந்த ஊரின் வயதுகுறைவாக இருந்தது. ஐம்பத்தைந்து வயது மதிக்கத்தக்க அந்த ஆள் அவனிடம் தணிந்த குரலில் 'யாருப்பா நீ' என்று வியப்போடு கேட்டார். 'பொம்மைசாமி மகன்' என்று அவன் சொன்னதும் 'உன்னைக் காணானு சொல்லிகிட்டு இருந்தாங்களே வந்திட்டியா? ஆத்தாளும் சியானையும் பார்க்க வந்தியா?' அவன் 'ஆமாம்' என்றதும் 'கரட்டு பக்கம் போய் ஆட்டை மேய்க்கப்போறேன்' என்று அங்கிருந்து கிளம்பினார். இப்போது ஆடுகள் மட்டுமே அந்த ஊரில் மனிதர்களுக்கு துணையாக இருக்கின்றன.

எத்தனை வறண்டு கிடந்தாலும் அவன் அந்த ஊரை நேசித்திருந்தான். புழுதிகள் பரந்த தெருவில் பால்யத்தில் குதுகலிப்போடு தன் சிநேகிதர்களுடன் கூக்குரலிட்டு விளையாடித் திரிந்தான். குழந்தைகளின் குரல்கள் இடிந்து கிடக்கும் வீடுகளிலும் வெறிச்சோடிக்கிடக்கும் தெருக்களிலும் நிறைந்திருப்பதாகவே அவனுக்குத் தோன்றியது. மஞ்சள் வெயில் தோன்றி கனத்த மழைத்துளிகள் விழும் நாள்களில் குழந்தைகள் நீண்ட குரலெழுப்பி ஆனந்தக் கூத்தாடுவார்கள். வண்ண மினுமினுப்போடு அந்த ஊரில் பெய்யும் மழையைப் போன்று அழகான மழையை அவன் எங்கும் கண்டதில்லை. அப்படியே மழைக்குள் ஒளிந்துகொள்ள நினைப்பான். மழைக்கு எந்த சாத்தியப்பாடும் இல்லாத அந்த ஊரில் தெய்வத்தின் விருப்பமாக மட்டுமே மழை பெய்வதாக பெண்கள் பேசிக்கொள்வார்கள். மழையின் ஒலி மட்டுமே அந்த ஊரின் சங்கீதம். மழை பெய்ந்து ஓய்ந்த நாள்களில் பெண்கள் விருப்பமாக உரல்களில் சோளம், கம்பு, கேழ்வரகு போன்ற தானியங்களை நம்பிக்கையோடு இடிப்பார்கள். கரட்டுக்காட்டில் கொஞ்சம் விதைத்து ஒரு வேளைக் கூழுக்காவது வழிசெய்துவிடும் மழைதான் அவர்களின் தெய்வம்.

மழை பெய்யத் தவறிய ஒரு ஆண்டில் அவன் பனிரெண்டு வயதாக இருக்கும்போது மூவாயிரம் ரூபாயை வாங்கிக்கொண்டு அவனை முறுக்குப்போடும் வேலைக்கு ஆந்திராவுக்கு அனுப்பி வைத்தார் பொம்மைசாமி. சிறுவனான அவன் வேலை செய்யத்

தயங்கியதே இல்லை. அம்மாவையும் அக்கா தங்கையையும் விட்டுச் செல்வதுதான் அவனுக்கு பெரும் துக்கமாக இருந்தது. ஆந்திராவில் முறுக்கு போடும் இடத்தில் தூங்கும் வரையும் வேலை வாங்கினார்கள். சாப்பாடும் குறைவுதான். அவன் சிறுவயது கேளிக்கைகள் எல்லாவற்றையும் கனவில்கூட காண முடியவில்லை. தூக்கம் என்பதே வலி நிரம்பியதாக இருந்தது. நாள் முழுக்க நின்ற களைப்பில் கால்களும் கைகளும் குத்தூசியாய் தூக்கத்திலும் குத்திக்கொண்டிருந்தது. அடுப்புக்கு பக்கத்திலே இருக்க வேண்டியிருந்ததால் உடல் முழுதும் எப்போதும் அனல் இருந்துகொண்டிருந்தது. அவன் பிஞ்சு தேகம் அத்தனையே கொடும் பாரத்தை சுமக்க முடியாமல் பல்வேறு உபாதைகளை வெளிப்படுத்தியது. உடல் முழுக்க புண்கள் ஆறாத ரணமாய் நிலைகொண்டது. உடல் வலி பொறுக்க முடியாமல் அவன் சோர்வடைந்து வேலை செய்யத் தவறும் போதெல்லாம் அடித்து துன்புறுத்தப்பட்டான். உடல் புண்ணோடு முதலாளி வைத்த சூடும் பெரும் புண்ணாகி அழுகிப்போனது. புண் ஆறாமல் குதறிப்போய்க் கிடந்தது. அவனுக்காக பாவபடுபவர் யாரும் இல்லாத அந்த ஊரில் நடுஇரவில் அலறி அடித்து அம்மாவைத் தேடுவான். உறக்கம் தவறி உடல் சோர்ந்து போன நாள்கள் நரகமாக் கடந்தன. இவனைப் போல் பல சிறுவர்கள் அங்கிருந்தார்கள். கனவினில் மட்டும் விளையாட்டினைக்கொண்டிருந்த சிறுவர்களின் கண்களில் பயம் மட்டுமே விழித்துக்கொண்டிருந்தது. கொடுமை பொறுக்காத சில சிறுவர்கள் அங்கிருந்து தப்பியோடும் முயற்சியை மேற்க்கொண்டு திரும்பவும் மாட்டிய கதைகள்தான் ஏராளம். புதைக்குழியைப் போன்று அவர்கள் அங்கே மாட்டிக்கொண்டிருந்தார்கள். ஊருக்குத் திரும்பிச் சென்ற சில விவரமான சிறுவர்களை அவர்களின் பெற்றோர்களே திரும்பவும் அங்கே கொண்டுவந்துவிட்டார்கள். உறவுகளை உள்ளூர வெறுக்க ஆரம்பித்தான்.

மனிதர்களின் கொடூரங்கள் அவன் உடலிலும் மனதிலும் வன்மத்தோடு இறங்கின. பசியைத் தாண்டிய குரூரங்களை அவன் சகிக்க முடியாமல் உள்ளுக்குள் வெறிகொண்டான். அவன்மேல் செலுத்தப்படும் வன்முறைகள் ஒரு மிருகத்தைப்போல வன்மமாக வெறிகொண்டு அவனுள் வளர்ந்துகொண்டிருந்தது.

ஒருநாள் அங்கிருந்த பல பாதுகாப்பையும் மீறி இவன் தப்பி ஓடி திருட்டு ரயிலேறி சென்னைக்கு வந்தான். அங்கே பல தெருக்களிலும் பிச்சைக்காரனைப்போல் அலைந்து திரிந்த அவன் கரட்டுப்பட்டிக்குத் திரும்பிச் செல்லும் வழியை மட்டும் மேற்கொள்ளவில்லை. எங்கே தன் பெற்றோர்கள் திரும்பவும் முறுக்குப் போடும் இடத்திற்கே அனுப்பிவிடுவார்களோ என்ற பயத்தில் நகரத்தில் சுற்றித்திரிந்தான். பிச்சைக்காரனைப்போல் அலைந்து திரிந்தான். கடை கடையாக பெரிய மனுசனைப்போல் வேலை தேடி அலைந்தான். அப்படிச் சுற்றிக்கொண்டிருந்த நாளில் பாண்டிச்சேரியைச் சேர்ந்த குமாரைச் சந்தித்தான். தன் சித்தி கொடுமை தாங்க முடியாமல் ஊரைவிட்டு வந்து ஹோட்டலில் டேபிள் துடைத்துக்கொண்டிருந்த அவன் இவனையும் வேலைக்குச் சேர்த்துவிட்டான்.

மனிதர்களின் குரூரங்களால் ஒரேவிதமான பாதிப்பை அடைந்திருந்த இருவரும் அண்ணன் தம்பியைப்போல் நெருக்கமாகிவிட்டார்கள். அதற்குப்பின் அவர்கள் தனித்து இருக்கவில்லை. எங்கு சென்றாலும் இருவருமாக இருந்தார்கள். ஒரே கனவினைக் கொண்டிருந்தார்கள். குமார் செத்துப்போன அம்மாவைப் பற்றிச் சொல்லும்போதெல்லாம் அவன் தன் அம்மாவை நினைத்து அழுவான். குமார் தன் அம்மாவைப் பற்றி பேசும் அளவுக்கு சித்தியைப்பற்றியும் பேசினான். சித்தி அவனுக்கு கொடூரங்களின் எல்லையைக் காட்டியிருந்தாள். அவள் போட்ட சூடெல்லாம் மனதில் அவனுள் பெரும் நெருப்பாக கனன்று கொண்டிருந்தது. ஒரு தடவைகூட வயிறு நிரம்ப சோறு போட்டதில்லை. எப்போதும் அவன் ஞாபகத்தில் பசி இருந்துகொண்டிருந்தது. அப்பாவுக்கு சிகரெட் வாங்கிக் கொடுத்தபோது ஒருநாள் அவன் சிகரெட்டை வாயில் வைத்துப் பார்த்ததை சித்தி பார்த்துவிட்டாள். அவன் சிகரெட் பிடித்ததாக அப்பாவிடம் சொல்ல, பிரம்பால் உடல் கண்டிபோகும் அளவிற்கு அடித்த அப்பா வெறி அடங்காமல் வெங்காயத்தை கண்ணில் வைத்து, நாள் முழுதும் விட்டத்தில் தொங்கவிட்டு பட்டினியாய் போட்டார். அன்று அவனுக்கு உடலில் வலி இல்லாத இடமே இல்லை. மயங்கிச் சரிந்துகிடந்த அவனுக்கு உயிர் மட்டும் இருந்தது.

அடுத்தநாள் அப்பா அவனை ஆஸ்பத்திரிக்கு கூப்பிட்டு போகும் அளவிற்கு உடல்நிலை மோசமானது. அப்பா அவனை வீட்டில் விட்டுப்போனதும் அவன் பார்த்துக்கொண்டிருக்கும்போதே சித்தி மாத்திரைகளை குப்பைத்தொட்டியில் போட்டாள்.

மகனைத் திருத்துவதாக எண்ணிக்கொண்டு அப்பாவும் சித்திக்கு நிகராக கொடூரங்களை செய்ய ஆரம்பித்தார். வீட்டில் இருக்க முடியாமல் அவன் விடுமுறை நாள்களில் ஏதோ தெருக்களில் சுற்றித் திரிய அவன் பணத்தை திருடிக்கொண்டு சினிமாவுக்கு போய்விட்டான் என்று சித்தி அப்பாவிடம் சொல்ல அவர் விறகுக்கட்டையால் தலையைப் பிளந்த அன்று அவன் தெருவில் ரத்தம் சொட்டச் சொட்ட ஓடிய காட்சி இன்னும் அவன் ஞாபகத்தில் எப்போதும் ரத்தபிசுபிசுப்போடு இருந்தது. அதன்பின் மனம் துயர்கொண்டு அலைக்குறும் நாளெல்லாம தன் உடலை எதைவைத்தாவது கீறி ரத்தத்தை வெளியேறச் செய்து அதைப்பார்த்து அமைதிகொள்ளும் பழக்கம் குமாரைத் தொற்றியது.

சித்தி ஒருநாள் குளியலறையில் குளித்து முடித்துவிட்டு நிர்வாண உடலோடு அவன் முன் நின்ற நாளில் அவன் வீட்டைவிட்டு ஓடி சென்னைக்கு வந்தான். சித்தியின் நிர்வாண உடலும் ரத்தம் சொட்டிய அவன் உடலும் எப்போதும் அவனுக்குள் கொலைவெறியை பத்திரப்படுத்தி வைத்துக்கொண்டே இருந்தது. குமார் அவனிடம் இதைச் சொல்லும்போதெல்லாம் அவனும் குமாராக மாறிப்போய்விடுகிறான். சித்தியைக் கொல்ல வேண்டும் என்று குமார் அழுதபடி சொல்லும்போதெல்லாம் அவனும் சித்தியைக் கொல்ல வேண்டும் என்று சொல்லிக்கொள்வான். இருவரும் கொலையைப் பற்றி பேசி அதனால் எழும் மன எழுச்சியை ஒவ்வொரு நாளும் ரகசியமாய் அனுபவித்துக்கொண்டிருந்தார்கள். அப்படி கொலை, ரத்தம் பற்றி யோசிக்கும் போதெல்லாம் அவன் முறுக்கு கம்பெனியில் பட்ட வேதனையெல்லாம் அவனைவிட்டு நீங்குவதாக உணர்ந்தான். இருவருக்கும் வாதையின் குரூரங்கள் கண்களிலும் மனதிலும் நிலையாகத் தேங்கிக் கிடந்தன.

இருவரும் டேபிள் துடைக்கும் வேலையிலிருந்து விடுபட்டு சர்வராக இன்னொரு ஹோட்டலில் வேலை பார்த்தார்கள். நகரத்தின் சூட்சமும் வன்மமும் அவர்களோடு சேர்ந்து வளர்ந்தது.

இருவரும் பலநாள் பேசியதை உண்மையாக்க முடிவுசெய்தனர். குமாரின் ஊரான பாண்டிச்சேரிக்கு போனபோது இருவருக்கும் இருபது வயதுக்கும் மேலாகி இருந்தது. சித்தி இளமையோடு இருந்தாள். அவளுக்கு குழந்தைகள் ஏதும் இல்லை. குமாரின் அப்பா இறந்துவிட்டதாகச் சொல்லி அழுதாள். குமார் சித்திதான் அப்பாவைக் கொன்றுவிட்டதாக நம்பினான். கொடுமையான குணம் சிறிதும் இல்லாமல் பழகினாள் சித்தி. இனிமேல் அவனை எங்கும் போக வேண்டாம் என்னுடனே இரு என்றாள். குமார் சித்தியிடம் முகம் கொடுத்துப் பேசவில்லை. அவள் இப்போதும் நிர்வாணமாக அவன் முன் நிற்பதாகவே தோன்றியது. ரத்த பிசுபிசுப்பை நினைவில் உணர்ந்தான். 'தம்பி நீயாவது குமார்கிட்ட சொல்லுப்பா பழசை மனசில வச்சுக்க வேணானு. தப்பு செஞ்சா பெத்த தாய்கூட அடிக்கத்தான செய்வா. பெத்த தாயா நெனச்சுதான் அவனை அடிச்சேன். இப்படி ஊரைவிட்டு ஓடி தகப்பன் செத்ததுகூட தெரியாம போயிட்டுச்சே' என்று அவனிடம் அழுதாள். குமார் அதற்கும் அமைதியாக இருந்தான்.

அன்றிரவு வெளியேபோய் இருவரும் குடித்துவிட்டு வந்தார்கள். சித்தி இருவருக்கும் சாப்பாடு போட்டு முடித்ததும் ஹாலில் படுத்துக்கொண்டார்கள். உள்ளறையை திறந்துவைத்தே சித்தி உறங்கிக்கொண்டிருந்தாள். தயாராய் வைத்திருந்த கத்தியோடு எழுந்தான் குமார். இவனும் ஆட்டுக்குட்டியைப்போல் அவன் பின்னால் போனான். குமார் கண் ஜாடை காட்ட சித்தியின் கால்களைப் பிடித்துக்கொண்டான் இவன். குமார் சித்தியின் மேல் அமர்ந்து கைகளை அமுக்கிக்கொண்டு நிதானமாக கழுத்தை அறுத்தான். அவள் கத்துவதற்கான நேரத்தைக் கொடுக்கவில்லை. அவள் உயிர் அடங்கியதும். இருவரும் ஓரமாக உட்கார்ந்து சிகரெட் பிடித்தார்கள். வழிந்தோடும் ரத்தத்தையே வெகுநேரமாக பார்த்துக்கொண்டிருந்துவிட்டு, உடைகளை மாற்றிக்கொண்டு பொழுது விடிவதற்கு முன்பாக அந்த வீட்டைவிட்டு வெளியேறினார்கள் இருவரும்.

சென்னைக்கு செல்ல அவனுக்கு மனம் இல்லை. அவன் கரட்டுப்பட்டிக்கு திரும்பிச்செல்ல நினைத்தான். குமாரிடம் அதைச் சொல்ல· அவனும் 'உன் இஷ்டப்படி செய்' என்று

சொல்லி அவனை அனுப்பி வைத்துவிட்டு சென்னைக்கு வந்துவிட்டான்.

இரண்டு மூன்று நாள்கள் அவன் கரட்டுப்பட்டியிலேயே இருந்தான். மூன்றாவது நாள் அவனுக்கு குமாரிடமிருந்து போன் வந்தது. அப்போதுதான் அந்தக் கிழவன் முதன்முதலாக செல்போனை பார்த்தான். அதில் பேசமுடியும் என்பதுதான் அந்த கிழவனுக்கு வாழ்வின் பெரும்வியப்பாக இருந்தது. குமார்தான் போனில் பேசினான். அவனைத் தேடி கரட்டுபட்டிக்கு வருவதாகச் சொல்லி ஊருக்கு வழிகேட்டான் அவனும் சொன்னான். அடுத்தநாள் கிழவி அவனிடம் போய் உங்க ஆத்தாவைப் பார்த்துவரலாம் என்று அழைத்துக்கொண்டிருந்தாள். அவன் அமைதியாக இருப்பதைப் பார்த்து 'உன்ன வேணுமின்னேவா அனுப்பினாங்க இங்க கஞ்சிக்கு வழியில்லனுதாணடா அனுப்புனாக. நீ மனசில எதையும் வச்சுக்காதே உங்க ஆத்தாளும் அப்பனும் உன்னை பார்த்தா மகிழ்ந்து போவாங்கே' என்று அவனைத் தேற்றிக்கொண்டிருக்க கிழவன் பாறைமேல் ஆட்கள் நடந்துவரும் சத்தத்தைக் கேட்டு நிமிர்ந்து பார்த்தார். நான்கைந்து போலீஸும் ஒரு இளைஞனும் வேர்க்க விறுவிறுக்க அவர்கள் வீட்டை நோக்கி வந்துகொண்டிருந்தார்கள். போலிஸ் அவனை அழைத்துக்கொண்டு கரட்டிலிருந்து கீழிறங்கும் போது மஞ்சள் வெயில் பரவி மழை மினுமினுப்போடு பெய்யத் தொடங்கியது. ஆடுகள் பாறைமேல் நனைந்தபடி நின்றுகொண்டிருந்தன.

○○○

கிழவி நாச்சி

எங்கள் வீட்டின் காலியான பெரும்பரப்பு எப்போதும் சினேகிதர்கள் மத்தியில் எனக்குப் பெரும் மதிப்பைப் பெற்றுத்தந்திருந்தது. குட்டிக்குட்டியாகக் கூரைவேய்ந்த இரண்டு மண்வீடுகள், ஒரு கோழித்திண்ணை, படல் அடைத்த குளியலறை தவிர மீதி இடமெல்லாம் வெட்டவெளியாகத் திறந்துகிடக்கும். கில்லி, கிட்டிகுச்சி, பச்சைக்குதிரை, கோலிக்குண்டு, இப்படி எந்த விளையாட்டானாலும் எங்கள் வீடுதான் மைதானம். இதனாலேயே எனக்கு நிறைய நண்பர்கள் இருந்தார்கள். எல்லாவற்றையும் விட மிக அதிகமாக என் வீட்டை நேசித்தேன். அதெல்லாம் இருட்டத் தொடங்குவதற்கு முன்னால். மேற்குமலையில் வெளிச்சம் பின்னோக்கிச்சென்று இருட்ட ஆரம்பித்தவுடன் எங்கள் வீட்டின் தனிமையும் ஆரம்பித்துவிடும். ஏற்கனவே எங்கள்வீடு மற்றவீடுகளிலிருந்து ஒதுங்கிச் சந்துக்குள்தான் இருந்தது. பேய்க்கதைகள் சொல்வதில் பெயர்போனவன் வீரசேகர். எங்கள் வீடுபற்றியும் எங்கள்வீட்டருகில் ஆளரவமற்று வேப்பம்பூ உதிர்ந்து கிடக்கும் பாழுங்கிணறு பற்றியும் அவன் சொல்லிப்போன பேய்க்கதைகள் எல்லா இரவுகளையும் என்னைப் பயத்துடனே கழிக்கச்செய்யும்.

கிணறு இருக்கும் பகுதியிலிருந்து பிரித்து எங்களுக்குச் சொந்தமான இடம்வரை படல் அடைத்திருந்தோம். அந்தப்படலைத் தினம்தினம் அப்பா சரிசெய்தாலும் ஆளில்லாத நேரத்தில் கழுதையோ பன்றியோ வந்து படலைப் பிரித்துவிட்டுச் சென்றுவிடும். ஒருகட்டத்திற்குமேல் அப்பா அதன்மேல் அக்கறை காட்டாமல் விட்டுவிட்டார். பேருக்கு இரண்டு குச்சிகளைத்தவிர வேலி எதுவும் இல்லாமல் திறந்து கிடந்தது எங்கள்வீடு. என்னைப் பயமுறுத்த, அது வீரசேகருக்கு வசதியாகப் போய்விட்டது. அடைப்பு எதுவும் இல்லாததால் கிழவிநாச்சி எளிதாக வீட்டுக்குள் வந்துவிடுவாள் என்று சொன்னான். இதைப்பற்றிப் பேசவேண்டாம் என்று அவனிடம் எத்தனைமுறை சொன்னாலும் திரும்பத்திரும்ப அதையே செய்துகொண்டிருந்தான். எல்லோர் முன்னாலும் என்னைப் பயமுறுத்தி அவமதிப்பதே அவன் நோக்கமாக இருந்தது. எங்கள் வீட்டிலிருந்து இருபதடி தூரத்தில் இருக்கும் பாழுங்கிணறு கிராமத்துக்குப் பொதுவான இடம். அங்கே ஆலமரம், வேப்பமரம், பன்னீர்மரம் என்று வகைக்கு ஒன்றாக அமைந்து அந்த இடத்தை அழகுபடுத்திக்கொண்டிருந்தன. அதில் பெண்பிள்ளைகள் பன்னீர்மரத்தையும் ஆண்பிள்ளைகள் ஆலமரத்தையும் மிகவும் விரும்பினார்கள். ஆனால், வேப்பமரம் இருபாலாருக்கும் பிடித்தமானதாக இருந்தது. அதற்குக் காரணம் கிணறுதான். வேப்பமரத்தின் வளைவான நீண்டகிளை கிணற்றுக்குள் படிந்ததைப் போன்ற அமைப்பில் இருக்கும். அதுவும் வேப்பமரத்தின் அடியிலிருந்து கிளைவிரிந்து மேல்நோக்கிச் செல்வதால் அந்த மரத்தில் ஏறுவது எல்லோருக்கும் எளிதான ஒன்று. கிணற்றுக்குள் விழுந்துவிடுவோம் என்னும் பயமின்றி ஆண், பெண் என்ற வித்தியாசம் இல்லாமல் எல்லாப்பிள்ளைகளும் பூச்சியைப்போன்று மரத்தின்கிளைகளில் உடல் பரப்பிக் கிடப்பார்கள். சில வீரமான பையன்கள் கிளைகளின்மேல் கைகளைவீசி நடந்து செல்வார்கள். அதுவும் கிளையின் உச்சி முடியும் இடம் கிட்டத்தட்ட கிணற்றுக்குள் இருக்கும். அந்த இடத்தில் உட்காருவதற்குப் போட்டி நடக்கும். அந்தப் போட்டியில் இடம் பிடிப்பதற்காகத்தான் வீரசேகர் பேய்க்கதைகள் சொல்லத் தொடங்கினான். அந்த இடத்தில்

உட்காருவதற்கு அவனோடு நானும் போட்டி போட்டதால் பயமுறுத்தலை என்னிடம் ஆரம்பித்தான்.

திடீரென்று காய்ச்சலில் விழுந்த தெற்குத்தெரு டெயிலர் முனியாண்டி என்ன வைத்தியம் செய்தும் தீராமல் மூன்றே நாள்களில் இறந்து போனான். கம்பத்திற்கு இரண்டாம் ஆட்டம் சினிமாவிற்குப் போய்விட்டுத் திரும்பிவந்தபோது முண்டம் செத்த ஆலமரத்துப்பேய் அடித்துச் செத்துப்போனதாக ஊர்க்காரர்கள் பேசிக்கொண்டார்கள். இந்தச் செய்தியை எங்களுக்கு முதலில் சொன்னவன் வீரசேகர். இதனாலேயே அவன் சொல்லும் பேய்க்கதைகளை எங்களால் நம்பாமல் இருக்கமுடியவில்லை. கிழவிநாச்சிக்கு எப்போதும் குழந்தைகள் மேல்தான் விருப்பமாம்; சிறுவயதில் அவளுக்கு நாச்சியம்மாள் என்ற பெயர் இருந்திருக்கிறது. எப்போதும் மஞ்சள் பூசியதைப் போன்ற நிறமாம் அவளுக்கு. ஊர்ப்பெண்கள் அவள் அழகைப் பார்த்துப் பொறாமைகொண்டாலும் எப்போதும் எதையோ பறிகொடுத்ததைப்போல் சோகமாக இருப்பாளாம். அவள் வேண்டாத தெய்வம் இல்லையாம். கல்லுக்குக்கூடப் பொட்டுவைத்துச் சாமி கும்பிடுவாளாம். அப்படியும் அவளுக்குக் குழந்தை பாக்கியம் மட்டும் கிடைக்கவில்லையாம். கிழவியான பின்பும் அந்த ஏக்கத்தில் ஊர்முழுவதும் பைத்தியமாகச்சுற்றி அலைந்தவள் கடைசியில் கிணற்றுக்குள் விழுந்திருக்கிறாள். அப்போதெல்லாம் கிணறு நிறையத் தண்ணீர் இருந்திருக்கிறது. இறந்த ஒருவாரத்திலேயே தன் விசுவரூபத்தைக்காட்டத் தொடங்கியிருக்கிறாள் நாச்சியம்மாள். வயதுக்குவந்த பெண்களை ஆட்டத்தொடங்கியவள், அம்மாக்களுடன் வரும் குழந்தைகளையும் ஆசையுடன் பிடித்திருக்கிறாள். கிழவிநாச்சி பேயானபின் அந்த ஊர்க்கோடாங்கியின் கொண்டாட்டத்திற்கு அளவே இல்லையாம். தினம்தினம் ஒருவருக்குப் பேயோட்டி காசு பார்த்துவிடுவானாம். நட்டநடுமத்தியானம் தனியாகத் தண்ணீர் இறைக்கும் பெண்களிடம் புள்ளவேணும், புள்ளவேணும் என்னும் கிழவிநாச்சியின்குரல் கிணறு முழுவதும் நிறைந்து எதிரொலிக்குமாம். அப்புறம் பெண்கள் அந்தக் கிணற்றை விட்டுவிட்டு, கொஞ்சம் தூரமானாலும் பரவாயில்லை என்று மடத்துத்தெருவில் உள்ள கிணற்றுக்குப்போய்த் தண்ணீர் எடுத்து வந்திருக்கிறார்கள். அதன்பின் எந்த மனிதவாசனையுமின்றிக்

கிணறு தனித்துக்கிடந்தது. கவனிப்பில்லாமல் போன மரங்கள் சூழ்ந்தகிணறு பின்பு பாழுங்கிணறாகிப் போயிருக்கிறது.

இந்தக் கதைகளையெல்லாம் பாட்டி சொல்வதற்கு முன்பே வீரசேகர் எங்களுக்குச் சொல்லியிருந்தான். பாட்டி திரும்பச் சொல்லும்போது, கேட்ட கதைதான் என்னும் சலிப்பு மிஞ்சும். இருந்தாலும் ஒவ்வொரு ராத்திரியையும் பிரமிப்போடு கழிக்கப் பாட்டி சொன்ன கதைகள் தேவையாக இருந்தன. அதேபோல் வீரசேகர் சொன்ன கதைகளும்தான். ஒருவேளை பேய் நேரில் வந்தாலும் இவ்வளவு பயம் இருக்காதுபோல. ஆனால் உடல்குறுக்கி, நாக்குத்துருத்தி, கண்களை உருட்டி, கைகளை அசைத்து அசைத்து அவன் சொல்லும்விதத்திலேயே குலைநடுங்கப் பயம் வந்துவிடும். கிழவிநாச்சி வெள்ளிக்கிழமை ராத்திரியில்தான் ஆங்காரமாக அலைவாளாம். குழந்தை ஆசையில் திரியும் அவள் ஏதாவது ஒருவெள்ளிக்கிழமை ராத்திரியில் திறந்திருக்கும் படல்வழியாக நுழைந்து உன்னைத் தூக்கிச் சென்று விடுவாள். பின்பு ஒருபோதும் நீ வீடு திரும்பமுடியாது. உன்னைக்கிழவி விழுங்கி ஏப்பம் விட்டுவிடுவாள்' என்று வீரசேகர் சொன்னான். அன்றும் அப்படித்தான் கிழவிநாச்சிபற்றி ஆரம்பித்தான். அவன்சொல்லச் சொல்லக் கேட்கப்பிடிக்காதவள்போலக் காதுகளை இறுகமூடிக்கொண்டேயிருந்தும் அவன் பயமுறுத்தல் ஓய்ந்தபாடில்லை. கிழவிநாச்சி நேர்ல வந்தாலும் நான் பயப்படமாட்டேன் என்றேன் வீராப்பாக! ஒருநிமிடம் அவன் கதைகள் எல்லாம் பொய்த்துப்போனதில் அதிர்ச்சியடைந்தான். பிறகு சுதாரித்து, "ம்கும்!" என்று இளக்காரமாக நெற்றியில் கைவைத்து, இப்படித்தான் கணேசன் கிழவிநாச்சி கிட்டபயம் இல்லன்னு சொல்லி, பந்தயம்கட்டி நடுச்சாமத்துல கெணத்துக்கிட்டபோயி ஒருமாசம் காய்ச்சல்ல படுத்துக்கிடந்தான். அப்புறம் அவன் கெணத்துமேட்டுப் பக்கம்கூடவரல. பொட்டப்புள்ள நீ மாத்திரம் கெணத்துக்கிட்ட போயிருவியாக்கும்" என்றான் சிரித்துக்கொண்டே. அதைக்கேட்டுக்கொண்டிருந்த மற்ற பிள்ளைகளும் 'கெக்கேபிக்கே' என்று சிரித்துப் பழிப்புக்காட்டினார்கள். எனக்கு ஒரே அவமானமாகிவிட்டது. "நானெங்க ராத்திரி கெணத்துக்கிட்ட போறேன்னு சொன்னேன். பொழுதுசாய ஆறுமணியானாலே கெணறு இருக்கிற பக்கம்

கிழவி நாச்சி | 189

திரும்பிக்கூடப் பார்க்கமாட்டேன். இதுல ராத்திரி பன்னெண்டு மணிக்குப் போறதாவது, கெனாவுலகூட நடக்காது. இவனா சொல்லிகிட்டு என்னை இப்படி மாட்டிவிட்டுட்டானே" என்று மனத்திற்குள்ளேயே பயந்துகொண்டேன். ஆனால், அதையெல்லாம் வெளிக்காட்டிக்கொள்ளாமல் "வர்ற வெள்ளிக்கிழமை ராத்திரி கெணத்துப்பக்கம் போறேன் என்னடா பந்தயம் கட்டுற?" என்றேன் ஆவேசமாக. மற்றபிள்ளைகள் அதிர்ச்சியோடு வாயில் கைவைத்து, கண்களை அகலவிரித்து லேசாகச் சிரித்தார்கள். பந்தயப்பரிசு நிர்ணயிக்கப்பட்டது.

எல்லோரும் வெள்ளிக்கிழமைக்காகக் காத்திருந்தார்கள். அது நான் பந்தயப்பரிசை வெல்லப்போவதற்காக அல்ல. தோற்றுப்போய் எல்லோரையும் உப்புமூட்டை தூக்குவேன் என்பதற்காக. அந்த வெள்ளிக்கிழமை ராத்திரியில் பருத்திப்பூபோட்ட என் பாவாடையை உயர்த்திப் பிடித்துக்கொண்டே எப்போதும் எனக்குப் பிடித்த கிணற்றின் வடக்கு மூலையில் கால்களைத் தொங்கப்போட்டு உட்கார்ந்துகொண்டேன். வீரசேகரிடம் போட்ட பந்தயத்தில் நான் ஜெயிக்கப்போகிறேன் என்று நினைத்தபோது, எனக்கு ஒரே சந்தோஷமாக இருந்தது. பந்தயத்தில் நான் ஜெயித்துவிட்டால், அவன் தன்னிடம் உள்ள சைக்கிளில் எனக்கு ஓட்டிப்பழகிக்கொடுப்பதாகச் சொல்லியிருக்கிறான். அப்படி மட்டும் நடந்துவிட்டால், அந்த ஊரிலேயே சைக்கிள் ஓட்டத்தெரிந்த ஒரேபெண் என்ற கிரீடம் எனக்குக் கிடைத்துவிடும். கிரீடம் என்றால் உண்மையாகவே கிரீடம்தான். நண்பர்களுக்குள் வைக்கும் போட்டியில் ஜெயிப்பவர்களுக்கு ஆல்இலையை விளக்குமாற்றுக் குச்சியில் செருகிக் கிரீடம் செய்து சூட்டிவிடுவார்கள். எனக்கு போனஸாக சைக்கிள் ஓட்டக் கிடைக்கும்போது அதைக் கேட்கவாவேண்டும். நெஞ்சுக்குள் வைராக்கியம் பிறந்தது. பயத்தை மூட்டைகட்டி வைத்துவிட்டேன்.

இலைகள்கூடத் துளும்பாத கடும் இருட்டு அது. கிணற்றின் உள்சுவர்களில் முளைத்திருந்த துளசியின் மணம் என்மனத்தில் எந்தவிதப்பயமும் இல்லாமல்செய்தது. புகையைப்போன்று மிகமெதுவாக எழும்பி அது எங்கேபோய் முடியப்போகிறது என்று தெரியாமல் ஓர் உருவம் கிணற்றின் அடியாழத்திலிருந்து

நான் இருக்கும் திசையை நோக்கி வந்தது. அப்போதும் நான் அமைதியாக இருட்டின் நிறத்தைக் குறைக்கும் அதன் சாம்பல்நிறக் கண்களைப் பார்த்துக்கொண்டிருந்தேன். அதற்குக் கோபம் வந்ததைப்போலக் கண்களை உருட்டியது. இருட்டில் தெரியாத அதன் சேலையின் நிறத்தைக் கவனித்துக் கொண்டிருந்தேன். எப்போதும் கிழவிநாச்சி சிகப்புச் சேலையைத்தான் உடுத்தியிருப்பாள் என்று வீரசேகர் சொல்லியிருந்தான். சேலையின் நிறம் தெரியவில்லை என்றாலும் திரள்திரளாகச் சுருண்டு பாதம்நோக்கி நீண்டிருந்தமுடி அது கிழவிநாச்சிதான் என்பதை உறுதிப்படுத்தியது. அடுத்து அது தன் கோரைப்பற்களைக்காட்டி, ஆங்காரமான சிரிப்பொலியை எழுப்பியது. இப்போது என் தொடைகள் லேசாக நடுங்கத்தொடங்கின. நான் பயப்பட்டாலும் பந்தயவிதிப்படி தோற்றுப்போனதாகத்தான் அர்த்தமாம். நான் பயத்தை முகத்தில் காட்டிக்கொள்ளவே இல்லை. ஆனால் ஒளியேறிய அதன் கண்கள் மட்டும் அது சாந்தமானது என்பதை எனக்கு உணர்த்தியது. எவ்வளவு முயன்றும் தன் சாந்தமான பார்வையை இழக்க முடியவில்லை என்பதால் கண்களை என்னிடம் காட்டாமல் இருக்க முயன்றது.

அதன் மீதுமட்டும் நிலைகுத்திப்போன என் இயல்பான பார்வையை அதனால் சகித்துக்கொள்ள முடியவில்லை. மிகப்பெரும் காற்றை எழுப்பிக் கிணறு முழுமையும் தன் கூந்தலைப்பரப்பி நின்றது. அதன் கூந்தல் என்னையும் மூடியிருந்தது. அது எனக்கு வசதியாக இருந்தது. இப்போது அதன் கோரைப்பற்கள் என் கண்களுக்குப் புலப்படவில்லை என்பதுதான் காரணம். அதனுடைய இந்தச் செயலைப் பார்த்து நான் சப்தமிட்டு அழுவேன் என்று எதிர்பார்த்தது. விரல் நீண்ட கைகளை என்னை நோக்கிவீசியது. இப்போது அதன் கைகளுக்குள் நான் இருந்தேன். நான் பயமற்று அதன் கைகளில் கிடந்தது எனக்கே ஆச்சரியமாக இருந்தது. அது தன் உடலைக் குறுக்கிக் கிணற்றின் தரைக்குள் போனது. நானும் அதனோடு சேர்ந்து போனேன். கீழே போகப்போகக் கிணற்றுச் சுவரின் பொந்துகளிலிருந்து வெளிச்சம் கசிந்து கொண்டிருந்தது. நாங்கள் வெளிச்சத்தில் மிதந்து கொண்டிருந்தோம். கிணற்றின் நடுவே அமர்ந்து அதன்மடியில் ஒருபச்சைக் குழந்தையைப்போல என்னைப் படுக்க வைத்துக்கொண்டது.

எங்கள் தெருவில் கண்ணாடிபாட்டில், பீங்கான் யார்வீட்டில் உடைந்தாலும் இந்தப் பாழுங்கிணற்றில்தான் கொண்டுவந்து போடுவார்கள். பீங்கான்மீது அது எப்படி உட்கார்ந்திருக்கிறது என்று பார்த்தால், கிணற்றின் தரைமுழுவதும் வைக்கோல் பரப்பப்பட்டு இருந்தது. ஆங்காங்கே பறவையின் றெக்கைகள் பறந்துகொண்டிருந்தன. இப்போது அதன் முகத்தை நிமிர்ந்துபார்த்தேன். சுருங்கிய முகம் நீங்கி வழுவழுவான மஞ்சள் நிறமான முகம் வந்திருந்தது. இளம்வயது நாச்சியம்மாளாக அவள் இருந்தாள். கீழேகுனிந்து என் நெற்றியில் முத்தமிட்டு "உன்பேரென்ன?" என்றாள் அமைதியானகுரலில். அது என் அம்மாவின் குரலைப்போன்று மென்மையாக இருந்தது. "குட்டிப்பிள்ளை" என்றேன் மிகமெதுவாக. பிறகு நாக்கைக் கடித்துக்கொண்டு "மைவிழிதான் என்பேரு. ஆனா, எங்க வீட்ல எல்லாரும் குட்டிப்பிள்ளைன்னுதான் கூப்பிடுவாங்க" என்றதும் "நானும் குட்டிப்பிள்ளன்னே கூப்பிடுறேன்" என்றாள் கிழவிநாச்சி. இப்போது எந்தப்பயமுமின்றி அவளோடுபேச ஆரம்பித்தேன். "நீ இதுவரைக்கும் எத்தன பொம்பளைகளப் பிடிச்சிருக்கே" என்றேன். சிறிதுநேரம் வார்த்தையின்றி என்னைக் குறுகுறுவென்று பார்த்தவள், என் கண்களில் தெரிந்த லேசான கலக்கத்தைப் பார்த்ததும் உதடுபிரிக்காமல் மெலிதாகச் சிரித்து "நான் யாரையுமே பிடிச்சதில்ல" என்றாள் அமைதியாக. "சின்னப்பிள்ளைகள நீ முழுங்கிடுவேன்னு சொல்றாங்களே" என்றேன். இந்தக் கேள்விக்கு அவளிடம் பதிலில்லை. அவள் கண்களிலிருந்து வழிந்த நீர் என் முகத்தில்பட்டது. "யாரையுமே பிடிக்கமாட்டன்னா அப்புறம் எதுக்கு இவ்வளவு பெரிய" ஜடாமுடி, கோரைப்பல்? நீ அழகாகவே இருந்திடலாம்ல! என்றதும் "எனக்குப் பெரியவங்களப் பிடிக்கல. சின்னபிள்ளைகளோட சத்தத்தை மட்டும் கேட்டுக்கிட்டு இங்கத் தனியா இருக்கணும். அதுக்குத்தான் இந்த ஜடாமுடியும் கோரைப்பல்லும்."

"ஐயோ, ஒன்னோட பயங்கரமான முகத்தைப்பார்த்து நாங்க பயந்துகிட்டு இங்க வராமப்போயிட்டா என்ன செய்வே?" என்றேன். "எனக்குத்தெரியும், நீங்க பெரியவங்க மாதிரி இல்ல. எவ்வளவுதான் பயமுறுத்தினாலும் நீங்க பயப்படமாட்டீங்க. விளையாட்டைத்தேடி நீங்க திரும்பத்திரும்ப இங்க வருவீங்கன்னு தெரியும்" என்று சொன்னவள், எனக்கு

"ஆலம்பழமும் இச்சிப் பழமும் புடுங்கித்தர்றியா" என்றாள் சிறுகுழந்தையாக. கிழவிநாச்சியைப் பார்க்கப் பாவமாக இருந்தது. "எனக்கு ஆம்பளப் பசங்க மாதிரி அந்தமரத்தில எல்லாம் ஏறத்தெரியாது. உதிர்ந்த பழத்தைவேணா எடுத்துத்தரவா" என்று சொல்லிவிட்டு, "ஆமா அந்தப்பழத்தை நான் உனக்கு எப்படிக் குடுப்பேன்?" என்றேன். அதற்குக் கிழவிநாச்சி, "நீமேல இருந்துபோடு, நான் புடுச்சிக்கிறேன்" என்றாள். பழங்களைப்போல் கிழவிநாச்சிக்கு ஆலமரத்தில் ஊஞ்சல்கட்டி ஆடுவதும் மிகப்பிடித்தமான ஒன்றாம். ஆனால், அவளால் ஒருபோதும் கிணற்றைவிட்டு வெளியேவரமுடியாதபடி கிணறு அவள் பாதங்களைப் பிணைத்து வைத்திருக்கிறதாம். கழிவுகளும் தூசிகளும் மரச்சருகுகளும் கிணற்றை முழுமையாக நிறைக்கும்போது, அதனோடு சேர்ந்து கிழவிநாச்சியும் உள்ளே அமுங்கிப் போய்விடுவாளாம். அதன்பின் அவளால் எந்தச் சத்தத்தையும் கேட்கமுடியாது என்று சொன்னாள். ஒருபோதும் கிணறு நிறையக்கூடாது என்று நினைத்துக்கொண்டேன். பொந்துகளிலிருந்த வெளிச்சம் உள்நோக்கிப்போனதும் கிணற்றின் மேலிருந்து வெளிச்சம் கீழ்நோக்கிவந்தது. நான் வெளியே செல்வதற்கான நேரம் வந்துவிட்டது என்பதை அவளாகவே உணர்ந்து கொண்டாள். முன்பைவிட அழுத்தமாக ஒருமுத்தம் கொடுத்தாள். மறுபடியும் அவள் உடல் கிணற்றின் விளிம்புவரை நீண்டது. நான் கிணற்றுக்குவெளியே இருந்தேன். கிணற்றுக்குள் எட்டிப்பார்த்தேன். அவள் இருந்ததற்கான எந்தத்தடயமும் இல்லை. இந்நேரம் கிழவிநாச்சி வெளிச்சம்போலத் தன்னைக் குறுக்கிக்கிணற்றின் பொந்துக்குள் போயிருப்பாள். இனி வீரசேகர் எனக்கு சைக்கிள் ஓட்டக் கற்றுக்கொடுப்பான். கிரீடம் கிடைக்கும். பாயில்படுத்து முனகிக்கொண்டிருந்த என்னிடம் அம்மா வந்தாள். என் உடம்பில் கைவைத்துப் பார்த்துச் சுட்டுக்கொண்டவள்போல் கையைப் பின்னுக்கிழுத்து "அய்யையோ, பிள்ளைக்குக் காய்ச்ச கொதிக்குதே. பாங்கெணத்துப்பக்கம் போகாத, கிழவிநாச்சி புடுச்சிக்குவான்னு இவகிட்ட எத்தனை தடவைசொல்றது? மொதல்ல பிள்ளய எழுப்பிப் பின்னியக்காகிட்ட மந்திரிச்சுட்டு வரணும்" என்றாள் என்னைப் பந்தயத்தில் தோற்கடிக்கும்விதமாக.

ooo

அறைக்குள் புகுந்த தனிமை

இன்று பிற்பகல் சுவரோடு கரைந்த வெறுமையில் உப்பைப்போல் அவளுடல் வெக்கை கொண்டிருந்தது. தன்னிலை கொள்ளமுடியாமல் கண்கள் அலைந்தோய்ந்து கொண்டிருந்தன. நீண்ட யோசனைக்குப் பின்பாகவே அவள் தன் தோழிக்கு போன் செய்தாள். பேசத் துவங்கிய சில நொடிகளிலேயே அவர்கள் இருவரும் ஒரே மனநிலையில் இருப்பது தெரிந்தது. பொதுவான விசாரிப்புகளுக்கு பிறகு மௌனமாகவே இருந்தார்கள். இருவரின் மனதிலும் வெறுமையின் மிகநீண்டதொரு வரைபடம். எங்கேயாவது வெளியில் செல்லலாமா என்று கேட்டாள் அவள். 'வேலை விசயமா இன்னைக்கு ஒருத்தரை பார்க்கிறேன்னு சொல்லியிருக்கேன். அஞ்சு மணிக்கு பஸ் ஸ்டாப்ல நிற்கிறேன் வந்து கூட்டிட்டு போ. உன்னை பார்த்துட்டு அப்படியே அவரை பார்க்கப்போறேன்' என்றாள் தோழி.

பஸ் ஸ்டாப்பில் நின்று கொண்டிருந்த தோழியை தன் ஸ்கூட்டியில் ஏற்றிக்கொண்டு புறப்பட்டாள். 'க்ளைமேட் அழகா இருக்குல்ல'. ஆமாம் என்று அவளுக்கு பதில் சொல்கையில் இருவரின் மனமும் லேசாக மகிழ்ந்தது. பாலத்தில் ஏறும் போது ஏதோ காற்றில் பறப்பதாக நினைத்து கைகளை விரித்துக் கொள்ள நினைத்தாள். டீசலப்பிய

காற்று வேகமாய் தீண்டிச்செல்லவும் சில நொடி முகத்தை இடது பக்கமாகத் திருப்பி மீண்டும் சாலையைப் பார்த்தாள். தோழி மெதுவாக அவள் தோளை தொட்டு 'இந்த பாலத்தில் இப்படி உன்னோடு வர்றது என்னமோ மனதிற்கு மிகப்பெரிய சுதந்திர உணர்வையும் நம்பிக்கையும் கொடுக்குது' என்றாள். தோழியுடைய வார்த்தைகள் அவளை உற்சாகப்படுத்தியது. அருகருகே அவளை நெருங்கிச் சென்றுகொண்டிருந்த வாகனங்கள் அவளுக்கு எரிச்சலை ஏற்படுத்தவில்லை. அப்படி வாகனங்களுக்கிடையே செல்வது அவளுக்கு ஆனந்தமாகவே இருந்தது. இப்படியொரு பயணம் எப்பொழுது வேண்டுமானாலும் அவளுக்கு சாத்தியமாகலாம். ஆனால் ஏனோ அப்படிச் செய்யாமல் அறைக்குள் உறைந்து கிடக்கவே விரும்புகிறாள். மனம் நெருக்கடியில் தவிப்பதை விரும்புகிறாள் போல. மரண அவஸ்தையைவிட கொடுமையான தனிமையின் கணங்களை அதே வாதையோடு அனுபவிக்கிறாள். முரண்டு ஓடும் மனம் நிர்கதியற்று ஒரு புள்ளியில் வந்து நிற்கும் போது கண்கள் பஞ்சடைத்து மனம் சக்கையைப்போல் அறையின் மூலையில் கிடக்கும். யாருடனும் பகிர்ந்து கொள்ளப்படாத நெருக்கத்தை அன்பை வாஞ்சையோடு தடவி மீண்டும் அறையின் மூலையில் எரிந்துவிடுகிறாள். திருப்திபடுத்த முடியாத வாழ்வை விட்டகழ்வதும் முடியாதென உணரும் பொழுதில் யாரிடமாவது பேசத் துணிவாள். அப்படித்தான் அன்று தோழியை அழைத்தாள். பின்புதான் தெரிந்தது அவளும் இதே மனநிலையில் இருப்பது.

எங்கு செல்வது என்று தோழியிடம் கேட்டாள். அவள் பதில் சொல்லாது காற்றை நுகர்ந்து கொண்டிருந்தாள். தோழி தன்னோடு பயணப்பட விருப்பம் இல்லாமல் இருக்கிறாளோ என்று சந்தேகம் வர 'நீ யாரையோ பார்க்கனும்னு சொன்னியே எங்கன்னு சொல்லு அங்க உன்னை எறக்கிவிட்டுறேன்' என்றாள். 'நீ எங்க போற' என்று கேட்டாள் தோழி. பதில் சொல்லாது கொஞ்ச நேரம் யோசித்தவள் 'உன்னை எறக்கிவிட்டுட்டு அப்படியே பீச்சுக்கு போறேன்' என்றாள். தோழி உடனே, 'நானும் வர்றேன். அந்தாளை கொஞ்ச லேட்டா பார்த்துக்கிறேன்' என்றாள். இருவரும் கடற்கரை ரோட்டை அடைந்தார்கள். 'இந்தப்பக்கம் வந்தே ரொம்ப வருசமாச்சு' என்ற தோழி 'நான் இப்போ சந்தோசமா

இருக்கேன்' என்றாள். அவள் எந்த கேள்வியும் கேட்காமல் சிரிக்க, 'இந்த சூழல் நல்லாருக்கு. இந்த ரோடு இவ்வளவு அழகா இருக்கும்னு நெனைக்கல' என்றாள். வண்டியை நிறுத்திவிட்டு காந்திசிலைக்கு அருகே போய் உட்கார்ந்துகொண்டார்கள். ஏதோ வேறு தேசத்தில் இருப்பதைப்போன்று இருவருக்கும் ஒருவித உணர்வு. புறவெளியின் இயக்கத்திலிருந்த யாரும் அவர்கள் மனதில் பதியவில்லை. அவர்களைத் தவிர மற்றவர்கள் பேசியது எல்லாம் காற்றில் கரைந்து கொண்டிருந்தது. தோழி அவளைப் புகைப்படம் எடுக்க விரும்பினாள். அவள் விருப்பத்துடன் இயைந்து கொடுத்தாள். தான் அழகாக இருக்கும்படியான போஸ்களை மிக கவனத்துடன் செய்தாள். அவளின் அந்தக் கவனமும் ஒத்துழைப்பும் தோழியை உற்சாகப்படுத்தியது. பத்துக்கு மேற்பட்ட புகைப்படங்களை அவள் செல்போனில் எடுத்தாள். போதும் என்று சொல்லி அந்த இடத்தைவிட்டு எழுந்து தோழியை காந்தி சிலைக்கு கீழே திண்டில் உட்காரச் சொன்னாள். அவள் நீண்டகாலமாய் பாதுகாக்கப்படும் ஓவியத்தைப்போல் கண்ணில் மட்டும் உயிர்ப்பை தேக்கி அசையாது அமர்ந்தாள். அவளை மேலும் நான்கு புகைப்படங்கள் எடுத்துவிட்டு வெளிச்சம் போதவில்லை என்றாள். இருவரும் பேசியபடியே அங்கிருக்கும் கடைக்குச் சென்றனர். தோழியின் இடது கையைப் பற்றியபொழுது அவளின் கை குளிர்ந்து போயிருந்தது, 'சுத்தி இருந்தவங்க எல்லாம் போட்டோ எடுக்கிறதையே பார்த்துகிட்டிருந்தாங்க. அதான் போதும்ன்னு சொல்லிட்டேன். அது இல்லாம லைட் வேற இல்ல' என்றாள். தோழி எடுத்த புகைப்படங்களை பார்த்தாள். அவள் விரும்பிய அழகில் இருந்தது. திருப்திபட்டுக்கொண்டாள். ஏதோ நிம்மதி இருந்தது அதில். 'வாழ்க்கையோட போதாமையே திருப்தி இல்லாம இருக்கிறதுதான். நாம எதையாவது செஞ்சு அதை போக்கிடனும். இல்லன்னா நாம எப்பவும் துன்பபட்டுகிட்டுதான் இருக்கனும்' புகைப்படங்களை பார்த்துக்கொண்டு வந்த அவள் தோழியின் பேச்சை கேட்கும் பொருட்டு அதை மூடி வைத்தாள். ஏனோ அவள் அதற்கு மேல் அந்த பேச்சைத் தொடர விரும்பாமல் அந்த கடைக்குச் செல்வதை மட்டும் கவனமாகச் செய்தாள். இருவரும் மிக முக்கியமான ஒன்றை அடைவதைப் போன்று அந்த கடையைச் சென்றடைந்தார்கள். கடல் பற்றியோ கடலுக்கு

அருகே செல்வது பற்றியோ இருவரும் பேசிக்கொள்ளவில்லை. கடலைச் சுற்றிய காட்சிகள் வெறும் காட்சிகளாகவே இருந்தது. அதைபற்றிய எந்த அவதானிப்பும் அவர்கள் மனதில் இல்லை. வெறும் மனிதர்கள், கடைகள், கடல் அடங்கிய இடமாக மட்டுமே அந்த இடத்தை உணர்ந்தார்கள்.

இருவரும் அந்த கடைக்கு முன்னால் போடப்பட்டிருந்த பிளாஸ்டிக் சேரில் அமர்ந்தார்கள். அவள் சென்னாவும், தோழி சீஸ் பிரட்டும் ஆர்டர் செய்தார்கள். அவர்கள் மனதிற்குள் கிடந்த கசப்புகள் அந்த நேரத்தில் எழவே இல்லை. வேலை, வாழ்வின் இருப்பு, சினிமா, இலக்கியம், நண்பர்கள் எதை எதையோ பேசினார்கள். எந்த பேச்சிலும் ஆழ்ந்த பொருள் இல்லை. அப்படி இல்லாமல் இருக்குமாறு இருவரும் கவனமாக பார்த்துக்கொண்டார்கள். ஒரு விசயத்தின் ஆழமே அவர்கள் இருவரையும் பாதிப்பதாக இருந்தது. அதை உணர்ந்து மேலோட்டமாகவே பேசினார்கள். அங்கே இருப்பதற்கான தேவை தீர்ந்ததும் ஒரே நேரத்தில் இருவரும் கிளம்பலாமா என்றார்கள். அவள் தான் பார்க்க வேண்டிய நபரை காந்தி சிலைக்கு வரச்சொல்லி அங்கே வந்ததும் போன் செய்யச் சொன்னாள். அவர் அலுவலகம் கடற்கரைக்கு பக்கத்திலேயே இருந்ததால் பத்து நிமிடத்தில் வருவதாகச் சொன்னார். அவர் வரும் வரையில் வாகனம் நிறுத்தும் இடத்தில் நின்று பேசிக்கொண்டிருந்தார்கள். விடைபெறும் தருணத்திலும் முக்கியமான எதையும் அவர்கள் பேசிவிடவில்லை. அடுத்த பத்துநிமிடத்தில் அந்த நபர் போன் செய்ய தோழி 'இதோ பக்கத்திலிருக்கிறேன் வந்துவிட்டேன்' என்றாள். 'அவரை பார்த்துட்டு போறியா' என்றாள் அவளிடம். அவள் 'இல்ல நான் பார்க்கல' என்று சொல்லிவிட்டு தோழியை அனுப்பி வைத்தாள். தோழி அந்த இடத்திலிருந்து செல்வதை பார்க்கத் தோன்றவில்லை. கைப் பையிலிருந்த போனை எடுத்து அதில் வயரை பொருத்தி பாடலை ஓடவிட்டு காதில் வைத்து வாகனங்கள் இருக்கும் இடத்தைப் பார்த்தாள். இருபத்திமூன்று வயது மதிக்கதக்க ஒரு இளைஞன் அவளையே பார்த்துக் கொண்டிருந்தான். இப்பெருநகரத்தில் இப்படியான பார்வைகளை எதிர்நோக்குதல் ஒன்றும் புதியதான விசயமில்லை. அதிலும் இவன் முகத்தில் தீர்க்கமுடியாதவொரு வெக்கையப்பிக் கிடந்தது. தயக்கமின்றி

இவளுடலில் பார்வையை அலையவிட்டவன் இவள் நெருங்கி வருகையில் வண்டியிலிருந்து இறங்கிக் கொண்டான். அவளுக்கு உண்மையாகவே சிரிப்பு வந்தது. எப்படியும் அவன் அவளைவிட நான்கைந்து வயதாவது குறைந்தவனாக இருப்பான். அவள் அவனை கவனித்தபடியே அவள் வண்டி இருக்கும் இடத்திற்குச் சென்றாள். அவன் வண்டி இருந்த இடத்திலிருந்து ஒரு இருபது முப்பது வண்டி தாண்டியே அவள் வண்டி இருந்தது. இப்போது அவன் ஸ்டாண்ட் எடுத்து வண்டியில் உட்கார்ந்தான். அவளால் சிரிப்பை அடக்க முடியவில்லை. ஒரே சமயத்தில் தன்னுடல் முழுக்கவிருக்கும் வெறுமையும் அவனுடலில் தெரியும் பதட்டமும் ஏதோவொரு வகையில் ஒரேபுள்ளியில் மோதிச்செல்வதாயிருந்தது. அவன் தன்னை பின்தொடரப் போகிறான் என்பதை உடனே யூகித்துக்கொண்டாள். அவளுக்கு லேசான உற்சாகம் எழுந்தது. அவனால் அவள் வயதை கண்டுபிடிக்கத் தெரியவில்லையா இல்லை அவள் அணிந்திருக்கும் ஆடை அவனை அப்படி நினைத்திருக்கச் செய்திருக்கலாம். அல்லது அவனுக்கு வயது ஒரு தடையாக இல்லாமல் இருந்திருக்கலாம். அவள் சிக்னலுக்காக காத்திருந்தாள், அவன் அவள் வண்டியை எடுப்பதற்காக காத்திருந்தான். அவனை கண்டுகொள்ளாமல் சிக்னல் விழுந்ததும் வண்டியை வேகமாக ஓட்டிப்போனாள். அவன் அவளுக்கு இணையாகவே வண்டியை ஓட்டிக்கொண்டு வந்தான். ஹெட்போன் வழியாக கேட்டுக்கொண்டிருந்த பாடல் அவளை உற்சாகமூட்டியது. விரைந்து வண்டியை ஓட்டினான். அவனுக்கு தெரியாமல் அவனை கவனித்தபடி வந்தாள். அவன் அவளைத் தொடர்வதை நிச்சயமாக அவளைத் தவிர்த்து இன்னும் சிலரும் கவனித்திருக்கக்கூடும். தனது யவனத்தின் மீது பெருமிதம் கொள்ளமுடிந்தது அவளால். நிச்சயமாக அவனுக்கு சில வார்த்தைகளை பரிசளிக்க வேண்டுமென சிரித்துக் கொண்டாள்.

அவள் திரும்பிபார்க்காமல் எந்த சைகையும் செய்யாதபோதும் அவன் விடுவதாக இல்லை பின்னால் வந்துகொண்டே இருந்தான். ஞாயிற்றுகிழமை ஆதலால் நகரத்தின் சாலை வெறிச்சோடிக் கிடந்தது. கடற்கரை சாலையைக் கடக்கும்போது வெளிச்சமாகவே இருந்தது. அதைத்தாண்டி மேம்பாலத்தில் அவர்கள் சென்றபோது இருட்டத் தொடங்கியது. அவன் அவள்

பக்கத்தில் வண்டியை ஓட்டியபடி சிரித்துக்கொண்டு வந்தான். மேம்பாலத்தில் வண்டியை செலுத்தி போகும்போதெல்லாம் அந்தரத்தில் பறப்பதைப்போலவே தோன்றும். ராட்டினத்தில் ஏறிய குழந்தை போலவே சிரித்துக்கொண்டாள். அவளுடைய சிரிப்பை தனக்கான சைகையாக பின்தொடர்ந்தவன் நினைத்துக் கொண்டான். அவளும் அதை கலைக்க விரும்பவில்லை. வண்டியை தி. நகரை நோக்கி ஓட்டினாள். ஒரு டீக்கடையை பார்த்து வண்டியை நிறுத்தினாள். ஜி. என். செட்டி சாலையில் மரத்துக்கு கீழே பிளாட்பாரத்தில் அந்த டீக்கடை இருந்தது. அங்கே போடப்பட்டிருக்கும் பிளாஸ்டிக் சேரில் தனியாக அமர்ந்து கண்ணாடி டம்ளரில் டீ குடிக்க அவளுக்கு பிடிக்கும். தெருவோர டீக்கடைக்கு அவள் போவதை நினைத்து ஆச்சர்யமாகி அவனும் வண்டியை நிறுத்தி அவள் பக்கத்தில் வந்து "நீங்க கவிதா ஃபிரண்ட்தானே கல்யாணத்தில் பார்த்தோமே ஞாபகம் இல்லையா" என்றான். அவளால் இப்போது சிரிக்கமுடியவில்லை. அவன் கண்களை ஊடுருவிப் பார்த்தாள் விழிநரம்புகளெங்கும் காமத்தின் மெல்லிய சுவடுகள் வரியோடிக்கொண்டிருந்தன. அவன் சொற்கள் அவளுக்கு அபத்தமாகப்பட்டது. அவன் உடல் கொதித்து வெடித்துவிடத் தயாராயிருப்பதை முகத்தின் வெக்கை உணர்த்தியது. "நீங்க நேரடியாவே நான் யாருன்னு கேட்கலாம்." "இல்ல தப்பா நெனைச்சுகாதீங்க எனக்கு அப்படித்தான் தோணுச்சு" என்றான் அசடு வழிந்தபடி. 'டீ சாப்பிடுறீங்களா' என்றாள். அவள் திட்டப்போகிறாள் என்றிருந்தவனுக்கு அவள் அப்படிக் கேட்டதும் வியப்பாக இருந்தது. 'ஒகே' என்று சொல்லிவிட்டு அவனே ஆர்டர் செய்தான். டீயை வாங்கிவந்து அவள் கையில் கொடுத்துவிட்டு 'சாரி நீங்க கவிதா ஃபிரண்டுன்னு நெனைச்சுதான் உங்க பின்னாடி வந்தேன்' என்றான் மறுபடியும். அதற்கு மேல் அவள் எரிச்சல் அடைந்தவளாக 'ஆமாம் நான் கவிதா ஃப்ரண்டுதான்' என்றாள். திரும்பவும் ஒரு அபத்தமான சாரியை சொல்லி 'இல்ல நீங்க கோபமாகிட்டீங்க போல அதான் கவிதா ஃபிரண்டுன்னு சொல்றீங்க' என்றான். 'உங்க பிரச்சினை என்ன நான் கவிதா ஃபிரண்டா இருக்கனுமா? இல்ல இல்லாமல் இருக்கனுமா எது உங்களுக்கு வசதி' என்றாள். அவன் முகம் சுருங்கிவிட்டது. அன்றைய பொழுதை அவள் நேசிக்க விரும்பினாள். யாரென்று

தெரியாத ஒருவனிடம் பேசுவதும் கோபித்துக்கொள்வதும் இனம் புரியாத மகிழ்ச்சியைக் கொடுத்தது. இன்னும் கொஞ்சம் கடுமையாக பேசினால் அவன் இங்கேயே கழன்று கொள்ள நேரிடும். அதை அவள் விரும்பவில்லை. அவனை சகஜமாக்க 'எங்க வேலை செய்றீங்க' என்றாள். அவன் பெயரை அவள் கேட்கவில்லை. அவனும் சொல்லவில்லை. அவள் பெயரையும் அவன் கேட்கவில்லை. அவன் எம். பி. ஏ படித்திருப்பதாகவும் ஏதோ ஒரு கம்பெனியில் நிர்வாக பிரிவில் மேலாளராக இருப்பதாகவும் சொன்னான். அவன் கழுத்தில் குறுக்காக ஒரு பையை போட்டிருந்தான் அதற்குள் லேப்டாப் இருக்கலாம். அவனுடைய அதிகாரித்தனமான ஆடை, பையை குறுக்காக போட்டிருந்தவிதம் எதுவும் ரசனைக்குரியதாக இல்லை. எந்தவித ஈர்ப்பும் அவளுக்கு அவனிடம் இல்லை. அவன் பின்தொடர்ந்து வருவதும் அவள் அத்தகைய சூழலில் இருப்பது மட்டுமே முக்கியமானதாக இருந்தது. டீக்கான காசை அவள் கொடுக்க அதை மறுத்து அவனே கொடுத்துவிட்டு வந்தான். அவர்கள் இருவரும் காதலர்கள் அல்லது தெரிந்தவர்கள் என்று கடைக்காரன் நினைத்திருப்பான், அவன் எந்தவித ஆச்சர்ய பார்வையும்யின்றி காசை வாங்கிக் கொண்டான். அடுத்து என்ன செய்யலாம் என்ற யோசனை அவளிடம் இல்லை. வண்டியில் ஏறி அமர்ந்தாள். அவள் கை சாவிக்கு போகும்போது 'வாங்களேன் ரெஸ்டாரெண்ட் போய் சாப்பிட்டுட்டு போகலாம்'. மீண்டும் அவளுக்கு சிரிப்புதான் வந்தது. செய்வது சரியா தவறா என்ற யோசனையெல்லாம் இல்லை. ஏதோ ஒரு நெம்புசக்தி உந்தித்தள்ள 'சரி' என்றாள். அந்த சூழ்நிலையில் உணர்ச்சிபிளம்பாக இருந்தாள். இத்தகைய செயல்கள் தனிமையை காலுக்கடியில் போட்டு மிதிப்பதாக நினைத்த அவள் மனதில் அதேசமயத்தில் தனிமையின் கூட்டை இன்னும் அகலப்படுத்திக் கொண்டிருப்பதாகவும் தோன்றியது. அவள் ஒரே நேரத்தில் இரண்டு எதிர் எதிர் உணர்ச்சி நிலைக்குள் இருந்தாள். எல்லா நினைவுகளையும் ஆயுதமின்றிக் கொலைசெய்ய தனிமையால் மட்டும்தான் எப்பொழுதும் இயல்கிறது. தன்னைத் தொடர்ந்துவரும் அந்த இளைஞன் யாராக இருப்பான்? எல்லா ஞாயிறுகளிலும் இதுமாதிரி புதுப்புது கவிதாவின் தோழிகளையோ அல்லது கவிதாக்களையோ பின்தொடர்பவனாக, அவர்களோடு சல்லாபித்து அந்த

தினங்களின் இரவுகளுக்கு மட்டும் அவர்களின் உடல் மீதான உரிமை கொண்டாடுகிறவனாய் இருக்கலாம். இன்னும் திருமணம் ஆகியிருக்க வாய்ப்பில்லையென கொஞ்சமாய் முளைக்கத் துவங்கியிருந்த மீசையும் தாடியும் சொல்லிக் கொண்டிருந்தன.

முதலில் ரெஸ்டாரெண்ட் போகலாமா என்று கேட்டவன் பின்னர் பீட்ஸா கார்னர் போகலாமா என்றான். எந்த யோசனையின்றியும் சரி என்றாள். அவன் வண்டியை ஓட்டிக்கொண்டு முன்னால் போக இவள் அவன் பின்னாலயே வண்டியை ஓட்டிக்கொண்டு போனான். பீட்ஸா கார்னரில் ஒரு மூலையில் போய் அமர்ந்துகொண்டார்கள். அவளுக்கு என்ன வேண்டும் என்று கேட்டான். குளிர்பானம் மட்டும் போதும் என்றாள். அவனுக்கு ஒரு பீட்ஸா சொல்லிக்கொண்டான்.

அப்புறம் என்ன படிக்கிறீங்க? என்று கேட்டான். அவள் அமைதியாக எம். ஏ ஹிஸ்ட்ரி என்றாள். பனிரெண்டாவதுக்கு மேல் படிக்கவில்லை என்று சொன்னால்கூட அவன் இத்தகைய அதிர்ச்சியை வெளிப்படுத்தியிருக்கமாட்டான்போல. ஒரு எரிச்சலும் அகங்காரமும் கலந்த தோரணையில் "ஹிஸ்ட்ரியா? இந்த காலத்திலும் எம். ஏ ஹிஸ்ட்ரி படிப்பாங்களா?" என்றான்.

அவனை முழுவதுமாக அளக்கும் பாவனையில் உற்றுக் கவனித்தாள். "எம். ஏ ஹிஸ்ட்ரி படிச்சிட்டு என்ன வேலை பார்க்க போறீங்க?" எளக்காரமாக பேசிக்கொண்டே போனான்.

"உங்கள பாத்தா வழக்கமான பெண் மாதிரி தெரியலையே..?"

"வழக்கமான பெண்ணுனா..?"

"இல்ல சம்திங் டிஃபரெண்ட். வழக்கமா தெரியாத பெண்கிட்ட நீங்க கவிதா ஃபிரண்டானு கேட்டிருந்தா இல்லைனு பதில் சொல்லிட்டு கட் பண்ணிட்டு போயிடுவாங்க. யூ ஆர் டிஃபரெண்ட். ஐ மீன் யூ ஆர் ஃப்ரெண்ட்லி."

"ஓ அப்படியா. ஃப்ரெண்ட்லியா இருந்தா டிஃபரெண்ட்னு அர்த்தமா."

ஹா... ஹா... என போலியாக சிரித்தவாறு, "யு காட் மீ ராங்... நான் அப்படி சொல்ல வரல... சரி விடுங்க. அப்புறம் உங்கள பத்திச் சொல்லுங்க."

தெரியாத ஆண் தன்னை பற்றி என்ன நினைக்கிறான் என அறிந்து கொள்வதில் அவளுக்கு ஆர்வம் ஏற்பட்டது. "நீங்களே கெஸ் பண்ணி சொல்லுங்களேன் என்னைப் பற்றி, டிஃபெரெண்டான பெண்னுனு நீங்க கண்டுபிடிச்ச மாதிரியே."

"ஓ நைஸ். இது நல்லா இருக்கே. சரி உங்க வயசு 24-25 இருக்கும்."

"ம்ம்ம்"

"சரிதானே."

"கிட்டதட்ட..."

"நீங்க இவ்வளவு ஈசியா பிராட் மைண்ட்டா இருக்கிறத பார்த்தா நீங்க நிறைய புக்ஸ் படிப்பீங்க சரியா."

சிரித்துக்கொண்டு "ஆமா... கரெக்ட்."

"என்ன மாதிரி புக்ஸ் படிப்பீங்க..."

"ஆனந்த விகடன், குமுதம்..."

ஹா... ஹா... பெரிய ஜோக் சொன்னது போல் மறுபடியும் போலியாகச் சிரித்தான்.

"இல்ல... நான் கேட்டது நாவல், போயம் மாதிரி."

"இல்ல நான் அதெல்லாம் படிக்கறதில்ல ஆர்வமில்ல..."

"ஓ. . அதெல்லாம் இல்லாமலயே யூ ஹேவ் பிராட் நாலெட்ஜ்."

என்னை புகழ்ந்தே எப்படியும் மடக்கிவிட வேண்டுமென ஆயத்தமாகியிருப்பான் போல...

அவன் பெயரை சொன்னான்.

"ம்ம்ம்.. நல்ல பெயர்."

"நன்றி. ஒருத்தவங்க பேர சொன்னா பதிலுக்கு நாமளும் பேர சொல்லனும்." சிரித்தவாறே கேட்டான்

"பெயர் தெரியலன்னா பேச முடியாதா. இவ்வளவு நேரம் பெயர் இல்லாமல்தானே பேசினோம்" நக்கலாகச் சொன்னாள்.

"உங்களுக்குத் தெரிந்த கவிதாவின் ஃப்ரண்டுக்கு என்ன பேரோ அதுவே என்னோட பேரா இருக்கட்டும்..." சிரித்தாள்.

அவன் சில நொடிகள் அந்த இல்லாத கவிதாவையும் அவளின் தோழியையும் நினைத்துக் கொண்டு சிரித்தான்.

"யூ ஆர் ரைட்... ஆமா பேசுவதற்கு எதற்கு பெயர்... எதற்குமே எதுக்கு பெயர்... ஹா... ஹா..." மறுபடியும் ஜோக் அடித்தது போல் அவனே சிரித்துக்கொண்டான். அவள் என்ன சொன்னாலும் அதை ஆமோதித்து நெருங்கி வருவதற்கான எல்லா முயற்சிகளையும் செய்து கொண்டிருந்தான்.

"நீங்க இப்படிதான் பொண்ணுகள பின் தொடர்ந்து பிக்-அப் பண்ணுவீங்களா..? இதுக்கு முன்ன எவ்ளோ பேர இப்படி பிக் அப் பன்னியிருப்பீங்க?... ஒரு இருபது...?"

சிரித்தவாறே கேட்டாள்.

கோபம் அடைந்தவனாக "ஏன் இப்படி கேக்குறீங்க. நான் நீங்க நினைக்கிற மாதிரி தப்பானவன் இல்ல... நிஜமா கவிதா ஃப்ரெண்ட்னு நினச்சுதான் வந்து பேசுனேன்..." முகம் சுருங்கிச் சொன்னான். அப்பாவியாய் நல்லவனைப்போல் காட்டிக்கொள்ள முனைப்புக் காட்டினான்.

"அந்த மாதிரி பசங்கள்லாம் தப்பானவங்கன்னு நான் சொல்லலையே..." அவன் போலித்தனத்தில் கல்லெறிந்ததை நினைத்துச் சிரித்தாள்.

அவன் இன்னும் சமாதானமாகவில்லை. முகத்தைத் திருப்பிக் கொண்டிருந்தான்.

"அய்யோ கோவிச்சுகாதீங்க சும்மா கிண்டலுக்குதான் சொன்னேன்... அப்படியே இருந்தாலும் ஒரு பெண்ணை ஆண் தொடர்வது இயல்புதான. இதுக்கு எதுக்கு டென்ஷன் ஆகுறீங்க."

ரிலாக்ஸ் ஆனவனாய் புன்னகைத்து கொண்டான் "ரொம்ப ஃப்ரான்க்கா பேசுறீங்க ஐ லைக் யூ."

உள்ளுக்குள் நகைத்துக் கொண்டு, இதுக்கு நான் என்ன பதில் சொல்லனும் “மீ டூ லைக் யூ... னா” சிரித்தவாறு கேட்டாள்

மிகப்பெரிய ஜோக்குக்கான அதே சிரிப்புடன் “பிடிச்சிருந்தா சொல்லுங்க.”

“இதுக்கு முன்ன உங்ககிட்ட யாராவது லைக்யூன்னு சொல்லியிருக்காங்களா?”

அவன் “அப்டில்லாம் இல்லையே... என்று இழுத்து விட்டு சில சமயம் கூட வொர்க் பன்ற பொண்ணுங்க கலாய்க்கிறதுக்காக அப்பிடி சொல்றதுண்டு... ஏன்?...”

அவன் முகத்தில் சலனமில்லை. தன்னைப் பற்றி அதிகமாக அவளிடம் சொல்கிறோமோ என அவன் நினைத்திருக்கலாம்.

“இல்ல நீங்க சொன்னவிதத்துல இருந்து நிறைய சொல்லிப் பழக்கப்பட்ட மாதிரி இருந்துச்சு...” அவள் சிரித்துக்கொண்டாள்.

அவன் அமைதியாக இருந்தான். அவனோடு பேசுவது அந்த நொடியிலேயே போரடித்துவிட்டது அவளுக்கு. அங்கிருப்பது ஒருவித அசூயை உணர்வை அவளுக்கு ஏற்படுத்தியது. உடனே அங்கிருந்து கிளம்ப விரும்பினாள். தொடர்பை அறுத்துக்கொள்ளும் விதமாக,

“நீங்க மட்டும் இல்லீங்க எனக்கு எல்லா ஆண்களையும் பிடிக்கும்.” இதைச் சொல்லும்போது அவன் கண்கள் இவளையே பார்த்துக் கொண்டிருந்தன.

“புரியல எல்லா ஆண்களையும்னா... அப்பா, அண்ணன், தம்பி” அவன் அப்படிக் கேட்டது அவளுக்கு மிக அசிங்கமாகப்பட்டது.

“இல்ல... இது வேற நான் என்ன வேல செய்யுறேன்னு தெரியுமா?”

“சொன்னாதான தெரியும்” புதிரை அறியும் ஆர்வத்துடன் கேட்டான் குழப்பத்துடன் அவனை பேச்சற்று போகும்விதமாக “நான் உண்மையைச் சொல்லட்டுமா” என்றாள். அவன் வியப்போடு பார்க்க. “நான் படிக்கல. பிராஸ்டியூசன் பண்றேன்” என்றாள். தெரியாத பெண்ணோடு டேட்டிங்கை அனுபவித்துக் கொண்டிருந்த அவனுடைய சந்தோசத்தில் மண்

விழுந்தது. இதுவரையில் அவளை பின் தொடர்ந்துவந்தவிதம் அவள் திட்டிவிடுவாளோ என்று பயந்து பயந்து பேசியதை நினைத்து அவனுக்கு வெட்கமாக இருந்தது. அவன் கண்கள் சிவந்து கோபம் கொப்பளித்தது. "நானும் ஒரு பிராஸ்டியூட்டை தேடிக்கிட்டுத்தான் இருந்தேன்" என்று அகங்காரமாக பேச்சை தொடர்ந்தவன் முன்னாடியே சொல்லியிருக்கலாம்ல "இவ்வளவு அலைச்சல் உன்னைப்போய் தப்பா நினைச்சு சே..." அவன் தன்னுடைய செய்கைகளை நினைத்து வருதப்பட்டான். இப்போது அவன் அவளை ஒருமையில் பேசிக்கொண்டிருந்தான்.

அதற்குமேல் அவளிடம் பேச எதுவும் இல்லை என்று முடிவு செய்து "சரி எவ்வளவு" என்றான் எடுத்த எடுப்பில். அவள் இரண்டாயிரம் என்றாள். உண்மையில் அவளுக்கு தான் எவ்வளவு விலைபோவோம் என்று தெரியவில்லை. இரண்டாயிரமா என்று அவன் இழுக்க அவள் அதிகமாக சொல்லிவிட்டோமோ என்று யோசித்துக்கொண்டிருக்கும் போதே "சரி போகலாம்" என்றான். உள்ளுக்குள் உலர்ந்து வயிற்றை புரட்டிக்கொண்டு வந்தது அவளுக்கு. வாயில் கசப்பை உணர்ந்தாள். கொஞ்ச நேரம் முன்புவரை வெறுமையை உணர்ந்த அவள் இப்போது பெரும் ஆபத்தான சூழலுக்குள் இருப்பதைப் போன்ற பயவுணர்வும் அதே சமயத்தில் தன் உடல் மீதான அருவருப்பையும் உணர்ந்தாள். விழுங்கக் காத்திருக்கும் காண்டாமிருகத்தைப்போல எதிரில் இருந்தவன் தோன்றினான். அவன் முகத்தில் முன்பிருந்த லேசான பயவுணர்வு நீங்கி அதிகாரமும் இனம்புரியாத வன்மமும் தெரிந்தது. அவளுக்கு அந்த நொடியில் அவனை கொலை செய்யத் தோன்றியது. "வா கிளம்பலாமா" என்று கேவலமான தொனியில் கேட்டவன் அந்த நொடியிலிருந்து அவளை முழுவதும் தீர்மானிக்கும் அதிகாரத்தை எடுத்துக்கொண்டான். "எங்க உன் இடத்துக்கா என் இடத்துக்கா" என்றான். அவள் அவனை பேசாமல் பார்த்துக்கொண்டிருக்க, "என்ன முழிக்கிறே இரண்டாயிரம் ஓகே குடுத்திடுறேன்" என்று எழுந்து "முடிஞ்சதும் பணத்தை குடுக்கிறேன் வா" என்றான். விட்டால் அவளை தரதரவென்று பிடித்து இழுத்துச் சென்றுவிடுவான்போல. "எங்க வச்சுக்கலாம்" என்றான் மறுபடியும்.

அவள் முகத்தில் எந்த உணர்ச்சியும் காட்டாமல் "என் இடத்துக்கே போகலாம்" என்றாள். "உன் இடம் ஃசேபா இருக்குமா" என்று கேட்டான். "வீட்ல யாருமே இல்லை. ஃபேமிலி எல்லாம் ஊருக்கு போய்ட்டாங்க". "பேமிலியா? சும்மா பணம் அதிகமா வாங்கிறதுக்காக ஃபேமிலினு சொல்லக்கூடாது. இரண்டாயிரத்துக்கு மேல தரமாட்டேன்" என்றான். பாலியல் தொழிலாளியின் தொழில் சூட்சமத்தை கண்டுணர்ந்தவன்போல பேசினான். அவள் கண்களில் காட்டிய வெறுப்பை உதாசீனம் செய்தான். ஏளனத்தோடு அவன் உடலை அறுத்துக்கொண்டிருக்கும் அவள் பார்வையை ஒரு பொருட்டாகக்கூட அவன் மதிக்கவில்லை. அடிமையை இழுத்துச் செல்லும் வீரனைப்போல உடல் நிமிர்த்தி கிளம்பலாம் என்று கண்ஜாடை செய்தான். அவள் சரியென்று ஆமோதித்துவிட்டாள். ஆனால் தலை கிர்ரென்று சுற்றியது. ஒரு நொடி உலகம் முழு இருளாகி தெளிந்தது. கசப்பில் ஊறும் நச்சுபாம்பினைப்போல் அவள் நெளிந்துகொண்டிருந்தாள். தீண்டும் கரங்களை விழுங்கக் காத்திருக்கும் கொடியவிலங்கினை அவன் அதிகாரத்தின் சாட்டையைக்காட்டி அழைத்தான். "என் பின்னாடியே வாங்க" என்று வண்டியை எடுக்கக் கிளம்பினாள். "ஏரியா எங்க" அவன் கேட்க கோடம்பாக்கம் என்றாள். அவன் பின்னாடியே போனான்.

அந்த ஞாயிற்றுக்கிழமையிலும் தி. நகர் சாலை பரபரப்பாக நெரிசலோடு இருந்தது. அவன் அவள் பின்னாடியே வந்துகொண்டிருந்தான். முன்பு அவனிடம் இருந்த குறுகுறுப்பு மறைந்து வேட்கை வெளிப்படையாகத் தெரிந்தது. எல்லாவற்றையும்விட அவன் அதிகாரத்தோரணைதான் அவளைத் தொந்தரவு செய்தது. கோடம்பாக்கத்தில் ஒரு அடுக்குமாடி குடியிருப்புக்குள் அவள் செல்ல அவனும் வந்தான். அவள் வண்டிக்கு பக்கத்திலேயே அவனும் வண்டியை நிறுத்தினான். இரண்டாவது தளத்தில் ஒரு வீட்டைத் திறந்தாள். அவள் வீட்டுக்கு எதிரே இருந்த வீடும் பூட்டிக் கிடந்தது. இரண்டு படுக்கை அறையைக் கொண்டிருந்தது. ஏதோ சினிமா படத்தில் காண்பிப்பதைப் போல அந்த வீட்டில் இன்னும் வேறு பெண்கள் இருப்பார்கள் என்று நினைத்தான். யாரும் இல்லாததைக் கண்டு "உன்கூட வேற பெண்கள் இல்லையா?" என்றான். அவள் அதைக் காதில்

வாங்காமல் "என்ன சாப்டிறீங்க" என்றாள். "இல்ல அதெல்லாம் வேணாம் நான் பாத்ரூம் போயிட்டு வாறேன்" என்றான். அறைக்குள் இருந்த அட்டாச்டு பாத்ரூமை காட்டினாள். அவன் தன்னுடைய பேக், ஃபோன் எல்லாவற்றையும் ஹாலில் வைத்துவிட்டு பாத்ரூம் போனான். அவன் திரும்பிவந்து பார்க்கும்போது அறைக்கதவு சாத்தியிருந்தது. அவன் கதவை திறக்க அது வெளிப்பக்கமாக சாத்தியிருப்பதை உணர்ந்து பயம்கொள்ளத் தொடங்கினான். கதவை லேசாகத்தட்டினான். கதவு திறப்பதாக இல்லை. கொஞ்சம் கொஞ்சமாக அவன் பயம் அதிகரிக்க மிரண்டுபோய் பலமாக கதவைத் தட்டினான். அவள் ஹாலில் அமர்ந்து காபி குடித்துக்கொண்டிருந்தாள். கதவு தட்டப்படுவதை அவள் பொருட்படுத்தவில்லை. டீவியின் சத்தத்தை அதிகரித்தாள். அவன் கதவுக்கு கீழே உட்கார்ந்தான். அந்த அறையை நோட்டமிட்டான். வெறும் புத்தகங்களாக நிரம்பிக் கிடந்தது. அதில் ஒன்றைக்கூட அவன் அறிந்திருக்கவில்லை. அந்த புத்தகங்களைப் பார்க்கும்போது அவனின் பயம் இன்னும் அதிகரித்தது. கிறுக்கப்பட்ட பல காகிதங்கள் மெத்தையின் மேல் கிடந்தன. அவள் பைத்தியமாக இருப்பாள் என்று உடனே முடிவுக்கு வந்தான். அவளைச் சமாதானப்படுத்தி அங்கிருந்து கிளம்புவது பற்றி யோசிக்க ஆரம்பித்தான். கதவைத்தட்டி "சாரிங்க நான் உங்கள தப்பா நெனைச்சுட்டேன் என்னைத் திறந்துவிடுங்க நான் போயிடுறேன்" என்றான். அவள் பதில் எதுவும் சொல்லாமல் இருந்ததால் மறுபடியும் கதவைத்தட்டி "நானாங்க உங்களை கேட்டேன் நீங்களாத்தானங்க பிராஸ்டியுசன் பண்றேனு சொன்னீங்க." பெண்களை ஒரே மாதிரியாக பார்க்கும் அவன் பார்வையை நொந்துகொண்டான். நேரம் ஆக ஆக கதறத் தொடங்கினான். அவள் எதற்கும் வளைந்து கொடுப்பதாக இல்லை. டாம் அண்ட் செரி பார்த்துக்கொண்டிருந்தாள். அவன் கதவைத்தட்டி தட்டி சோர்ந்துபோய் பயத்தில் நடுங்கிக்கொண்டிருந்தான். சிறிது நேரத்தில் கோபம் வந்தவனாக கதவை உடைக்கும்விதமாக பலமாகத் தட்டினான். அவள் டீவியின் சத்தத்தைக் குறைத்துவிட்டு அவனிடம் பேசினாள். நீ அமைதியா இல்லனா "திருட வந்த உள்ள பூட்டிவச்சிருக்கேனு சொல்லி போலீஸைக் கூப்பிடுவேன்" என்றதும் அவன் அழவே ஆரம்பித்துவிட்டான். மறுபடியும்

அவள் டிவியின் சத்தத்தை அதிகமாக வைத்துவிட்டு ஹாலிலேயே படுத்து உறங்கிவிட்டாள். அவன் அவளை கதவை திறக்க வைப்பதற்காக ஏதேதோ பேசியும் கெஞ்சியும் கதவைத் தட்டியும் கடைசியில் சோர்ந்து போனான். பயத்தில் நடுங்கிக் குமைந்துகொண்டிருந்தவனுக்கு பித்துபிடித்ததைப் போலிருந்தது. நன்றாக தூங்கிக்கொண்டிருந்த அவள் விடிந்ததும் பல்லை விளக்கி காப்பிபோட்டு சாப்பிட்டுவிட்டு அவன் அறைக்கு அருகே வந்தாள். அவன் காய்ச்சலில் முனகிக் கொண்டிருந்தவனைப்போல பேசிக்கொண்டிருந்தான். பேச்சுக்கு நடுவே கதவைத் தட்டியபடியே இருந்தான். அவள் மனம் லேசாக இருந்தது. வெளிக்கதவை திறந்துவிட்டு அவன் அறைக்கதவை திறந்தாள். கிட்டத்தட்ட பைத்தியம் பிடித்தவனைப்போல சுருங்கிப்போய் கண்கள் பள்ளமாகி காட்சியளித்தான். நேற்று அவனிடம் இருந்த போலித்தனம் அதிகாரம் ஏமாற்று எல்லாம் மறைந்து பயம் மட்டுமே இருந்தது. அவள் ஹாலில் இருந்த ஷோஃபாவுக்கு கீழே அமர்ந்தாள். அவன் பயத்தோடு வெளியே வந்தான். அவள் முகத்தைகூட பார்க்காமல் அங்கே டீபாயில் இருந்த தன்னுடைய பை, ஃபோனை நடுக்கத்தோடு எடுத்தான். அவனுடைய நரம்புகள் வலுவிழந்து கை, கால் உதறத்தொடங்கியது. அங்கே ஒருத்தன் இருக்கிறான் என்பதை அவள் கண்டுகொண்டதாகத் தெரியவில்லை. அன்றைய நாளிதழை சுவாரஸ்யத்தோடு படித்துக்கொண்டிருந்தாள். அவன் அறையில் அடைக்கப்பட்ட நாய்க்குட்டிபோல் ஒரு நொடிகூட தாமதிக்காமல் வெளியே ஓடத்தொடங்கினான்.

○○○

மஞ்சனாத்தி மலை

எங்களுக்கு கேரளாவில் மஞ்சனாத்திமலை என்ற இடத்தில் மிளகுக்காடு இருந்தது. அமராவதி பாலத்திலிருந்து மஞ்சனாத்திமலைக்கு கால்வலிக்க அம்மா பின்னால் நடந்து போன காலங்களில் நான் மிகவும் சந்தோஷமாக இருந்தேன். இந்த வழி பயணத்தில் மூன்று மைல் தூரம் காட்டுக்குள்ளே நடந்து போகவேண்டும். அரிசி பருப்பு வீட்டுச்சாமான்கள் என்று அதிக சுமை எடுத்துச் செல்ல வேண்டியிருந்ததால் நடக்க சிரமமாக இருக்குமென்று குமுளிபோய் அங்கிருந்து வேற பஸ் மாறி மஞ்சனாத்தி மலைக்கு போவோம். அன்றும் அப்படி அதிக சுமையிருந்ததால் நானும் அம்மாவும் அப்பாவும் பஸ்ஸில் பயணம் செய்தோம்.

அமராவதி பாலத்தை தாண்டியவுடன் குமுளியை நோக்கிச் செல்லும் சாலையில் வளைவுகள் தொடங்கிவிடும். அடுக்கடுக்கான வளைவுகள் நிறைந்த அந்த சாலையை மலையில் தூரமாய் நின்று வேடிக்கை பார்க்க அழகாக இருக்கும். மலைப்பாதைகளில் பயணம் செய்யும்போது நெஞ்சடைத்து உடல் விறைத்துக் கொள்ளும். வளைவின் விளிம்புகளை கடக்கும்போது உயிர் மேலேறி கீழிறங்குவதைப் போல உடல் நடுங்கி நிற்கும். ஒவ்வொரு முறையும் வளைவை கடக்கும்

போதும் கீழிறங்கும் போதும் வளைவை பார்க்கக் கூடாது என்று சத்தியமாக மனதில் நினைத்தாலும் கலக்கத்துடன் ஏதோ ஆர்வம் தொற்றிக் கொள்ள வளைவை பார்த்துவிடுவேன். அவ்வளவுதான் பூமியே இருண்டுவிடும் அளவில் கண்ணை கிறக்கிக் கொண்டு வரும். கண்ணை இறுக்க மூடிக்கொண்டு வாயில் ஒரு கையும் வயிற்றில் ஒரு கையுமாக வைத்து தலையை குனிந்து கொள்வேன். வாந்தி எடுப்பதற்கு வசதியாக எப்போதும் ஜன்னலோர இருக்கையை அப்பா பிடித்துவிடுவார்.

வயிற்றை குமட்டிக் கொண்டு அடிவயிற்றிலிருந்து ஒரு வேகம் கிளம்பி தொண்டையை கிளப்பி வெளிக்கொண்டுவரும் உணர்வு என் வாழ்விலிருந்து மறைந்து போனால் எவ்வளவு நன்றாக இருக்கும். தலை கிண்ணென்று வாய் புளித்து, வயிறு கலங்கி இப்படியொரு பயணத்தை எவரும் வெறுக்கத்தானே செய்வார்கள். நானும் அப்படித்தான் அந்த பயணத்தை வெறுக்கவே செய்தேன். பெரும்பாலும் அந்த பயணங்களில் என் வாயிலிருந்து வெளிவரும் புளிப்பான வாந்தியும் காற்றின் வேகத்தோடு எங்களுக்கு எதிர்திசையில் பயணம் செய்யும். மயிலிறகைப் போன்ற சிறு தீண்டலிலேயே புத்துணர்ச்சியைக் கொடுத்துவிடும் வலிமை மலைக்காற்றுக்கு எப்படி வந்ததோ தெரியவில்லை. அந்த நொடியில் நான் மலைக்காற்றாகவாவது பிறந்திருக்கலாம் என்று ஏக்கம் பிறக்கும். அதிலும் பஸ்ஸின் வேகத்தோடு பயணம் செய்யும் மலைக்காற்றுக்கு எல்லாவற்றையும் குணப்படுத்தும் சக்தியிருக்கும் போலிருக்கிறது. வாந்தி எடுத்த அடுத்த வினாடியே குளிர்காற்று முகத்திலடித்ததும் தலைசுற்றல் நின்றுவிடும். வயிறு பாரம் நீங்கி இயல்புநிலையில் மனம் குதுகளிக்கும். குமுளியில் பஸ் நின்றதும் அப்பா வாங்கி கொடுக்கும் பால் போண்டா, இனிப்பு சேகு இதனை நினைத்தால் வாயில் எச்சியூறும்.

குமுளியை அடைந்ததும் மஞ்சனாத்திமலைக்குச் செல்லும் பஸ் அன்று உடனே வந்துவிட்டதால் அப்பா எனக்கு எதுவும் வாங்கிக்கொடுக்காமல் அவசரமாக பஸ்ஸில் ஏறிவிட்டார். அம்மா அப்பா இருவரிடமும் பேசமால் பூனையைப் போல் ஒடுங்கி முகத்தை தூக்கி வைத்துக்கொண்டேன். மஞ்சனாத்திமலை நிறுத்தம் வந்ததும் இறங்கி எங்கள்

காட்டுக்கு நடந்து போகும் வழியில் இருவரிடமும் பேசாமல் நான் மட்டும் இடைவெளிவிட்டு தனியே நடந்துபோனேன். சீக்கிரம் வா என்று சொல்லிக்கொண்டே அம்மா அப்பாவின் பின்னால் நடந்துபோய்க்கொண்டிருந்தது. தலையில் சுமை இருந்ததால் அம்மாவால் திரும்பி பார்க்க முடியவில்லை. மலையில் வரிசையாக இருக்கும் வீடுகளை பார்க்க முடியாது. மிளகுக்காடு இருக்கும் இடத்திலேயே ஒரு மேடான பகுதியில் வீடு கட்டி இருப்பார்கள். வேண்டுமென்றே மிக மெதுவாக நடந்து போனேன். அவர்களின் தலை மறைந்ததும் ஆளிள்ளாத மரங்களடர்ந்த மிளகுகாட்டில் நான்மட்டும் தனியே நடந்து வருவதைப் போன்று பிரம்மை ஏற்பட்டது. உடனே பயம் வந்து ஒட்டிக்கொள்ள வேகமாக அப்பாவை நோக்கி முன்னே ஓடினேன்.

ஜேம்ஸ் வீட்டை கடந்துதான் எங்கள் மிளகு காட்டுக்கு போக வேண்டும். அவர்கள் வீட்டருகே இருக்கும் ஊற்றுக்குழியிலிருந்து அவனும் அவன் அம்மாவும் குடிதண்ணீரை எடுத்துக்கொண்டிருந்தார்கள். நாங்கள் வரும் அரவம் கேட்டதும் ஊற்றுக்குள்லிருந்து ஜேம்ஸின் அம்மா எழுந்து பார்த்தார். என்னையே அறியாமல் என் கண்களிலிருந்து நீர் வழிந்து கொண்டிருந்தது. 'ஏன் பிள்ள அழுகுது' என்று அம்மாவைப்பார்த்து ஜேம்ஸ் அம்மா கேட்டதும் 'அவளுக்கு கால் வலிக்குதாம்' என்று சொன்னது. ஜேம்ஸ் நான் அழுவதைப்பார்த்துச் சிரித்தான். அது இன்னும் எனக்கு அழுகையை கூட்டியது. அவன் அம்மா அவனைப்பார்த்து முறைத்ததும் அவன் அமைதியாகிவிட்டான். ஜேம்ஸ் அம்மா என்னை சாப்பிட வச்சு அனுப்புவதாகச் சொல்லி என்னை அவர்கள் வீட்டுக்கு கூட்டிப்போனார்கள். ஒன்றிரண்டு ஓட்டு வீடுகளும், தகர வீடுகளும் தவிர போதைப்புல்லும், வைக்கோலும் மேய்ந்த கூரைவீடுதான் பெரும்பாலும் அங்கே இருக்கும். மண்சுவரும், போதைப்புல் மேய்ந்த கூரையுமாய் எப்போதும் மழை வீட்டுக்குள்வரத் தயாராக இருக்கும் எங்கள் வீடு மழை இரவுகளில் நொச நொசத்துபோய் எரிச்சலை தந்தது. நீல வர்ணம் பூசிய ஜேம்ஸின் வீடு ஓடுகள் வேய்ந்து இரண்டு பக்கமும் அழகாகச் சரிந்திருக்கும்.

ஊற்றின் மேல் நின்றதால் சகதியாகிப் போன என் செருப்பை அங்கே வைக்கப்பட்டிருந்த கல்தொட்டியிலிருந்து தண்ணீர் எடுத்துக் கழுவினேன். என் காலிலிருந்து வழிந்த தண்ணீர் அவர்கள் வீட்டு வாசலில் மேட்டோரமாக இருந்த சிவப்பு கலர் தண்டங் கீரைச் செடியை நோக்கிப் பாய்ந்து ஓடியது. இன்னும் இன்னும் தண்ணீர் ஊற்றி அது வழிந்தோடுவதையே பார்த்துக் கொண்டிருந்த என்னை ஜேம்ஸ் அம்மா வீட்டுக்குள் கூட்டிப்போனார். அவனைப் பார்க்க எனக்கு எரிச்சலாக இருந்தது. ஆனால் அவர் அம்மாவின் அன்பில் அவன்மீதான எரிச்சல் அடங்கியது. அவன் அம்மா எனக்கு ஒரு பீங்கான் தட்டில் வைத்து இடியாப்பத்தைக் கொடுத்தார். அவர்கள் வீட்டு கட்டங்காப்பிக்கு மட்டும் எப்படித்தான் அவ்வளவு ருசி இருக்கிறதோ தெரியவில்லை?ரோஸ் கலர் பூ போட்ட பீங்கான் கப்பில் சாப்பிடுவதுதான் ருசிக்கு காரணமோ என்னவோ?

சாப்பிட்டு முடித்ததும் கொல்லைபுரத்தில் போய் பீங்கான் கப்பையும் தட்டையும் வைக்கப்போனேன். அங்கே ஜேம்ஸ் உட்கார்ந்து சாம்பல் வைத்து தேய்த்து மீனைக் உரசிக் கழுவிக் கொண்டிருந்தான். அதைப்பார்த்ததும் அவனுக்கு மட்டும் எப்படித்தான் எல்லா வேலையும் தெரிகிறதோ என்று கோபமாக வந்தது எனக்கு. அவன் என்னை ஒரு ஏளனப் பார்வை பார்த்துவிட்டு மறுபடியும் வேலையைத் தொடர்ந்தான். அவன் வீட்டில் சாப்பிட்டது எனக்கு மிகவும் அவமானமாக இருந்தது. பாத்திரம் கழுவும் இடத்தில் கிடந்த பாத்திரங்களுக்கு நடுவே தட்டையும் கப்பையும் போட்டுவிட்டு பின்பக்க வாசல் வழியாக கிளம்பினேன். இதெல்லாம் யார் கழுவுவாங்க என்று அவன் கேட்டுக்கொண்டிருக்கும்போதே அவன் முகத்தைக்கூட பார்க்காமல் பாதை இறக்கத்தின் வழியே சறுக்கு விளையாடுவதைப்போல காலைத் தேய்த்துக்கொண்டு எங்கள் வீட்டுக்கு ஓடினேன்.

அன்று முழுவதும் மேகமூட்டமாய் இருந்தது. மாலையானதும் தூற ஆரம்பித்திருந்த மழை பெருமழையாக பெய்ய ஆரம்பித்தது. வானம் எங்கும் இடைவெளியில்லாமல் பெய்து கொண்டிருந்தது. கொடுமையான நரகத்தில் மாட்டிக் கொண்டது போல்தான் நான் உணர்ந்தேன். ஆளரவமற்ற அந்த மலையில் பேய் இரைச்சலாக மழையின் சத்தம்

மட்டும் விடாது ஒலித்துக்கொண்டிருந்தது. எனக்கு தெரிந்த தெய்வத்தின் பெயரெல்லாம் மனத்திற்குள் சொல்லி மழையை நிறுத்தும்படி மன்றாடிக் கேட்டுக்கொண்டேன். எந்த தெய்வமும் என் பேச்சைக் கேட்பதாக இல்லை. ஒருவேளை மழைச் சத்தத்தில் கேட்கவில்லையோ என்னவோ? இன்னும் மூர்க்கமாக இடியுடன் வானமே இடிந்து விழும் ஓசையுடன் பெய்தது. கோடி கோடி வண்டுகள் ஒருசேர என் காதில் ரிங்காரமிடுவதைப் போன்ற ஒரு அசுர சத்தத்தை மழை எழுப்பியது.

என் பயம் பற்றிய எந்த அக்கறையும் இல்லாமல் அம்மா ராத்திரி மீதமாகிப்போன குழம்பு, கெட்டு போகாமல் இருக்க சூடுபடுத்திக் கொண்டிருந்தது. மூடியிருந்த கதவின் இடுக்கின் வழியாக சாரல் வீட்டுக்குள்ளே இறங்கிக்கொண்டிருந்தது.

மின்னல் ஒன்று கண்ணை பறித்து விடும் ஒளியில், ஜன்னல் வழியாக மின்னிச் சென்றது. அம்மாவே பயந்து போய் “அர்ச்சுனன் பேர் வத்து” என்று தனக்குத்தானே சொல்லிக் கொண்டது. அப்படிச் சொன்னால் மழையின் உக்கிரம் தணிந்துவிடும் என்று அம்மா சொன்னதுதான் தாமதம் என் வாய் அதைத் தவிர வேறெதையும் முனங்கவில்லை.

யாரோ கதவை தட்டுவது போன்று ஓசை கேட்டது. அது கதவு தட்டப்படும் ஓசையா மழையின் ஓசையா என்று நான் யோசித்துக் கொண்டிருக்கும் போதே “இன்னேரத்துக்கு யாரு கதவ தட்றது” என்று சொல்லி அப்பா அரிக்கேன் விளக்கை ஏற்றிவிட்டு கதவை திறக்கப்போனார். அம்மா எழுந்து உட்கார்ந்து கொண்டது. அப்பா கதவைத் திறந்து பார்த்தார். பிளாஸ்டிக் கோணிப் பையை தலையில் போட்டபடி கதவுக்கு வெளியே ஜேம்ஸ் நின்றிருந்தான். அவன் கால்கள் மண்ணும் ஈரமுமாய் சொத சொதப்பாக இருந்தன. ஈரம் நிறைந்த அவனது கைகளில் கயிறு கட்டிய ஒரு பாட்டில் இருந்தது. அவன் வெளியே நின்றபடி பேசிக் கொண்டிருந்தான். அப்பா அவனை உள்ளே இழுத்தார். அம்மா மண்ணெண்ணய் வாங்கிவரச் சொன்னதாகச் சொன்னான். அம்மா சமையல்கட்டிலிருந்த மண்ணெண்ணெய் கேனை எடுத்து அவன் கொண்டு வந்த பாட்டிலில் மண்ணெண்ணையை ஊற்றியது. அரைப்பாட்டில் நிறைந்ததும் அம்மா ஊற்றுவதை நிறுத்திவிட்டு பாட்டிலை

ஜேம்ஸிடம் நீட்டியது. அவனிடமிருந்து வழிந்த மழையின் ஈரத்தால், மழை ஈரம் உறிஞ்ச போடப்பட்ட சாக்கு இன்னும் நனைந்து ஈரம் அதிகமாகிப் போனது. அவன் பாட்டிலை பிடித்தபடி வாசல்படியில் இறங்கினான். அவன் படியில் காலை வைத்த அடுத்த கணமே ஈரம் வழுக்கிவிட அப்படியே சத்ததுடன் கீழே விழுந்தான். அவனையே பார்த்துக்கொண்டிருந்த நான் அவன் விழுந்ததைப் பார்த்து சத்தமாகச் சிரித்துவிட்டேன். அவன் கையிலிருந்த பாட்டில் உடைந்து சிதறியது. அவன் அழுதபடி எழுந்து அங்கிருந்து ஓடினான். அவன் காலையில் என்னைப்பார்த்துச் சிரித்ததற்கு நான் அவனைப்பார்த்து சிரித்ததும்தான் மனம் லேசாகியது. அம்மா என்னைத் திட்டிவிட்டு அவனை சத்தம்போட்டுக் கூப்பிட்டது. அவன் மழையில் இறங்கி திரும்பிப்பார்க்காமல் ஓடினான். அடுத்தநாள் பள்ளிக்கூடம் விட்டு வரும் வழியில் அவனைப் பார்த்ததும் எனக்கு அவன் விழுந்ததை நினைத்துச் சிரிப்பு வந்தது. கடுங்கோபமான அவன் என் அருகில் வந்து தலையில் பலமாக கொட்டிவிட்டு ஓடினான். நான் அழுதபடி அவன் வீட்டுக்குச் சென்று அவன் அம்மாவிடம் சொன்னதும் அவனை என் கண்முன்னே முதுகில் அடித்தது. அவன் அழாமல் அடியை வாங்கியபடி என்னை பயமுறுத்துவதைப்போல் முறைத்தான். நான் கண்ணீரை துடைத்தபடி அவன் பார்வையிலிருந்து விலகிப்போனேன்.

ஜேம்ஸிடம் செவலை நிறத்தில் காட்டுராஜா என்ற நாய் இருந்தது. காட்டுராஜா புதருக்குள் நகரும் அசைவை கண்டு எப்போதும் குரைத்துக் கொண்டே இருக்கும். சமயத்தில் முயலைக்கூட அந்த நாய் கவ்விவிடும். அதனாலேயே அவனைச் சுற்றி எப்போதும் நண்பர்கள் கூட்டம் இருக்கும். அன்று விடுமுறை நாள். அவன் ரீஜாமேரி, கள்ளிசுப்பு, சிவா, வசந்தி இன்னும் நிறையபேருடன் வேட்டைக்கு கிளம்புவதைப்போல் காட்டுராஜாவுடன் காட்டுக்குள் செல்லத் தயாராக இருந்தான். நானும் அவர்களுடன் போய் சேர்ந்துகொண்டேன். என்னைப்பார்த்ததும் கோபமாகி நான் வந்தால் அவன் வரவில்லை என்று சொல்லி காட்டுராஜாவோடு கோபித்துக்கொண்டு வீட்டுக்கு கிளம்பத்தயாரானான். உடனே மற்ற பிள்ளைகள் எல்லாம் என்னை வரவேண்டாம் என்று சொல்லிவிட்டார்கள். நான் மட்டும் மரத்தினடியில் இருந்த

பகவதி அம்மன் கோயிலில் தனியாக அமர்ந்து சொட்டாங்கல் விளையாடிக்கொண்டிருந்தேன். அவர்கள் எப்போது திரும்பி வருவார்கள் என்று பார்த்துக்கொண்டே இருந்தேன்.

அவர்கள் காட்டில் கிடைத்த நிறைய பொருள்களுடன் திரும்பி வந்தார்கள். மாம்பழம், அன்னாச்சிபழம், கொய்யாப்பழம் போன்ற பழவகைகளையும், பறவையின் சிறகுகள், காக்காச்சிப்பி போன்ற விளையாட்டுப்பொருள்களையும் கொண்டுவந்தார்கள். சரிக்குச் சமமாக பங்கு போட்டுக்கொள்ள எல்லாவற்றையும் தனித் தனியாக கூறுகட்டிவைத்திருந்தார்கள். நான் மட்டும் அவர்களிடமிருந்து தனித்துவிடப்பட்டிருந்தேன். எனக்கு கண்ணீர் முட்டிக்கொண்டு வந்தது. நொடிப்பொழுதில் மனதில் ஏதோ ஒரு வேகம் வந்தது. அவர்கள் கூறுகட்டி வைத்திருந்த பொருள்களின் மேல் மிகப்பெரிய சத்தத்தை எழுப்பியபடி விழுந்து புரண்டு நசுக்கினேன். அதை எதிர்பார்க்காத அவர்கள் திகைத்துப்போய் நின்றார்கள். எல்லாப்பொருள்களையும் நாசம் செய்துவிட்டு அங்கிருந்து எழுந்து ஓடினேன். ஜேம்ஸ் சுதாரித்திக்கொண்டு அவனுடைய காட்டுராஜாவை என்னை நோக்கி ஏவிவிட்டான். நான் புயல்வேகத்தில் வீட்டை நோக்கி ஓடி ஒளிந்துகொண்டேன்.

கொஞ்சநாள் யாரும் என்னுடன் பேசவில்லை. நான் அவர்களை பழிவாங்கும்விதமாக என் அப்பாவிடம் அழுதுபுரண்டு ஒரு குட்டி நாயை வாங்கி ஜிம்மி என்று பெயர் வைத்தேன். அடுத்து என்னுடைய நோக்கமெல்லாம் என் நாயை வளர்த்து காட்டுராஜாவையும் ஜேம்ஸையும் கடிக்க வைக்க வேண்டும் என்பதாக இருந்தது. ஜேம்ஸ் தனியாக வரும்போது ஜேம்ஸையும். காட்டுராஜா தனியாக வரும்போது காட்டுராஜாவை என் நாயைக் கொண்டு ஏவிவிட்டேன். காட்டுராஜாவை கண்டு ஜிம்மி பயப்பட்டாலும் குரைக்கவே செய்தது. ஆனால் ஜேம்ஸை பார்த்து ஜிம்மி பயப்படாமல் குரைத்தது.

நான் பள்ளிக்கூடம் போகும்போது ஜிம்மியை அழைத்துக்கொண்டு போவேன். அப்பொதெல்லாம் ஜேம்ஸும் காட்டுராஜாவை அழைத்துக்கொண்டு வருவான். வழியெங்கும் காட்டுராஜாவும் ஜிம்மியும் ஒன்றைப்பார்த்து ஒன்று குரைத்துக்கொண்டே வரும். காட்டுராஜா ஜிம்மியை

கடித்துவிடுமோ என்ற பயத்தில் நான் எப்போதும் ஜிம்மியை என் கையைவிட்டு விலக்குவதில்லை. துறுதுறுவென்று இருந்த என் ஜிம்மிக்கு ஒரு நாள் உடல்நிலை சரியில்லாமல் போய்விட்டது. அப்பாவிடம் சொன்னேன். அப்பா வேலை மும்முரத்தில் அதை கவனிக்காமல் விட்டுவிட்டார். ஜிம்மிக்கு உடல்நிலை இன்னும் மோசமானது. என்னால் ஒன்றுமே செய்ய முடியாத நிலையில் பகவதி அம்மனிடம் ஜிம்மிக்கு குணமாக வேண்டும் என்று அழுதபடி வேண்டிக்கொண்டிருந்தேன். அங்கு வந்த ஜேம்ஸ் என்னைக் கடிக்குமாறு காட்டுராஜாவை ஏவிவிட்டான். நான் பயப்படாமல் அமைதியாக அவனையும் காட்டுராஜாவையும் பார்த்தேன். நான் பயப்படாததைக் கண்டதும் காட்டுராஜாவை என்னிலிருந்து திசைதிருப்பி ஜிம்மி மீது ஏவிவிட்டான். ஜிம்மி திரும்பக் குரைக்காமல் இருந்ததும் என்னைப்பார்த்தான். நான் சத்தமின்றி அழுதுகொண்டிருப்பதைப் பார்த்துவிட்டு காட்டுராஜாவை அடக்கினான். என் அருகில் வந்து பயத்தோடு என்னவென்று கேட்டான். ஜிம்மிக்கு உடம்பு சரியில்லை என்றேன் அவன்மீது எந்த கோபமும் இல்லாமல். உடனே அவன் என்னைப்பார்த்து 'கவலைப்படாதே மஞ்சனாத்தி மெயின் ரோட்ல ஒரு டாக்டர் இருக்கார். அங்கே ஜிம்மியை கூட்டிப்போகலாம்' என்று சொல்லி என்னையும் ஜிம்மியையும் அழைத்துப்போனான். என்னால் அவனை நம்பவே முடியவில்லை. இருந்தாலும் ஜிம்மியின் பொருட்டு அவன் பின்னால் போனேன். காட்டுராஜா வன்மத்தோடு என்னையும் ஜிம்மியையும் பார்த்து குரைத்துக்கொண்டே வந்தது. அவன் 'கொஞ்சம் நேரம் பொறு' என்று என்னிடம் சொல்லிவிட்டு காட்டுராஜாவை அவன் வீட்டில் கட்டிப்போட்டுவிட்டு வந்தான். டாக்டர் ஜிம்மிக்கு மருந்துகொடுத்ததும் அது சரியாகிவிட்டது. அதன்பின் நான் ஜேம்ஸிடம் முகத்தை காட்டவில்லை. அவனைப்பார்த்ததும் சிரித்தபடி முகத்தை வைத்துக்கொண்டேன். அவனும் என்னைப்பார்த்துச் சிரித்தான். ஆனால் ஜிம்மியும் காட்டுராஜாவும் எப்போதும் சண்டை போட்டுக்கொண்டே இருந்தன.

அதன்பின் ஜேம்ஸ் எல்லா விளையாட்டிலும் என்னை சேர்த்துக்கொண்டான். சர்ச்சுக்கு அழைத்துப்போனான். சர்சிலிருந்து எழுந்த மணியோசை எனக்கு விருப்பமானதாக இருந்தது. ஜேம்ஸின் அம்மாவைப்போல் நானும் என்

கர்சீப்பால் தலையில் முக்காடு போட்டபடி சர்ச்சுக்கு அவர்களுடன் சென்றேன். பள்ளிக்கூடம் போகும்போது இருவரும் சேர்ந்தே போனோம். பாதை வழியெங்கும் சிரித்தபடி பல கதைகளை பேசிக்கொண்டே போவோம். என் வாழ்வில் அவனிடம் இருந்ததைப்போல யாரிடமும் அதற்குமுன் அவ்வளவு சிநேகிதமாக இருந்ததில்லை. என் மனதில் இருந்த எல்லா கடுமையும் வெளியேறி சந்தோசமாக அவனோடு விளையாடித்திரிந்தேன். அவன் சேகரித்து வைத்திருந்த எல்லா விளையாட்டுப் பொருள்களையும் எனக்குத் தந்தான்.

நானும் ஜேம்ஸும் சிநேகிதமானது கள்ளிசுப்பு, சிவா, வசந்திக்கெல்லாம் பிடிக்கவில்லை. ஒருநாள் நானும் ஜேம்ஸும் விளையாடிக்கொண்டிருந்தபோது கள்ளிசுப்பும், சிவாவும் அவனைத் தனியாக விளையாட அழைத்தார்கள். அவன் வரமறுத்து என்னுடனே விளையாடிக்கொண்டிருந்தான். உடனே அவர்கள் கோபமாகி ‘நீ எப்பருந்து பொட்டபிள்ளையா மாறிட்டே’ என்று சொன்னதும் ஜேம்ஸுக்கு வெட்கமாகிப்போய்விட்டது. அவன் மருகிப்போனான். நான் அவர்களை அந்த இடத்தைவிட்டு போகச்சொல்லி திட்டினேன். ‘இப்ப நீ எங்ககூட வரப்போறியா இல்ல பொட்டப்பிள்ளையாவே மாறப்போறீயா’ என்று அவர்கள் கேட்டதும் ஜேம்ஸ் என்னைவிட்டு எழுந்து அவர்களோடு போகத்தாயாரானான். நான் அவன் கையைப் பிடித்து இழுத்தேன். அவன் என் கையை உதற நான் மேலும் இறுக்கிப்பிடித்தேன். அவன் கோபமாகி கையை வேகமாக இழுத்தான். நான் விடமறுத்து இழுக்க அவன் மேலும் கையை உதற நான் கீழே விழுந்தேன். அப்போதும் நான் அவன் கையை விடாமல் இருக்க அவன் கையை இழுத்துக்கொண்டு நடந்ததால் நானும் அவனோடு தரையில் உராசியபடி போனேன். கொஞ்சதூரம் என்னை இழுத்துக்கொண்டு போனான். என் கையெல்லாம் உராய்ந்து காயமாகியது வலிபொறுக்காமல் நான் கையை விட்டேன். அவன் என்னைத் திரும்பிப் பார்த்தான். நான் பெருங்குரலெடுத்து அழத்தொடங்கினேன். கள்ளிசுப்பும் சிவாவும் அவனை இழுத்துக்கொண்டு போனார்கள். அவனால் எனக்கு கிடைத்த அத்தனை சந்தோசத்தையும் அந்த நொடிப்பொழுதில் சுக்குநூறாக்கி அழித்துவிட்டு அவர்களோடு போனான். நான்

வெகுநேரம் அங்கேயே உட்கார்ந்து அழுதுகொண்டிருந்தேன். அவன் என்னை விட்டுப்போனது ஏதோ இனம்புரியாத பயத்தை தந்தது. ஏன் அவன் அப்படிச் செய்தான் என்று எனக்கு விளங்கவே இல்லை. அவன் என்னோடு சிநேகிதம் ஆகாமல் எப்போதும்போல் சண்டைகாரனாக இருந்திருந்தால் அந்த வலி இருந்திருக்காது.

அதற்குபின் வந்த நாளில் நான் வலிந்து அவனிடம் போய் பேசியும் அவன் என்னிடம் பேசமறுத்து ஓடினான். ஜிம்மியும் காட்டுராஜாவும் வன்மத்துடன் குரைத்துக்கொள்ளாமல் சிநேகபாவத்துடனேயே பார்த்துக்கொண்டன. அதன் பின் நான் சர்ச்சுக்கு போகவே இல்லை. அதுவேறு எனக்கு மிகுந்த வருத்தத்தை அளித்தது. படிப்பு மேலும் எங்களைப் பிரித்தது. நான் ஆறாம் வகுப்பு போகத்தயாரானதும் என்னை அப்பா வேறு ஊரில் ஹாஸ்டலில் தங்கி படிக்க அனுப்பிவிட்டார். ஜேம்ஸ் மஞ்சனாத்தி மலையிலேயே படித்தான். நான் விடுமுறைக்கு மஞ்சனாத்தி மலைக்கு திரும்பி வரும்போது அவனைப்பார்த்துச் சிரித்தாலும் அவன் முகத்தை திருப்பிக்கொண்டு போனான். ஆனால் அவன்மேல் எனக்கிருந்த அன்பு அப்படியேதான் இருந்தது. ஆனால் அவனோ என்னிலிருந்து தூரமாகி ஓடி ஒளிந்துகொண்டான்.

ooo

ஏழு கன்னிமார்

'நாளைக்கு மழை வேண்டி கன்னிமாரு சாமிக்கு மந்தையம்மன் கோயிலில பொங்கலும், பானக்கரமும் வைக்கிறவங்களெல்லாம் வந்து வையுங்க சாமியோவ்... 'தெருவில் கேட்டது தண்டோராச் சத்தம். நாளைக்கு ஒரே கொண்டாட்டமா இருக்கும். மந்தையம்மன் கோயிலில் விசேசம்னா எனக்கு ரொம்ப சந்தோசந்தான். ஏன்னா அண்ணனுக்குப் பயப்படாமல் கோயிலுக்குள்ள அப்பதான் போக முடியும்.

கோடைகாலம் வந்தா போதும் எல்லாரும் நிழலுக்காக மந்தையம்மன் கோயிலிலதான் கெடையா கிடப்பாங்க. பெரிய ஆலமரமும் இச்சிமரமும் கோயிலில் பாதியை அடைச்சிருக்கும். ஒரு வேப்பமரம் கிணத்தின் மேலே கிளைகளைப் பரப்பி நிற்கும். தண்ணீரின்றி சகதியும், குப்பையுமாய் ஆழமாக இருக்கும் கிணத்துக்கு அதிகக் குப்பைகளை கொடுத்தது வேப்பமரமாகத்தான் இருக்கும். கிணறு பற்றி பாட்டி கதை கதையாகச் சொல்லும். 'அப்பல்லாம் கடகா இல்லாமலே கெணத்திலிருந்து தண்ணீ எடுத்துட்டு போவோம். கையை வச்சு அள்ளிக் குடிக்கிற மாதிரி கெணத்து விளிம்பு வரைக்கும் தண்ணீ மெதந்து கெடக்கும்' என்று சொல்லும்

பாட்டி தண்ணீல்லாத கெணத்தை பார்க்குறப்ப பாட்டி சொன்னது பொய்யுன்னு தோணும். இப்ப அது ஆண் பிள்ளைகள் தங்கள் சாகசத்தை காட்டப் பயன்படும் கிணறு.

கிணத்து மூலையில் அடுக்கடுக்காக இருக்கும் செங்கல்களில் கால்களை வச்சிட்டு, கைகளைத் தூக்கி அந்தரத்தில் நிற்கிற மாதிரி நிற்பாங்க. எங்கண்ணனும் அப்படி நிக்கிறதப் பார்த்து நான் கண்ணை இறுக்க மூடி 'எண்ணே மேல வந்துரு, மேல வந்துருன்னு' கத்துவேன். தரையில நிக்கிற பிள்ளைகளெல்லாம் பீதியான முகத்துடன் லேசாகச் சிரிப்பு பொங்க கைத்தட்டிகிட்டிருப்பாங்க. எங்கண்ணே மேல வந்ததும்தான் எனக்கு உயிரே வரும்.

கோயில் காம்பவுண்டு சுவரை கட்டுறதுக்காக கோயிலுக்குள்ள செங்கல்லைக் கொட்டி வச்சிருந்தாங்க. ஆனா ரொம்ப நாளா காம்பவுண்டு சுவரைக் கட்டாம செங்கல்லை அப்படியே போட்டு வச்சிருந்தாங்க. பசங்க எல்லாம் அட்டுழியம் பண்ணி முழு செங்கலை உடைச்சு வச்சிருந்தாங்க,

கொஞ்சம் சின்ன பசங்களெல்லாம் செங்கல்களை கிணத்துக் கள்ள தூக்கிப் போட்டு அதுல வர்ற சத்தத்தைக் கேட்டு 'அது நான் போட்ட கல்லு சத்தம், கெணத்துல அந்த எடத்துல என் கல்லு விழுந்துச்சு'ன்னு அவங்க பங்குக்கு கிணத்தை நிரப்பிக் இருப்பாங்க. இந்த விளையாட்டில் பெண் பிள்ளைகள் மட்டும் கலந்துக்கிறதில்ல.

'கோயிலு சுவரு கட்ட வச்சிருக்கிற செங்கல்லை எடுத்து இப்படி கெணத்துக்குள்ள போட்டுகிருக்கீங்களேடா'ன்னு பெரியவங்க வந்து பசங்களை விரட்டுனாலும் அவங்க அந்த இடத்தை விட்டு கடந்ததும் மறுபடியும் பசங்க அவங்க விளையாட்டை தொடங்கிடுவாங்க, அப்படித்தான் ஒரு மதியான வேளையில் கிணத்துக்குப் பின்பக்கமா முதுகைத் திருப்பி கல்லைத் தூக்கி போட்டுக்கிட்டிருந்தான் செந்தில். முதல்ல ஒவ்வொரு செங்கல்லை தூக்கி போட்டுக்கிட்டிருந்தவன் பசங்களின் ஆரவார கூச்சலைக் கேட்டு உற்சாகமாகி ரெண்டு மூணு செங்கலை அடுக்கித் தூக்கிப்போட ஆரம்பிச்சான். யாரும் எதிர்பார்க்காத நேரத்தில சுமைதாங்காம நிலைதடுமாறி அப்படியே கிணத்துக்குள் போய்க்கிட்டிருந்தான் செந்தில்.

பசங்களெல்லாம் செங்கலை அப்படியப்படியே போட்டுட்டு, 'செந்திலு கெணத்துக்குள்ள விழுந்துட்டான்... செந்திலு கெணத்துக்குள்ள விழுந்துட்டான்னு' கத்திட்டு பெரியவங்கள கூட்டிட்டு வர ஓடினாங்க. பெரியவங்க வந்து கிணத்தைச் சுத்தி நின்னுகிருந்த எங்களை விரட்டிவிட்டாங்க. செந்திலை மேல தூக்கிப் போட்டிருந்தாங்க. அவன் உடம்பெல்லாம் சகதியும் ரத்தக் கீறலுமா இருந்துச்சு. அவன் கெணத்துக்குள்ள விழுகுறப்பவே கழுத்தொடிஞ்சு செத்திருப்பான்னும், இல்ல உள்ளே போய் கெணத்து தரையில் மோதி தலையில் அடிபட்டுதான் செத்திருப்பான்னும் ஆளுக்கொன்னா பேசிக்கிட்டிருந்தாங்க.

எங்களால செந்தில் முகத்தைச் சரியாப் பார்க்க முடியல. அதுவும் இல்லாம எங்களை உள்ளே வரவிடாம தடுத்துக்கிட்டிருந்தாங்க. அவனைச் சுத்தி கூட்டமா நின்னுகிட்டிருந்தவங்க காலுக்கிடையே இருந்த இடைவெளி வழியாகப் பார்த்துக்கிட்டிருந்தோம். பிறகு கொஞ்ச நாளா எங்களை கோயிலுக்குள்ள விடல. கிணத்து சுவரை உயர்த்துகிறவரை கோயிலுக்குள்ள போகாம இருந்தது செந்திலு செத்து போனதைவிட வேதனையா இருந்துச்சு.

செந்தில் செத்துப் போனது கொஞ்சம் கொஞ்சமா மறந்திருந்தாலும் கிணத்தின் சுவர் எப்பவும் ஒரு மரண பயத்தை ஏற்படுத்திட்டே இருந்துச்சு. சுவர் எழுப்ப இடைஞ்சலா இருக்குன்னு வேப்பமரத்தை வேற வெட்டிட்டாங்க. அப்புறம் கிணறு எந்தச் சத்தமும் இல்லாம மரணத்தை உள்வாங்கின சோகத்தோட தனிச்சே இருந்துச்சு. இருட்டில ஆந்தையோட அலறல் அந்தத் தனிமையை இன்னும் அதிகப்படுத்துச்சு.

'நீ பொட்டப்புள்ள ஆம்பளப் பசங்க வெளையாடுற எடத்துக்கு வரக்கூடாது'ன்னு அண்ணன் கொஞ்ச நாளா என்னை கோயிலுக்குள்ள விடல. ஆனால் இச்சிப்பழம் பிடுங்குறப்ப மட்டும் கோயிலுக்குள்ள வரச்சொல்லும். நான் பாவாடையைக் கூடையாக பிடிச்சிப்பேன். அண்ணன் இச்சிப் பழங்களைப் பிடுங்கிப் போடும் பழம் சேர்ந்ததும் கீழே இறங்கிவந்து கொஞ்சம் பழத்தைக் கொடுத்து என்னை விரட்டி விட்டுடும். நான் அண்ணனைத் திட்டிட்டு போவேன். அதுக்கப்புறம் நான் கோயிலுக்குள்ள போறது குறைச்சிருச்சு. இந்த மாதிரி கோயில் விசேச நாட்கள்லதான் உள்ள போகமுடியும்.

காலையில் எந்திரிச்சதும் கோயிலுக்கு போனேன். சுவரெல்லாம் வெள்ளையடிச்சு சுத்தமா இருந்துச்சு. கோயிலில் பெரியவங்களவிட சின்னவங்கதான் அதிகமா இருந்தோம். “கைக்குள்ளயும் கால்குள்ளயும் இருக்காதீங்க… அந்தப் பக்கம் போய் விளையாடுங்க”ன்னு விரட்டிட்டு வீட்டிலிருந்து எடுத்திட்டு வந்த குச்சி விறகால தீமூட்டி பொங்கல் வச்சாங்க. இன்னொரு பக்கம் பானக்கரம் கரைச்சு வச்சிருந்தாங்க. சீக்கிரமா சாமி கும்பிடனும்னு நினைச்சேன். அப்பதானே பொங்கலும் பானக்கரமும் கிடைக்கும். ஒவ்வொரு பொங்கப் பானைக்கும் முன்னால குங்குமமும் சந்தனமும் வச்சு ஏழு கல்லு வச்சிருந்தாங்க. ஒவ்வொரு கல்லும் ஒரு கன்னிமார் சாமி.

“ஏழு கன்னிமாரை கொண்டுவந்து நிக்கவையுங்க”ன்னு பூசாரி சொன்னதைக் கேட்டு ‘சாமி இங்கயா இருக்கு’ என நான் யோசிச்சிக் கிட்டு இருக்கும்போதே, என்னையும் ஏழு கன்னிமாரில் ஒருத்தியா வரிசையில் நிறுத்தினாங்க. எங்க ஏழுபேர் தலையிலயும் மஞ்சத்தண்ணி ஊத்தினாங்க. தலை குளிர்ந்து ஒரு பரவசம் ஏற்பட்டுச்சு. நெற்றி நிறைய திருநீறு பூசி கொஞ்சம் திருநீறை தலையிலும் வாயிலும் போட்டாங்க. பள்ளிக்கூடம் போகும்போது அம்மா பூசிவிடும் திருநீறு கொஞ்சம் பெரிசா இருந்தாலும் கண்ணாடியில பார்த்து சரிசெஞ்சுப்பேன். இப்ப என்ன பண்ண முடியும் … அதுவும் ஏழு கன்னிமாரில் ஒருத்தியா நிற்கிறப்ப. ஆனாலும் திருநீற்று வாசனையும் மேளச் சத்தமும் என்னை வேறொரு உலகத்துக்குக் கொண்டு போச்சு. கூட நின்ன ஆறு பேரும் கண்ணை மூடிட்டிருந்தாங்க. நான் கண்ணைத் திறந்து எல்லாத்தையும் வேடிக்கை பாத்துக்கிட்டிருந்தேன். “கண்ணை மூடு அப்பதான் சாமி வரும்”ன்னு சொன்னாங்க.

“சித்திரை மாசம் முடியப் போகுது. இன்னும் வானத்துல மேகத்தையே காணோம். எங்க வயிறெல்லாம் காயப் போகுது தாயி… வெள்ளாமை எடுத்து ஒனக்கு கெடா வெட்டி பொங்க வைக்கிறோம்”ன்னு சொல்லி ஏழு பேர் கால்லயும் விழுந்தாங்க, பெரியவங்களெல்லாம் எங்க கால்ல விழுறதப் பார்த்து எனக்கு சிரிப்பு வந்துச்சு. அடக்கிட்டேன். அதுவும் கோயிலுக்குள்ள வராதீங்கன்னு சொல்லி விரட்டுறவங்களெல்லாம் எங்க கால்ல விழுந்தாங்க. பேசாம சாமியாவே இருந்துட்டா யாரும் கோயிலுக்குள்ள வராதன்னு சொல்லமாட்டங்கன்னு

தோணுச்சு. வீரம்மாள் கிழவி எங்க கால்ல விழுந்தப்பதான் என்னால சிரிப்பை அடக்க முடியல. பக்கத்தில நின்ன சுமதிதான் என்னைக் கிள்ளி பேசாமலிருக்கச் செஞ்சா.

கோயிலில எப்பவும் வீரம்மாள் கிழவி ராஜ்யம்தான். வெள்ளி, செவ்வாய் கிழமைகளில் குறி சொல்றேன்னு கோயில் திண்ணையில உட்கார்ந்துட்டு வேப்பிலையால மந்திரிக்கும். நாங்க பக்கத்தில போயி வக்கணை காட்டுறப்ப அதே வேப்பிலையால அடித்துத் துரத்தும். சுமதிக்கும் கிழவிக்கும் எப்பவும் சண்டைதான். சுமதி வேப்பிலை எடுத்து வீரம்மா மாதிரியே பாசாங்கு செய்வா. 'சாமி கிட்ட சொல்லி உங்க கண்ணை பிடுங்கச் சொல்றே'ன்னு பயங்காட்டும் கிழவி. காலை வேளையில் என் கண்ணு இருக்கான்னு பார்த்துட்டு தான் நான் படுக்கையிலிருந்து எந்திரிப்பேன்.

"எப்ப மழை வரும் சொல்லு சாமி" வீரம்மாள் கேட்டவுடனே சுமதி சாமி வந்தவள் போல் பெரிசாக் குரலெடுத்து கத்த ஆரம்பிச்சா. அவ கத்தலை அடக்க முடியல. "வீரம்மா உடம்பில மந்தையம்மா இருக்கா. மந்தையம்மாளுக்கும் கன்னிமாருக்கும்தான் சேராதே... வேற யாராவது வந்து குறி கேளுங்க"ன்னு பார்வதி பெரியம்மா சொன்னவுடனே கூட்டத்தில் 'ஆமா ஆமா'ன்னு முணுமுணுக்க ஆரம்பிச்சாங்க. வீரம்மாளுக்கு கோபம் அதிகமாகி "எங்கிட்டய வாயைத் திறக்க மாட்டியா... இரு இரு... நீ பெரியவளா நான் பெரியவளானு பார்ப்போம்"னு சவால்விட்டுக்கிட்டு இருந்தாள். சாமில பெரிசு, சிறிசுன்னு இருக்கா எனக்கு சாமி பத்தி குழப்பம் ஆரம்பிச்சது. மந்தையம்மா வேற... கன்னிமாரு சாமி வேறயா? மழை வேணும்னா மந்தையம்மன் சாமிகிட்டயே கேட்கலாமே ... தனியா கன்னிமார் சாமிகிட்ட ஏன் கேட்கனும்? மந்தையம்மன் சாமிக்கு அவ்வளவு சக்தி இல்லையா? இனி மந்தையம்மா சாமிகிட்ட வேண்டிக்கிறதெல்லாம் நிறைவேறாம போயிருமோங்கிற பயம் வேற வந்திருச்சு. ஏன்னா இந்த வருசம் பரிச்சையில் பாஸாகனும்னு நான் மந்தையம்மா சாமிகிட்டதான் வேண்டிகிட்டிருந்தேன்.

மந்தையம்மன் கோயிலில் நின்னுகிட்டு அதுகூட சண்டை போட்ட கன்னிமாரு சாமிய எதுக்கு இந்த கிழவிக கூப்பிட்டாங்கன்னு தெரியல? பெரியப்பா வீட்டோட சண்டை

போட்டதிலிருந்து அவங்க வீட்டுக்கு நாங்க போறதில்ல. சாமி மட்டும் எப்படி சண்டை போட்ட வீட்டுக்கு வரும்? தப்புச் சத்தமும் மேளச் சத்தமும் இப்ப அதிகமா கேட்டுச்சு. அந்தச் சத்தத்துக்கு ஆடணும் போல இருந்துச்சு. மத்த கன்னிமாரெல்லாம் ஆடிக்கிருந்தாங்க. எனக்கு ஒன்னுமே செய்யல. நான் என்ன செய்யுறதுன்னு தெரியாம கண்ணை மூடி முழிச்சுப் பார்த்துக்கிட்டிருந்தேன், கன்னிமாரா நின்ன பிள்ளைக ஆடுறதப் பார்த்து பெரியவங்கெல்லாம் குலவை போட்டாங்க.

"சாமி எப்ப மழை வரும். நாளைக்குப் பெய்யுமா"னு பார்வதி பெரியம்மா கன்னிமாரா நின்னு ஆடிக்கிட்டிருந்த பிள்ளைகளைப் பார்த்து குறி கேட்டுச்சு. சுமதி பலமா தலையையும் உடம்பையும் ஆட்டி ஆங்காரமா கத்திட்டே "ஆமா..."னு சொன்னா. மத்த பிள்ளைங்க வெறுமனே ஆடிக்கிட்டிருந்தாங்க. எல்லோரும் இன்னொரு தடவை குலவை போட்டுட்டு "அதான் சாமி நாளைக்கு மழை வரும்னு சொல்லிருச்சுல்ல" னு சொல்லி எங்களுக்குப் பொங்கலும் பானக்கரமும் கொடுத்தாங்க.

சுமதிகிட்ட வந்து சொன்ன சாமி ஏன் என்கிட்ட வந்து சொல்லல. நான் சுமதிகிட்ட கேட்டேன், "ஏண்டி நீ மட்டும் தலையாட்டின... சாமி வந்துச்சா?" "அடச் சீ... சாமியும் வரல ஒன்னும் வரல... என் மேல சாமி இருக்குன்னா எல்லாருக்கும் ஒரு பயம் இருக்கும்ல அதான் தலையாட்டினேன். வீரம்மா கிழவிய பார்த்தியா... நான் கத்துனவுடனே ஓடிப்போயிருச்சு"னு சொல்லிச் சிரிச்சா.

பொங்கலும் பானக்கரமும் சாப்பிட்டுட்டு பெரியவங்களெல்லாம் வீட்டுக்குப் போனதுக்கப்புறம் நாங்க சாயங்காலம் வரைக்கும் கோயில் திண்ணையில விளையாடிக்கிட்டிருந்தோம். திண்ணையில படுத்துக்கிடந்த விருமாண்டி தாத்தா "கொஞ்சம் நிம்மதியா தூங்க விடுறீங்களா... சனியன்களா ஓடுங்க"னு சொல்லி எங்களை குச்சி எடுத்து விரட்டியடிச்சாரு. அடுத்த வருசம் ஏழு கன்னிமார்ல ஒருத்தியா நிக்கச் சொன்னா சுமதி மாதிரி 'ஓ'னு கத்தி இந்த தாத்தாவ பயமுறுத்தணும்னு நினைச்சிட்டே வீட்டுக்கு ஓடினேன்.

ooo

வெளிச்சக் கொடி

திருச்சி தாண்டி இரு பக்கங்களும் கருவேலங்காடு அடர்ந்திருந்த நெடுஞ்சாலையில் கார் போய்க் கொண்டிருந்தபோது, அம்மாவும் நானும் விழித்துக்கொண்டோம். அந்தக் கருவேலங்காட்டைப் பார்க்கும்போதெல்லாம் தோகை விரித்துப் பறந்து வரும் மயில்தான் எனக்கு ஞாபகம் வரும். குழந்தைகள் கற்பனை செய்துகொள்ளும் தேவதைக் கதைகளில் வருவதைப்போல, அப்பாவின் முகத்தோடு மயில் பறந்துபோகும் காட்சி சில சமயங்களில் என் நினைவில் வந்துபோகும். கடவுள் நம்பிக்கை இல்லாத எனக்கு, இப்படிக் கிறுக்குத்தனமான அல்லது பகுத்தறிவற்ற சில விஷயங்களில் ஆழமான நம்பிக்கை உண்டு.

புற்றுநோயால் பாதிக்கப்பட்ட என் அப்பா அனுமதிக்கப்பட்டிருந்த மருத்துவமனையில், முள்கிரீடம் தரித்த இயேசுவின் பெரிய உருவச்சிலை மருத்துவமனையின் நட்டநடுவில் வைக்கப் பட்டிருந்தது. மரணப்படுக்கையில் அப்பா இருந்த போது 'அப்பா எப்படியாவது பிழைத்துக்கொள்ள வேண்டும்' என்று நான் கடவுளிடம் மன்றாடவில்லை. மாறாக, அங்கு இருந்த நாள்களில் எல்லாம் சிலுவையில் அறையப்பட்ட இயேசுவின் வலியையும் நோயுற்றிருந்த என்

அப்பாவின் வலியையும் ஒப்பிட்டு, இயேசுவின் சிலையைப் பார்த்துக் கண்ணீர் வடித்துக்கொண்டிருப்பேன். ஒரு நாளும் 'பிதாவே, என் தந்தையைக் காப்பாற்றும்' என உருகிப் பிரார்த்தனை செய்யவில்லை. மருத்துவத்தை மட்டுமே நம்பினேன். நோய் முற்றி 'அப்பா பிழைக்க முடியாது' என்று மருத்துவர் அறிவித்ததும், அவரை ஆம்புலன்ஸில் ஊருக்கு எடுத்துச் சென்றோம்.

மூடப்பட்ட கதவுகளுக்கு நடுவே அப்பா கிடத்தப்பட்டிருந்த அந்த ஆம்புலன்ஸ் பயணம், ஒருபோதும் முடிவுக்கு வராமல் அப்படியே தொடர வேண்டும் என நினைத்தேன். ஆக்ஸிஜன் மூலம் சுவாசித்துக்கொண்டிருந்த அப்பாவின் மூச்சு ஊரைச் சென்றடைந்தால் முடிவுக்கு வந்துவிடும் என்ற பயம், என் மனதைச் சிதைத்துக்கொண்டிருந்தது. அதுவரை சிறு சிறு வார்த்தைகளை முனகிக்கொண்டிருந்த அப்பா, மூக்கில் பொருத்தப்பட்டிருந்த ஆக்ஸிஜன் கவசத்தைத் தூக்கி எறிந்துவிட்டு அம்மாவின் மடியில் தலைவைத்துப் படுத்துக்கொண்டார். அதன் பிறகு அவர் கண்களைத் திறக்கவில்லை. நெஞ்சுக்குழியில் மட்டும் உயிர் இழுத்துக்கொண்டிருந்தது. நாங்கள் மூவரும் அப்பாவையே பார்த்துக் கொண்டிருந்தோம். அக்காதான் 'அப்பா இறந்துவிட்டார்' என்று சொல்லி, பெரும் குரலெடுத்து அழுதாள். அப்பாவின் மரணத்தை ஏற்றுக்கொள்ள முடியாத நான், பைத்தியம் பிடித்தவளைப்போல வண்டியிலிருந்து குதிக்க, ஆம்புலன்ஸ் கதவைத் திறக்க முயன்றேன். அக்காவும் அம்மாவும் அப்பாவைக் கீழே கிடத்திவிட்டு, என்னைப் பிடித்திழுத்து வண்டிக்குள் தள்ளிவிட்டார்கள். நான் அப்பாவின் தலைமாட்டில் விழுந்தேன்.

எங்கள் ஓலத்தைக் கேட்டு டிரைவர் வண்டியை ஓரமாக நிறுத்தினார். யார் என்று தெரியாத அந்த மனிதன் "இப்படி பொம்பளைங்களா வந்திருக்கீங்களே" என்று சொல்லி வருத்தப்பட்டு ஆறுதல் சொன்னார். அவர் பல மரணங்களைப் பார்த்திருந்தாலும் எங்களுடைய துயர் அவரிடம் எதிரொலிக்கத்தான் செய்தது. 'எழுந்துபோனால் அப்பா இறந்துவிடுவாரோ' என பயந்தே அதுவரை சிறுநீரை அடக்கி வைத்திருந்தேன். அக்கா என்னைப் புரிந்ததுபோல பார்த்து "வா, முதல்ல ஒண்ணுக்குப் போகலாம். ஊருக்குப் போய்ப்

போக முடியாது" என்று சொல்லி, சாலையில் இரு பக்கங்களும் அடர்ந்திருந்த கருவேலங்காட்டுக்குள் அழைத்துப்போனாள். ஒண்ணுக்குப் போய்விட்டுத் திரும்பி வந்து, 'இதுதான் அப்பா மரணித்த இடம்' என்று அந்த இடத்தை மனதில் அழுத்தமாகப் பதிவுசெய்துகொண்டேன்.

ஒரு வருடம் சென்றபிறகு, அப்பாவின் திவசத்துக்காக ஊருக்கு காரில் சென்றுகொண்டிருந்தபோது, அந்த இடத்தை அடையாளம் கண்டு வண்டியின் வேகத்தைக் குறைத்து மெதுவாகச் செல்லும்படி டிரைவரிடம் சொன்னேன். காரின் வேகம் குறைத்து நிறுத்த முயன்றபோது கருவேலங்காட்டுக்குள்ளிருந்து தோகை விரித்த மயில் ஒன்று பறந்து வந்து காரின் முன் பகுதியில் அமர்ந்து சாலையின் மறுபக்கத்தில் இருந்த கருவேலங்காட்டுக்குள் சென்று மறைந்தது. 'மயில் உருவில் வந்த அப்பாவின் ஆன்மாதான் அது!' என்று அம்மா உறுதியாக நம்பினாள். அந்த நம்பிக்கை எனக்கும் ஆறுதலாக இருந்ததால், நானும் அப்படியே நம்பினேன். அன்றிலிருந்து கருவேலங்காட்டைப் பார்க்கும்போதெல்லாம் மயிலும் அப்பாவும்தான் ஞாபகத்துக்கு வருவார்கள்.

ஆசைகளை நிராசைகளாக்கி, காலம் என்னை வெளித்துப்பிக்கொண்டிருந்த நாளில், ஒரு பயணம் மட்டுமே என்னைச் சீர்செய்யும் எனத் தோன்றியது. பகலெல்லாம் புறா ஓங்கரித்துத் துயரமான சத்தத்தை எழுப்பிக்கொண்டிருக்கும் நகரத்தின் அடுக்குமாடிக் குடியிருப்பு வாழ்க்கை, அம்மாவையும் மிகவும் தனிமைப்படுத்தியிருந்தது. அப்பா இருந்தவரை 'நகரமும் கிராமமும் ஒன்றே' என்பதுபோலத்தான் அம்மாவும் இருந்தாள. அப்பாவின் இல்லாமை எங்களைத் துயரப்படுத்திக் கொண்டிருந்தது.

அப்பாவின் மரணத்துக்குப் பிறகு இப்போது மூன்றாவது வீட்டுக்கு இடம் மாறிவிட்டோம். அதற்குக் காரணம் புறாக்கள்தான். கிராமத்தில் வாழ்ந்தபோது வானத்தில் தூரமாய்ப் பறந்துபோகும் புறாக்களை எப்படியாவது தரை இறக்கி எங்கள் வீட்டுவாசலுக்கு வரவழைத்துவிட வேண்டும் என்று வாசலில் தானியங்களைத் தூவிக் காத்துக் கொண்டிருப்பேன். வெகுகாத்திருப்புக்குப் பிறகு தரை இறங்கி தானியங்களைக் கொத்தும் புறாக்கள், தானியங்கள்மீதும்

தன்னைப் பிடிக்கக் காத்திருக்கும் வேடனின் புற அசைவுகளின் மீதும் ஒரே மாதிரியான கவனத்தை வைத்திருப்பதைக் கூர்ந்து கவனித்திருக்கிறேன். மெல்லிய சத்தத்துக்கும் வீரியமான சிறகு அசைவை நிகழ்த்திவிட்டுப் பறந்தோடி மறைந்துவிடும். அதன் அடுத்த தரை இறங்கிப் பறத்தலுக்காகக் காத்திருந்த எனக்கு, இன்று புறாக்களைக் கண்டாலே வயிற்றில் பயம் கவ்வ, அப்பாவின் இல்லாமை பூதாகாரமாகித் துன்புறுத்துகிறது.

அப்பா படுக்கையில் வலியோடு இருந்த நாள்களில்தான் புறாக்களை வெறுக்கத் தொடங்கினேன். படுக்கையறையின் ஓரமாக இருந்த ஜன்னலில் வந்தமரும் புறாக்கள், ஓயாமல் துயர சத்தத்தை ஏற்படுத்திக்கொண்டே இருந்தன. விடாது ஒலித்த அந்தச் சத்தம், அப்பாவைப் பிரிவின் அகன்ற வாய்க்குள் மூழ்கடித்துக்கொண்டிருந்தது. அப்பாவின் மறைவுக்குப் பிறகும் புறாக்களின் சத்தம் தொடர்ந்துகொண்டிருந்தது. அந்த வீட்டிலிருந்து இடம் மாறினோம். அதற்குப் பிறகு குடிபோன வீட்டிலும் புறாக்கள் ஜன்னலில் வந்தமர்ந்து சத்தத்தை எழுப்ப, இப்படி வீடு மாறிக்கொண்டே இருக்கிறோம். இன்னும் சத்தம் ஓய்ந்தபாடில்லை. அம்மாவும் நானும் பழைய கதைகளைப் பேசிக்கொண்டிருக்கும் போது, அப்பாவின் கடந்தகாலங்களைப் பற்றி அம்மா நினைவுபடுத்திக்கொண்டிருந்தாள். எங்கள் இருவரின் தனிமையும் ஒன்றுபோலவே இருந்தது. அதிலிருந்து விடுபட, அப்பா மிகவும் மகிழ்வாக வாழ்ந்த ஊருக்குப் பயணப்படுவது என இருவரும் தீர்மானித்தோம்.

கரட்டு மலையில் இருந்த பண்டாரவூத்து என்கிற அந்த ஊர், அப்பாவுக்கு மகிழ்வைத் தந்திருக்கும் என்பதில், எனக்குச் சிறிதும் மாற்றுக்கருத்தில்லை. என் சிறுவயதில் அந்த ஊருக்குப் போனபோதெல்லாம் அப்பாவைப்போல எனக்கும் அந்த ஊர் மகிழ்ச்சியைத் தந்தது. பண்டாரவூத்துக் கரட்டு மலையில் கார் ஏறாது என்பதால், வருசநாடு வரை காரில் செல்வது என்றும் அதன் பிறகு அங்கிருந்து ஆட்டோவில் செல்வது என்றும் முடிவுசெய்தோம். வருசநாட்டைச் சுற்றியுள்ள கிராமங்களைச் சுற்றிவிட்டு, கடைசியாக பண்டாரவூத்துக்குச் சென்று தங்கலாம் எனத் திட்டமிட்டோம். அங்கே என் பெரியப்பா மகள் குடியிருந்ததால், தங்குவதில் பிரச்சினை இல்லை என்று அம்மா சொல்லியிருந்தாள்.

கருவேலமரங்கள் மறையத் தொடங்கி வருசநாட்டு ஆறு தென்படத் தொடங்கியது. காரை நிறுத்தச் சொல்லிப் பாலத்தில் நின்று ஆற்றைப் பார்த்தேன். ஒரு பெரிய கண்ணீர்த் துளியைப்போன்று, அகலமான மணற்பரப்பில் ஒரு கோடாக ஆற்றில் தண்ணீர் வந்துகொண்டிருந்தது. ஆனால், ஆற்றுக்குப் பின்புலத்தில் வெகுதூரத்தில் படர்ந்திருந்த மலைகள், ஆற்றுக்கு என்றும் வற்றாத அழகை அளித்துக்கொண்டிருந்தன. என்றும் மறையாத அந்த இயற்கை ஒன்றே நம்பிக்கையின் ஊற்றாக என் மனதில் புனலாய்ப் பாய்ந்தோடியது. வறண்டிருந்த ஆற்றைக் கடந்து வண்டி முந்திரிக்காடுகள் நிறைந்த சாலையில் பயணிக்கத் தொடங்கியதும், மனம் கோடைமழையில் துளிர்த்த செடியைப்போல ஆசுவாசமடைந்தது. முந்திரியின் நறுமணம் பரவசமாக மூளையில் இனிப்பும் புளிப்புமாய் சுவை கூட்டியது. நறுமணத்துக்கு நாக்கின் ருசி இருப்பதை அப்போதுதான் உணர்ந்தேன். "இந்தப் பக்கமெல்லாம் வந்து பல வருசமாச்சுடி. வெறும் முள்ளா, மழை இல்லாம பொட்டல்காடா கெடந்துச்சு. இப்ப எல்லாத்தையும் முந்திரிக் காடாக்கிப்புட்டாங்களே. காட்டுக்குள்ள கஞ்சா வெதச்சு, எல்லார் கையிலும் பணம் செழிப்பாச்சுனு சொன்னாங்க. அதான் தண்ணி இல்லைன்னாலும் பணத்தை வெச்சு எங்கிட்டிருந்தோ தண்ணியக் கொண்டுவந்து முந்திரிக்காடாக்கிப்புட்டாங்க" என்று சொல்லி அம்மாவும் பரவசமாக வேடிக்கை பார்த்தபடி வந்தாள்.

கொஞ்ச தூரம் போனதும் முந்திரிக்காடு மறையத் தொடங்கி, இலவம்பஞ்சு மரங்கள் தென்படத் தொடங்கின. ஆங்காங்கே வறண்ட முள்மரங்களும் வெட்டவெளியில் காய்ந்த புல்லுமாய் மாறிய நிலக்காட்சிகள். ஆனால், அவை எனக்குள் மந்தத்தன்மையை அளிக்காமல் இயற்கையின் அற்புத அழகாய்ப் பரிணமித்தது. அது வெயில் மிகுந்த கோடை. இருந்தும் சூரியன், தன் இளஞ்சிவப்பு மஞ்சளாலும் பட்டு போன்ற வெண்மை ஒளியாலும் அந்த நிலத்தை சொர்க்கமாக்கியிருந்தது. சமதளப் பகுதியிலிருந்து கரட்டில் ஏற ஏற வானம் தலைக்கு மேல் ஒளிபடர்ந்து என் ஆன்மாவை நிறைத்தது.

நான் மண்பாதைக் கட்டாப்பில் வயலெட் நிற ரேடியோப் பூக்கள் தென்படுகின்றனவா எனத் தேடத் தொடங்கினேன்.

சிறு குழந்தையாய் இருந்தபோது அந்தக் கரட்டில் ஒற்றைவழிப் பாதையில் என் அப்பாவோடு நடந்து செல்லும்போது வழியெங்கும் பூத்திருந்த ரேடியோப் பூக்கள், எனக்குப் பேரதிசயமாகத் தோன்றும். எப்போதும் ரேடியோப் பூக்களைப் பிடுங்கித் தலையில் வைத்துக்கொண்டு ஒய்யாரமாக நடந்து செல்வேன். அப்படிப் போகும்போது அப்பா கரட்டில் வளர்ந்திருக்கும் கற்றாழைப் பழத்தைப் பிடுங்கி, பழத்தின் நடுவில் இருக்கும் முள்களை நீக்கிவிட்டுக் கொடுப்பார். கற்றாழைப் பழத்துக்கு இருக்கும் ருசி, உலகில் வேறெந்தப் பழத்துக்கும் இல்லை எனத் தோன்றும். அப்பா எப்போதும் சின்னச் சின்ன விஷயங்களுக்கும் முக்கியத்துவம் கொடுப்பவராகவும், மகிழ்வுடன் ஏற்றுக்கொள்பவராகவும் இருந்தார்.

நம் வாழ்வின் மிகப்பெரிய அவலம், வயது கூடக்கூட நாம் அதிசயப்படுவதை நிறுத்திக்கொள்வதுதான். 'இவ்வளவுதான், இதிலென்ன இருக்கு?' என்று எல்லாவற்றின் மீதும் ஓர் அலட்சியம் வந்துவிடுகிறது. பெரிய பெரிய விஷயங்கள் எனத் தேடத் தொடங்கி, குட்டிக் குட்டி அதிசயங்களை, சிறு சிறு மகிழ்வைத் துறக்கிறோம். கடைசியில் பெரிய விஷயங்கள் எதுவும் கிடைக்காமல்போக, வெறுமையில் எரிகிறோம். அந்த எளிமையின் பயணம் என் நினைவைக் கிளர்த்தி அப்பாவின் வழியே என் குழந்தைமையின் அதிசயத்துக்குள் கொண்டுசென்றது.

பண்டாரவூத்து ஊர் முழுவதும் பாறைகளால் நிறைந்திருக்கும். எழுபது வருடங்களுக்கு முன்புதான் உருவாக்கப்பட்ட ஊர் அது. அது நாடோடிகளின் ஊர். 'விவசாயம் செய்ய நிலம் தேடி அலைந்த என் தாத்தா-பாட்டி, அவர்களின் உறவினர்கள் இன்னும் நிலமற்றவர்கள் சேர்ந்து உருவாக்கிய ஊர்' என்று அப்பா அந்த ஊர் உருவான விதத்தை, அங்கு நிலத்தை உருவாக்கக் கடுமையாகப் போராடியதை, கதையாகச் சொல்லியிருக்கிறார்.

வறண்ட கரட்டு மலையில் விவசாயம் செய்யலாம் என்ற அவர்களின் முடிவு என்பது நிச்சயம் அசாத்தியமானதுதான். பசி, பாறையையும் பூக்கச்செய்யும் என்று அவர்கள் நம்பியிருக்கிறார்கள் அல்லது அவர்களுக்கு அதைவிடுத்து வேறு வழி இருந்திருக்கவில்லை. முன்பு அப்பாவோடு வருகையில்,

கரட்டின் உச்சிக்கு வந்ததும் அப்பாவின் கையை உதறிவிட்டு, ஊர் ஆரம்பிக்கும் முன்னே படர்ந்திருக்கும் பெரிய நீளமான பாறையில் குரங்கைப்போல தாவித் தாவிக் குதித்து ஓடுவேன். பிறகு, மண்வீடுகளும் குடிசைகளும் தென்படத் தொடங்கும். அப்போது அந்த ஊரில் குறைந்தது நூற்றைம்பது வீடுகளாவது இருக்கும். இப்போது ஊருக்கு முன்னே இருந்த பெரும்பாறை சுருங்கிக் குறைந்து போய் இருந்தது. ஆனாலும் பாறையின் அழகு குறையவில்லை. பாறைகளின் நடுவே ஒரு பள்ளம் உருவாகி, நீர் ஊறி, சிறு குளத்தைப் போல சூரிய ஒளியில் ஜொலித்துக் கொண்டிருந்தது. பிறகு, மாலை தொடங்குவதற்கு முன்னான இளம்வெயில் பாறையில் மெல்லிய கதிர்வீச்சாக இறங்கி மினுங்கிக் கொண்டிருந்தது.

வீடுகள் எதுவும் கண்ணுக்குப் புலப்படவில்லை. வீடு இருந்த இடங்களில் எல்லாம், உலவ மரங்கள் மட்டுமே ஊரை நிரப்பி இருந்தன. முன்னே செல்லச் செல்ல ஒரே ஒரு தெரு மட்டுமே தென்பட்டது. அவ்வளவுதான், ஊர் முடிந்திருந்தது. ஒரே தெரு, இருபது வீடுகள்கூடக் கிடையாது. அதிலும் ஐந்தாறு மண்வீடுகள் இடிந்துகிடந்தன. தகரம் போட்ட மண்வீடுகளுக்கு அருகில் இருந்த ஆட்டுத்தொழுவம், அந்த வீடுகளுக்கு அழகைக் கொடுத்தது. அப்போதுதான் மேய்ச்சலிலிருந்து திரும்பியிருந்த ஆடுகள், தெரு முழுக்க நின்று கத்திக்கொண்டிருந்தன. அதுவும் எங்கள் ஆட்டோவின் சத்தம் அவற்றை மிரளச்செய்து தெருவின் ஓரத்துக்குத் துரத்தியது. சில ஆடுகள் நடுத்தெருவில் நகராமல் நின்றபடி கத்திக்கொண்டிருந்தன. ஆட்டோவின் ஹாரன் சத்தம் அவற்றை நகரச் செய்யவில்லை. இன்னும் பேரதிசயங்களைத் தக்கவைத்துக் கொண்டிருக்கும் மனிதர்கள், ஊருக்குள் ஆட்டோ வந்ததை அறிந்து 'யாருடா அது?' என்று விநோதமாகப் பார்த்தார்கள். நானும் அம்மாவும் ஆட்டோவிலிருந்து இறங்க, அம்மாவை உடனடியாக அடையாளம் கண்டுகொண்டு நலம் விசாரிக்க ஆரம்பித்தார்கள். "என்னம்மா, இம்புட்டு தூரம் வந்திருக்கீங்க?" என்று சிவந்த கிழவி ஒருத்தி கேட்க, அவர்களிடம் "சும்மா, என் மச்சான் மகளப் பார்க்க வந்தோம்" என்று அம்மா சொல்லி ஒவ்வொருவரையும் விசாரித்தபடி அந்தத் தெருவின் கடைசியில் இருந்த வீட்டுக்கு அழைத்துப்போனாள். இலவம்பஞ்சை வீட்டுவாசலில் போட்டு உடைத்துக்கொண்டிருந்த என்

பெரியப்பா மகள் லட்சுமி அக்கா, என்னைப் பார்த்ததும் நம்ப முடியாதவளாய் "ஆத்தே, என்னைக்கும் வராதவ வந்திருக்காத்தே" என்று சொல்லி மகிழ்வுடன் எங்களை வரவேற்று என்னைக் கட்டிக்கொண்டாள்.

நான்கு இளம்வயது குடும்பத்தைத் தவிர, கிழவன் கிழவிகள் மட்டுமே அந்த ஊரில் இருந்தனர். ஆட்டுக்குட்டிகளைத் துரத்திக்கொண்டு நான்கைந்து குழந்தைகள் விளையாடிக்கொண்டிருந்தனர். அவர்கள் அங்கே நிரந்தரமாக வசிப்பவர்கள் அல்ல. ஊரைக் காலி பண்ணிப்போனவர்களின் குழந்தைகள். விடுமுறைக்காகத் தங்கள் தாத்தா-பாட்டி வீட்டுக்கு வந்திருக்கிறார்கள். அவர்கள் தவிர்த்து, அந்த ஊர் வயதானவர்களாலும் ஆடுகளாலும் மட்டுமே நிரம்பியிருந்தது. என் பெரியப்பா மகளும் அந்த ஊரில் நிரந்தரமாகக் குடியிருக்கவில்லை. வேறு ஊருக்கு இடம்பெயர்ந்துவிட்டார். அவர்கள் காட்டில் இருந்த இலவம்பஞ்சுகளைச் சேகரிக்கத்தான் அங்கு வந்திருக்கிறார்கள்.

என் அக்கா வீட்டுக்காரரின் தம்பி குடும்பம் மட்டும் அங்கு நிரந்தரமாகக் குடியிருந்தது. அவர்களின் குழந்தைகள் வெளியூரில் படித்துக்கொண்டிருந்தனர். அவர்கள் மட்டும் ஊரைக் காலிபண்ணாமல் ஐம்பது ஆடுகளை வளர்த்துக்கொண்டு, இலவம்பஞ்சுக் காட்டைக் கவனித்துக்கொண்டு அங்கேயே வாழ்ந்துவந்தனர். மாமாவின் தம்பிக்கு ஓரளவு வசதி இருந்தாலும் அந்தக் கரட்டை விட்டுக் கீழிறங்க மனமில்லை. அவர் மனைவி எவ்வளவு கெஞ்சிப்பார்த்தும் அந்த ஊர் கிழவிகளைப்போல, "இந்த ஊரே காலியானாலும் நான் பிறந்த இந்த இடத்தை விட்டு நகர மாட்டேன்" என்று பிடிவாதமாக இருக்கிறார்.

அப்பாவும் இவரைப்போலவே பிடிவாதமாக அந்த ஊரில் இருந்திருக்க வேண்டியவர்தான். தன்னைப்போல் தன் பிள்ளைகள் படிக்காமல் போய்விடக் கூடாது என்று, அக்காவும் அண்ணனும் பிறந்தபிறகு பிள்ளைகளைப் படிக்கவைக்க வேண்டும் என்று கூடலூருக்குக் குடிபோய் விட்டதாகச் சொல்லியிருந்தார். அப்பாவின் வீட்டில் ஏழு பிள்ளைகள். வண்டி மாடு வைத்து, கூடலூரில் சிறிய அளவில் விவசாயம் செய்துவந்திருக்கிறது தாத்தாவின் குடும்பம்.

எல்லோரின் பசியையும் அந்தச் சிறு நிலத்தால் பூர்த்திசெய்ய முடியவில்லை. நிலம் தேடி அலைந்த தாத்தா மற்றும் அவரின் உறவினர்கள், வருசநாட்டுப் பக்கம் காடு தேடி அலைந்து இந்த இடத்துக்கு வந்துசேர்ந்திருக்கிறார்கள். கரட்டுக்காட்டை விவசாய நிலமாக்கி, இந்த ஊரை உருவாக்கியிருக்கிறார்கள்.

அப்பாவுக்குப் படிக்க வேண்டும் என்று நிறைய ஆசை. இரண்டாம் வகுப்புகூட முடிக்காத நிலையில் அப்பாவின் குடும்பம் இடம் மாறி கரட்டுக்குக் குடிவந்துவிட்டது. ஆறு வயதிலிருந்து மண்வெட்டியைப் பிடித்து உழைத்த வாழ்வை, அப்பா கதையாகச் சொல்வார். இளம்வயது வந்த பிறகு, தான் படிக்கவில்லை என்று அப்பாவுக்குக் கவலை வர, கம்யூனிஸ்ட் ஆள்கள் நடத்திய மாலை வகுப்பில் சேர்ந்து படிக்கக் கற்றுக்கொண்டிருக்கிறார். தொடர்ந்து கம்யூனிஸ்ட் கட்சி ஆள்களின் தொடர்பு, நிலப்போராட்டம் என்று அவர் வாழ்வு அந்தக் காலங்களில் அர்த்தம் மிகுந்து விளங்கியதாகச் சொல்லியிருக்கிறார்.

ஆளற்ற அந்த ஊரின் பொலிவு, என்னை வியக்கவைத்தது. அப்பழுக்கற்ற வானின் ஒளிதான் மனிதர்கள் நடமாட்டம் இல்லாத அந்த ஊரின் இன்றைய தனிமையை, இருண்மையை முற்றாகத் துடைத்தெறிந்துகொண்டிருந்தது. அந்த ஊரில் ஒரு கிணறு இருந்தது. தெரு ஓரத்தில் இருந்த லட்சுமி அக்கா வீட்டின் அருகில் பாறைகளுக்கு நடுவே இருந்த அந்தக் கிணறு அழகின் உச்சம். கிணற்றைச் சுற்றி ஒரு கொடி படர்ந்திருந்தது. கிணற்றடியில் இருக்கும் பாறைகளில் விழும் சூரிய ஒளி தெறித்து, அங்கு இருக்கும் செடிகொடியெல்லாம் மின்னிக்கொண்டிருந்தன. ஊரே ஒளிக்கோலமாய இருப்பதைப்போல எனக்குத் தோன்றியது. நான் இதுவரை பார்த்ததிலேயே ஒளி மிகுந்த ஊர் பண்டாரவூத்துதான்.

இரவில் அந்த ஊர் இன்னும் மாயவித்தையோடு இருந்தது. தூரத்துக் காட்டிலிருந்து முந்திரிவாசம், காற்றில் பரவிக் கமழ்ந்தது. இயற்கை அந்த ஊருக்கென பிரத்யேகமான அழகை வழங்கியிருந்ததோ என்னவோ, வானின் இரவொளி நேராக இறங்கி வெளிச்சமும் இருளுமற்ற காலைப் பனியைப் போன்ற மிதமான ஒளியோடு இருந்தது. சிறுவயதில் பாட்டி வீட்டில்

அப்பாவுடன் தங்கிய நினைவுகளோடு அக்காவின் வீட்டில் கயிற்றுக்கட்டிலில் படுத்துக்கொண்டேன்.

இங்கே எப்போது வந்தாலும் பாதி நாள்கள் கோழிக்குழம்பும் சோறும்தான் பாட்டி சமைக்கும். இதெல்லாம் விருந்தாளிகள் வந்தால்தான். இல்லையென்றால், கூழும் வெல்லமும் இரவில் களியும்தான் பாட்டியின் உணவு. ஊரில் வசிக்கும் எல்லோர் வீட்டிலும் இதே நிலைதான். சோறு என்பது அரிதாகத்தான் இருக்கும். வீட்டுக்கு முன்னால் எப்போதும் சேவல்களும் கோழிகளும் கூவிக்கொண்டும் கொக்கரித்துக்கொண்டும் இருக்கும். தினை, சோளம், சாமை என எதையாவது பெண்கள் உரலில் போட்டு இடித்துக்கொண்டிருப்பார்கள். அது இனிமையான சங்கீதமாய் விட்டுவிட்டு சத்தம் எழுப்பும்.

தூக்கத்தில் கிணறு மட்டும் நினைவில் வந்துகொண்டே இருந்தது. கிணற்றடியில் விழுந்த ஒளிக்கற்றைகள்தான் கண்ணில் அகலாது நின்று ஞாபகத்தைத் தூண்டின. முதலில் அந்தக் கிணறு பற்றிய இருளான விஷயங்கள்தான் நினைவுக்கு வந்தன. விருப்பப்பட்ட காதலனைக் கல்யாணம் செய்ய முடியாமல்போக, கிணற்றில் விழுந்து தற்கொலை செய்துகொண்ட பெண், தண்ணீர் எடுக்கும்போது கிணற்றில் தவறி விழுந்த இளம்பெண், தண்ணீர் மொண்டு குடிக்கப்போய் சாராய மயக்கத்தில் விழுந்து இறந்த நடுத்தர வயது ஆண் என, பல கதைகள் ஞாபகத்துக்கு வந்தன. ஆனால், அந்த ஊரின் நீராகாரம் அந்தக் கிணற்றின்மூலம்தான் என்பதால், யாராவது கிணற்றில் விழுந்து செத்துப்போனாலும் தண்ணீரை இறைத்துக் கீழே விட்டுவிட்டு மறுபடியும் கிணற்றில் ஊறும் தண்ணீரை சாதாரணமாகக் குடிக்கப் பழகிவிடுவார்களாம். என்ன ஆனாலும் அந்தக் கிணற்றடியில் அமர்ந்துதான் பெண்கள் தங்கள் கதைகளைப் பேசித் திரிந்திருக்கிறார்கள்.

ஆனால், அப்பா சொன்ன கிணற்றுக் கதை இதற்கு முற்றிலும் மாறானது. நிலம் திருத்திய அந்தக் காலத்தில் தண்ணீருக்காக வெகுதூரம் பெண்கள் ஊற்றைத் தேடி அலைந்து கொண்டிருப்பார்களாம். ஒரு மடக்கு தண்ணீருக்காக ஒரு நாள்கூடக் காத்திருந்திருக்கிறார்கள். காட்டை உருவாக்கிய பிறகு முதல் வேலையாக, கிணறு வெட்டுவதைப் பற்றித்தான் பெரியவர்கள் யோசித்திருக்கிறார்கள். பொட்டல்காட்டில்

தண்ணீர் இருக்கும் பகுதியை அவ்வளவு எளிதில் கண்டடைய முடியவில்லை. அப்போது அந்த வழியாகச் சென்ற வெள்ளிமலைப் பழங்குடியினர் இப்போது இருக்கும் இந்தப் பண்டாரவூத்தைக் காட்டி, “பாறை இருக்கும் இடத்துல நிச்சயம் தண்ணீர் இருக்கும்” என்று சொல்லி ஓர் இடத்தைக் கைகாட்டி கிணறு வெட்டச் சொல்லியிருக்கிறார்கள். அந்தப் பாறையைத் தோண்டி எடுக்கவே ஆறு மாதங்கள் பிடித்ததாம். பெண்கள் விவசாய வேலைகளைக் கவனிக்க, சிறுவனாக இருந்த என் அப்பா முதல் அத்தனை ஆண்களும் கிணறு தோண்டும் வேலையில் ஈடுபட்டிருக்கிறார்கள். அப்பாவின் கைகளில் அப்போது தோன்றிய கைக்காப்பு பெரிய பெரிய கட்டியாகக் கடைசி வரை இருந்தது. கிணறு உருவாகி, தண்ணீர் வந்த பிறகு அந்தப் பகுதியில் வீடு அமைத்துக்கொண்டிருக்கிறார்கள். அதன் பிறகு பழங்குடியினர் வணங்கிய தெய்வமான பண்டாரப்பனையே அவர்களும் வணங்கி, அந்த ஊருக்கு ‘பண்டாரவூத்து’ என்று கிணற்றின் பெயராலேயே பெயர் வைத்திருக்கிறார்கள். காலம் மாற மாற, ‘பஸ் போகாத, பள்ளிக்கூடம் இல்லாத ஊரில் யார் வாழ்வார்கள்?’ என்று கொஞ்சம் கொஞ்சமாக மக்கள் ஊரைக் காலிசெய்துவிட்டார்கள். கடைசியில் பத்துக் குடும்பங்கள் மட்டுமே மிஞ்சியிருக்கின்றன.

காலையில் எழுந்து, சாப்பிட்டு முடித்த பிறகு முதல் வேலையாகக் கிணற்றடிக்குப் போனேன். அம்மாவை அழைத்து, நான் கிணற்றுமேட்டில் உட்கார்ந்திருக்கும்படி பல புகைப்படங்களை எடுத்துக்கொண்டேன். கிணற்றுக்குள் ஒன்றிரண்டு காய்ந்த இலைகள் மிதந்துகொண்டிருந்தன. அவை பேரழகோடு காட்சியளித்தன. தண்ணீரில் மரங்களின் எதிரொளிப்புகள் நிழலோவியங்களாகக் கிணற்றுக்குள் படர்ந்திருந்தன. தண்ணீர் மிகத் தூய்மையாக இருந்தாலும் இப்போது யாரும் கிணற்றுத் தண்ணீரைக் குடிக்கப் பயன்படுத்துவதில்லை. அரசாங்கம், போர் போட்டு அங்கே குழாயில் தண்ணீர் பிடிக்க ஏற்பாடு செய்திருந்தது. இப்போது பெண்களின் நடமாட்டம் இல்லாத கிணறு தனித்திருந்தது. கிணற்றைச் சுற்றி எத்தகைய ஒளி நிரம்பிக் கிடந்தாலும் அந்த இடம் சென்று கதைகள் பேசும் பெண்கள்தான் அந்த ஊரில் இல்லை.

நானும் அம்மாவும் அங்கிருந்து கிளம்பி, பக்கத்தில் இருக்கும் மீதி ஊர்களைச் சுற்றிப்பார்க்கச் சென்றோம். வழியெங்கும் அந்த ஊரில் அப்பாவோடு வாழ்ந்த நினைவுகளை அம்மா சொல்லிக்கொண்டு வந்தாள். மீண்டும் இரவுத் தங்கலுக்கு பண்டாரவூத்துக்கு வந்துவிட்டோம். அதுவரை எடுத்த புகைப்படங்களை எல்லாம் லேப்டாப்பில் இறக்கிப் பார்த்துக்கொண்டிருந்தேன். நான் அந்த நிலத்தில் பார்த்த ஒளியின் பாதியளவாவது புகைப்படத்தில் விழுந்திருந்தது மிகவும் சந்தோஷமாக இருந்தது. கிணற்றடியில் எடுக்கப்பட்ட புகைப்படங்களைப் பார்த்ததும் அதிர்ந்து நின்றேன். நான் கிணற்றுமேட்டில் உட்கார்ந்திருந்த எல்லாப் புகைப்படங்களிலும் என் முகத்துக்கு முன்னே நெளிந்த பாம்பு போன்ற வெளிச்சக் கொடி படர்ந்து என் தலைக்கு மேலே சென்று அங்கு இருந்த சிறு செடியின் கிளைகளோடு பிணைந்திருந்தது. நான் இருக்கும் எல்லாப் புகைப்படங்களிலும் அந்த வெளிச்சக்கொடியைப் பார்த்து மிரண்டுபோனேன். வயிற்றில் இனம்புரியா பயம் இறங்கியோடியது. கூடவே நெஞ்சடைக்க முடியாத துயரமும். நான் இல்லாத கிணற்றுப் புகைப்படங்களில் அந்த வெளிச்சக்கொடி இல்லாதது எனக்குப் பெரும் அச்சத்தைத் தந்தது. படங்களைப் பெரிதாக்கி மீண்டும் மீண்டும் பார்த்தேன். அந்த வெளிச்சக்கொடி வருவதற்கான சாத்தியக்கூறுகள் அந்த இடத்தில் இல்லை. ஊர் இப்போது அதே ஒளியோடு இருப்பதாகவே தோன்றியது. அக்கா வீட்டிலிருந்து எழுந்து கிணற்றடியைப் பார்த்தேன். என் கண்கள் பளபளக்க, கிணற்றைச் சுற்றிலும் ஒளிர்ந்த பல வெளிச்சக்கொடிகள் மின்னிக்கொண்டிருந்தன. என்னால் உணர்வெழுச்சியைக் கட்டுப்படுத்த முடியவில்லை. கண்களில் நீர், தானே வழிந்தது. ஏதோ ஒன்று, கிணற்றை நோக்கி என்னை இழுத்தது. பயத்தை மீறிய புதிதான உணர்வு ஒன்று எழுந்தது.

சீராக வடிவமைக்கப்பட்ட இசை வடிவத்தைப் போன்று பல்வேறு குரல்களும் சத்தங்களும் காற்றில் பரவியிருந்தன. சிறு குழந்தையைப்போல அந்தச் சத்தங்களைக் கையில் பிடிக்க முற்பட்டேன். கோழிகளின் சத்தம், ஆடுகளின் சத்தம், உரல் இடிபடும் சத்தம், பல்வேறு மனிதர்களின் பேச்சு சத்தம். அதில் அப்பாவின் குரலைத் தனித்தறிய முயன்றுகொண்டிருந்தேன். அந்த ஊரில் அதுவரை வாழ்ந்து

இறந்துபோனவர்களின் ஆன்மாவின் குரல்கள் கிணற்றைச் சுற்றியும், அந்த ஊரிலும் ஒளியாகப் பரவிக்கிடந்தன. பாறைகளின் வழியே நடந்து கிணற்றடிக்குப் போனேன். மெள்ள மெள்ள எல்லா ஒளிக்கொடிகளும் காற்றில் நகர்ந்து என் அருகே வந்துகொண்டிருந்தன. என் கால்கள் தரையை உணரவில்லை. ஏகாந்தமாக என் உடல் காற்றில் தளர்ந்து நின்றது. மனம் அதுவரை அடையாத பரவசநிலைக்குப் போனது. நகர்ந்து வந்த ஒவ்வொரு கொடியும், என் உடல் முழுவதும் ஒன்றன் பின் ஒன்றாகச் சுற்றத் தொடங்கின. என் உடல் ஐந்தடி ஒளிக்கொடியாக மாறி நிலவெளியெங்கும் பறந்து சென்றதை நான் பாறையில் நின்றபடி பார்த்துக்கொண்டிருந்தேன்.

000

அத்துவானக்காட்டு எருமைகளும் அஸிஸ்டென்ட் டைரக்டரும்

என்னோடு சேர்த்து ஐந்து முட்டாள்களை உதவி இயக்குனர்களாக வைத்திருக்கிறோம் என்பதில் எங்கள் இயக்குனர் தெளிவான நம்பிக்கை கொண்டிருந்தார். அவரை பொறுத்தவரை எங்களுக்கென்று வைக்கப்பட்ட பெயர்களை அறவே வெறுத்தார். முட்டாள் நம்பர் 1, முட்டாள் நம்பர் 2, முட்டாள் நம்பர் 3, முட்டாள் நம்பர் 4, முட்டாள் நம்பர் 5 இப்படிக் கூப்பிடவே ஆசைப்பட்டார். அதில் நான் முட்டாள் நம்பர் எத்தனையாவது என்பதைத் தெரிந்துகொள்ள நினைத்தேன். அவர் இப்படிக் கூப்பிட விருப்பப்படுகிறார் என்பதைத் தெரிவித்தது எங்கள் ஆபிஸ் அசிஸ்டென்ட் தேவபாலன்தான் (தேவபாலன் புனை பெயர். ஒரிஜினல் பெயரைச் சொல்ல மாட்டான்). ஆபிஸ் அசிஸ்டென்ட் என்று சொல்லியதற்காக அவனிடம் தனியாக மன்னிப்புக் கேட்டாக வேண்டும். இல்லையென்றால் சரியான சமயத்தில் இயக்குனரிடம் போட்டுக் கொடுத்துக் கவிழ்த்துவிடுவான். அலுவலகத்தில் இயக்குனருக்கு மிக நெருக்கமானவன் அவன்தான். நாங்கள் அவனை பகைத்துக் கொள்வதேயில்லை. ஆபிஸ் அசிஸ்டென்ட்

என்பது அவன் உதவி இயக்குனராகச் சேர்வதற்கான விசிட்டிங் கார்டாம்! அதற்கு வாய்ப்பு இல்லையென்றால் ஹீரோவாகி விடுவேன் என்பான். அவன் எடுக்கப்போகும் படத்தின் கதையைக் கேமரா ஆங்கிளோடு சொல்லி ... நடித்தும் காட்டுவான். வேலையில்லாமல் வெட்டியாக அலுவலகத்தில் உட்கார்ந்திருக்கும் பொழுது எங்களுக்கு அவனை வேடிக்கை பார்ப்பது நல்ல பொழுதுபோக்கு. “காசு குடுக்காம என் படத்தை பார்க்குறீங்க? பாவம் நீங்கதான் காசுக்கு எங்க போவீங்க. வீட்டுக்கு போறப்ப ஞாபகப்படுத்துங்க ஆளுக்கு பத்துரூபா தர்றேன்” என்று ஸ்டைலாக முடியைக் கோதிவிட்டு பிச்சைக்காரர்களுக்கு இரக்கம் காட்டுபவனைப்போல பாவனை செய்வான். “உங்களுக்காக நான் ஆபிஸ் செலவுன்னு கணக்கு காட்டணும்” என்று அலுத்துக்கொண்டு இன்னொரு உதவி இயக்குனர் சோழனிடம் “நான் நடிக்க வந்தா இப்ப இருக்கிற எல்லா ஸ்டாரும் வீட்டுக்குப் போகணும் இல்ல” என்றான். அவன் பேசுவதை எங்களில் விஜய் ஆனந்த் சிரித்தபடி தலையை ஆட்டிக்கொண்டு கேட்டார். சோழன் எப்போதும் போல் தனது மேனரிசத்தைக் காட்டினான்.

இயக்குனர் எப்போதெல்லாம் முட்டாள் என்று கூப்பிடுவாரோ. அப்போதெல்லாம் கண்களை வேகவேகமாக சுருக்கி விரித்து பின் கீழ்நோக்கிப் பார்வையை அவர்மீது செலுத்தி பாவம் போல அப்பாவியாய் முழிப்பான். அதனைச் சகிக்காதவர் போல “போட நீயெல்லாம் எங்க தேறப்போற” என்று முகத்தை வேறு பக்கம் திருப்பிக் கொள்வார்.

“அது பரவாயில்ல நீங்க அஞ்சு பேரும் ரொம்ப பாவம்” பேச்சைத் தொடர்ந்த தேவபாலனை எங்களைப்பற்றி என்ன கவலைக்கிடமான தகவலைச் சொல்லப்போகிறானோ என்று ஆர்வத்தோடு பார்த்தோம். அவன் மிக இயல்பாக “அது வேறொன்னுமில்ல! என்னடா இவன் இவ்வளவு தெறமையை ஒளிச்சு வச்சிருக்கானே? நாமெல்லாம் எப்படிக் கதை சொல்லி படம் பண்ணப்போறோம்ன்னு உங்களுக்குப் பயம் வந்திருக்கும். எனக்கென்னா கவலைன்னா நான் இப்படிக் கதை சொல்றதை இயக்குனர் பார்த்தார்ன்னா... என்னை உடனே உதவி இயக்குனரா சேர்த்துப்பாரு. பாவம் உங்கள்ல யாருக்கு வேலை போகப்போகுதோ” என்றான்

அசால்ட்டாக. யாரோ ஒருத்தருக்குத்தானே வேலை போகும் மீதம் நாலுபேர் தப்பித்தோம் என்று ஆசுவாசமடையும் போதே, வேலை போகும் அந்த ஒருவர் நாமாகக்கூட இருக்கலாம் என்றும் எங்கள் ஐந்து பேருக்கும் தோன்றியது. அப்போது நாங்கள் ஒரேநேரத்தில் இரண்டுவிதமான முகபாவனையை வெளிப்படுத்தினோம். வலையைக் கடித்து வெளியேறிச் செல்லும் எலியின் கொண்டாட்டத்தை போன்றும், இலையிலிருந்து தவறி குளத்து நீருக்குள் மூழ்கிய எறும்பின் உயிர்சிதைந்த கலக்கமுமாய் எங்கள் முகம் இருந்தது. ஆபிஸ் அசிஸ்டெண்டையெல்லாம் போட்டியாக நினைத்துப் பயப்படுவது கொஞ்சம் அதிகப்படிதான் என்றாலும், சினிமாவில் எதுவேண்டுமானாலும் நடக்கலாம் என்பதால் அப்படி நினைப்பதைத் தவிர்க்க முடியவில்லை. அதுவும் இல்லாமல் அவன் எங்களைவிட திறமைசாலியாகக்கூட இருக்கலாம். தேவபாலன் உள்ளே போனதும் வேகமாக எழுந்து சோழனும் அவன் பின்னால் சென்றான்.

நாங்கள் நால்வரும் அலுவலகத்தின் வரவேற்பறையில் உட்கார்ந்திருந்தோம். எப்போதும் அலுவலகத்தில் சேரில் உட்காரும்போது கால்களை தொங்கப்போட்டுதான் உட்காரவேண்டும். கால் மேல் கால் போட்டு உட்காரக்கூடாது. பத்திரிகை, புத்தகங்கள் வாசிக்கக் கூடாது... இப்படி ஏகப்பட்ட நிபந்தனைகளை எங்கள் இயக்குனர் வைத்திருந்ததால், நாங்கள் எப்பொழுதும் ரோபாட் மாதிரி இயக்கி வைக்கப்பட்டதைப்போல உட்கார்ந்திருப்போம். சிலசமயம் என்னை மறந்து சாயம் மங்கிய பிளாஸ்டிக் சேரில் கால்களை மடக்கி உட்கார்ந்துவிடுவேன். அவ்வளவுதான்! 'கால் கால்' என்று சக உதவியாள நண்பன் ராம்... ஞாபகப்படுத்திக்கொண்டே இருப்பான். தேவபாலன் உதவி இயக்குனராகச் சேர்ந்துவிட்டால் எங்களில் யாருக்கு வேலை போகும் என்று நால்வரும் நகத்தை கடித்தபடி யோசித்துக்கொண்டிருந்தோம். இப்படி யோசிக்கும்போது அவனாக இருக்குமோ இவனாக இருக்குமோ என்று ஒருவர் முகத்தை ஒருவர் பார்த்தபடி இருந்தோம். விஜய்ஆனந்த் சார்தான் சோழனை ரொம்ப நேரமாக காணவில்லை என்பதை நினைவூட்டினார். எங்களின் முகங்கள் எல்லாம் வியர்த்துப் போய் ஈரமாக இருந்தது. 'வெட்டிப் பயல்களுக்கு காத்தாடி. ஒரு கேடா' என்று பாவிப்பயல் தேவபாலன் போகும்போது

ஃபேன் ஸ்விட்சை அணைத்துவிட்டுப் போயிருந்தான். “ஏன் தம்பி அடிக்கடி ஃபேனை நிறுத்திடுற” என்றால், “புதுப்படம் பூஜை போட்டதுக்கப்புறம் ஃபேனை போட்டா போதும்ன்னு டைரக்டர் சொல்லிட்டாரு” என்று முறைப்பாக சொல்வான். இயக்குனர் சொன்னதுக்கு பின்னால் மறுபேச்சேது. மறுபடியும் எதிரே இருக்கும் இயக்குனரின் புகைப்படத்தைப் (குறிப்பு: எங்கள் இயக்குனர் சிரிக்கும் அரிதான புகைப்படம்!) பார்த்து நாங்கள் உட்கார்ந்திருந்தோம். அதற்குமேல் என்னால் வியர்வையில் இருக்க முடியவில்லை. ரொம்ப நேரமாக கால்களை நேராக போட்டு அமர்ந்ததில் அசௌகரியமாக உணர்ந்தேன். தலை வலிப்பது போலிருந்தது. பின்பக்கமாக எழுந்து போனேன்.

எங்கள் ஆபிஸ் கொஞ்சம் விஸ்தாரமானது. எங்கள் இயக்குனரின் முதல் படம் சூப்பர்ஹிட் ஆனவுடன், இரண்டாவது படம் அதற்கடுத்த கமிட்மெண்ட் என்று கோடிகளில் பணம் கொட்ட ஆரம்பித்தவுடன் முதலில் வாங்கிய வீடு இது. சொந்தப்படம் எடுத்து கடனான ஒரு நடிகை இந்த வீட்டை எங்கள் இயக்குனருக்கு விற்றிருந்தார். இந்த வீட்டை வாங்குபவர்கள் எல்லாம் சொந்தப்படம் எடுப்பார்கள் போல! இயக்குனரும் சொந்தப்படம் எடுக்கிறேன் என்று எல்லாப் பணத்தையும் போட்டு படம் எடுத்தார். படப்பிடிப்பு மட்டும் இருநூறுநாள் நடந்தது. தமிழ் சினிமா வரலாற்றிலேயே அதிக நாள் எடுத்த படம் என்ற பெருமையும் எங்க படத்துக்கு இருந்தது. நல்ல படமென்பதற்காக நிறைய அவார்டுகளை வாங்கினாலும் தியேட்டரில் கூட்டம் இல்லை. கடைசியில் பாதிக்கப்பட்டது நாங்கள் தான. ஏகப்பட்ட நஷ்டமென்று எங்கள் சம்பளத்தில் கைவைத்து விட்டார் இயக்குனர். வழக்கம்போல ரூம் வாடகை கொடுக்க முடியாமலும், சாப்பிடாத ராத்திரிகளுமாய் நாட்கள் நத்தையைப்போல் ஊற ஆரம்பித்துவிட்டது.

மாமரத்துக்கடியில் இருக்கும் துவைக்கும் கல்லில் சோகமாக உட்கார்ந்திருந்தான் சோழன். “ஏய் என்னப்பா இங்க உட்கார்ந்திருக்க கதை யோசிச்சிட்டிருக்கியாக்கும்” என்றபடி கல்லின் மறுபக்கத்தில் உட்கார்ந்தேன். “ஏண்ணே நீங்களும் கிண்டல் பண்றீங்க, தேவபாலன் சொன்னமாதிரி நம்மள்ள ஒருத்தருக்கு வேலை போயிடுமாண்ணே” என்றான். அதைப்பற்றி

அவனைப்போல் நான் தீவிரமாக இல்லாமல் சிறிதளவு யோசித்தாலும் அதை வெளியே காட்டிக்கொள்ளாமல் “என்னப்பா ஒரு படம் வேலை செஞ்சு முடிச்சிட்ட புதுசா வேலைக்குச் சேர்ந்த பையன் மாதிரியே பேசுறியே” என்றேன். “உங்களுக்கு என்னாண்ணே எடிட்டிங் ரிப்போர்ட் எழுதுறீங்க. ஆர்ட்டிஸ்டோட பேசுறீங்க. மானிட்டர் கூடப் பாக்குறீங்க. போன படம் முழுக்க என்ன ஃபீல்ட பாருன்னு சொல்லிக் கூட்டத்த ஒதுக்க விட்டுட்டாங்க...! கேமராவை ஸ்பாட்ல வைக்கிறதைப் பார்க்கிறதோட சரி அப்புறம் அங்க என்ன நடக்குதுன்னே தெரியமாட்டேங்குது. நான் ஸ்பாட்ல நிக்கிறதைப் பார்த்தா டைரக்டருக்கு எப்படித்தான் இருக்குமோ தெரியல? இருபதடி தள்ளி கூட்டம் நின்னிருந்தாலும், “என்னடா வேடிக்கை பார்த்துகிட்டிருக்க கூட்டத்தை கிளியர் பண்ணுடா”ன்னு என் தலையில் அடிப்பாரு. அன்னைக்கு அப்படித்தான் ஆளரவமில்லாத பொட்டல் காட்ல சூட்டிங் நடந்திச்சுல்லண்ணே, வைடு லென்ஸ் போட்டிருக்கு ஃபுல்லா ஃபீல்ட் போய் பார்த்துக்கடான்னு ஒரு கிலோமீட்டர் தாண்டி நிக்க வச்சுட்டாங்க. ரீடேக் ரீடேக்கா எடுத்துகிட்டிருக்காங்க. எப்ப ஸாட் முடியுமுன்னே தெரியல. எட்டிப்பார்த்தா ஃபிரேமுக்குள்ள வந்துட்டேன்னு டைரக்டர் என்னை கொன்னே போடுவாரு. ஸாட் முடிஞ்சா சொல்லுன்னு ராம்கிட்ட சொல்லிட்டு வந்தேன். நான் இருக்கிறதை அவன் மறந்திட்டான் போல, நான்பாட்ல தூரமா எருமைமாடு மேஞ்சுகிட்டிருந்ததை வேடிக்கை பார்த்துக்கிட்டிருந்தேன். திடீர்னு டைரக்டர் அந்தப் பக்கமா வந்தாரு. பாத்ரூம் போக வந்திருப்பாரு போல. “என்னடா இங்க நிக்கிறே”ன்னு கேட்டாரு. “சார் ஃபீல்டை பார்த்துகிட்டிருந்தே”ன்னு சொன்னேன். ‘முட்டாக்கழுத’ன்னு தலையிலடிச்சு “சூட்டிங் பேக்கப்பாகி அரைமணி நேரமாச்சுடா... அந்தா எருமைமாடு அதை மேய்க்கிறதுக்கு தாண்டா நீ லாயக்கு”ன்னு சொல்லிட்டுப் போனாரு. நானும் அதைத்தான் செஞ்சுகிட்டிருந்தேன்னு மனசுக்குள்ளேயே சொல்லிட்டேன். அவர் பின்னாடியே தண்ணீர்ப்பாட்டிலை எடுத்துவந்த புரொடக்சன் அஸிஸ்டெண்ட் இந்த விஷயத்தை யூனிட்டுக்கே பரப்பிட்டான். அதுக்கப்புறம் பார்க்கிறவன்லாம் “என்ன சோழா, ஃபீல்டு பார்க்கப் போகலையான்னு கிண்டல் பண்றானுங்க” அவன் சொன்னபோது எனக்கே சிரிப்பு வர

லேசாக உதடு பிரித்துச் சிரித்துவிட்டேன். இப்போதெல்லாம் சிரிப்பு என்பது இந்தளவுக்குத்தான் என்றாகிவிட்டது. சத்தம்போட்டு சிரிப்பதை எங்கள் இயக்குனர் விரும்பமாட்டார். “என்னாண்ணே நான் ஃபீல் பண்ணி சொல்லிகிட்டிருக்கேன் நீங்க சிரிக்கிறீங்க” என்றான் அப்பாவியாக. இந்த விசயம் எனக்கு முன்பே தெரியுமென்றாலும் அவன் சொல்லிக் கேட்கும்போது சுவாரசியமாக இருந்தது.

“இந்தப் படத்திலாவது கிளாப் அடிச்சு ஸ்பாட்ல நிக்கலான்னு பார்த்தா, அதுக்குள்ள கிளப்பி விட்டுடுவாங்க போலிருக்குண்ணே கடைசி வரைக்கும் தூரமா நின்னு வேடிக்கைப் பார்க்கிற ஆளா ஆயிடப் போறேண்ணே! டைரக்டர் என்னைதான அடிக்கடி முட்டாள்ன்னு திட்டுவாரு. மூனு வருஷமா வெயில் மழைன்னு பார்க்காம வாசல்ல காத்துகிருந்து வாங்கின வேலை. ஆபிஸ்குள்ள போன டைரக்டர் எப்பவும் வெளியே வரலாம்ன்னு எத்தனை நாளு காலையில வந்து மதியம் சாப்பிடப் போகாம காத்துக்கிடந்திருக்கேன் தெரியுமா ராத்திரி பனிரெண்டு மணிக்கு காரை எடுத்திட்டு வெளியே வருவாரு. ஓடிப்போய் காரு முன்னாடி நிப்பேன். அவர் அப்ப என்ன டென்ஷன்ல வருவாரோ தெரியல “ஏண்டா உனக்கெல்லாம் அறிவே கிடையாதா ராத்திரி பனிரெண்டு மணிக்கு வந்து வேல கேக்குற, போடான்னு திட்டிட்டுப் போவாரு. மனசொடிஞ்சு ரூமுக்கு போனா வயிறு சுருங்கி உள்ள போய் வெளியே வரும். அப்பதான் சாப்பிடலன்னு ஞாபகத்துக்கு வரும். தூங்கிகிடக்கிற என் ரூம்மேட்டை எழுப்பி டேய் சாப்பிட்டியாடான்னு கேட்பேன். அவனும் இயக்குனர் மாதிரியே திட்டுவான். உனக்கெல்லாம் அறிவே கிடையாதா நடுராத்திரியில சாப்பிட்டியான்னு கேக்குறன்னு மூஞ்சில விழுவான். இருந்தாலும் அவன் இரக்க மனசுக்காரன் பத்து ரூபாயை எடுத்து எறிஞ்சிட்டுத் திரும்பி படுத்துப்பான். முகம் வெளிறிப்போய் பேசிக்கொண்டிருந்த சோழனைப் பார்க்கும்போது எனக்கு என்னையே பார்ப்பது போலிருந்தது. ஒரு நிமிடம் அங்கிருந்து கிளம்பிட நினைத்தேன். அவன் ஏதோ முடிவெடுத்தவன் போல எல்லாவற்றையும் சொல்ல ஆரம்பித்தான்...

“நான் சின்ன வயசில நோஞ்சானா இருப்பேன். எந்த விளை யாட்டிலும் உப்புக்குச் சப்பாணியாத்தான் சேர்ப்பாங்க.

முன்னாடி போய் நின்னு தொடுங்கன்னாலும் அவன் சப்பாணிடா தொட்டாலும் சேப்பு இல்லம்பாங்க என்னை அவுட் ஆக்க மாட்டாங்க. நான் தொட்டு வரவும் முடியாது. எனக்கு கடும் வேதனையா இருக்கும். அப்பதான் இவங்க எல்லாத்தையும் ஜெயிக்கனும்னு வெறியே வந்துச்சு. காக்கா குஞ்சு விளையாடுறப்ப சரசரன்னு கருவேலமர உச்சிக்கு போய் உட்கார்ந்துக்குவேன். யாரும் என்னைத் தொட முடியாது. என்கூட விளையாண்டா அந்த ஆட்டம் முடியவே முடியாதுன்னு அப்பவும் பசங்க என்னை சேர்க்கமாட்டானுங்க. கோபம் வந்து எவனையாவது மண்டைய உடைக்காம விடமாட்டேன். நான் வீட்டுக்குப் போறதுக்குள்ள எங்க அம்மா அப்பாவுக்கு சேதி போய் என்னை விட்டத்தில் கட்டிப்போட்டு அடிக்க ரெடியாயிடுவாங்க. வாரத்தில் ஒரு நாள் விட்டத்தில் தொங்கிறது வழக்கமா இருந்துச்சு.

வீட்ல காசை திருடி நான் சினிமா போயிட்டு திரும்பற ராத்திரி யெல்லாம் எங்க பக்கத்து வீட்டுக்காரங்களுக்கும் சேர்த்து தூக்கம் போயிடும். ‘திருடிட்டு போய்ப் பார்க்கிற அளவுக்கு அப்படியென்ன சினிமா கேட்குது...! ராத்திரியெல்லாம் விட்டத்தில் தொங்கு’ன்னு கயித்துல கட்டி தலைகீழா தொங்கவிட்டிருவாரு அப்பா. அது நரக வேதனை. ரத்தம் தலைக்குள்ள பாயுற மாதிரி இருக்கும்.

தலை சுத்தி மயக்கமே வந்துடும். பயத்தில் வயிறு கலங்கி என பாத்ரூம் போகனுன்னு தோணும். அடி வாங்கி எவ்வளவு வலியை தாங்கிடலாம் அந்த அவஸ்தையை எப்படித் தாங்கிறது. அவ்வளவு நேரமும் அழுகாம இருந்த வைராக்கியமெல்லாம் உடைஞ்சு போயிடும் பெருங்குரலெடுத்து அழ ஆரம்பிச்சிடுவேன், ‘வெளியே வருதுமா இனி என்னைக்கும் சினிமாவுக்கு போகமாட்டேம்மா. சொன்னபடியெல்லாம் கேட்பேம்மா அப்பாவை கழட்டி விடச்சொல்லுமா’ன்ன கெஞ்சுவேன். எங்கம்மாவுக்கு கோபம் வந்தா முதுகுல நாலு போடு போடுவாங்க. கோபம் தீர்ந்து போகும். கட்டி தொங்க விட வேணாம்னு அப்பாகிட்ட எவ்வளவோ கெஞ்சுவாங்க. அம்மாவுக்கும் ரெண்டு அடிவிழும். அம்மாவால என்னை கீழ இறக்க முடியாதுன்னு தெரிஞ்சதுக்கப்புறம் ஊரே கூடுற அளவுக்கு சத்தம் போட்டு அழுவேன், பக்கத்து

வீட்டுக்காரங்க வந்து 'வாத்தியாரு நீங்களே சொல்லி திருத்த முடியலேன்னா எப்படின்னு' அப்பாவை சமாதானப்படுத்தி கழட்டி விட்டிருவாங்க. அப்பா எங்க ஊரு கவர்மெண்ட் ஸ்கூலுல ஆறாம் வகுப்பு வாத்தியாரா இருந்தாரு. விட்டத்தில் தொங்க விடுறது எங்க வீட்டோட நிக்காது பள்ளிக்கூடத்து நாட்கள்ல யாரு சினிமாவுக்கு போனாலும் அந்த பசங்களை அடுத்த நாள் வகுப்பறை விட்டத்தை பிடிச்சு தொங்கச் சொல்வாரு. பொண்ணுங்க சிரித்துக்கொண்டிருக்க தினமும் ரெண்டு பேராவது விட்டத்தில தொங்குவாங்க. யாராரு சினிமாவுக்கு போனாங்கிறதை போட்டுக் கொடுக்க ஒரு டீமே அலையும். சினிமா தியேட்டருக்குப் போற வழியில போலிஸ் ஸ்டேஷன் பாலத்தில் ரகசியமா நின்னுருப்பாங்க. அதைக் கடக்காம சினிமா தியேட்டருக்கு போக முடியாது. அம்மா வோட முந்திச் சேலைக்குள்ள மறைஞ்சு போனாலும் கண்டு பிடிச்சிருவானுங்க.

விட்டத்தில் தொங்குறப்ப இனி ஜென்மத்துக்கும் சினிமா தியேட்டர் பக்கம் போகக்கூடாதுன்னு நினைப்பேன். அதெல்லாம் அடுத்த பட ரீலிஸ் அனவுன்ஸ்மெண்ட் வர்ற வரைக்கும்தான். "உங்கள்... உங்கள்... சூப்பர்ஸ்டாரும்... கனவுக்கன்னி... இணைந்து நடிக்கும் விறுவிறுப்பான சண்டைக்காட்சிகளும், இனிமையான பாடல்களும் நிறைந்த இனிய திரைப்படம் இன்று முதல் உங்கள் அபிமான பி.எஸ்.சி திரையரங்கில் காணத்தவறாதீர்கள்"ன்னு ஜீப்பில் குழாயைக் கட்டித் தெருவெங்கும் நோட்டிஸை போட்டுட்டுப் போவாங்க. அடுத்து 'காதல் இளவரசன் கலக்கியெடுக்கும் இனிய காதல் காவியம் உங்கள் வேல்முருகன் தியேட்டரில்'னு இன்னொரு அறிவிப்பு எதிர் திசையில் வரும். அது போதாதா? அடுத்து நான் காசு திருடுறதுக்கு. அடி வாங்குறது... விட்டத்தில் தொங்குறது அன்றாட நடவடிக்கையா போச்சு. இதுக்கு மேல ஒருத்தனைக் கொடுமைபடுத்த முடியாது கெட்டொழிஞ்சு போன்னு அப்பாவும் விட்டுட்டாரு.

என்னை யாருக்கும் அவ்வளவாப் பிடிக்காதுன்னாலும் சினிமா பார்த்துட்டு வந்து அந்த கதையை அப்படியே திருப்பிச் சொல்றதை கேக்குறதுக்காக பசங்க காத்திட்டிருப்பாங்க. பத்துவிரல்களிலும் உள் பக்கமா சினிமா பேர்களை எழுதி

கையை மடக்கி வச்சிட்டு ஏதாவது ஒரு விரலை எடுக்கச் சொல்வேன். அந்தவிரல்ல எந்த சினிமா பேரு எழுதியிருக்கோ அந்தப் படத்தோடக் கதையைச் சொல்வேன். சினிமாக் கதை சொல்ற ராத்திரிகள்ல மட்டும் பசங்க எங்கிட்ட சிநேகமா இருப்பாங்க.

சனி, ஞாயிறு ராத்திரிகள்ல கோயில் சுவத்தில் சினிமா காட்டு றேன்னு கூட்டத்தை கூட்டிட்டு திரிஞ்சதுதான் எங்கப்பாவுக்கு பெருத்த அவமானமா இருந்துச்சு. கீழே வெட்டி போடுற ஃபிலிமை செட்டியார் கடையில விப்பாங்க. அதை வாங்கிட்டு வந்து சுவத்தில வெள்ளை துணியில திரையை கட்டி படம் காட்ட ஆரம்பிச்சிடுவோம். நாலு பக்கமும் சிகரெட் பெட்டியை சதுரமா ஒட்டி, பேட்டரி லைட்டில் இருக்கும் பல்பை அதுக்குள்ள வச்சு, அதுக்கு எதிரே ஒரு அட்டையில லென்ஸ் ஒட்டி, இது ரெண்டுக்கும் இடையில ஃபிலிமை தலைகீழாக வச்சுக் காட்டுவோம். பேட்டரி பல்பிலிருந்து வர்ற ஒளி ஃபிலிமில் பட்டு ஊடுருவி லென்ஸ் வழியா வெளியேறி திரையில பிம்பமா விழும். ஃபிலிம், லென்ஸ் வாங்குறது என் பொறுப்பு. குமரேசன் வீட்டுக்குத் தெரியாம பேட்டரி லைட்டை எடுத்திட்டு வந்தான். படம் முடிஞ்சதுக்கப்புறம் படம் பார்க்கிற எல்லார்கிட்டயும் அஞ்சு பைசா வசூலிக்கலாம்னு முடிவு பண்ணியிருந்தோம். அதுக்குள்ள என் கெட்ட நேரம் பேட்டரியில் பல்பை மாட்டுறப்ப கீழே விழுந்து ஒடைஞ்சு போச்சு. குமரேசன் 'புது பல்பு வாங்கித்தாடா...'ன்னு சண்டை போட ஆரம்பிச்சிட்டான். இதான் சமயம்னு பசங்கெல்லாம் காசு குடுக்காம கழன்டுட்டாங்க. பல்பு உடைஞ்சதுக்கு அவங்கப்பா அவனை நொறுக்கி நொங்கு எடுத்திட்டாரு. அவர் அடிச்ச அடியில் மூக்கு உடைஞ்சு ரத்தம் பீச்சியடிச்சுச்சு. அதைப் பார்த்த அவங்கம்மா கோபத்தில் புருஷனோட நெஞ்சு சட்டையைப் புடுச்சிட்டாங்க. அத்தனை பேருக்கு முன்னாடி அந்தாளுக்கு அது அவமானமா போச்சு. விறகுகட்டையை எடுத்து அவங்க மண்டைய உடைச்சிட்டாரு. எங்க வீட்ல என்னைக் கொலைகாரனைப்போல பார்த்தாங்க. எல்லாத்துக்கு காரணம் நான்தான்னு பேச்சு கிளம்பிடுச்சு. என்னைப் பார்த்தாலே பசங்கெல்லாம் பிச்சுக்கிட்டு ஓட ஆரம்பிச்சாங்க. எங்க தெரு பசங்க என்னோட சேரவே இல்ல. இன்னும் மூர்க்கமா நான் சினிமா பார்க்க ஆரம்பிச்சேன். என்னோட

பொழுதுபோக்கு, நண்பன், வாழ்க்கை எல்லாமே சினிமாவாகிப் போச்சு. இரண்டு தியேட்டரிலும் மாத்தி, மாத்தி படம் பார்த்துக்கிட்டிருந்தேன். தமிழ் சினிமாவில் அட்டர் ஃபிளாப் படங்களைக்கூட நான் விடாம பார்த்திருக்கேன்.

படிப்பு வரல. அதுக்கு பதிலா முரட்டுத்தனம் கூடிப் போச்சு. கபடி நல்லா விளையாடுவேன். ஸ்கூல் டீமில் இருந்தேன். அதுக்காக பள்ளிக்கூடத்தில என்னை விட்டு வச்சிருந்தானுங்க. யாராவது என்னை உரசி ஏதாவது கோபமா பேசினாலே அடிக்கக் கையை ஓங்கிடுவேன். என்னை மாதிரி நாலு பேரைச் சேர்த்துட்டு பொண்ணுங்க பின்னாடி போறது அவங்களப்பத்தியான கனவுன்னு என் வாழ்க்கை என் கையிலேயே இல்ல. தம்பி, தங்கச்சியெல்லாம் நல்லாப் படிச்சாங்க. தங்கச்சி மெடிக்கல் காலேஜ், தம்பி இன்ஜினியரிங் காலேஜ்ன்னு அவங்க எங்கேயோ உயரத்தில இருந்தாங்க. தங்கச்சி இரண்டாவது வருசமும், தம்பி மூனாவது வருசமும் காலேஜ்ல படிச்சிட்டிருக்கப்ப, ஃபெயிலான பரீட்சையெல்லாம் எழுதி நான் பி. ஏ வரலாறுல சேர்ந்தேன். மெட்ராஸ் போயி இயக்குனர் ஆகணும்னு என் காலேஜ் நாட்களில்தான் முதன்முதலா தோணுச்சு. யார்கிட்டயும் அதை நான் பகிர்ந்துக்கல. படிச்சு முடிச்சவுடனே என் தம்பிக்கு மெட்ராஸ்ல வேலை கிடைச்சு தனியா ரூம் எடுத்து தங்கியிருந்தான். அவன்கூடப் போய் தங்கிட்டு சினிமா வாய்ப்பு தேடலாம்னு போனேன். கொஞ்சநாள் பார்த்துட்டு ‘என்னடா வெட்டியா உட்கார்ந்திருக்க ஏதாவது வேலைக்குச் சேருடா’ன்னு சொல்லிட்டு ‘நீ படிச்சிருக்கிற வரலாறுக்கு... அதுவும அரியர்ஸ்... எவன் வேலை குடுப்பான்!’னு நொந்துக்குவான். ‘டேய் நான் சினிமாவில சேரபோறேண்டா’ன்னு சொல்லிமுடிக்கிறதுக்குள்ள, ‘நடிக்கப் போறியா’ன்னு கேட்டு ‘உன் மூஞ்சியை கண்ணாடியில் பார்த்திருக்கியா’ன்னு விழுந்து விழுந்து சிரிச்சான். ‘இல்லடா இயக்குனர் ஆகப்போறேன்னு சொன்னேன். கண்ணுல தண்ணீ வர்ற வரைக்கும் மறுபடியும் விழுந்து விழுந்து சிரிச்சான். ‘அதுக்கெல்லாம் அறிவு வேணுண்டா? உனக்கென்ன தெரியும்’. ‘டேய்... நான் நிறைய படம் பாப்பேன்டா. சினிமான்னா எனக்கு உயிருடா’ ‘ஏன், நம்ம ஊர்ல ரெண்டாவது வரைக்கும் படிச்சிட்டு இப்ப மாடு மேச்சிட்டிருக்கிற ராசப்பனுக்குகூட

சினிமான்னா உயிரு. ஒரு படம் விடாம பார்ப்பான். அவனும் டைரக்டர் ஆகவேண்டியதுதானா'ன்னு கேவலப்படுத்தினான். 'நல்ல கதையெல்லாம் வச்சிருக்கேன் கேட்கிறியா'ன்னேன். 'போடா வேலைகெட்டவனே'ன்னு சொல்லிட்டு போயிட்டான்.

சினிமாவில சேர்றதுக்கு வாய்ப்பு தேடுன முறையை நினைச்சா எனக்கே சிரிப்பு வந்துடும். ஆரம்பத்தில சினிமா கம்பெனிகளுக்கு போய் நான் நல்ல கதை வச்சிருக்கேன். புரொடிசரைப் பார்த்து கதை சொல்லணும்னு கேட்டேன். 'எந்த டைரக்டர்கிட்ட எத்தனை படத்தில ஒர்க் பண்ணியிருக்க'ன்னு கேட்டாங்க. எனக்கு அது புதுசா இருந்துச்சு. 'அப்படியெல்லாம் எதுவும் இல்ல'ன்னு சொன்னேன். ஏதோ பைத்தியத்தை பார்க்கிற மாதிரி பார்த்தாங்க. 'மிகப்பெரிய டைரக்டர்கிட்ட ஒர்க் பண்ணிட்டு வர்றவங்களே ரெக்கமன்டேஷன் இல்லாம உள்ள வரமுடியாது. இவரு நேரா மஞ்சப் பையில் கதையை எடுத்திட்டு வந்திட்டாரு'ன்னு துரத்தியடிச்சாங்க. அப்படி யெல்லாம் ஈசியா டைரக்டர் ஆகமுடியாது முதல்ல ஏதாவது ஒரு டைரக்டர்கிட்ட அசிஸ்டென்ட் டைரக்டரா சேர்ந்து சினிமா கத்துக்கிட்டு வரணுங்கிறத ஒவ்வொரு வாசற்படியா ஏறி இறங்கினதுல்ல தெரிஞ்சுகிட்டேன். இயக்குனர்கள்கிட்ட போய் வாய்ப்புத் தேட ஆரம்பிச்சேன். அந்த நாட்கள்ல என்கிட்ட இருந்த வீரம், ஆக்ரோசம், வீம்பு எல்லாம் போச்சு. இங்க யாரையும் பார்த்து கோபப்படமுடியல. அவமதிப்புகளும் தாங்கினாத்தான் சினிமாவில இருக்க முடியும்னு தெரிஞ்சுகிட்டேன்.

தம்பியோட ரூம்ல நான் இருக்கிறது அவனுக்குப் பிடிக்கல. 'என் டிரெஸை போட்டுட்டு ஊர் சுத்துறான், வேலைக்குப் போகாமா சினிமான்னு புதுக்கதை விடுறான். கடைசிவரைக்கும் இவன் உருப்படமாட்டான். என்னால அண்ணன் கூட இருக்க முடியாது. அவன உடனே ஊருக்கு கூட்டிட்டு போயிடுங்க, இல்ல நான் கண் காணாம ஓடிப்போயிடுவேன்'னு வீட்டுக்கு லெட்டர் போட்டான். எங்கப்பா மெட்ராஸுக்கு வந்து 'வாடா... ஊர்ல வந்து கடை வச்சுப் பொழைச்சிக்கடா. அவன் வாழ்க்கையையும் கெடுத்திடாதேன்'னு டிக்கெட் எடுத்து வச்சிட்டு 'சாயந்திரம் ஊருக்குப் போக ரெடியா இரு'ன்னு சொல்லிட்டாரு. அன்னைக்கு நான் அவர் கூட ஊருக்குப்

போகல. வாய்ப்பு தேட போன இடத்தில கொஞ்ச ஃபிரண்ட்ஸ் கிடைச்சாங்க. ஒவ்வொருத்தன் ரூம்லேயும் கொஞ்சநாள் தங்கிட்டு இருந்தேன். சாப்பாட்டுக்காக அடுத்தவங்க உதவியை எதிர்பார்த்திருக்கிற மாதிரியான கொடுமை உலகத்தில் எதுவுமே இல்ல. பார்ட் டைமா ஃபிரண்ட்ஸ் மூலமா கிடைச்ச வேலையை செய்ய ஆரம்பிச்சேன் அப்படியே வாய்ப்பும் தேடிகிட்டிருந்தேன். இப்ப என்னோட ரூம்மேட்டா இருக்கிற தமிழ்ச்செல்வனை தற்செயலா வடபழனியில பார்த்தேன். என் சினிமா முயற்சியை பத்தி சொல்லி அவன்கிட்ட பேசிட்டிருந்தேன். நான் பேசுறது அவனுக்கு வித்தியாசமா இருந்திருக்கு. 'ஊர்ல இருந்த மாதிரி இல்லடா! இப்ப நீ ரொம்ப அழகா, அமைதியா, விவரமாப் பேசுற. சினிமாவில் ஜெயிப்படான்'னு சொன்னான். இளவயதில் என்னை தெரிஞ்சவங்கள்ல அவன்தான் என்னைப்பத்தி பாஸிட்டிவா பேசினான். 'என்கூட தங்கிட்டு முழு மூச்சா வாய்ப்பு தேடு'னு சொன்ன அவனோட வார்த்தைகள் எனக்கு நம்பிக்கை குடுத்துச்சு. 'நான் செத்தாலும் என் மூஞ்சியில முழிக்காத'ன்னு எங்கப்பா சொல்லிட்டாரு. நானும் அசிஸ்டெண்டா சேர்ற வரைக்கும் வீட்ல யார்கிட்டயும் தொடர்புல இல்ல. போன படம் ஷூட்டிங் கிளம்பப் போற முதல் நாள் ராத்திரி பனிரெண்டு மணிக்கு நான் அப்பாவியாய் வாசலில் நின்னிருக்குறத பார்த்து டைரக்டர் 'இவனையும் கூட்டிட்டு வாங்க'னு சொல்லிட்டுப் போயிட்டாரு. நான் என்ன படிச்சிருக்கேன், சினிமாவில எனக்கு என்ன தெரியும் எதையுமே அவர் கேட்கல. அதான் எனக்கு இப்ப வர ஆச்சர்யமா இருக்கு. எதுவா இருந்தாலும் நான் இங்க இருக்கணும். இயக்குனர் ஆகணும். இல்லன்னா நான் ஊருக்கு போகமுடியாது."

சொல்லி முடிக்கும்போது அவன் கண்ணில் கண்ணீர் மிதந்து கொண்டு வந்தது. இதுநாள் வரையிலும் காமெடியனாகத் தெரிந்த சோழன் தன் பால்ய காலம் முழுவதிலும் தனிமையும், அவமதிப்புமாய் ஒரு சிதைந்த வாழ்க்கையினைத் தன்னுள் வைத்திருந்தான். சோழன் மட்டுமல்ல நானும் என்னைப் போன்ற இன்னும் நிறைய உதவி இயக்குனர்களும் வருஷக்கணக்காய் ஊர் மறந்த பரதேசிகளாய்த்தான் வாழவேண்டியிருக்கிறது.

ooo

நதியில் மிதக்கும் கானல்

ரயில்நிலையத்தில் நிகழாமல் இருந்திருக்கலாம் அந்தப் பிரிவு. முன்பு ஒருநாள் மழைக்காலத்தில் அவன் அருகில் அமர்ந்திருந்தபோது இனிய சங்கீதத்தைப்போல தாலாட்டிய ரயிலோசை இன்று மிகப்பெரும் கலக்கத்தை ஏற்படுத்தியது. இனிமேல் அவனிடத்தில் எனக்கு எந்த உரிமையும் இல்லை. வாழ்நாள் முழுதும் கூடவருவேன் என்று சொன்னவன் இப்படி ரயில் நிலையத்தில் ஒரு கைஅசைவில் நம்மிடையே உறவு முறிந்துவிட்டது என்று சொல்வதற்காக வந்திருக்கிறான். ரயில் அவனைக் கடந்துபோகும் கணநேரத்தில் அத்தனை அன்பையும் காற்றில் விட்டுவிட்டுப் போய்விடுவேன் என்று நினைக்கிறானா? அவ்வளவு எளிமையானதா காதல்.

எந்த வினாடியும் என் கைகளைப் பற்றிக்கொண்டு "ஒரு பிரச்சினையும் இல்லடா. எதுக்கு நீ தேவை இல்லாம மனசைப்போட்டுக் குழப்பிக்கிற. எல்லாமே அப்படியேதான் இருக்கு" என்று சொல்லிவிடமாட்டானா என இதயம் தவித்தது. அவனோ மிக நிதானமாக "எத்தனை மணிக்கு டிரெயின் கிளம்பும்" என்றான். இன்னும் நம்பிக்கை மிச்சமிருந்தது.

எனக்கான அன்பு, அவன் கண்களில் எஞ்சியிருக்கிறதா என்று தீவிரமாகத் தேடத் தொடங்கினேன். அவன் முகத்தில் இறுக்கம் கூடக்கூட அவன் முன்பு எனக்குள் ஏற்படுத்திய அன்பெல்லாம் நலிந்து சிதைந்து உருகி ஓடியது. காதலின் வேகத்தைப் போலவே பிரிவும் அதே அழுத்தத்தோடு அவனிடமிருந்து வெளிப்பட்டது.

"நமக்குள்ளே இப்படி ஒரு பிரிவு வேணுங்கிறதை நீ புரிஞ்சிக்கணும். இவ்வளவு சண்டையோட நாம எப்படி வாழ்க்கையைத் தொடங்க முடியும்" என்று அவன் பேசிக்கொண்டே போக தாங்க முடியாத அருவருப்பில் இரண்டு கைகளையும் முகத்தில் வைத்து மூடி 'சீ' என்று சத்தமாக கத்தினேன். "இதான், இந்த மாதிரி ஆர்ப்பாட்டம் பண்றதாலதான் இத்தனை நாளும் உன்னைப் பார்க்காம இருந்தேன். அவ்வளவுதான், உனக்கும் எனக்கும் எல்லாம் முடிஞ்சுபோச்சு. இனி என்னைத் தேடி வந்து அசிங்கப்படாதே." என் பேச்சை கேட்க விரும்பாமல் உடனடியாக அந்த இடத்தைவிட்டு நகரத் தொடங்கினான்.

அமிலம் சொட்டும் வார்த்தைகளை வீசிவிட்டு ஜனத்திரளில் ஊர்ந்து மறைந்தான். ஆடாமல் அசையாமல் அவன் போவதையே பார்த்துக்கொண்டிருந்த நான் மிக ஆக்ரோசமாக கத்தி அழத்தொடங்கினேன். என் அருகிலிருந்தவர்கள் எல்லாம் கண்டிப்பாக என்னை நாகரீகமற்ற பெண்ணாக நினைத்திருக்கவேண்டும்.

அதைப்பற்றியெல்லாம் கவலைப்படும் நிலையில் நான் இல்லை. உணர்வுகள் பெருக்கெடுத்து ஓடின. கட்டுப்படுத்த முடியாத வேகத்தில் வயிற்றைப் புரட்டிக்கொண்டு வந்தது. வாந்தி எடுக்க இடம் தேடினேன். ரயில்பாதையைத் தவிர வேறெதுவும் தட்டுப்படவில்லை. பிளாட்ஃபார்மில் தலையைப் பிடித்து உட்கார்ந்தேன். பத்துவினாடிகள்கூட சென்றிருக்காது. என்னைச்சுற்றி பெருங்குரல்கள். 'ஏய் வாவா' என்று ஒரே கூச்சல். எனக்கு தலையைச் சுற்றிக்கொண்டு வந்தது. கண்களிலிருந்து காட்சிகள் மறையத் தொடங்கின. யாரோ என்னை வேகத்தில் பிளாட்ஃபார்முக்குள் இழுத்துப்போட்டார்கள். நான் செல்ல வேண்டிய மதுரை எக்ஸ்பிரஸ் சத்தத்தோடு ஊர்ந்து நின்றது. என் பக்கத்திலிருந்து "என்னாச்சுமா" என்று கேட்டுக்கொண்டிருந்தவர்கள் ரயிலில் இருக்கையைத் தேடக் கிளம்பிவிட்டார்கள். என் நினைவு

மெதுவாக திரும்பிக்கொண்டிருந்தது. தலை கனத்து வெடித்துச் சிதறுவது போன்ற வலி ஏற்பட்டது. ரயில்நிலையத்தின் எந்த மூலையிலிருந்தாவது மீண்டும் தோன்றி என் கைகளை பிடித்துக்கொள்ளமாட்டானா என்று மனது ஏங்கியது.

அவன் எப்படி என்னை வெறுத்து மறந்துபோக முடியும். ஆனால் அவன் என்னைவிட்டுப் போனது நிஜம். அந்த இடத்தைவிட்டு உடனடியாக நீங்கிச்செல்ல விரும்பினேன். கனவைப்போன்று எல்லாம் நடந்துகொண்டிருந்தது. கண்ணீரைத் துடைத்துக்கொண்டேன். முற்றிலுமாக அவனை என் ஞாபகத்தில் இருந்து அகற்ற வேண்டும். இல்லை ஓடும் ரயிலிலிருந்து குதித்துச் சாக வேண்டும். நொடிப்பொழுதில் எனக்குள் வீம்பும் வைராக்கியமும் உருவாகின.

ராணுவவீரனைப்போல் கட்டுக்கோப்பாக உடலும் மனமும் இறுகிப்போனது. லக்கேஜை எடுத்துக்கொண்டு என் இருக்கையில் போய் அமர்ந்தேன். நானே அறிய முடியாத நிலையில் இருந்தது என் மனநிலை. மறுபடியும் மனம் அவனிடத்தில் சிக்கிக்கொண்டது. இதயம் தெறித்து சிதறுவதைப்போல வலித்தது. இதையெல்லாம் அவன் உணர்ந்தால் என்னை இப்படித் துடிக்கவிடமாட்டான். ஆனால் அவனுக்கு எப்படித்தான் புரியவைப்பது? என்னுடைய வார்த்தைகள் அவனுக்கு விஷமாகப்பட்டது. என் வலிகள் அவனுக்கு ஆன்ம சந்தோசத்தை கொடுத்ததோ என்னவோ? என்னால் இருக்கையில் அமரமுடியவில்லை. எழுந்து ரயில் கதவுகளுக்குப் பக்கத்தில் போய் நின்று கொண்டேன். கதவின் இரண்டு பக்கக் கம்பிகளையும் பிடித்துக்கொண்டு வெளியே காற்றை தலையால் முட்டிக்கொண்டிருந்தேன். ரயில் தண்டவாளத்தில் உருண்டு செல்லும் சத்தத்தில் என் இதயம் கதறிக்கொண்டிருந்தது. மாலைநேரக் காற்றின் குளிர்ச்சியை முகம் உணர்வதை அனுபவிக்க இயலவில்லை. இதுவே அவன் என்னிடம் அன்பு செலுத்தும் நாளாக இருந்திருந்தால் இந்தச் சூழல் எவ்வளவு ஏகாந்தமாக இருந்திருக்கும். வரையறுக்க முடியாத ஆனந்தத்தில் காற்றில் மிதந்து கொண்டிருந்திருப்பேன். ஆனால் இப்போது ரத்தம் சுண்டி சோர்ந்து கிடக்கிறேன்.

எந்தக் கணமும் ரயிலிலிருந்து குதித்து விடுவேனோ என்று நினைத்தேன். "இந்தப்பக்கமா தள்ளி நில்லுங்க" நான் மிக

மெதுவாக தலையை நிமிர்த்தி இனிமேல் வாழ்வதற்கு என்ன இருக்கிறது என்பதைப்போல் குரல் வந்த திசையைப் பார்த்தேன். ஒரு நடுத்தர வயது மனிதர் என் முகத்தில் ததும்பிய உணர்வுகளை நோட்டமிட்டபடி "இல்ல காத்து பலமா வீசுது. பிடி நழுவப் போகுது. அதான் தள்ளி நில்லுங்கன்னு சொன்னேன்." புன்னகையை நன்றியாக்கிவிட்டு கதவில் சாய்ந்து நின்றேன். என்னை யாரென்றே தெரியாத ஒருவருக்கு நான் செத்துப்போவதில் விருப்பம் இல்லை. எல்லாம் முடிந்துவிட்டது என்று அவன் சொல்லிப்போன பின்பு எப்படி நான் உயிரோடு இருப்பேன் என்று நினைத்தான். நான் அவனிலிருந்து விலகிப் போகவேண்டும். அது என்னுடைய மரணமாக இருந்தாலும் பரவாயில்லை என்ற நிலையில் அவன் இருக்கிறானா?

எவ்வளவு நேரம் அங்கேயே நின்று கொண்டிருந்தேன் என்று தெரியவில்லை. ரயிலின் கதவுகள் அடைக்கப்பட்டுவிட்டன. டீ விற்பவர், சாப்பாடு ஆர்டர் எடுப்பவர், டிக்கெட் பரிசோதகர், கழிப்பிடத்தை உபயோகிக்கும் பயணிகள் என்று எல்லோரும் என்னைக் கடந்து சென்றார்கள். நான் ஏன் அங்கேயே நிற்கிறேன் என்பதில் சில பயணிகளுக்கு சந்தேகம் வந்துவிட்டது. என்னைக் காப்பாற்றும் பொருட்டு யாராவது ஒருவர் என்னைத் தள்ளி நில்லுங்க என்று சொல்லிப் போனார்கள். கிட்டத்தட்ட அந்த கம்பார்ட்மெண்ட்டில் அனைவரும் தூங்கச் சென்றுவிட்டார்கள். நானும் என் படுக்கையில் விழுந்தேன். அதற்குமுன் பல இரவுகள் நான் தூங்காமல் விழித்திருக்கிறேன். ஆனால் இந்த இரவைப் போன்று கொடுமையான இரவை அனுபவித்ததில்லை. கொடும்வாள்கள் பல சூழ்ந்து நெஞ்சைப் பிளப்பது போலிருந்தது. எங்கே இருக்கிறேன்?

என்னைச்சுற்றி என்ன நடக்கிறது? எதுவும் புரியவில்லை. நரமாமிசம் சாப்பிடும் அரக்கர்களிடம் மாட்டிக் கொண்டதைப்போல் மனதில் பீதி ஏற்பட்டது.

ஞாபகங்களை இழந்துகொண்டிருந்தேன். அதுவும் ஒருவகையில் நல்லதாகத்தான் பட்டது. அவன் பிரிவின் மரணவலி, அதில் மறக்கடிக்கப்பட்டால் கொஞ்சம் ஆசுவாசமாக இருக்கும். ஆனால் மற்ற நினைவுகள் எல்லாம் மறக்கடிக்கப்பட்டு அவன் மட்டுமே நினைவற்ற நினைவில் முழுவதுமாக

இருந்தான். அவன் நினைவில் அழுகிக்கொண்டிருக்கும் என் ஆத்மாவை பிய்த்து எறிந்தால்தான் சந்தோசம் கிடைக்கும். என் உயிர் பிரிந்து நிசப்தத்தில் முடிந்தாவது அந்த வலியை மறக்கடிக்க விரும்பினேன். தீவிரமான அன்புத் தேடலின் உயிர்தொடும் மூர்க்கம்தான் என் காதல் என்பது அவனுக்குப் புரியாமல்போனது சோகம்தான்.

ஒருபொட்டுக்கூட தூங்காமல் கொடைரோடு ரயில்நிலையத்தில் இறங்கிக்கொண்டேன். என்னுடைய சில செயல்கள் அதிசயமாகத்தான் தெரிந்தன. இத்தனை நினைவற்ற மனநிலையில் அனிச்சையாக எப்படி சரியான நிறுத்தத்தில் இறங்கினேன் என்றே தெரியவில்லை. மதுரையில் இருக்கும் அப்பா கொடைரோட்டுக்கு வந்து காத்திருக்கிறேன் என்று சொன்னார். “சிரமப்பட வேண்டாம். இரண்டு நாளில் நான் கல்லூரியில் செட்டிலானவுடன். நிதானமாக கொடைக்கானல் வாங்க” என்று சொல்லிவிட்டேன். அப்பா மிகவும் சந்தோசத்தில் இருப்பார். அவருக்கு பிடித்தமான கல்லூரி லெக்சரர் வேலையில் சேரப் போகிறேன். தினப்பத்திரிகையில் நான் பார்த்தது நிருபர் வேலை. “எம். பில் எம். எட் படிச்சிட்டு என்னம்மா நிலையில்லாமல் ஓடிக்கொண்டிருக்கும் வேலை. மாப்பிள்ளை பார்க்க கஷ்டமாக இருக்கிறது” என்று சொல்லிக்கொண்டே இருப்பார் அப்பா.

நான் அவனைக் காதலித்தது வீட்டுக்குத் தெரியாது. காதலிப்பது மகா குற்றமாக கருதும் எங்கள் குடும்பத்தில் என் காதல் தோல்வி அடைந்துவிட்டது என்று சொன்னால் எப்படி இருக்கும்? அந்த விதத்தில் கொஞ்சம் பாதுகாப்பாக இருந்திருக்கிறேன். பள்ளி, கல்லூரி என்று மதுரையில் இருந்தவரை காதலைப் பற்றி யோசிக்க நேரமில்லை. காதலிக்காமல் இருப்பது பெரும் கௌரவமாக நினைத்துப் பெருமிதப்பட்டுக்கொண்டிருந்தேன். பாவம் ஒருத்தன் ரொம்ப காலமாக என் பின்னால் சுற்றிக்கொண்டிருந்தான். அவன் முகத்தைக்கூட சரியாகப் பார்க்காமல் அவனை அவமதித்திருந்தேன். பலமுறை யோசித்தும் இன்றும் அவன் முகம் ஞாபகத்துக்கு வர மறுக்கிறது. அவன் விட்ட சாபமோ அல்லது அவனை அலையவிட்ட பாவமோ தெரியவில்லை இப்படித் துன்பவலையில் சிக்கித் தள்ளாடுகிறேன். நான் பார்த்துக்கொண்டிருந்த நிருபர் வேலையை விட்டுவிட்டேன் சென்னையில் இருந்தால்

கண்டிப்பாக அவன் நினைவில் செத்துவிடுவேன். ரொம்ப நாளாக அப்பா வற்புறுத்திக்கொண்டிருந்ததை இப்போது என்னைக் காப்பாற்றிக்கொள்ள பயன்படுத்திக்கொண்டேன். கொடைக்கானல் பல்கலைக்கழகத்தில் தற்காலிக லெக்சரர் வேலை கிடைத்ததும் மலைநகரத்திற்கு பயணப்பட்டுக் கொண்டிருக்கிறேன்.

லேசாக விடியத் தொடங்கியது. கொடைக்கானல் செல்லும் பஸ்ஸுக்காக காத்திருந்தேன். லக்கேஜை இழுத்துக்கொண்டு ரோட்டில் இருந்த டீக்கடையில் டீ சாப்பிட்டேன். கொஞ்சம் கொஞ்சமாக மனநிலை மாறத் தொடங்கியது. அந்த இடம் மிக குளிர்ச்சியாக இருந்தது. முகத்தில் அடித்த ஜில்காற்று இதமாக இருந்தது. டீக்கடை பெஞ்ச், பேப்பர் படித்தபடி டீ சாப்பிட்டுக்கொண்டிருந்த ஆண்கள், கவனமாக டீ போட்டுக்கொண்டிருப்பவர் எல்லாம் என் வாழ்வில் நிதானத்தை அளித்துக்கொண்டிருந்தார்கள். நான் இப்போது காணும் ஒவ்வொரு காட்சியும் எனக்கு முக்கியமாகப்பட்டது. என்னைக் காப்பாற்றும் காரணியாகவே எல்லாவற்றையும் நினைத்தேன். தனித்துவிடப்பட்ட நான், மிகச் சுதந்திரமானவளாக உணர்ந்தேன். என்னை வெறுக்கும் ஒருவனை மறக்க வேண்டும். என் முன் இருந்த சவால் அது. டீயை ரசித்துக் குடிக்க ஆரம்பித்தேன். சூடாக டீ உள்ளே இறங்கியது. அப்போது ஒரு பஸ் டீக்கடை அருகில் வந்து நின்றது. பஸ்ஸிலிருந்தவர்களை கவனமாகப் பார்க்க ஆரம்பித்தேன். இன்னும் தூக்கத்திலிருந்து விழிக்காத பெண் ஜன்னலில் தலைசாய்த்து படுத்திருந்தாள். அந்தப் பெண்ணின் முகத்தில் பயணத்தின் களைப்பு இல்லை. கவலைகளை மறக்கடிக்கும் பாவனை இருந்தது, அவளது தூக்கத்தில். அப்பாவின் விரல் பிடித்து பஸ்ஸிலிருந்து இறங்கி சுற்றும் முற்றும் பார்த்து மறைந்து நின்று ஒன்னுக்கடித்த சிறுவன் என்னுள் லேசான புன்னகையை வரவழைத்தான். சிறு முறுவலிப்புடன் கேசம் ஒதுக்கி மணி பார்த்துவிட்டு, ஜன்னல்வழி வெளியுலகம் பார்த்த சுடிதார்பெண் அந்தக்காலையில் மிக அற்புதமான பனிஓவியம் போலிருந்தாள்.

ஒவ்வொருவராக டீக்கடையை ஆக்ரமித்தார்கள். சுடுதண்ணீர் வாங்கி பொறுப்பாக பால்பாட்டிலை கழுவி பின் கடையில் பால் வாங்கி பாட்டிலை மனைவியிடம் கொடுத்த மனிதன் உலகின்

மிக உன்னதமாகப்பட்டார் எனக்கு. அழுதுகொண்டிருந்த குழந்தை அழுகை அடக்கி, ஓரேமூச்சில் பாலைக் குடித்துவிடும் நோக்கில், பாட்டிலின் நிப்பிளை வேக வேகமாக உறிஞ்சியது. அவனில்லாத உலகத்தை ஒருநாளில் அழகானதாக மாற்றிவிட முடியாதுதான். வாழ்க்கை அழகானதாக இல்லாவிட்டாலும் மிக மெதுவாக நகர்ந்து ஒருநாள் வலியற்றதாக மாறலாம் என்பதை அந்தக் காலைக் காட்சிகள் உணர்த்தின.

கொடைக்கானல் பஸ் முழுமையாக நிறைந்திருக்கவில்லை. சந்தேகமே இல்லை ஜன்னலோர சீட்டில்தான் அமர்ந்தேன். மலைப்பாதையில் பஸ் உயர உயர உடல் குளிரத் தொடங்கியது. வெயிலும் பனியும் கலந்து வெளிர்மஞ்சள் நிறத்தில் இருந்தது வெளி. நான் இதற்கு முன் வானத்தை அத்தனை அழகாகப் பார்த்ததில்லை. சூரியனால் ஒளிரத்தொடங்கிய வானத்தில் நீலநிறம் பிரிந்து வெண்மையும் மஞ்சளும் கூடிக்கொண்டிருந்தது. கொட்டும் பனி, ஒளிரும் வெளிச்சம், தூரத்தில் பள்ளத்தாக்கில் மேய்ந்துகொண்டிருக்கும் காட்டு மான்கள், உணவுகளை தேடிப்பிடித்துச் சாப்பிடும் குரங்குகள் அத்தனையும் அழகு. காட்சிப் பிழையாக அவன் முகம் எங்கும் இல்லை. கொட்டும் அழகாக இருந்த இயற்கை எழிலில் மூழ்கிப் போனேன்.

மனம் சீராகத்தான் இருந்தது பஸ்ஸில் காதல் பாடல்கள் ஒலிபரப்பாகும்வரை. ‘காதலின் தீபம் ஒன்று’, ‘வசந்தகால கோலங்கள் வானில் மிதந்த கோடுகள்’, ‘ஆனந்த ராகம் கேட்கும் காலம்’, ‘நீ பாதி நான் பாதி’ அத்தனையும் காதல் பாடல்கள். மனம் தறிகெட்டு ஓடி அவனில் வந்து நின்றது. ஓடிப்போய் பாட்டை அணைத்துவிட நினைத்தேன். கண்களிலிருந்து கண்ணீர் தானாக வழிந்துகொண்டிருந்தது. சிறு வயதிலிருந்தே இளையராஜாவின் பாடல்கள் எனக்குள் மிகப்பெரும் காதல் உணர்வை ஏற்படுத்தியிருந்தன. ஒருநாளாவது இளையராஜாவின் இசையைக் கேட்காமல் இருந்தது இல்லை. வாழ்வின் அன்றாட செயலைப்போல அவரின் பாடல்கள் காற்றில் கலந்து என்னுள் பெருமிதமான, மென்மையான காதலை உணர்த்தியது. என் மனதில் இருந்த அத்தனை அழகான இசை காதலுக்கு கௌரவம் செய்யும் பொருட்டே சராசரி ரசனை உள்ள எவனையும் நான் அனுமதிக்கவில்லை.

அவனைப் பார்த்தபோது அவன் நானாக இருந்தான். அவனும் என்னைப்போல உணர்வோடு கலந்த இசையின் காதலியைத் தேடிக்கொண்டிருந்தான். எனது இருபத்திரெண்டாவது வயதில் அவனைக் கண்டுபிடித்தேன். உணர்வுகள், ரசனைகள், விருப்பங்கள் ஒன்றிப்போயின. என்னுள் இருந்த இசை அவனைப் பார்த்ததும் பொங்கியது. மனம் சிறகடித்து பறந்தது. ஒரு பெரிய கம்பெனியில் கம்ப்யூட்டர் இன்ஜினியராக இருந்த அவன் எங்கள் பத்திரிகை அலுவலகத்திற்கு சில தமிழ் சாப்ட்வேர்களை அறிமுகப்படுத்த வந்திருந்தான். கட்டுரை எழுதும்போது என் பக்கத்தில் அமர்ந்து சாப்ட்வேர்களை எப்படி பயன்படுத்தவேண்டும் என்று சொல்லிக்கொண்டிருந்தான். எப்போதும் சன்னமான குரலில் இளையராஜாவின் பாடல்களை முனுமுனுத்துக்கொண்டிருந்த அவன் என்னை ஈர்த்ததில் வியப்பில்லை.

அவன் வந்து இரண்டு நாட்கள்தான் ஆகியிருந்தன. வெகுநாட்கள் பழகியவனைப்போல் நெருக்கமாகப் பேசினான். பெயர் சொல்லி அழைத்தான். மழை பெய்துகொண்டிருந்த நாளில் “டீ சாப்பிடவர்றீங்களா” என்று கேட்டான். அவன் பார்வை மிகக் கூர்மையாக இருந்தது. என்னை வீழ்த்தும் பார்வை சந்தேகமே இல்லை. இதற்குமுன் நான் யாருடைய கண்களையும்இப்படி நேருக்கு நேர் பார்க்க முடியாத நிலை ஏற்பட்டதில்லை. தவறி அவன்கண்களைச் சந்திக்க நேரிட்டால் சிரிப்பும் வெட்கமும் காதலுமாய் இருந்தது என்பார்வை. நானும் அவனை நேர்கொண்டு பார்க்க முயன்றேன். மஞ்சள் பூக்கள் உதிர்ந்து கிடக்கும் டீக்கடை கிளர்ச்சியை ஏற்படுத்தியது. அப்போதே அவன் கைகளை பிடித்துக்கொள்வேனோ என்று பயமாக இருந்தது. அவனைப் பார்க்கும் ஒவ்வொரு கணமும் இதயம் மெல்லியதாக அதிர்ந்தது. அவன் “சிகரெட் பிடிக்கவா” என்று கேட்டான். “சரி” என்று தலையாட்டினேன். டீயை உறிஞ்சியபடி அவன் புகைப்பதை ஓரக்கண்ணால் பார்த்தேன். அவன் புகைபிடிக்கும் விதம் மிக அழகாக இருந்தது. அவன் ஊதிய புகை மழைத்தூறலோடு சேர்ந்து காற்றில் ஓர் ஓவியத்தைப்போல மிதந்தது. மரங்கள் அடர்ந்த எங்கள் அலுவலகத் தெருவில் நாங்கள் மட்டுமே தனித்துவிடப்பட்டதுபோல் ஒரே நேர்கோட்டில் இணையாக நடந்து சென்றோம்.

இனிமையான குரலில் பாடிய பறவைகள் எங்கள் தலைக்கு மேலே பறந்து சென்று கூட்டில் அடைந்தன. இருவருமே ஒரே உணர்வில் கண்களை நேர்கொண்டோம். "நான் உங்களை லவ் பண்றேனு நினைக்கிறேன்" என்றான். அகமகிழ்ந்து போனேன். அவனிடம் எதையும் காட்டிக்கொள்ளாமல் "இரண்டு நாளில் காதலா? காமெடி பண்ணாதீங்க" என்றேன் பொய்யாக. "எனக்கு இரண்டு நாள். உங்களுக்கு எப்ப தோணுதோ அப்ப சொல்லுங்க. வெயிட் பண்றேன். அதுவரைக்கும் ஃப்ரண்ட் மாதிரி பேசுங்க" நான் எதையும் உடனடியாகச் சொல்லவில்லை. ஆனால் அவனுடன் விருப்பத்தோடுபேசிக் கொண்டிருந்தேன். ஒரு வாரத்தில் எங்கள் ஆபிஸ் புராஜெக்டை முடித்துக்கொண்டு போய்விட்டான்.

அதன்பின் அவன் இல்லாத வெறுமையை உணரத் தொடங்கினேன்.

அவன் என்னோடு தொடர்ந்து தொடர்பில் இருந்தான். என் அலுவலகத் தெருவில் எனக்காக காத்திருந்து என்னை பைக்கில் அழைத்துச் சென்று விடுதியில் விட்டான். நான் மறுப்பேதும் சொல்லாமல் இசைந்தேன். பில் பற்றி கவலைப்படாமல் ஃபோனில் பேசிக்கொண்டிருந்தான். "நானும் உன்னைக் காதலிக்கிறேன்" என்று அவனிடம் நேரடியாக சொல்லாமலே ஒன்றிரண்டு மாதங்களில் நாங்கள் காதலர்கள் போலாகிவிட்டோம். எனக்கான காத்திருப்பு, அலுவலக வேலை இரண்டையுமே சரியாகச் செய்துகொண்டிருந்தான். அவன் விழிகள் எப்போதும் சுறுசுறுப்புடன் பரபரத்தபடி இருக்கும். என் நினைவில் இருக்கும் அவன் முகம் எப்போதும் புன்னகைத்தபடி இருக்கும்.

பொங்கல் விடுமுறைக்கு என்னுடைய ஊருக்கு கிளம்புகிறேன். ஆறுமணிக்கு டிரெயின் என்று சொல்லியிருந்தேன். அவனை "வழியனுப்பி வைக்க வா" என்று வெளிப்படையாக அழைக்கவில்லை. அவனாக வரவேண்டும் என்று நினைத்தேன். ஐந்து மணியிலிருந்து ரயில்நிலையத்தில் காத்திருந்தேன். அவனிடமிருந்து ஒரு ஃபோன்கூட வரவில்லை. மனதில் கவலை பரவியது. ஒரு ஃபோன் பண்ணி வரவில்லை என்று சொல்லியிருக்கலாம். குறைந்தபட்சம் வேலை இருக்கிறது என்றாவது தெரியப்படுத்தியிருக்கலாம். அவன் மனதில்

காதலும் இல்லை, ஒரு மண்ணாங்கட்டியும் இல்லை. எரிச்சலும் கண்ணீருமாய் இருந்த எனக்கு ரயில் சத்தமும் பயணிகளின் சத்தமும் வாதையை ஏற்படுத்திக்கொண்டிருந்தது. எல்லாச்சத்தங்களும் பயத்தை மட்டுமே கிளப்பின. இப்படியான மனநிலையில் ரயில்நிலையம் ஏன் ஒரு பயங்கரமான உலகத்தைப்போல் காட்சியளிக்கிறது?

அவனிடமிருந்து ஃபோன் வந்தது. வந்துவிட்டான் என்று துள்ளலுடன் பேசினேன். "சாரி எனக்கு முக்கியமான புராஜெக்ட் வேலை. வரமுடியல நீ பத்திரமா போய்ட்டுவா. நான் அப்புறமா பேசுறேன்" என்று சொல்லி ஃபோனை வைத்துவிட்டான். கவலை மனதை வாட்டியது. டிராலி உருண்டோடும் சத்தத்தை உன்னிப்பாக கவனித்துக்கொண்டிருந்தபோது அதன் பின்னாலிருந்து அவன் வந்துகொண்டிருந்தான். மனதில் அரும்பிய சந்தோசத்தை வெளியே காட்டாமல் அவனைப் பார்த்தேன். "என்ன கோபமா?" என்று கேட்டான். கண்களில் ஈரம் படர அமைதியாகச் சிரித்தேன். பின் ஏதேதோ பேசிக்கொண்டிருந்தோம்.

அவன் வந்ததும் பயம் உண்டாக்கிய எல்லாச் சத்தங்களும் இசையாக மாறிவிட்டன. ரயில் நிலையம் முழுக்க அழகு நிரம்பி வழிந்தது. ரயில் புறப்படும் நேரம் வந்துவிட்டது. அப்போதுதான் கவனித்தேன் அவனிடமும் ஒரு பை. "என்ன" என்றேன். "சும்மா" என்றான். சரி என்று ரயிலில் ஏறும் அவசரத்தோடு எழுந்தேன். அவன் "இரு நான் கோச் நம்பர் பார்க்கிறேன்" என்றான். பின் கம்பார்ட்மென்டைப் பார்த்து ஏறினான். "ஏய் இது இல்ல" என்றேன். "சும்மா இரு எனக்கு தெரியும்" என்றவன என் பேக்கை வாங்கிக்கொண்டு ஒரு இருக்கையில் உட்கார வைத்தான் அவனும் என்னோடு உட்கார்ந்து கொண்டான். எங்கள் இருவருக்குமான வேறொரு டிக்கெட்டை எடுத்திருந்தான். என் டிக்கெட்டை கிழித்து காற்றில் பறக்கவிட்டான். "ஏண்டா இப்படி பண்ணின" என்று கோபத்துடனும் சந்தோசத்துடனும் அவன் கைகளை இறுக்கிப் பிடித்துக்கொண்டேன்.

வழிநெடுக எங்கள் வார்த்தைகளில் காதல் வீரியம் கூடியது. யாராலும் பிரிக்க முடியாத காதல் நிலையை அடைந்தோம். மதுரையில் இறங்கியதும் மீண்டும் சென்னை திரும்பி விட்டான்.

அவனுக்கு நிறைய நண்பர்கள் இருந்தார்கள். அவன்மேல் எனக்கு மிகப்பெரும் ப்ரியம் ஏற்பட்டதும் அவன் வேறு நண்பர்களிடம் பேசினால் சண்டையிடத் தொடங்கினேன். அவன் முழுமையாக எனக்கானவன் என்பதில் உறுதியாக இருந்தேன். நான் உள்ளொடுங்கிய மனுசி. எனக்கான நெருக்கமான மனிதர்கள் மிகக்குறைவு. ஆனால் அந்த மனிதர்களிடம் அத்தனை அன்பையும் கொட்டி வைத்திருந்தேன். அவனிடம் சண்டையிட்ட ஒரு நாளில் சொல்லிக்கொள்ளாமல் பஸ்ஸில் ஊருக்குக் கிளம்பினேன். கடைசியில் மனசு கேட்காமல் பஸ் கிளம்புவதற்கு முன்பாக "ஊருக்கு கிளம்புகிறேன்" என்று சொன்னேன். எந்த டிராவல்ஸ் என்பதை விவரமாகக் கேட்டுக்கொண்டான். கண்டிப்பாக அவன் வருவான் என்று தெரியும் அதற்குள் பஸ் கிளம்பிவிட்டது.

இரண்டு நிமிடத்தில் அவனிடமிருந்து ஃபோன். பஸ் எந்த இடத்தில் இருக்கு? பஸ்ஸில் நான் உட்கார்ந்திருக்கும் இடம் எது என்று தெரிந்து கொண்டான். பஸ் நெரிசலில் நின்று கொண்டிருந்தது. புலி மாதிரி படுவேகத்தில் என் ஜன்னலோர சீட்டுக்கு பக்கத்தில் வந்து நின்றான். அவன் பறந்துதான் வந்திருக்க வேண்டும். பிஸ்கெட், பழங்கள் உள்ள ஒரு பையை என்னிடம் தூக்கிப்போட்டான். பஸ் மெதுவாக நகர்ந்துகொண்டிருந்தது. "சரி நீ போ. நான் ஃபோனில் பேசுறேன்" என்றேன். அவன் அதை காதில் வாங்காமல் பஸ் பின்னாடியே வந்துகொண்டிருந்தான். "போடா போடா" என்று கத்தினேன். பஸ் நெடுஞ்சாலையில் விரையத்தொடங்கியது. காற்று வேகத்தில் தொடர்ந்து பைக்கில் வந்தான். எனக்கு பதற்றம் கூடியது. செல்போனை எடுத்து அவனிடம் பேசினேன். திரும்பிப் "போ போ" என்று கெஞ்சினேன். "நீ என்கிட்ட சொல்லாம போனேலே. நான் மதுரை வரைக்கும் உன் பின்னாடியே வர்றேன்" என்றான். மதுரவாயல் நெடுஞ்சாலையில் அடுத்தடுத்து இரண்டு பைக் ஆக்ஸிடெண்ட். அவனிடம் "போ" என்று சொல்லி போனில் கெஞ்சி கத்தி அழுதேன். வண்டி ஓட்டியபடி அவன் பேசிக்கொண்டிருந்தான் எனக்கு பயத்தில் உயிர் கலங்கியது. கடைசியாக மிகப்பெரும் அழுகையோடு போனை வைத்துவிட்டேன். அவன் செங்கல்பட்டு நெடுஞ்சாலைவரை வந்தான். பஸ் சிட்டாக பறந்தது. சிறிது நேரத்தில் அவனிடமிருந்து ஃபோன். "சரி

நான் போகிறேன். இன்னொரு முறை கோபித்துக்கொண்டு இப்படியெல்லாம் செய்யக்கூடாது" என்றான். பயம் நீங்கி ஆசுவாசம் அடைந்தேன். அவனின் தீவிரமான அன்பு மனதை உருக்கியது. உயிரை பணயம் வைத்து அன்று என்னோடு அவன் பயணம் செய்தான்.

நானும் அவனும் நினைத்தாலும்கூட எங்கள் காதலைப் பிரிக்க முடியாது என்று நினைத்தேன். காதல் வலிமையானது. அன்பின் வற்றாத ஊற்று என்று நினைத்தேன். எல்லாம் அவன் ஒரு மாதம் புராஜெக்ட் விசயமாக பெங்களூர் செல்லும்வரை. எனக்கும் அலுவலக நெருக்கடி. பாய்ந்து பாய்ந்து கட்டுரைகளைத் தயார்செய்யும் நிலைமை ஆகிவிட்டது. செய்தி சேகரிப்பில் படுபிஸியாகிவிட்டேன். அவனை உடனடியாகத் திருமணம் செய்ய வேண்டும் என்றால் பணிநிரந்தரம் அடையவேண்டும். அதற்காகத்தான் என் வேலை பளுவைக் கூட்டிக்கொண்டு கட்டுரைகளின் எண்ணிக்கையை அதிகரிக்க நினைத்தேன். அவன் என்னுடன் பலமுறை பேச முயலும் போதெல்லாம் ஒன்றிரண்டு வார்த்தை பேசிவிட்டு வேலை இருக்கிறது என்று சொல்லி ஃபோனைத் துண்டித்தேன். அதை அவன் புரிந்துகொள்வான் என்றே நினைத்தேன். இதன் தொடர்பாக ஃபோனிலேலேயே இருவரும் சண்டையிடத் தொடங்கினோம். ஏன் இப்படி புரிந்து கொள்ள மறுக்கிறான் என்று எனக்கு கோபமாக வந்தது. நான் ஒதுக்குவதாக அவனுக்குப்பட்டது. அவன் கோபத்தின் வீரியத்தையெல்லாம் அப்போதுதான் அறிந்தேன். வார்த்தைகள் தடித்து, எல்லோரிடமும் சிரித்து வழிகிறேன். அவனை மட்டும் ஒதுக்குகிறேன் என்றான். கெட்ட வார்த்தைகள் எல்லாம் சொல்ல ஆரம்பித்தான்.

எனக்கும் அவனுக்குமாக நான் கட்டி வைத்திருந்த வீடு எரிந்து சாம்பலாகியது. எவ்வளவு சண்டையிட்டும் எங்களின் அன்பு உடைந்து போகும் என்று நான் கற்பனை செய்துகூட பார்த்ததில்லை. அவன் புராஜெக்ட் முடித்து வந்ததும் ஹோட்டலில் சந்தித்து கொண்டோம். பிரிவும் சண்டையும் புதிதாக அன்பு செலுத்துபவர்களைப்போல் கொஞ்சம் தயக்கத்தைக் கொடுத்து. சண்டையை மறந்து ரொமான்ஸோடு அமர்ந்திருந்தேன். இருவரும் செல்போன்களை சாப்பாட்டு மேஜையில் வைத்திருந்தோம். இந்தத் தடவை அவனுக்கு ஒரு சில குறுஞ்செய்திகளைத்தான் அனுப்பியிருந்தேன்.

அதைப் பார்க்க அவன் ஃபோனை எடுத்தேன். அதை எதிர்பார்க்காத அவன் "ஃபோனை குடு" என்று என் முன்னால் வந்தான். நான் தரமறுத்து பின்னால் போனேன். ஹோட்டலில் கூட்டம் அதிகமாக இருந்தது. தலையைப் பிடித்து உட்கார்ந்தான். "வேணுமின்னா என் ஃபோனை பாரு" என்று என் ஃபோனை அவன் பக்கம் தள்ளினேன். அவன் நிமிர்ந்தே பார்க்காமல் ஃபோனை நோண்டிக்கொண்டிருந்தான். அவன் குறுஞ்செய்தியை திறந்து படிக்க படிக்க என் இதயம் பதறியது. ஒரு நம்பரிலிருந்து இவன் ஃபோனுக்கு "சாப்பிட்டியாடா, தூங்கினியாடா", பதிலுக்கு "கிஸ் மி டி. உன் ஃபோட்டோவை நெட்டில் அனுப்பி வை" இப்படி இன்னும் ஏ ஜோக்ஸ் என்று நிரம்பிக் கிடந்தது. பத்ரகாளியைப்போல் என் விழிகள் பிதுங்கியது. ரத்தம் கொதித்தது. அவன் ரொம்ப சாதாரணமாக அவன் ஃபோனை பிடுங்கிக்கொண்டு என் ஃபோனை என் பக்கம் தள்ளினான். "நீ ரொம்ப விவரமானவ. உன் பாய்ஃப்ரண்ட்ஸ் அனுப்பினதெல்லாம் தெளிவா டெலிட் பண்ணியிருப்ப." அருவருப்பாக உடல் குறுகி நடுங்கியது. அங்கிருந்து எழுந்து கிட்டதட்ட ஓடினேன் என்றுதான் சொல்ல வேண்டும்.

பில்லை செட்டில் பண்ணிவிட்டு பின்னாடியே வந்து என்னை வழிமறித்தான். "அதெல்லாம் என்னோடது இல்லடா. என் ரூம் மேட் ஒருத்தனுக்கு ரோமிங் இல்ல. அவன்தான் இந்தப் ஃபோனை பயன்படுத்தினான்" என்று சமாதானம் செய்தான். நான் எதையும் காதில் வாங்காமல் விடுதிக்குப் பறந்துவிட்டேன். எனக்கு ஃபோன் செய்து கொண்டே இருந்தான். நான் ஃபோனை அணைத்துவிட்டுப் படுத்துக்கொண்டேன். அவன் சொன்னது உண்மையாக இருக்கலாம் என்று லேசாக சமாதானம் அடைந்தேன். ஃபோனை உயிர்ப்பிக்கச் செய்ததும் பல குறுஞ்செய்திகள். "சத்தியமாக அது நான் இல்லை. அந்த நண்பனை பேச வைக்கிறேன்" என்றான். மனம் இறங்கி சிறிது ஊடலோடு அவனோடு பேசத்தொடங்கினேன். ஆனால் என் மனம் அவனிடம் மிகப்பெரும் காதலை வைத்திருந்தது. என் தீவிரம் அவன் சுதந்திரத்தைப் பறிப்பதாக நினைத்தான். அவன் என்னைத் தவிர்க்கத் தொடங்கினான். அவன் எனக்காக காத்திருந்த பொழுதெல்லாம் திரும்பத் தொடங்கின. நான் அவனுக்காகப் பலமுறை அவன் அலுவலக

வாசலில் காத்திருந்தும் வேலை இருக்கிறது என்று சொல்லி என்னைப் பார்க்க மறுத்தான். அப்படிப் பார்த்து, பேசிய கணங்களெல்லாம் சண்டை. அவன் பலமுறை பேசியும் பிரிவை பற்றி மட்டும் பேசவில்லை.

இப்படியே சண்டையிட்டுக்கொண்டிருந்தால் இருவரும் வேலையில் கவனம் சிதறிவிடுவோம் என்று இருவருக்கும் தெரிந்தது. "என்னை வேணான்னா வேணான்னு சொல்லுடா. என்னைச் சிதைக்காதே" என்று அவனிடம் பலமுறை கேட்டும் பிரிவைச் சொல்லாமல் மழுப்பலாகவே பதில் சொல்லிக்கொண்டிருந்தான். நானாக அவனைப் பிரிந்தால் எந்தக் குற்றஉணர்வும் இல்லாமல் இருந்திருக்கலாம் என்று நினைத்திருக்கலாம். கடைசியாக இந்த ரயில்நிலையச் சந்திப்பில் என் குரல்வளையை அறுத்துச் சென்றுவிட்டான்.

பஸ்ஸில் பாடல்கள் அடங்கியது. சிறுசிறு நிறுத்தத்தில் மக்கள் இறங்கத் தொடங்கினார்கள். தூக்கம் இல்லாத கண்கள் தானாகச் சோர்வில் சொருகியது.

கடைசியாக அவனுக்கான கவிதை வரிகள் மனதில் தோன்றின.

மணல் காற்று வீசும்
நெடும் பாலை நிலத்தில்...
ஆதி ஓவியங்கள் சூழ
சிங்கம் வாழ்குகையில்
இருண்மையில் கிடக்கின்றேன்...
பாறையிடுக்கில் கசியும் ஒளி
ஞாபகம் கிளர்த்துகிறது
மண்வாசத்தோடு
உன் நினைவும் சிரம் அறுக்கிறது
ஆசைகள் இறுகிக் கடக்கும் முன்
நீ வந்தடைவாய் எப்படியும்
ஒரு மரணமுத்தத்தோடு.

ooo

ரத்தத்தில் மிதக்கும் படுக்கையறை

தனிமையும் வெறுப்புமாகப் மதில் மேல் பூனை நடந்துபோகும் சத்தம் எப்போதும் கவிதாவின் காதில் ஒலித்துக்கொண்டேயிருந்தது. இரவில் கறுமை பெருகியது. பகலில் வெளிச்சம் கண்ணை உறுத்தியது. எப்போதும் கண்களை மூடிக்கொண்டிருக்கவே விரும்பினாள். இவள் மூச்சிரைக்கும் சத்தம் இவளையே பயமுறுத்தியது. எந்த நேரமும் நாடி நரம்பெல்லாம் வெடித்துச் சிதறிவிடுமோ எனக் கலக்கமுற்றாள். தொண்டைக்குழியிலிருந்து மூச்சு வெளியேற முடியாமல் தவித்தது. எப்போது வேண்டுமானாலும் தான் செத்துவிடுவோம் என்றே நினைத்தாள். உலகத்தில் எதுவுமே இவளுக்கு அமைதி தரவில்லை. ஆம். அப்போது நாட்கள் இவளுக்கு இரவும் பகலுமற்ற ஒற்றை நிறத்தில் இருந்தன. மருந்து வாசனையை மீறித் தெரிந்த இவள் இருப்பைத் தாங்கிக்கொள்ள முடியாமல் நோயாளிகளும் அவர்களுடன் வந்தவர்களும் ஒரு கணம் முகம் சுளித்தார்கள். யாரும் பைத்தியக்காரர்களை விரும்புவதில்லை என்பதுதான் காரணம். இவளை இரண்டு பேர் தாங்கிப்பிடித்திருந்தார்கள். மூன்று நாட்களாய் இவள் தூங்காமல் சாப்பிடாமல் அறை முழுக்க நடந்துகொண்டிருந்திருக்கிறாள். அவர்கள் பிடியிலிருந்து விலகித் தெருவில்

ஓடத் தயாராக இருந்தவள் எதையோ புலம்பியபடி கைகால்களை உதறிக்கொண்டிருந்தாள். அவர்கள் பார்க்க வந்தது பொதுமருத்துவரை. பேருக்கு ஒரு ஊசியைப் போட்ட அவர் இவளை உடனடியாக மனநல மருத்துவரிடம் அழைத்துப்போகச் சொன்னார். மருத்துவரைப் பார்க்கலாம் என்று அவர்கள் முடிவெடுக்கப் பதினைந்து நாட்களாயின. கவிதாவைச் சித்தி வீட்டுக்கு அனுப்பிவைத்தார்கள். சித்தி குடும்பத்தார்தான் இவளை மனநல மருத்துவரிடம் கூட்டிப்போக முடிவெடுத்தார்கள்.

மனநலமருத்துவர் என்றதும் கவிதாவுக்குத் தூக்கம் மட்டுமே ஞாபகத்துக்கு வந்தது. முதலில் அவர் தன்னைத் தூங்கவைத்து விடுவார் என்ற நினைப்பே இவளுக்கு உவகையாக இருந்தது. தூக்கமின்மைதான் தனது நோய் என்று அறிந்தே வைத்திருந்தாள்.

"என்னாச்சும்மா? உன் பேரென்ன?" நீண்ட நாட்களுக்குப் பின் ஒரு ஆணின் வார்த்தைகள் காதுக்கு இதத்தைத் தந்தன. மனம் இளகி நிமிர்ந்து பார்த்தவள் கண்ணீரோடு பேசத் தொடங்கினாள்.

"எனக்கு யாருமே இல்ல. தனியா இருக்கேன். எல்லாரும் என்னை ஏமாத்துறாங்க."

"யாரும்மா உங்களை ஏமாத்துறா?" டாக்டர் மெதுவான குரலில் அன்பொழுகக் கேட்டார்.

"எல்லாருந்தான்... என் ஹஸ்பெண்ட்... பேமிலி ப்ரண்ட்ஸ்... எல்லாரும் என்னை ஏமாத்துறாங்க."

"உங்களுக்கு குழந்தைங்க இருக்காங்களா?"

"எட்டு வயசில ஒரு பையன் இருக்கான்."

"குழந்தையும் உங்கள ஏமாத்துதா?"

டாக்டர் முதல் முடிச்சைப் போட்டார். குழந்தை என்று சொன்னதும் இவளுக்கு மேலும் கண்ணீர் பெருகியது.

"டாக்டர் நான் என் பையனுக்காக உயிர் வாழணும்னு நினைக்கிறேன். ஆனால் எல்லாரும் என்னை ஏமாத்தறது எனக்குப் பிடிக்கல."

தனக்கு நடந்த எல்லா விஷயங்களையும் அவரிடம் சொன்னாள். இவள் பேசுவதையே கூர்ந்து கவனித்துக்கொண்டிருந்தவர் நடுவில் இவள் அழும்போது, “சரிங்கம்மா... அழாதீங்க... உங்க பையனுக்காக நீங்க வாழணும் இல்லையா? இப்ப உங்களுக்கு ஒண்ணும் இல்ல... யாரு வேணா ஏமாத்திட்டுப் போகட்டும். நீங்க யாரையும் நம்பாதீங்க” என்றார்.

“இல்ல எனக்கு எங்கேயுமே வாழப் பிடிக்கல...”

“அப்படிச் சொல்லக் கூடாதும்மா. இப்ப நீங்க குழப்பத்துல இருக்கீங்க. ரொம்ப நாள் தூங்கல இல்லியா? அதனால மூளை சோர்வா இருக்கு. உடனடியா முடிவு எடுக்க வேண்டாம். தூங்குறதுக்கு மாத்திரை தர்றேன். நல்லா தூங்குங்க... ஒரு வாரம் கழிச்சுத் திரும்ப வாங்க அப்பத் தெளிவா பேசலாம்.”

“சரி” என்று குழந்தையைப் போல் தலையாட்டிவிட்டுக் கண்ணீரைத் துடைத்தபடி வெளியே வந்தாள். பின் மருத்துவர் சித்தியை அழைத்துக் கவிதாவைப் பற்றிக் கேட்டுக்கொண்டு மருந்துகளை எழுதிக்கொடுத்தார்.

கவிதாவின் சித்தி வீடு நெடுஞ்சாலையின் இடது பக்கத்தில் இருந்தது. மருத்துவர் கொடுத்த மாத்திரைகளைச் சாப்பிடத் தொடங்கினாள். வெகுநாள் கழித்து அன்றிரவு ஆழ்ந்து உறங்கினாள். லாரியின் சத்தத்தில் திடுக்கிட்டு எழுந்தவள் மணியைப் பார்த்தாள். இரண்டு. இரவின் அமைதியைக் குலைத்தவாறு விட்டுவிட்டுக் கேட்ட வாகனங்களின் பேரிரைச்சல், மீண்டும் மனநிலையைப் பழைய நிலைக்குக் கொண்டுசென்றது. பதற்றம் தொற்றிக்கொண்டது. தன் பழைய வீடும் ஊரும் ஞாபகத்திற்கு வந்தன.

கிராமத்தில் அகலமான வாசலுடைய வீட்டில் கவிதா எவ்வளவு சந்தோசமாக வாழ்ந்தாள். மனதை அழுத்தும் கவலைகளைப் பற்றி அறியாதவளாக இருந்தாள். பள்ளிக்கூடமும் விளையாட்டும் மட்டுமே அந்த வாழ்க்கையில் இவளுக்குத் தெரிந்த விசயங்கள். மலையை வேடிக்கை பார்த்தபடி மாங்காய் கடித்துக்கொண்டு, புத்தாடை, கோவில் திருவிழா, தீபாவளி, கோடைமழை, மார்கழியில் நெருப்புமூட்டிக் குளிர்காய்வது, இன்னும் இன்னும் எத்தனை சந்தோஷங்கள். இன்று கிராமத்துத் தெருக்களில் வாசல்களற்ற வீடுகள்.

கண்ணாமூச்சி ஆட்டத்தில் ஒளிந்துகொள்ள வசதியாக இருந்த மண்சுவர்களைக் காணவில்லை. வைக்கோல் பந்தல் ஊருக்கு வெளியே வந்துவிட்டது. ஆடுமாடுகள் வீட்டில் வளர்க்கப்படுவதில்லை. பஞ்சாயத்து யூனியனாக இருந்த ஊர் நகராட்சியாகிவிட்டது. வாசலில் அமர்ந்து பேசிய பெண்கள் தொலைக்காட்சி பார்த்துக்கொண்டிருக்கிறார்கள். கவிதாவுக்கு உலகத்தில் எதுவுமே சுவாரஸ்யம் இல்லாததாகப் போய்விட்டது. ஊரைப் பற்றியே யோசித்தபடி இருந்தவள் விடியும் தருவாயில் தூங்கிப்போனாள்.

சிறுநகரில் ஒற்றை அறை கொண்ட மனநல மருத்துவரின் பிரத்யேக க்ளினிக்கிற்குக் கவிதா இரண்டாம் முறையாகச் சென்றாள். முதலில் அவரை அந்தச் சிறுநகரத்தின் பெரிய தனியார் மருத்துவமனையில் சந்தித்தாள். அப்போது மனம்விட்டு அவரிடம் பேச முடிந்தது. ஆனால் அவரது பிரத்யேக க்ளினிக் திறந்த அறையாக இருந்தது. உள்ளே நோயாளிகள், நோயாளிகளுடன் வந்தவர்கள் பேசுவது வெளியே தெளிவாகக் கேட்டது. மறைப்பாக ஒரு திரைச் சீலை மட்டுமே இருந்தது. உள்ளே பேசிக்கொண்டிருந்த ஒரு பெண்ணின் குரல் வெளியே தெளிவாகக் கேட்டது. தன்முறை வரும்போது யாருக்கும் கேட்காமல் மெதுவாகப் பேச வேண்டும் என்று கவிதா நினைத்தாள்.

வெளியே கவிதாவுடன் சேர்த்து மூன்று பெண்களும் ஒரு ஆணும் நோயாளிகள் போல் தெரிந்தார்கள். பர்தா போட்டிருந்த இளம்பெண்ணுடன் அவள் அம்மாவும் அப்பாவும் வந்திருந்தார்கள். முப்பந்தைந்து வயது மதிக்கத்தக்க பெண்ணுடன் அவள் தாயும் அண்ணனும் வந்திருந்தார்கள். இன்னொரு சிறுமி உடன் இருந்தாள். அவள் அப்பெண்ணுக்கு மகளாக இருக்க வேண்டும். தன் அம்மாவின் இந்த நிலைக்கு வருத்தப்பட்டவளாக அவளையே பார்த்துக்கொண்டிருந்தாள். கவிதாவிற்குத் தன் எட்டு வயது மகன் ஞாபகத்திற்கு வந்தான். உடனே கணவன் ஊருக்குச் செல்லத் தோன்றியது. அந்த ஆண் நோயாளியுடன் உறவினர்போல் தோற்றம் கொண்ட இன்னொரு ஆண் வந்திருந்தார். தனக்கு மன அழுத்தம் காரணமாகத் தூக்கமின்மையும் கவலையும் மட்டுமே நோயாக இருக்க வேண்டும் என்று கவிதா நினைத்தாள். ஆனால் மற்ற

பெண்கள் தீவிரமான நோய்த்தன்மையுடன் இருப்பதாக அவர்களுடைய நடவடிக்கைகளிலிருந்து தெரிந்தது. இவள் அவர்களின் தோற்றத்தையும் நடவடிக்கைகளையும் உற்று நோக்கிக் கொஞ்சம் பயத்துடன் தன்னோடு ஒப்பிட்டுப் பார்த்துக் கொண்டாள்.

அவர்களில் முப்பத்தைந்து வயதுப் பெண் மஞ்சள் சேலை அணிந்திருந்தாள். அவள் முடி திருத்தமாக வாரிப் பின்னப்பட்டிருந்தது. அவள் எதையோ முணுமுணுத்தபடி இருந்தாள். ஒரு கண்ணை அடிக்கடி வேகமாக மூடித் திறந்துகொண்டேயிருந்தாள். அதேபோல் தன்னுடைய விரல்களை அவளே பிடித்துப் பிடித்து விட்டுக்கொண்டிருந்தாள். அவள் அம்மா "கொஞ்சம் பேசாம இரு" என்று மெதுவான குரலில் அமைதிப்படுத்திக்கொண்டிருந்தாள். அவர்களுடன் வந்திருந்த சிறுமி கவிதாவுக்கு அருகில் வந்து அமர்ந்தாள். கவிதா தன் மகனை நினைத்தவாறு அந்தச் சிறுமியிடம் "உன் பேரென்ன?" என்று கேட்டாள். "சுசித்ரா" என்று பதிலளித்த சிறுமியிடம் மஞ்சள் சேலை அணிந்தவளைக்காட்டி "உங்க அம்மாவா?" என்று கேட்டாள். "ஆமா" என்று அந்தச் சிறுமி தலையாட்டிவிட்டுச் சுவர்களில் ஒட்டியிருந்த மருத்துவ விளம்பரங்களைப் பார்த்தாள். கவிதாவுடன் அவள் சித்தி வந்திருந்தாள். சித்தி பர்தா போட்டிருந்த பெண்ணைப் பரிதாபத்துடன் பார்த்தாள். "இந்தச் சின்ன வயசில அந்தப் பிள்ளைக்கு என்ன பிரச்சினையோ?" என்றாள். கவிதாவிற்கு அழுவதா சிரிப்பதா என்று தெரியவில்லை. தனக்கும் இதேபோல ஒரு பிரச்சினைக்குத்தான் இங்கு வந்திருக்கிறோம் என்று தெரிந்தும் சித்தி இன்னொரு பெண்ணைப் பற்றிப் பேசிக்கொண்டிருக்கிறாள். தன்னுடைய நிலையைச் சித்தியும் அவள் குடும்பத்தாரும் எப்படி எடுத்துக்கொண்டிருக்கிறார்கள் எனத் தெரியவில்லை. முதல் தடவை மனநல மருத்துவரைப் பார்த்த பின் இவள் சத்தம்போட்டுப் பேசினாலே வீட்டில் எல்லாரும் அதிர்ச்சியோடு பார்த்துக் கண்களில் லேசான பயத்தை வெளிப்படுத்தியதை இவளால் பார்க்க முடிந்தது. அவர்கள் தனியாகப் போய்த் தன்னைப் பற்றிப் பேசுவதைத் தெரிந்தே வைத்திருந்தாள். இப்போது பர்தா போட்ட பெண் உள்ளே போக, திரைச்சீலையை விலக்கிக்கொண்டு

உள்ளேயிருந்து ஐம்பது வயது மதிக்கத்தக்க பெண் வெளியே வந்தாள்.

நோயாளிகள் இருந்த இடத்திலேயே நர்ஸ் ஒருவர் மாத்திரைகளைக் கொடுத்துக்கொண்டிருந்தார். அந்த மாத்திரைகள் பெரும்பாலும் வெளியே கிடைப்பதில்லை என்பதால் நோயாளிகள் வாங்கிவிடுவார்கள். அந்தப் பெண்மணி நர்ஸிடம் "ரொம்ப படபடப்பா வருதும்மா. ஆனா ப்ரஷர் செக் பண்ணா சரியாத்தான் இருக்கு" என்றாள். "எவ்வளவு வேலை செஞ்சாலும் ராத்திரித் தூக்கம் வர்மாட்டேங்குது" என்று அவளாகச் சொல்லியபடி மாத்திரைகளை வாங்கிப்போனாள். தலையை மட்டும் ஆட்டியபடி அங்கு நடப்பவைகளுக்கும் தனக்கும் சம்பந்தம் இல்லை அல்லது அங்கு வேலை பார்ப்பதை விரும்பாதவளைப் போல அந்த நர்ஸ் நடந்துகொண்டாள்.

உள்ளே போனவர்களின் பேச்சுச் சத்தம் வெளியே தெளிவாகக் கேட்டது. பர்தா போட்ட பெண்ணின் அம்மா மருத்துவரிடம், "பதினைஞ்சு நாளா சாப்பிடாம அழுதுட்டிருக்கா. காலேஜுக்குப் போகமாட்டேங்கறா. கண்ணாடியைப் பார்க்கறதே இல்லை. குளிக்கல" என்று சொன்னார். "எதுக்கும்மா எதுக்காக இப்படிச் செய்யறீங்க? யார் என்ன சொன்னாங்க உங்களை?" பர்தாப் பெண்ணின் குரல் சன்னமாகத்தான் கேட்டது. பேச்சு தெளிவாக வெளியே கேட்கவில்லை. டாக்டர் பேசுவது தெளிவாகக் கேட்டது. "யார் உங்களை அழகு இல்லைன்னு சொன்னா? கறுப்புதான் அழகான நிறம். நீங்க கறுப்புகூட இல்லை. மாநிறமாத்தான் இருக்கீங்க. நல்லா படிப்பீங்க இல்ல? அழகைவிட என்ன திறமை வேணும்? ப்ரெண்ட்ஸ் சொன்னாங்களா? அப்படிச் சொல்றவங்க ப்ரெண்ட்ஸ் கிடையாது. அன்னை தெரசா என்ன அழகா? அவங்களை எல்லாருக்குமே பிடிக்குதே." "சொந்தக்காரப் பொண்ணுங்க எல்லாருமே நல்ல நிறம். இவ மாநிறமா இருக்கறதைப் பத்தி யாரோ எதையோ சொல்லியிருக்காங்க" என்று அந்தப் பெண்ணின் அம்மா சொன்னாள். டாக்டர் அவளிடம் படிப்பு, வாங்கிய மதிப்பெண் பற்றிக் கேட்டுவிட்டு "இவ்வளவு நல்லா படிக்கற நீங்க காலேஜ் போகமாட்டேன்னு சொன்னா எப்படி? அப்படியே அழகா இருந்தாலும் அது கொஞ்ச

நாள்தான். நிலையானது அல்ல. வயசு ஆக ஆகத் தோல் முதிர்ச்சி அடைஞ்சு ஒரு நாள் எல்லாரும் வயசானவங்களா மாறிடுவோம். அங்க அழகு நிக்கவே நிக்காது. உங்களுக்கு என்ன திறமை இருக்கோ அதுதான் நிலைக்கும். அதுதான் உங்களைக் கடைசிவரை காப்பாத்தும்" இப்படியே பல அறிவுரைகள் சொல்லிக்கொண்டிருந்தார். கவிதா சுயநினைவுக்கு வந்தாள்.

அம்மா சித்தி உட்படத் தான் அறிந்த எல்லாப் பெண்களுக்கும் ஏதோ ஒரு வகையில் பிரச்சினை இருக்கத்தான் செய்கிறது. ஆனால் அவர்கள் எல்லாம் தன்னைப் போல் கவலைப்பட்டுத் தூங்காமல் இல்லையே? தனக்கு மட்டும் ஏன் இப்படி என்று கவிதா நினைத்தாள். அடுத்ததாக இவள் உள்ளே போனாள்.

"என்னம்மா இப்ப எப்படி இருக்கு? தூங்கறீங்களா?"

"ம்... தூங்கறேன் டாக்டர். ஆனா பகல்ல மனசுக்கு நிம்மதியே இல்லை. டீ. வி கூடப் பாக்க முடியலை. யார் கூடவும் பேசப் பிடிக்கல. நான் பழைய மாதிரி ஆயிருவேனா?"

"கண்டிப்பா ஆயிடுவீங்க. உங்களுக்கு ரொம்பச் சின்னப் பிரச்சினைதான். கொஞ்ச நாளைக்குப் பகல்லயும் தூங்கற மாதிரி மருந்து கொடுக்கறேன்."

"அப்பறம் டாக்டர் நான் என் ஹஸ்பெண்ட் வீட்டுக்குப் போகலாமா?"

"இதுல என்ன சந்தேகம், உங்களுக்கு என்ன தோணுதோ அதைச் செய்யுங்க. அவரவர் சந்தர்ப்ப சூழ்நிலை காரணமாத்தான் உங்ககிட்ட நடந்திருப்பாங்க. அது அப்படியே தொடருணும்னு அவசியம் இல்ல. எல்லாமே மாறிக்கிட்டேதான் இருக்கும். நீங்க எல்லார் கிட்டயும் பிரியமா இருங்க. தானா மத்தவங்களும் பிரியமா இருப்பாங்க" என்றார்.

அதில் அவளுக்குத் துளிகூட நம்பிக்கையில்லை. பேருக்குத் தலையை ஆட்டிவிட்டு வந்தாள்.

பெருநகரத்தில் உள்ள தன்னுடைய கணவன் வீட்டிற்குச் சென்றாள். இவளுடைய குழந்தையை மாமியார் கவனித்துக் கொண்டிருந்தார். பையன் இவளைப் பார்த்ததும் "அம்மா எங்கே போனே? உன்னை நான் தேடிகிட்டே இருந்தேன். ஏன்

ஒரு போன்கூடப் பண்ணலை?" என்றான் சிணுங்கியபடி. இவள் அவனுக்குப் பலமுறை தொலைபேசியில் தொடர்புகொள்ள முயன்றபோதெல்லாம் கணவனும் மாமியாரும் அவனிடம் தொலைபேசியைத் தரவில்லை. பஸ் ஸ்டாப்பிலிருந்து கணவன்தான் இவளை அழைத்துவந்திருந்தான். "அம்மா டயர்டா இருக்காங்க. கொஞ்சம் நேரம் தூங்கட்டும் விடு" என்றான் கணவன். அவன் சொன்னதைக் காதில் வாங்கிக்கொள்ளாமல் பையன் இவள் பின்னாலேயே வந்தான். அவர்கள் அறைக்குள் சென்றார்கள். கணவனும் மாமியாரும் தன்னைப் பற்றி ஏதோ பேசிக் கொண்டிருப்பதாகத் தோன்றியது. இவள் வீட்டிற்குள் வரும்போது "வா" என்றுகூடச் சொல்லாத மாமியாரை நினைத்தால் வெறுப்பாக இருந்தது. கவிதாவும் மகனும் கட்டிலில் படுத்துக்கொண்டு கட்டிப்பிடித்தபடி கதை பேசிக்கொண்டிருந்தார்கள். அதன்பின் மகன் விளையாடக் கிளம்பினான். உள்ளே நுழைந்த கணவன் இவள் உடல்நிலையைப் பற்றி எதுவும் விசாரிக்காமல் இவள் அருகில் வந்து படுத்தான். இவள் எவ்வித உணர்வும் தோன்றாமல் விட்டத்தையே பார்த்துக்கொண்டிருந்தாள். அவன் கைகள் இவள் மீது ஊர்ந்துகொண்டேயிருந்தன. ஒரு கட்டத்தில் இவளைப் பலவந்தமாகத் தன் பக்கம் திரும்பச் செய்தான். அவன் முகத்தைச் சலனமின்றிப் பார்த்தாள். சில வருடங்களுக்கு முன்புகூட அதில் காதல் இருந்ததாக இவள் நினைவில் தோன்றியது. "என்னடி பாக்கறே?" என்றபடி இவள் முகத்தின் வெகு அருகே வந்தபோது இவள் பதிலேதும் சொல்லாமல் கண்களை மூடிக்கொண்டாள். இவள் உதட்டில் அவன் முத்தம் எரிந்துகொண்டிருந்தபோது அவசரகதியில் இவளை வலுக்கட்டாயமாகத் தன் வசம் இழுத்தான். கவிதா மறுப்பு எதுவும் சொல்லாமல் உணர்வின்றிப் பக்கத்தில் கிடந்த வார இதழை எடுத்துப் படித்தாள். அவனுக்கு முடிந்ததும் இவளை நிமிர்த்திக் கன்னத்தில் ஒரு அறைவிட்டான். ஒரு நொடியில் கண்கள் இருட்டி உணவற்ற நிலைக்குப் போய்த் திரும்பினாள். ஆனால் ஒரு துளிக் கண்ணீரைக்கூட வெளிவிடவில்லை. அவன் இவளை அப்படியே போட்டுவிட்டு வெளியே போனதும் படுக்கையில் தன் உடம்பைக் குறுக்கிப் படுத்துக்கொண்டாள். மீண்டும் இனம் காண முடியாத பெருந்துக்கம் மனதை வெதும்பச் செய்தது.

அதன்பின் வந்த நாட்களில் இவளைச் சுற்றியிருந்த மனிதர்கள் தன்னை நடத்தும் விதத்திலும் எவ்வித மாற்றமின்றி இருப்பதாக மனம் பழைய நிலைக்கே சென்றது. கணவன் அடித்த ஒரு நாளில் தெருவில் இறங்கி வாகனங்கள் இடைவிடாமல் செல்லும் சாலையில் இலக்கின்றி நடந்துபோனாள். அவசரத்தில் பணம் ஏதும் எடுத்துப்போகாததால் வீடு திரும்பினாள். இவள் உடலெங்கும் வலி பரவும்படியாகக் கணவன் அடித்தான். அதிலிருந்து தப்பிக்கக் காதை மூடிக்கொண்டு பயங்கரமாகக் கத்தினாள். அன்று வீடு முழுவதும் கேட்ட இவளது அலறல் சத்தம் பைத்தியம் என்னும் பட்டத்தைப் பெற்றுத் தந்தது. வெளிப்படையாகவே லூசு பைத்தியம் என்று வீட்டில் திட்ட ஆரம்பித்தார்கள்.

அன்றிரவு பையன் இவளோடு தூங்கவில்லை. மாமியார் என்ன சொன்னாளோ தெரியவில்லை. மகன் அம்மாவை மிரட்சியோடு பார்த்தான். திடீரென்று அம்மா எதையாவது எடுத்து அடித்துவிடுவாளோ என்று பின்வாங்கியிருக்கலாம். அந்தச் சிறுவனை அம்மாவிடமிருந்து பிரிக்கும் முயற்சி நடந்துகொண்டிருந்தது. கவிதாவும் அவனைத் தொந்தரவு செய்யவில்லை. இவள் மனம் பயங்கரமான விசித்திர நினைவுகளில் சுற்றிக்கொண்டது.

வீட்டைவிட்டு ஓடிக் கண்காணாத ஊரில் பைத்தியக்காரப் பிச்சைக்காரியாக அலைந்து திரிவோமோ என்ற நினைவில் தலை கிர்ரெனச் சுற்றியது. வெளிச்சமான நகரத்தின் சாக்கடை தெருக்களில் பாலியல் தொழிலாளியாக மாறவும் வாய்ப்பிருக்கிறது. அல்லது யாராவது தலையில் பலமான கட்டையால் தாக்கிப் பலாத்காரம் செய்யலாம். இப்படியெல்லாம் வெளி உலகம் இருக்கும் என்று இவள் தெருவில் தானாக நடந்துபோன நாளில் கணவன் சொல்லியிருந்தான்.

இவள் நினைவு முழுதும் வலி மட்டுமே இருந்தது. இவள் அமைதியைப் பொறுக்காத கணவன் பக்கத்தில் அமர்ந்து தொட முயன்றான். அதற்காகவே காத்துக்கொண்டிருந்தவள் போல் கட்டிலின் மூலையில் போய் முடங்கிக்கொண்டாள். அவன் எரிச்சலாகி ஹாலுக்குப் போய் டிவி பார்க்க ஆரம்பித்தான். அவன் போனதும் இவள் எழுந்து கட்டிலின்

ஓரத்தில் உட்கார்ந்து பார்த்தாள். திரையில் ஒரு நகைச்சுவைக் காட்சி ஓடிக்கொண்டிருந்தது. இவளுக்குச் சிரிப்பு உள்ளிருந்து வாராதபோதிலும் வேண்டுமென்றே விழுந்து விழுந்து சிரித்தாள். அந்தக் கணத்தில் டிவி ரிமோட் பாய்ந்து வந்து இவள் தலையைத் தாக்கிச் சுவரில் பட்டு உடைந்து நொறுங்கியது. தலையில் புடைத்துக்கொண்டது அதைத் தடவிப் பார்த்தவள் மறுபடியும் கட்டிலில் சுருண்டாள், தலையில் ரத்தம் வழிவதாகக் கற்பனை செய்தாள். ரத்தம் வழிந்த சத்தமும் பிசுபிசுப்பும் இவளுக்குப் பெரும் ஆனந்தத்தைத் தந்தன. வலியின் எல்லையை அடைந்துவிட்டதாகத் தனக்குள்ளே சிரித்தாள். உடலிலிருந்து வழிந்த ரத்தத்தில் கட்டில் மிதந்தது. ரத்தச் சகதியைப் பார்த்துக் கணவன் அலறினான். இவள் அமைதியாக அவனது பயத்தை ரசித்தாள். அவன் ஏதோ உள்ளுணர்வு கொண்டு திரும்பி அறையைப் பார்த்தால் இவள் முதுகைத் திருப்பிப் படுத்திருந்தாள்.

கவிதா தனியார் தொலைத்தொடர்புத் துறையில் கணக்கர் வேலையை ராஜினாமா செய்ததிலிருந்து கைப்பேசியை அணைத்து வைத்திருந்தாள். அல்லது கணவன் அதைப் பிடுங்கிக்கொண்டிருந்தான். இரவு மட்டும் தொலைபேசியை உயிர்ப்பிக்கச் செய்வான். அந்த நேரத்தில் பழைய சினேகிதிகளிடமிருந்து ஃபார்வர்டு செய்யப்பட்ட மெஸேஜ் ஏதாவது வந்திருந்தால் அவ்வளவுதான் கணவன் இவளை அடித்து விளாசுவான்.

அவனுக்கு இவள் தோழி நிர்மலா கிடைக்காமல் போன வருத்தம். ஒரு நாள் அவன் இவள் அலுவலகத்திற்கு வந்திருந்தபோது நிர்மலாவை அறிமுகப்படுத்தி வைத்திருந்தாள். பிறகு இருவரும் இவளுக்குத் தெரியாமல் ஊர்சுற்றினார்கள். ஒரு நாள் அவன் கைப்பேசியில் நிர்மலாவின் மெஸேஜைப் பார்த்தவள் இருவரிடம் சண்டை போட்டாள். முதலில் பயந்த அவர்கள் இவளைக் குற்றம் சொல்ல ஆரம்பித்தார்கள். கவிதாவுக்கு நிறைய ஆண் நண்பர்கள் இருப்பதாகச் சொல்லி கணவன் சண்டையிட ஆரம்பித்தான். இவள் பேச்சைக் கேட்காத கணவனும் இவள் குடும்பத்தாரும் வேலைக்குப் போகவேண்டாம் என்று சொல்லிவிட்டார்கள். கவிதா முரண்டு பிடித்துப் பார்த்தாள். எதுவும் வேலைக்கு ஆகவில்லை.

ரத்தத்தில் மிதக்கும் படுக்கையறை | 273

இத்தனைக்கும் காதலித்துத் திருமணம் செய்திருந்தாள். அம்மா வீட்டிலும் ஆதரவு இல்லை. அவளால் தனியாகவும் இருக்க முடியாது. இப்போது நாலு சுவருக்குள் மூழ்கிக் கணவனுடன் வாழ விருப்பம் இல்லாமல் இந்த நிலைக்கு ஆளாகியிருக்கிறாள்.

மறுபடியும் தூக்கமின்மை, கவலை, புலம்பல் எல்லாம் அதிகரித்தன. கணவன் பெருநகரத்தில் இருக்கும் மனநல மருத்துவமனைக்கு அழைத்துச் சென்றான். வீட்டில் இவள் நடந்து கொள்ளும்விதம் எல்லோரையும் பயப்படுத்துகிறது என்று சொன்னான். ஒரு நாள்தான் கவிதா தன்னிலை மீறிக் கத்தியிருக்கிறாள். அதுவும் வலி பொறுக்க முடியாமல். மற்ற நாள்களில் கவலையால் குழம்பித் தனக்குத்தானே தவித்துக் கொண்டிருந்தாளே தவிர மற்றவர்களைத் தொந்தரவு செய்யவில்லை. தன் அமைதி வீட்டில் உள்ள எல்லோரையும் எரிச்சல் அடையச் செய்கிறது என்பதை மட்டும் அறிவாள். அது மட்டுமே அவர்களுக்கு எதிராக இவளால் செய்ய முடிந்தது. கணவன் தன்னைத் துன்புறுத்துவது பற்றி மருத்துவரிடம் வாய் திறக்கவில்லை. மருத்துவர் போலிஸ் அல்ல. ஒரு நாளும் தன்னை அடிக்கும் கணவனை அவரால் தண்டிக்க முடியாது. பிறகு எதற்கு அவரிடம் சொல்லிக்கொண்டு என்று விட்டுவிட்டாள். தனக்கு எதுவும் இல்லையென்றும் எல்லாவற்றையும் இயல்பாக எடுத்துக் கொள்வதாகவும் மருத்துவரிடம் சொன்னாள். அவர் வெரிகுட் என்று சொல்லிச் சில மாத்திரைகளை எழுதிக்கொடுத்து அனுப்பினார். கதவைத் திறந்து வெளியே வந்தபோது சிறுநகர மனநல க்ளினிக்கில் தான் பார்த்த பெண்கள் இவளுக்கு ஞாபகத்துக்கு வந்தார்கள். சாலையில் சென்றுகொண்டிருந்த வாகனங்கள் இவள்மேல் ஏறிக்கொண்டே போக இவள் ரத்தக் களறியாகத் தொடர்ந்து எல்லா வாகனங்களின் மீதும் ஏறிப் போய்க்கொண்டே இருந்தாள். கவிதா போன வழியெல்லாம் ரத்தச் சகதியாக இருந்தது.

ooo

வன்மம்

துருப்பிடித்த சைக்கிள், உடைந்த கார் இருந்த இடத்திற்குப் பக்கத்தில் குத்தவைத்து உட்கார்ந்திருந்தார் ராசு. ஒரு குச்சியால் தரையில் ஏதோ கோடுபோட்டுக்கொண்டிருந்தார். அவர் மனம் துக்க நெருக்கடியில் அலறிக்கொண்டிருந்தது. வயிற்றில் உருண்டோடிக்கொண்டிருந்த துயரத்தின் நெடி கண்களில் திரண்டு பெருகியது. உள்ளே எட்டிப்பார்த்துக்கொண்டே இருந்தார். அவர் மகன் ஸ்டாலினை எப்பவேண்டுமானாலும் வெளியே கொண்டுவரலாம். அவனுடைய பைக்கும் பழைய பைக், சைக்கிள் கிடந்த இடத்தில், நம்பர் பிளேட் நெளிந்துபோய், பைக்கின் கண்ணாடிகள் உடைந்து சீர்குலைந்து கிடந்தது. அதை பார்க்கச் சகிக்காகமல் குனிந்தபடியே யாருக்கும் தெரியாமல் கண்ணீரை உகுத்துக்கொண்டிருந்தார். போட்ட கோட்டினை அதேகுச்சியால் திரும்ப அழித்தார். பத்துமணிக்கு மேல் அவனை வெளியே கூட்டிவந்தார்கள் இரு போலிஸ்காரர்கள். அவர்கள் ஸ்டேஷன் வாசற்படியைத் தாண்டும் போது அவனை நெட்டித்தள்ளினார்கள். இத்தனைக்கும் அப்பொழுது அவன் குற்றமற்ற முகத்தையே கொண்டிருந்தான். நேற்றைய இரவின் வன்மமும் குற்றமும் அவன் முகத்திலிருந்து முற்றாக வடிந்திருந்தது. எதிர்பாராத தள்ளலில்

அவன் திடுக்கிட்ட கணத்தில் பயரேகை ஒன்று அவன் முகத்தில் தோன்றி ஓடியதை அப்பா பார்த்துவிட்டார். அவனின் முகம், கைகளில் சிராய்ப்பு ரத்தக் கோடுகளாக இருந்தன. சிராய்ப்பு கால்களிலும் இருந்தது ஆனால் அவன் லுங்கியை கால்வரை இறக்கியிருந்ததால் அது வெளியே தெரியவில்லை.

ஆற்றாமையில் மருகி குலைந்து எழுந்து நின்றார் ராசு. அப்பாவின் முகத்தைப் பார்க்கும் தைரியம் மகனுக்கு இல்லை. ராசு போலிஸ்காரர்கள் பக்கத்தில் போய் ஏதோ பேச முயல வார்த்தைகள் எதுவும் வெளிவரவில்லை அவருக்கு. ஏளனமாகப் பார்த்த துப்பாக்கி வைத்திருந்த காவலர் ராசுவை பார்த்து என்னாய்யா? என்று மிக அருவருப்பான முகபாவனையோடு ஒரே மிரட்டலில் உயிரை எடுத்துவிடலாம் என்ற தோரணையில் வார்த்தையை எறிந்தார். அவரைப்பார்த்து பயப்படும் மனநிலையில் இல்லை ராசு. வாழ்வை தொலைத்த தன் மகனின் அடுத்த கட்ட வாழ்க்கை என்னவாகும் என்பதில் இருந்த கலக்கத்தில் ‘சார் கேஸெல்லாம் போடாதீங்க சார் ஏதோ குடிவெறியில செஞ்சுட்டான். அவன் கவர்மெண்ட் வேலைக்கு போகனும் சார்’ என்றார் கலங்கிய கண்களுடன். அதனைக் காதில் வாங்கிக்கொள்ளாதவர்கள்போல பெரும் அலட்சியத்துடன் அவரைக் கடந்துசென்றார்கள் அவர்கள். பின்னால் போவதா அல்லது நிற்பதா என்று தயக்கத்துடன் ஒரு கணம் ராசு நிற்கையில், போலிஸ்காரர்களின் உடல்மொழி அவரை அழைப்பதைப் போலத் தோன்ற பின்னாடியே போனார். ‘பாளையம் கோர்ட்டுக்கு கொண்டுபோயிட்டு அப்படியே ஜெயிலுக்கு கொண்டுபோய்டுவோம்’ என்றார் ஒரு காவலர் அவரைப்பார்க்காமலேயே. அதில் ஏதோ ஒரு விசயம் இருந்தது. அவர்கள் பின்னால் சென்றார் ராசு.

நெடுச்சாலையிலேயே ஸ்டேஷன் இருந்ததால் அப்படியே வாசலுக்கு வந்து ஒரு பஸ்ஸை மறித்து ஏறினார்கள். மகன் கையில் பூட்டப்பட்டிருந்த விலங்கை அப்போதுதான் பார்த்தார் ராசு. அவருடைய முகம் அமைதியின்மையில் உறைந்துபோனது. பின்பக்க படியில் போலிஸ்காரர்கள் மகனை தள்ளிக்கொண்டு ஏற ராசு முன்பக்க படியில் ஏறினார். பஸ்ஸில் இருந்த ஊர்க்காரர்கள் யாரும் அவர் கண்ணுக்குத் தெரியவில்லை. பெரிய திரைக்கோடாக தோன்றிய கண்ணீர் படலம் எல்லாவற்றையும் மறைத்துக்கொண்டிருந்தது. ஒரு

ஆணின் மிகப்பெரும் துக்கம் எந்த மனிதனையும் உள் நெஞ்சிலாவது கலங்கடிக்கச் செய்யும் தன்மையுடையது. யாரோ ஒருவர் 'என்னாச்சுப்பா உன் மகன் கையில வெலங்க போட்டு போலிஸ்காரங்கே கூட்டுக்கு போறாங்கே' என்றார் வருத்தத்துடன். 'ஒரு சின்ன பிரச்சினை' என்று மட்டும் பதிலளித்த அவருக்கு ஈரக்குலை நடுங்க பயம் வயிற்றைக் கவ்வியது. மகனைப் பார்த்தார். ஜன்னலோரத்தில் அமர்ந்திருந்த ஸ்டாலின் மிகப்பெரிய குற்றத்திலிருந்து விடுதலை அடைந்தவன் போல ஆசுவாசமாக அமர்ந்திருந்தான். இதுநாள் வரை அவனை அலைகழித்து மேலும் மேலும் பாதாளத்துக்குள் இழுத்துக்கொண்டுபோன பெரிய பாரம் ஒன்று முற்றாக வடிந்திருந்தது. எப்போதும் பதட்டமடைந்தவன் போலவே காணப்படும் அவன் அன்று ஏசுவின் கரங்களால் ஆசிபெற்றவனைப்போல அருள் நிறைந்த அமைதியுடன் இருந்தான். அந்த அவனின் இயல்பு அப்பாவிற்கு மேலும் கலக்கத்தை அதிகப்படுத்தியது. அவன் மனதில் என்ன ஓடிக்கொண்டிருக்கிறதோ என்று கவலைப்பட்டார்.

நேற்று மட்டும் அவன் பிராந்திக் கடைக்கு போகாமல் இருந்திருந்தால் எப்படியும் கவர்மெண்ட் வேலை கிடைத்திருக்கும் என்று அந்த பஸ்பயணம் முழுதும் அப்பா நினைத்துக்கொண்டே வந்தார். நேற்று ஸ்டாலினும் அவன் நண்பன் ராஜேஸூம் பிராந்திக் கடையில் உட்கார்ந்து குடித்துக்கொண்டிருந்தார்கள். சிவக்குமார் அவர்கள் இருக்கும் டேபிளுக்கு இரண்டு டேபிள் தள்ளி உட்கார்ந்திருந்தான் தன் நண்பர்கள் இருவரோடு. அடிக்கடி சிவக்குமாரும் ஸ்டாலினும் பார்த்துக்கொண்டார்கள். சிவகுமாரின் பார்வை ஸ்டாலினை ஏளனப்படுததுவதாகவே தோன்றியது. பகை மூண்டு கொண்டிருந்த இந்த இரவுக்காக காத்திருந்ததைப்போல வன்மத்தின் புன்னகையை உதிர்த்தான் ஸ்டாலின் மனதிற்குள். இருளின் நிறத்திற்கு ஏற்ப அவன் கசப்புகளும் கூடிக்கொண்டே இருந்தன. ஸ்டாலினோடு சேர்ந்து குடித்துக்கொண்டிருந்த ராஜேஷ் 'ஏண்டா சிரிக்கிறே' என்று இவனை பார்த்துக்கேட்டுவிட்டு பின் பதிலற்ற இவன் சிரிப்பின் திசையைப் பார்த்தான். சிவக்குமார் இரண்டு போலிஸ்கார நண்பர்களோடு குடித்துக் கொண்டிருந்தான். அவர்களின் இருவரின் உள்பகையை முழுதும் அறிந்திருந்த ராஜேஸூக்கு

எல்லாம் புரிந்துவிட்டது. 'டேய் கௌம்பலாமா' என்றான். ஸ்டாலின் மறுபடியும் அதே சிரிப்போடு 'ஏண்டா பயப்படுறியா?' என்றான். 'இல்லடா கௌம்பலாம் வீட்லருந்து இப்பவே எனக்கு நெறையே போன் வந்திருச்சு' என்றான். 'சரி நீ போடா நான் கொஞ்ச நேரங்கழிச்சு வாறேன்' என்றான் ஸ்டாலின். 'டேய் போதும்டா கௌம்பலாண்டா' என்ற ராஜேஸை, 'கடைசியில நீயும் போலிஸ்காரன் புத்தியை காட்டிடியிலே. போலிஸ்காரனும் போலிஸ்காரனும் கூட்டு'என்றான் எரிச்சலோடு. 'ஏண்டா நீ இப்ப சம்பந்தமில்லாம பேசுறே' என்ற ராஜேஸ் அவனை விடாப்பிடியாக வெளியே அழைத்து வந்து விட்டான்.

சிவக்குமாரும் ராஜேஸூம் ஒரே பேட்சில்தான் போலிஸ் செலக்ஷனில் தேர்வானார்கள். அவர்களோடு ஸ்டாலினும் போலிஸ் செலக்ஷனுக்கு போயிருந்தால் அவனும் தேர்வாகியிருப்பான். டிகிரி முடித்திருந்த அவர்கள் மூவரும் ஒரு பேப்பர் கம்பெனி சார்பாக மாவட்ட கபடிக் குழு அணியில் விளையாடிக்கொண்டிருந்தார்கள். ஸ்டாலினுக்கு போலிஸ்காரர்களையே பிடிப்பதில்லை. அவர்கள் இருவரும் போலிஸ் வேலைக்கு போக, இவன் போக்குவரத்துத் துறையில் விளையாட்டுப் பிரிவில் வேலைக்கு முயற்சித்துக்கொண்டிருந்தான். எப்படியும் போக்குவரத்துத் துறையில் ஒன்றிரண்டு மாதங்களில் கிளர்க் வேலை கிடைக்கும் என்று காத்திருந்த வேளையில்தான் நேற்று பிராந்திக் கடையில் நண்பன் ராஜேஸோடு சேர்ந்து குடித்துக்கொண்டிருந்தான். ராசு எவ்வளவு கெஞ்சியும் ஸ்டாலின் போலிஸ் செலக்ஷனுக்கு போக மறுத்துவிட்டான்.

ஸ்டாலினுக்கு போலிஸ் வேலை பிடிக்காமல் போனதற்கு தன் கொள்ளுபாட்டி ஒச்சாயிதான் காரணம். அவள் போலிஸ் பற்றி கதை சொன்ன நாளிலிருந்தே அவர்கள் மீதான வெறுப்பு பசையென அவன் மனதில் ஒட்டிக்கொண்டிருந்தது. 'ஏன் பாட்டி நம்ம வீடெல்லாம் இப்படி மண்சுவரா இருக்கு. அப்பா பொழுதன்னைக்கு அடுத்தவங்க காட்டுக்கே உழுக போறாரு நமக்கு காடில்லையா? புழுத்துப்போன ரேசன் அரிசி சோறா சாப்பிட்டுகிருக்கோம். சின்ன அரிசி சோறு எப்ப சாப்பிடுவோன்னு' தங்கள் குடும்பத்தில் கவிழ்ந்திருக்கும் வறுமையைப்பற்றி ஓயாமல் பாட்டியிடம்

கேட்டுக்கொண்டிருப்பான். பாட்டி நீண்ட ஒப்பாரி வைத்து பழைய கதையைச் சொல்ல ஆரம்பித்துவிடுவாள். ‘டேய் அந்த காக்கி உடுப்பு போட்டவங்கே மட்டும் ராத்திரியிலே நம்மாளுகளை புடிச்சு அடைச்சு வைக்காட்டி நாமளும் இந்நேரம் வசதியா இருந்திருப்போம்முடா. ஒரு தலைமொற பொழப்பயே கெடுத்துபிட்டாங்கேடா. எப்பவோ நம்மாளுக களவாண்டுக்கு திரிஞ்சாங்களாம். அதை மனசுல வச்சுகிட்டு திருட்டே பண்ணலனாலும் நம்ம ஆளுகளுக்கு பூரா திருட்டு பட்டம் கட்டி ராத்திரியானா ஸ்டேஷனுக்கு கூட்டிட்டு போயி அடச்சுகிருவானுங்கே. தெனமும் இந்தக் கொடுமை புடிக்காம உங்க தாத்தா காடே பரதேசமுன்னு திரிவாறு. நானும் என் பிள்ளைகளும் கூலி வேல செஞ்சும் தன்னால மொழச்சுகெடக்கிற ஆமணக்கு முத்தை உடைச்சு வித்து காலத்தை ஓட்டுனோம். இப்பதான் அந்தச் சட்டமெல்லாம் போயி நிம்மதியா இருக்கோம். அதனாலதான் மேடேற முடியல. இன்னும் வறுமையா கெடக்கோம். நீயாவது படிச்சு கெவருமெண்ட்டு வேல பாக்கனும்’ இப்படி பாட்டி சொன்ன கதையைக் கேட்டு கேட்டு போலிஸ்காரர்களை கண்டாலே சிறுவயதிலிருந்தே எரிச்சலும் கோபமும் இருந்தது. சிவக்குமார் போலிஸ் வேலை பார்த்ததுவேறு அவன் மீதான கோபம் குறையாமல் இருப்பதற்கான காரணமாக இருந்தது.

ராஜேஷ் அவனை இழுத்துக்கொண்டு போவதை சிவக்குமார் அலட்சியத்தோடு பார்ப்பதாகவே ஸ்டாலினுக்குத் தோன்றியது. அவன் மீதான வன்மம் எங்கிருந்து தொடங்கியது என்று சரியாகத் தெரியவில்லை அவனுக்கு. கலாவின் பொருட்டே அது தொடங்கியிருக்கலாம் என்று அவனே ஞாபகப்படுத்திக்கொள்ள முடியாத நிலையில் அடிமனதில் கிடந்தது. சரசரக்கும் சீட்டிப் பாவாடை இவன் மேல் உரசும் படியாக கலா நடந்து சென்ற ஏதோ ஒரு பொழுதில் இவன் அவள் மேல் பைத்தியமானான். ஆனால் சரியான ஊமக்கொட்டானான இவன் கலாவிடம் பேசுவது கூட கிடையாது. அவளை குறுகுறுவென்று பார்த்துக்கொண்டிருந்தான். யாரும் வெறுக்க முடியாத அளவிற்கு அழகான சிரிப்பைக் கொண்டிருந்தாள் கலா. சந்தோசமும் பூரிப்பும் அந்தச் சிரிப்பில் முழுமையாக இருக்கும். சிரிப்பு என்றால் ஏதோ எல்லாவற்றையும் பார்த்து காரணமற்ற சிரிப்பு இல்லை. அன்பின் வெளிப்பாடு அவளுக்குச்

சிரிப்பாகத்தான் இருந்தது. அவளுக்குப் பிடிக்காத விசயம் நடந்தால் வருத்தப்படுவாளே தவிர கோபப்படமாட்டாள். அந்த வருத்தமும் கொஞ்ச நேரந்தான். இத்தகைய குணங்களை உடைய அவளை ஸ்டாலினுக்குப் பிடித்துப்போனது ஒன்றும் வியப்பில்லை.

இவன் ஐந்தாம் வகுப்பு படிக்கும்போது கலாவின் பெயரை சிலேட்டில் திரும்பத் திரும்ப எழுதி அழித்துக்கொண்டிருந்தான். இது அவனுக்கு ஒரு பழக்கமாகவே போய்விட்டது. அப்படி இவன் கலா பெயரை சிலேட்டில் எழுதிகொண்டிருப்பதைக் பொன்ராஜ் வாதியாரிடம் சிவக்குமார் காட்டிக்கொடுத்தான். ‘இந்த வயசில இதெல்லாம் செய்றீயா? என்று குச்சி தெறிக்கும்வரை இவனை அடித்தார் அவர். எப்போதும் சிரித்துக்கொண்டிருந்த கலா அன்று அழுதாள். வாத்தியார் அடித்ததுகூட ஸ்டாலினுக்கு பிரச்னையாக இல்லை கலா அழுதது அவனால் தாங்கிக்கொள்ள முடியவில்லை. மாலை பள்ளி முடிந்ததும் பள்ளிக்கூடத்துக்கு பக்கத்தில் இருக்கும் சவுக்கு மரத்துக்குக் கீழே இவனும் சிவக்குமாரும் கட்டி உருண்டு சண்டைபோட்டார்கள். கடைசியில் சிவக்குமாரின் மண்டையை உடைத்தான் ஸ்டாலின். விசயம் பெரிய வாத்தியார்வரை போய் இவங்க அப்பாவை அழைத்து வரச்சொல்லி சர்டிபிகேட்டை கொடுத்துவிடுவேன் என்று அவர் மிரட்ட, அப்பா பெரிய வாத்தியாரிடம் கெஞ்சி இவனை பள்ளியில் சேர்த்துவிட்டு வந்தார். வீட்டுக்கு வந்த இவனை அடிஅடியென்று அடித்து இனிமேல் யாரோடும் சண்டைபோட்டால் தலைகீழாக கட்டித் தொங்கவிடுவேன் என்று பயமுறுத்தினார். அன்றிலிருந்தே அவன் மனதில் சிவக்குமார் மீதான வன்மம் மனதில் ஆழப்படிந்தது. முன்பெல்லாம் இவனோடு சிரித்துப் பேசிக்கொண்டிருந்த கலாவும் இவனைக் கண்டு பேச மறுத்து முகத்தை திருப்பிக் கொண்டாள். அந்த வருடம் மாணவ மாணவிகள் சேர்ந்து எடுத்துக்கொண்ட புகைப்படத்தில் சிவக்குமாரின் முகத்தை சிவப்பு பேனாவால் முகம் தெரியாமல் கிறுக்கி அழித்தான் ஸ்டாலின். அதுவும் சிவக்குமார் கலா நின்றிருந்த இடத்திற்கு பின்னால் அவளுக்கு இணையாக நின்றிருந்தது இன்னும் அவனது வெறியைக் கூட்டியது. சிவக்குமாரும் அவனும் ஒரே தெருவில் இருந்ததால் அடிக்கடி பார்த்துக்கொள்ள வேண்டி

வந்ததால் இருவருக்கும் பகை மூண்டு கொண்டே இருந்தது. பள்ளிக்கூடத்திலும், தெருவிலும் விளையாடும் போது இருவரும் எதிர் எதிர் அணியில் நின்று மிகப்பெரும் படையில் நின்று போரிடும் போர்வீரர்களைப்போல மோதிக்கொள்வார்கள். அவர்கள் வளர்ந்து பெரியவர்கள் ஆனாலும் தண்ணீருக்குள் அடியில் படிந்த பாசிபோல சிவக்குமாரின் மீதான வன்மத்தை வெளித்தெரியாமல் வளர்த்துக்கொண்டே போனான் ஸ்டாலின்.

ராஜேஷ் வீட்டுக்குப் போனதும் பைக்கை ஓட்டிக்கொண்டு மீண்டும் பிராந்திக் கடைக்கு வந்தான் ஸ்டாலின். அப்போது சிவக்குமாரும் அவரது இரண்டு நண்பர்களும் பிராந்திக் கடைக்கு வெளியே நின்றிருந்தார்கள். ஸ்டாலின் நேராக அவன்மேல் பைக்கை விட்டான். பைக் சிவக்குமாரை இடிக்க அவன் கீழே சரிந்து ஒரு நொடியில் சுதாரித்து எழுந்தான். பைக் தரையில் உராசி சரிந்து விழுந்தது. அப்போதும் வெறி தீராத ஸ்டாலின் பைக்கிலிருந்து எம்பி மேலே எழுந்து சிவக்குமாரை நோக்கி ஓடி ஒரே ஒரு அடி மட்டும் அடித்து கீழே தள்ளிவிட்டு, பக்கத்தில் இருந்த சிக்கன் கடையையும் அடித்து நொறுக்கினான். கொஞ்ச நேரம் அவன் செயல்படட்டும் என்றிருந்த அவர்கள் மூவரும் கையோடு ஸ்டாலினை பிடித்துக் கொண்டார்கள். அப்போது மூவரில் யாரும் அவனை அடிக்கவில்லை. மூவரும் அவனை குண்டுகட்டாக தூக்கி அவன் பைக்கிலேயே வைத்து அப்படியே போலிஸ் ஸ்டேஷனுக்கு கொண்டுபோனார்கள். சிவக்குமாரும் அவனோடு இருந்த மற்ற இரண்டு போலிஸ்காரர்கள் பக்கத்து ஊர் போலிஸ் ஸ்டேஷனில் வேலை பார்ப்பவர்கள். அவர்களே நேரடியாக ஸ்டேஷனில் ஒப்படைத்ததால் போலிஸ்காரர்களையே அடிக்கும் அளவிற்கு திமிரா என்று சொல்லி ஸ்டாலினை அடிபிய்த்து எடுத்துவிட்டு உடனடியாக எப்.ஐ.ஆரும் போட்டுவிட்டார்கள்.

கூடலூரிலிருந்து பாளையம் போகும்வரை பஸ்ஸில் ஏறும் ஒவ்வொரு பயணியும் விலங்குமாட்டப்பட்டிருக்கும் தன் மகனையும் போலிஸ்காரர்களையும் பயந்தோடும் விநோதமாகவும் பார்த்துவருவதாக ராசு நினைத்தார். அது மார்கழி மாதம். வழியெங்கும் பசுமையான தோட்டத்தை வேடிக்கை பார்த்து வந்த ஸ்டாலின் அப்போதுதான் முதன் முறையாக வெள்ளையாக பூத்துக் குலுங்கிய

கரும்புப்பூக்களைப் பார்த்தான். அவன் மனம் நேற்று நடந்தவை எதனோடும் தொடர்பில்லாமல் முற்றிலுமாக இயற்கையோடு இணைந்திருந்தது. தன் மனதிலிருந்த வன்மத்திற்கு தனக்குத்தானே விடுதலை அளித்துக்கொண்டது போலிருந்தது அவனுக்கு. இனி சிவக்குமாரை நேர்கொண்டு பார்த்தாலும் ஒருவேளை சிநேகத்தோடு சிரிக்கக் கூட செய்யலாம். பாளையம் பஸ் ஸ்டாண்ட் வந்ததும் இறங்கிக்கொண்டார்கள். ராசு அவர்கள் அருகில் போனார்.

'கொலை செய்ய முயற்சித்தாக கொலை முயற்சி வழக்கு எண் 307 ல் எப்.ஐ.ஆர் போடப்பட்டிருந்தது. அது மட்டும் நீருபிக்கப்பட்டால் கவர்மெண்ட் வேலை கிடைக்காமல் போவதோடு மட்டும் அல்லாமல் தண்டனையும் அதிகமாக கிடைக்கும்' என்று காலையில் உள்ளூர் வக்கீல் ஒருவர் ராசுவிடம் சொல்லியிருந்தார். 'எப்.ஐ.ஆர் போட்டிருப்பதால் கோர்ட்டில் ஸ்டாலினை ஆஜர்படுத்தியபின்புதான் வழக்கை எப்படி இல்லாமல் ஆக்குவது என்பது பற்றி சொல்லமுடியும். அதுவரை உள்ளூர் போலிஸ்காரர்களை சரிக்கட்டுங்கள்' என்று வக்கீல் சொல்லியதால் ராசு போலிஸ்காரர்கள் பின்னாடியே வந்துகொண்டிருந்தார்.

ஒரு போலிஸ்காரர் ராசுவிடம் 'என்னாப்பா இப்படியே நடந்து போவமா இல்ல ஆட்டோ கூப்டிரியா?' என்று சொல்வதற்கு முன்பாகவே ராசு ஒரு ஆட்டோவை கூப்பிட்டார். இரண்டு போலிஸ்காரர்களும் ஸ்டாலினை நடுவில் வைத்து பின்சீட்டில் உட்கார்ந்துகொள்ள, ராசு டிரைவருக்கு பக்கத்தில் உட்கார்ந்துகொண்டார். முள்வேலியிடப்பட்ட பாளையம் கிளைகோர்ட் காலை நேரம் என்பதால் கொஞ்சம் பரபரப்பாக இருந்தது. ராசு இப்போதுதான் கோர்ட்டை முதன்முறையாக பார்க்கிறார். வம்பு வழக்கு என்றில்லாமல் காடுகரை என்று திரிந்தவருக்கு கோர்ட்டு பற்றியெல்லாம் என்றும் தெரியவில்லை. சினிமாவில் பார்த்தது போல் கோர்ட் ஒன்றும் பெரியதாக இல்லை என்று நினைத்தபடி அவர்கள் பின்னாடியே போனார். ஆட்டோவுக்கு பணம் கொடுத்தது மட்டும் அல்லாமல் வரும் வழியிலேயே போலிஸ்காரர்கள் கையில் இருநூறு ரூபாய் கொடுத்ததால் போலிஸ்காரர்கள் இப்போது அவரோடு சிநேகிதமாக பேசியபடி வந்தார்கள். 'உன் மகன் என்னாப்பா எதுவுமே பேச மாட்டேங்கிறான்.

ஜட்ஜு போலிஸ்காரங்கள அடிச்சது உண்மையானு கேட்டா. "ஆமா"னு சொல்லிடுவான் போலிருக்கு. இல்லனு சொல்லச் சொல்லு. செக்ஸன் 307, அப்புறம் மாமூல், வழிப்பறின்னு கேஸு ஸ்ட்ராங்கா போட்டிருக்கிறதால எப்படியும் பதினைஞ்சு நாள் ரிமாண்ட் போடுவாரு ஜட்ஜு, அதுக்கப்புறம் உங்க வக்கிலை வச்சு பெட்டிஷனை போட்டுகங்க' என்றார்கள்.

அதைக்கேட்டு ராசுவுக்கு மயக்கமே வந்துவிட்டது. போலிஸ்காரர்கள் கிரிமினல் கோர்ட்டுக்கு வெளியே நின்றிருந்த அமீனாவிடம் 'இது பெரிய கேஸு. உடனே ஆஜர்படுத்தனும்' என்று விசயத்தைச் சொல்ல, உள்ளே போன அமீனா வெளியே வந்து 'ஒரு கேஸ் விவாதம் நடந்துகிருக்கு ஒரு மணிநேரம் ஆகும்' என்று போலிஸ்காரர்களிடம் சொன்னார். இடைப்பட்ட நேரத்தில் போலிஸ்காரர்களுக்கு டீயும் வடையும் வாங்கி கொடுத்தார் ராசு. ஸ்டாலின் எதுவும் வேண்டாம் என்று சொல்லிவிட்டான். அவன் அமைதியாக இருப்பதை பார்த்தால் தூக்குக்கு கூட தயாராக இருப்பதை போலிருந்தான். ராசு அவனிடம் 'ஏலே ஜட்ஜுகிட்டே நான் அடிக்கவே இல்லனு சொல்லுடா' என்று கெஞ்சிக்கொண்டிருந்தார். அப்பா ஓயாமல் அதையே சொல்லிக்கொண்டிருக்க ஒரு கட்டத்தில் 'சரிப்பா நான் அப்படியே சொல்றேன் நீ பேசாம இரு' என்றான் சன்னமான குரலில். 'கூடலூர் வடக்கு போலிஸ் ஸ்டேஷன்' என்று அமீனா அழைக்க இரண்டு போலிஸ்காரர்களும் அவனை உள்ளே அழைத்துப்போனார்கள். நீதிபதிக்கு சல்யூட் அடித்து கேஸ் கட்டை அவரிடம் கொடுத்தார் ஒரு போலிஸ்காரர். ஸ்டாலினைப் பார்த்து நீதிபதி 'எப்.ஐ.ஆரில் போடப்பட்டிருக்கும் வழக்குப்படி அவன் குற்றங்களை செய்தது உண்மைதானா?' என்று கேட்க அவன் ஒரு கணம் யோசித்தபடி நின்றான். அப்பாவின் கண்ணீர் மிதக்கும் முகம் நினைவில் வர அவன் 'இல்லை' என்று தலையாட்டிச் சொன்னான். நீதிபதி வேற எதுவும் கேட்காமல் பதினைந்து நாள் ரிமாண்ட் கொடுத்தார். போலிஸ்காரர்கள் நீதிபதிக்கு சல்யூட் அடித்துவிட்டு மீண்டும் அவனை வெளியே அழைத்துவந்தார்கள்.

அப்பா ஏக்கத்தோடு அவர்களைப் பார்க்க 'சொன்ன மாதிரியே பதினைந்துநாள் ரிமாண்ட். கிளை ஜெயிலுக்கு போகனும். அதுக்கு முன்னாடி ஹோட்டலில் சாப்பிட்டு

போய்டலாம்' என்றார்கள். அப்போது ஸ்டாலின் கையில் போட்டிருந்த விலங்கை அவிழ்த்துவிட்டிருந்தார்கள். அதுவே கொஞ்சம் ஆசுவாசமாக இருந்தது ராசுவுக்கு. விலங்கு இருந்ததையோ இல்லாததையோ ஸ்டாலின் கொஞ்சமும் பொருட்படுத்தவில்லை. ராசு தனக்கு எதுவும் வேண்டாமென்று சொல்லிவிட்டு போலிஸ்காரர்களுக்கும் மகனுக்கும் சாப்பாடு வாங்கி கொடுத்தார். ஏதாவது பேச வேண்டும் என்பதற்காக போலிஸ்காரர்கள் ராசுவிடம் 'பாக்க நல்ல பய மாதிரியே இருக்கான். நல்லா படிச்சிருக்கான். எதுக்குப்பா உன் மகன் இந்த காரியத்தைச் செஞ்சான். கூட்டுக்காரன் அதுவும் போலிஸ்காரன்னு தெரிஞ்சும் அவனை ஏம்ப்பா அடிக்கனும்' என்றார்கள். 'பிராந்திக்கடையில ஏதோ பேசி குடிவெறியில சண்ட போட்டிருப்பாங்களோ என்னவோ தெரியல சார். அவங்களும் குடிச்சிருந்திருக்காங்கே சார். அப்ப இந்த கேஸை இல்லாம ஆக்கிடலாமல சார். இல்லன்னா இவ பொழப்பே போய்டும். இன்னும் ரெண்டு மாசத்தில கவர்மெண்ட் வேல கெடச்சிடும் சார்' என்றார் அப்பாவியாக. ரொம்ப அதிகமாக அவனுக்காக பரிதாபப்பட்டு விட்டோமோ என்று அவசரப்பட்டு ஒரு போலிஸ்காரர் 'அதெல்லாம் நீ ஒரு வக்கீல் வச்சு பாத்துகப்பா' என்றார். ஸ்டாலின் அமைதியாக சாப்பிட்டுக்கொண்டிருக்க இப்பவும் ராசுவால் தன்மகன் நேற்று அப்படி நடந்துகொண்டிருப்பான் என்பதை நம்பமுடியாமல் இருந்தார். அவர் கண்களில் வழிந்த கண்ணீர்த்துளி சாப்பாட்டு டேபிளில் விழுந்தது. குனிந்து சாப்பிட்டுக்கொண்டிருந்த ஸ்டாலின் கண்ணீர்துளிகளைப் பார்த்ததும் அப்பாவைக் கொலை செய்ததைப்போன்ற குற்ற உணர்வில் குமைந்துபோனான். அதுவரை அவனிடமிருந்த அமைதி குலைந்தது. அவனை கிளைஜெயிலில் ஜெயிலரிடம் ஒப்படைத்துவிட்டு போலிஸ்காரர்களும் ராசுவும் அங்கிருந்து கிளம்பினார்கள். சிவக்குமாரிடம் அவனுக்கிருந்த வன்மம் நீங்கி இப்போது அப்பாவிற்கு துரோகம் இழைத்துவிட்ட குற்ற உணர்ச்சி ஒன்று புதிதாக உருவாகியது. இது வன்மத்தைவிட பெரும் வலியாக இருந்தது. எப்போதும் தன்னை வீழ்த்தும் ஒரு உணர்ச்சி வாழ்நாள் முழுதும் தன்னை சூழ்வது விதி போல என்று நினைத்தபடி ஜெயிலின் கம்பிகளை நோக்கி நடந்தான்.

ooo

கழிவறைக் காதல் பிரதி

நெரிசல் மிகுந்த சுருளிப்பட்டி டவுன் பஸ்ஸில் கம்பம் பஸ் ஸ்டாண்ட் வந்து இறங்கும்வரை அவளுக்குத் தன்னை ஏதோ இளம் கண்கள் இரண்டு உற்றுநோக்குவதாகப் பட்டது. பஸ் நெரிசலூடே அந்த நெருக்கமான கண்களைத் தேடத் தொடங்கினாள். எப்போதும் தன் மனதில் இறுக்கிக் கொண்டிருக்கும் கழிவறை வாசனை வெளியே தெரிந்துவிடுமோ என்ற பயத்தில் கண்கள் கூட்டத்தில் தேடிப் பரவுவதை நிறுத்திக்கொண்டாள். அப்படியும் ஒடிந்த தேகமாய் வளர்ந்திருந்த சிவக்குமாரின் கண்களைப் பார்க்க நேர்ந்தது. பஸ்ஸில் இவள் நின்றுகொண்டோ அமர்ந்துகொண்டோ இருந்த இடத்திற்கு எதிராக நின்று காதல் தோய்ந்த விழிகளால் இவளைப் பார்த்துக்கொண்டிருந்தான். அவளுக்குள் ஒளிந்துகொண்டிருக்கும் வாசனை அவனுக்குத் தெரியாத வண்ணம் தினமும் மல்லிகைப் பூவைச் சூடி அதை மறைக்க முயன்றாள். தூரத்தில் நின்றிருந்தாலும் இவள் மனத்திற்குள் ஒளிந்திருக்கும் காதல் வாசனையையும் உடலின் தீராத நறுமணத்தையும் அவன் உணர்ந்திருந்தான். ஒரு நாள் காதலின் தீவிரம் தாங்காமல் இவள் அமர்ந்திருந்த சீட்டுக்குப் பக்கத்தில் தொடையில் லேசாக அழுத்தும் வண்ணம் பக்கத்தில்

வந்து கம்பியைப் பிடித்தபடி நின்றுகொண்டான். இவள் உடனடியாகத் தன் உடலைக் குறுக்கிச் சீட்டின் உட்புறம் இழுத்து அமர்ந்தாள்.

சிவக்குமாரின் கண்களைத் தவிர்த்து எப்பவும் தன் கையில் இருக்கும் கோல நோட்டைத் திறந்து சித்ரா என்று தன் பெயரைப் பெரிதாக எழுதினாள். இவள் எழுதுவதைப் பார்த்துக் கொண்டிருந்தவன் பெயரைச் சத்தமாக உச்சரித்தான். சித்ரா தன் பெயரைக் கேட்டுத் திரும்பிப் பார்க்காமல் தலையைக் குனிந்து கொண்டாள். அக்கம் பக்கத்தில் நின்றவர்கள் இவன் பஸ்ஸுக்கு வெளியே இருந்த ஒரு பெண்ணை அழைத்ததாகவே நினைத்தார்கள். பிறகு மெதுவாக இவள் பெயரை அறிந்துகொண்ட ஆர்வத்தில் பார்த்தபோது, கண்டக்டர் பயணிகளை எண்ணிவிட்டு யாரோ ஒருவர் டிக்கெட் வாங்கவில்லை என்று கத்திக்கொண்டிருந்தார். அப்போதுதான் சுயநினைவு வந்து தான் டிக்கெட் வாங்கவில்லை என்று சிறிய அவமானத்துடன் கண்டக்டரிடம் ஒரு கம்பம் என்றாள். "ஏம்மா எந்த உலகத்திலே இருக்க? கம்பமே வந்திருச்சு" என்று திட்டினார். இவள் பக்கத்தில் நின்று கொண்டிருந்த சிவக்குமாரிடம் காசை நீட்ட அவன் டிக்கெட்டை வாங்கிக் கொடுத்தபோது தற்செயலாய் அவன் விரல்கள் இவள் விரல்களை வருடின. அவன் வழக்கமாக இறங்கும் போலிஸ் ஸ்டேஷன் நிறுத்தத்தில் வண்டி நின்றது. அப்போதுதான் தெரிந்தது. சன்னமாக அவளுக்கு மட்டும் கேட்கும் குரலில் "என் பேர் சிவக்குமார்" என சொல்லிவிட்டுப் பஸ் நகரும் தருணத்தில் இறங்கி வேகமாக ஓடினான். சித்ரா மனம் பதைத்து அவன் விழாமல் சரியாக நின்றுவிட்டானா என்று பார்த்தாள். அவன் தம்பிஸ் தியேட்டர் நோக்கி நடந்துகொண்டிருந்தான். இவள் பஸ் ஸ்டாண்டின் பொதுக்கழிப்பறை வாசலில் இறங்கிக்கொண்டாள்.

சித்ரா அமர்ந்திருந்த இரும்பு நாற்காலி சாயம் இழந்து, பிய்ந்துபோய் அதன் கால் முனைகள் எப்போதும் லேசாக ஆடிக்கொண்டிருந்தன. முதுகில் வலி ஏற்படும்போதெல்லாம் நாற்காலியில் சாய்ந்திருக்கும் முதுகை நிமிர்த்தி நெஞ்சை முன்னகர்த்தி ஆசுவாசப்படுத்திக்கொள்வாள்.

ஆனால் அவள் மனம் முழுக்கப் புழுக்கம் விலகாமல் தொடர்ந்தபடி இருந்தது. நெஞ்சில் அடர்ந்திருந்த வெறுப்பின் புகைச்சலைக் குறைக்க முயன்று கொண்டிருந்தாள். அவள் நாற்காலியில் சாயும் நேரம் மிக மிகக் குறைவாகவே இருந்தது. எப்போதும் கையில் வைத்திருக்கும் குழந்தையின் படம் போட்ட அட்டை கிழிந்திருந்த நோட்டைக் கையில் வைத்திருந்தாள். தன் மனதிற்கு விரும்பிய அளவில் புள்ளிகளை இட்டு நிரப்பிப் புதுவிதமான கோலங்களை அழுக்கடைந்த அந்த நோட்டில் உருவாக்கிக்கொண்டிருந்தாள். பொதுக்கழிப்பறை வாசலில் அமர்ந்து அவள் வேறு என்னதான் செய்ய முடியும். அவள் நாற்காலிக்கு அருகில் மிதிபடும் செருப்புத்தடங்களும் கால்தடங்களும் தன் உடலின் மீது தீராத கழிப்பறை வாசனையை ஏற்றிக்கொண்டிருப்பதாக உணர்ந்தாள். தன்னைத்தானே நுகர்ந்தபடி இருக்கும் இந்த வாழ்க்கை அவளுக்குப் பெரும் துயரத்தைத் தந்தது. பதினெட்டு வயதில் இருக்கும் ஒரு பெண் இப்படிக் கழிப்பறை வாசலில் அமர்ந்து பணம் வாங்கிப்போடும் வேலையைச் செய்வாளா என்று அடிக்கடி யோசித்தபடி இருப்பாள். சிவக்குமாரின் செயல்கள் சித்ராவுக்கு ஒரு சேரப் பயத்தையும் சங்கோசத்தையும் கொடுத்தன. அவள் முதன்முதலாகக் காதல்வயப்பட்டிருந்தாள். இப்படி ஊரே பார்க்க பஸ் ஸ்டாண்ட் கழிவறை வாசலில் அமர்ந்து பணம் வாங்கிப்போடும் வேலையைச் செய்யும் தன்னை அவன் விரும்பமாட்டான். பிறகு தனக்குள் இருக்கும் கழிவறை வாசனையை அவனும் தெரிந்து கொள்வான். ஆனால் முதலில் அவளை காதலில் விழச் செய்தது அவன்தான். தன்னைப் பற்றி எதுவும் அறிந்துகொள்ளாமல் ஒருவன் தன்னைக் காதலிக்க நினைக்கும்போது தன் வேலை காரணமாகத் தன்னை நிராகரிக்கமாட்டான் என்றே அவளுக்குத் தோன்றியது. அவளைப் பார்த்தபடி உற்சாகத்தில் அவன் படியிலிருந்து இறங்கி ஓடிய சித்திரமும் கைவிரல்களை நெருடியபோதிருந்த கண்ணீர் ததும்பும் அன்பும் தீர்க்கமான பார்வையும் அவன் தன்னை ஏற்றுக் கொள்வான் என்று நம்பிக்கை கொண்டாள். அவன் பெயர் சொன்னது காதுக்குள் இனிமையான ஒலியை ஏற்படுத்திக் கொண்டேயிருந்தது. இன்று அவள் கோல நோட்டில் புள்ளிகளும் கோலங்களும் இடம்பெறாமல் போயிருந்தன. மீதமிருந்த நோட்டின் பக்கங்களில் எல்லாம்

சிவக்குமார் என்ற பெயரே நிரப்பப்பட்டிருந்தது. அன்று கழிப்பறையை உபயோகிக்கச் செல்லும் ஆண் பெண் உருவங்களின் நினைவுகளோ செயல்களோ அவள் ஞாபகத்தில் பதியவில்லை. ஒளி நிறைந்த அவன் கண்கள் மட்டுமே நெருப்பாய் மனம் முழுக்க கனன்றுகொண்டிருந்தன.

ஈரம் படிந்த காசுகளை வாங்குவதில் அவளுக்கு ஒருபோதும் விருப்பம் இருந்ததில்லை. முன்பு 700 ரூபாய் சம்பளத்திற்கு ஜெராக்ஸ் கடையில் வேலை பார்த்துக்கொண்டிருந்தாள். அதில் பாதிப் பணம் பஸ் டிக்கெட்டுக்கே செலவாகிவிட்டிருந்தது. அவள் வீட்டுக்கு அருகில் வசித்த கழிப்பறைக் காண்ட்ராக்டர் 1000 ரூபாய் சம்பளம் கொடுத்து டிக்கெட் காசையும் கொடுப்பதாகச் சொன்னதும் அவள் அம்மா வற்புறுத்திச் சித்ராவை இந்த வேலைக்கு அனுப்பிவிட்டாள். பணம் ஒளிக்கும் பழக்கம் இல்லாத சித்ராவின் வேலை காண்ட்ராக்டருக்குப் பிடித்திருந்தது. அவர் அவளை மிகவும் கௌரவமாகவே நடத்தினார்.

பெண்கள் கழிப்பறைக்கும் காசு சேகரிக்கும் வேலையாக இருந்தால்கூட அவள் மனம் சமாதானம் அடைந்திருக்கும். காசு கொடுத்துவிட்டுச் செல்லும் ஆண்களின் உடல் சேட்டைகளும் காசு கொடுக்கும்போது வேண்டுமென்றே கையைத் தொட்டுச் செல்வதும் அவளுக்குள் அருவருப்பைத் தூண்டிக்கொண்டே யிருந்தன. ஒரு நாளைக்கு ஆயிரம்முறையாவது தன் கைகளைப் பாவாடையில் அன்னிச்சையாகத் துடைத்துக்கொள்வாள்.

இப்போது அவள் மனம் முழுக்க சிவக்குமார் என்ன வேலை செய்வான் என்ற எண்ணம் ஓடியது. அவன் உடை அணிந்திருந்த விதமே அவளுக்குப் பயத்தைக் கிளப்பியது. நாகரீகமான வேலைக்குச் செல்பவனைப் போல அவன் உடுத்தியிருந்தான். இவளின் சிவந்த நிறமும் அணிந்திருந்த கறுப்புத் தாவணியும்தான் அன்று அவன் தன் காதலை வெளிப்படுத்தக் காரணமாக இருந்ததாக நினைத்தாள். அன்று தான் அணிந்திருந்த ஆடையை மிகவும் நேசிக்கத் தொடங்கினாள். அவளிடம் கறுப்பு, மஞ்சள், நீல, பச்சை, வெள்ளை என்று ஐந்து தாவணிகள் புதிதாக இருந்தன மற்றவை எல்லாம் சாயம் இழந்து காணப்பட்டன. இனிமேல் சாயம் இழந்த தாவணிகளைக் கட்டுவதைத் தவிர்க்க

வேண்டும். நீளமான கூந்தலில் எப்போதும் மல்லிகைப் பூவைச் சூடிக்கொள்ள வேண்டும். தாவணிக்கு மேட்ச்சாக வளையல்கள் அணிய வேண்டும் பாசியைத் தவிர்த்துத் தங்க நிறத்தில் ஒரு பித்தளைச் செயினை வாங்கிப் போட்டுக்கொள்ள வேண்டும். தங்கத்திலேயே காதில் வளையம் போட்டிருந்தது அவளுக்குக் கொஞ்சம் திருப்தியாக இருந்தது.

உலகத்தின் அசைவுகளை மறந்து அவளின் வட்ட முகத்தை யோசித்தபடி வெயிலில் தம்பீஸ் தியேட்டருக்குள் நுழைந்தான் சிவக்குமார்.

ஆறாவதுவரை மட்டுமே படித்துவிட்டுப் படிப்பு ஏறாமல் பள்ளிக்குப் போகாமல் ஊரைவிட்டு ஓடியதை நினைத்து இப்போது வெட்கப்பட்டான். எப்பாடுபட்டாவது பத்தாவதுவரை படித்திருந்தால் நல்ல வேலைக்குப் போயிருக்கலாம். தன் வேலையைச் சித்ரா அறிந்துகொண்டால் தன் காதல் அழிந்து விடுமோ என்று பயந்தான். நேற்றுவரை வேலை நிமித்தமாகக் குறைபட்டுக்கொள்ளாத மனது இன்று அல்லாடியது. நிச்சயம் சித்ரா ஏதாவது ஒரு ஏசி. அறையில் கம்ப்யூட்டர் முன்னால் உட்கார்ந்து வேலை பார்த்துக்கொண்டிருப்பாள் என்று நினைத்தான். டிக்கெட் கிழித்துக் கொடுக்கும் வேலையைச் செய்யும் தன்னை அவள் விரும்புவது சாத்தியம் இல்லை. ஆனால் அவன் கண்கள் காதல் செய்தியைப் படபடத்தது. அவன் இறங்கி ஓடும்போது அவள் மனம் பதைத்ததையும் அவன் கவனிக்கத் தவறவில்லை.

அவள் சினிமா பார்க்க வரும்போது தான் டிக்கெட் கிழித்துக் கொடுப்பதை நினைத்துப் பார்ப்பதே அவனுக்குப் பீதியை ஏற்படுத்தியது. அதன் பின் அவள் தன்னைத் திரும்பிக்கூடப் பார்க்கமாட்டாள். ஒருபோதும் அவள் தம்பீஸ் தியேட்டருக்கு சினிமா பார்க்க வரக் கூடாது. அதற்குள் ஒரு நல்ல வேலையைப் பார்த்துப் போய்விட வேண்டும். அல்லது இந்தத் தியேட்டரிலே. மேனேஜராக பதவி உயர்வாவது கிடைக்க வேண்டும் என்று விரும்பினான். அப்போதுதான் தன் காதல் நிறைவேறும். இதிலிருந்து எப்படித் தப்பித்துக்கொள்வது என்பது பற்றித் தீவிரமாக யோசித்தான். டிக்கெட் கிழித்துக் கொடுக்கும்போது எந்த இளம்பெண்ணின் முகத்தையும் பார்க்காமல் டிக்கெட்டை சர்சர்ரென்று கிழித்துக் கொடுக்க ஆரம்பித்தான்.

அதற்குப் பின் இருவரும் ஒரே நேரத்தில் பஸ்ஸில் பயணம் செய்தார்கள். ஆனால் வார்த்தைகள் வெளிவராமல் கண்கள் மட்டுமே காதலைப் பகிர்ந்துகொண்டன. அவரவர் வேலை பற்றிய பயம்தான் அதற்குக் காரணம். இருவரும் தங்களிடம் இருந்த மிக அழகான ஆடைகளை உடுத்திக்கொண்டார்கள். காதலை எப்படி வெளிப்படுத்துவது என்ற தவிப்பு இருவருடைய இதயங்களையும் வேகமாக இயங்கச் செய்தது. எப்போதும் ஒருவிதப் படபடப்பிலே இருந்தார்கள். அவளைப் பின்தொடர்ந்து அவள் வேலை செய்யும் இடத்தை அறிந்துகொள்ள ஆசைப்பட்டான். ஆனால் அதன்பின் அவளது நாகரிகமான வேலை தன் காதலைப் பின்வாங்கச் செய்துவிடுமோ என்று பயந்தான். அவன் எங்கு வேலை செய்கிறான் என்று நினைத்துப்பார்க்கவே அவள் பயந்தாள். நாட்கள் தொடரத் தொடரத் தங்களின் காதல் வலுப்பட்டதாகவே இருவருக்கும் தோன்றியது. ஆனால் பேசாமல் இருந்தது அவர்களுக்கே வியப்பாக இருந்தது. தங்களின் காதல் புதுமையானது. இருவர் மனங்களும் ஒரே விசயத்தையே சிந்தித்தன. ஒரு நல்ல வேலை. அதன் பின் பேச்சு. பறவைகளின் சிறகசைப்பைப் போல் வாழ்வு மிக அருகில் இருப்பதாகவே ஒருவருக்கொருவர் சிரிப்பை உதிர்த்துக் கொண்டார்கள்.

ஒன்பதாவது படித்திருந்த அவள் கம்பியூட்டர் கற்றுக்கொள்ளலாமா என்று யோசித்தாள். அதற்குப் பணம் தேவை. வீட்டில் பணப் பற்றாக்குறையால்தான் இந்த வேலைக்கு வந்திருக்கிறாள். இதில் படிக்கக் காசுக்கு எங்கே போவது. குறைந்த சம்பளமாக இருந்தால் கூடப் பரவாயில்லை ஜெராக்ஸ் கடைக்கே திரும்ப வேலைக்குப் போகிறேன் என்று அம்மாவிடம் கேட்டுப் பார்த்தாள். "ஒழுங்கா இந்த வேலையைப் பாரு. வேற வேலக்கிப் போறேன்னா செருப்பால அடிப்பேன்" என்று அவள் அம்மா அடிக்க வந்துவிட்டாள். விதியை நொந்துகொள்வதைத் தவிர வேறெதுவும் செய்ய முடியாத நிலையில் சித்ரா இருந்தாள்.

சிவக்குமார் மிக மெதுவாகத் தியேட்டர் ஓனரிடம் தான் உள்ளே உட்கார்ந்து கணக்குவழக்கு பார்ப்பதாகக் கேட்டுப்பார்த்தான். "அறிவு கெட்டவனே ஆறாவது படிச்ச நீயி கணக்குப்

பார்க்குறீயாக்கும். கொஞ்ச நாள் பொறு கவுண்டருக்குள்ள உட்கார்ந்து டிக்கெட் குடுக்கிற வேலையைப் பார்க்கலாம்" என்றார். அவன் பேசாது மௌனமாக இருந்தான். சிவக்குமாரின் முகபாவங்களிலும் உடல் மொழியின் மூலமும் அவனது விருப்பு வெறுப்புகளைச் சித்ரா கண்டறிந்தாள். பேசாமொழியில் காதல் தறிகெட்டு ஓடியது. பஸ்ஸில் இருந்தாலும் அமராமல் இவள் அமர்ந்திருக்கும் அல்லது நின்றுகொண்டிருக்கும் இடத்தில் அவள் கண்களை நோக்கிய நின்றவாறே அவன் பயணம் செய்தான். இவள் வேடிக்கை பார்த்தபடி வெட்கத்துடன் சிரித்துக்கொள்வாள். காதலை எந்தக் கணத்திலும் சொல்லிவிடும் ஆவல் இருவருக்கும் இருந்தது. கோவிலில் அமர்ந்து, ஒன்றாக சினிமா பார்த்து, தெருவில் கைகோர்த்து நடக்க விரும்பினார்கள். இருவரும் தங்கள் காதலை இன்று சொல்லிவிடலாம் நாளை சொல்லிவிடலாம் என்ற தவிப்பில், அதேசமயம் தங்கள் வேலையை நினைத்து உள்ளுக்குள் கழிவிரக்கம் மேலிடக் காதல் உடைந்த குமிழாகிவிடுமோ என்ற பயத்தில் பேசாமல் இருந்தார்கள்.

கழிப்பறை வாசலிலிருந்து வழிந்தோடிய தண்ணீர், சேரில் உட்கார்ந்திருந்த அவள் கால்களை நனைக்கக் கால்களைத் தூக்கி இருக்கையில் அமர்த்திக்கொண்டாள். வழக்கமாக நோட்டில் கிறுக்கிக்கொண்டிருந்தவள் தன்னைக் கடந்து கழிவறைக்குச் சென்ற ஆண் உருவத்தைப் பார்த்து மனம் சிறுத்து நடுங்கினாள். அவள் மனதை அறுத்துக்கொண்டிருந்த கழிவறை வாசனையின் தீவிரம் இன்று அவள் வாழ்வில் பெரும் புயலைக் கிளப்பப்போகிறது என்ற முடிவுக்கு வந்தாள்.

தன் கழிவுகளை வெளியேற்றிக்கொண்டிருந்த சிவக்குமாரின் மனம் முழுக்கக் கழிவு ஏறிக்கொண்டிருந்தது. பாலியல் வக்கிரங்கள் வார்த்தை வடிவமெடுத்து நிறைந்திருந்த சுவரைப் பார்த்தபடி அவற்றைச் சித்ரா படித்திருப்பாளா என்று யோசித்தான். அவளிடம் கொடுக்கப்போகும் நாணயத்தைப் பாக்கெட்டிலிருந்து எடுத்துப் பார்த்தான். இதற்கு முன் பலமுறை பணம் வாங்கி பஸ்ஸில் டிக்கெட் எடுத்துவிட்டு மீதி நாணயங்களைக் காதல் பேசும் கண்களுடன் உயிர் தொடுதலாய் அவள் கைகளை வருடிக் கொடுத்திருக்கிறான். இன்று அவளிடம் கொடுக்கப்போகும் நாணயம் மிக

முக்கியமாகப்பட்டது. அவன் மலக்குடல் சுத்தமாகி மனம் எரிந்து சாம்பலாகிக் கறுத்துக்கிடந்தது. சித்ரா பேய் பிடித்தவள்போலப் பார்வை விலகாது ஒரே திசையில் பார்த்து, நடக்கவிருந்ததை எதிர்நோக்கிக் காத்திருந்தாள்.

ஈரம் படிந்த இரண்டு ரூபாய் நாணயத்தை அவள் விரல் தொடாமல் சிவக்குமார் கொடுத்தான். அவள் புன்முறுவலுடன் நாணயத்தை வாங்கித் தன் கைப்பையில் பத்திரப்படுத்திக் கொண்டாள். அவளைத் தெரியாதவன்போல கழிவறைத் தடங்களை அவள் மேசை அருகே விட்டுவிட்டு அங்கிருந்து நகர்ந்தான். அவன் செருப்புத் தடங்கள் அவள் மனதில் படிந்து தேங்கின. பிறகு அவர்கள் ஒருபோதும் பஸ்ஸில் டிக்கெட்டுகளையும் நாணயங்களையும் பறிமாறிக்கொள்ளவில்லை. அவள் கண்களிலிருந்து அவன் விலகிப் போய்விட்டிருந்தான். இதுநாள்வரை அவளிடம் ஒட்டிக்கொண்டிருந்த கழிவறை வாசனை காதல் பிரதியாக உருவெடுத்தது.

ooo

பீத்தோவனும் கலைந்த காதலும்

அறையெங்கும் பீத்தோவனின் இசை மெலிதாக உருகிக் கசிந்து வழிந்து கொண்டிருந்தது. தூசி படிந்த அறையின் வெறுந்தரையில் ஆனந்த் படுத்திருந்தான். ஒவ்வொரு இசைக் குறிப்பும் காற்றில் பரவிக் கதவிடுக்கின் வழியே அறைக்குள் நுழைந்த ஒளிக்கற்றையில் பட்டு, மேலும் மேலும் புதிய இசைக் குறிப்புகள் தாமாக உருவாகித் தன்மேல் படர்ந்து பரவுவதாக நினைத்த ஆனந்த் ஆழ்ந்த இசை வெள்ளத்தில் மூழ்கியிருந்தான்.

ஆனந்த் குப்புறப் படுத்திருந்தான். இசை இவனைப் புரட்டிப்போட்டுவிட்டது என யாரும் தவறாக எண்ணி விடாதீர்கள். இசையில் இவனுக்கு எந்த ஞானமும் இல்லை; சூன்யமும் இல்லை. உண்மையில் இவன் இசையின் ஆகிருதி குறித்து எதையும் அறிந்திருக்கவில்லை. தன்னைப் புத்திசாலியாகக் காட்டிக்கொள்ள வேண்டிய கட்டாயத்தில் இருந்தான்.

போதை கலந்த மயக்கத்தைத் தருகிறது பீத்தோவனின் இசை என அடிக்கடிச் சிலாகித்துக்கொள்வான். இசை நரம்புகளுக்கும் காற்றுக்கும் இடையே மாய வித்தைகள் புரிபவன் பீத்தோவன் என்றும் இசையின் தீராத தனிமையை நிறைப்பவன் என்றும் பேசுவான். தன் இசை அறிவைப் பறைசாற்ற இவன்

இப்படி நான்கைந்து வாக்கியங்களை வைத்திருந்தான். எல்லாம் ஜேம்ஸ் பயலுக்காகத்தான். ஜேம்ஸின் அறையில் எப்போதும் நான்கு நாவல்கள், இரண்டு திரைக்கதைப் புத்தகங்கள், நல்ல இசைக் குறுந்தகடுகள் என இறைந்து கிடக்கும். தான் பழகும் நண்பர்களிடம் ஜேம்ஸ் முதலில் கவனிப்பது அவர்களைச் சுற்றி அறிவின் ஒளிவட்டம் இருக்கிறதா என்பதைத்தான். ஜேம்ஸின் நட்பைப் பலப்படுத்திக்கொள்ள இவன் தனது அறையிலும் புத்தகங்களையும் இசைத் தகடுகளையும் வாரியிறைத்தான். ஆனால் ஒருபோதும் அட்டைகளிலிருக்கும் பெயர்களைத் தவிர வேறு எதையும் படித்தது இல்லை. ஒரு நாள் இவன் அறைக்கு ஜேம்ஸ் வந்தபோதுதான் இவன் மிகச் சத்தமாகப் பீத்தோவனின் இசையைச் சுழலவிட்டான். “பீத்தோவன் இசையைக் கேக்கறேன்னா நீ கண்டிப்பா புத்திசாலியாத்தான் இருக்கணும். காலையிலேயே எப்படிப் பீத்தோவன் கேக்கறே?” என்றான் ஜேம்ஸ். அப்போதுதான் தான் கேட்டுக்கொண்டிருந்தது பீத்தோவனின் இசையென்பதே இவனுக்குத் தெரிந்தது. “எனக்கு எப்பவுமே ஒரு மியூசிக் டிரைவ் தேவைப்படுது” இவன் பெருமிதமாகச் சொல்லவும் “இது மாதிரி மியூசிக் கேக்கறேன்னா உனக்கும் என்னை மாதிரி கிளாஸ் தாட்ஸ் இருக்குன்னு நினைக்கறேன்” என்றான் ஜேம்ஸ். அந்தக் கணம் முதல் தன்னை மீண்டும் இசைக்கு ஒப்புக்கொடுத்தான். இவன் வந்தனா என்னும் பெண்ணை ஆத்மார்த்தமாகக் காதலித்தான். அவளும் ஜேம்ஸைப் போல ஒளிவட்டம் கொண்டவள். இசை, கவிதை, ஓவியம், தீவிர சினிமா எனத் தன்னை விரிவுபடுத்திக்கொண்டவள். அவளுக்காக இலக்கியத்திற்குக் கொஞ்சம், இசைக்குக் கொஞ்சம், உலகத் திரைப்படத்திற்குக் கொஞ்சம் என ஆனந்த் தன்னைப் பாகம் பிரித்துப் பட்டாபோட்டிருந்தான்.

இதற்கு முன் அவன் கல்லூரியில் படித்துக்கொண்டிருந்தபோது பெங்காலிப் பெண் அதீதியைக் காதலித்தபோதும் அதுவும் ஆத்மார்த்தமான காதல் என்றே நினைத்தான். அவளும் ஆனந்துடன் நன்றாகவே பழகினாள். அவள் தன் கல்லூரித் தோழிகளுடன் தனியாக அறை எடுத்துத் தங்கியிருந்தாள். சனி, ஞாயிறுகளில் பகல் வேளையில் தன் நண்பர்களுடன் அவள் அறைக்குச் செல்வான். இவனுள் இசை தீராமல் பயணம் செய்ததற்கு அதீதியும் ஒரு காரணம். நண்பர்கள்

கூடியிருக்கும்போது அதிதி தன் கிதாரை எடுத்து இந்திப் பாடல்களின் டியூனை வாசித்துப் பாடுவாள். பாடலை அவள் வாசித்து முடித்ததும் நண்பர்கள் எல்லோரும் கைதட்டி ஆரவாரித்து அடுத்த பேச்சுக்குத் தாவிவிடுவார்கள். இவன் மட்டும் அவள் வாசித்த இசையிலிருந்து மீளவில்லை; கரைந்து போய்விட்டதாக உருகிக் குலைவான். அந்த மனநிலையிலிருந்து விலகிவர விரும்பாதவன் போல எதுவும் பேசாமல் ஒரு இசைக் கலைஞனைப் போலச் சிந்தித்துக்கொண்டிருப்பான். அந்தச் சமயத்தில் இவனுக்கு எமனாக வந்து வாய்த்தவன்தான் பிரேம். அவன் அதீதியிடமிருந்து கிதாரை வாங்கி அநாயாசமாக இசையை மீட்டுவான். அதீதி பிரேம் பக்கத்தில் போய்த் தன் கால்களைக் கட்டிக்கொண்டு அவன் மீட்டும் இசையில் கலந்துவிடுவாள். "யூ ஆர் எ ஜீனியஸ்" என்பாள். ஆனந்துக்குக் கோபம் பீறிட்டு எழ முகத்தைக் கடுமையாக்கி அவ்விடத்தைவிட்டு நகர்வான். யாரும் ஏன் போகிறாய் என்றுகூடக் கேட்கமாட்டார்கள். அதுதான் இவனுக்கு மிகப் பெரிய வேதனையாக இருந்தது. எப்படியாவது கிதாரை வாசிக்கப் பழகி அதீதியைத் தன்னைக் காதலிக்கச் செய்ய வேண்டும். அதோடு மிகப் பெரிய இசைக் கலைஞனாகித் தன்னைச் சுற்றி ஆட்டோகிராஃப் வாங்க ஒரு கூட்டம் அலைய வேண்டும் என்று வெறிகொண்டு அலைந்தான்.

ஆனந்த் இசை குறித்து விசனப்பட்டுக்கொண்டிருந்தபோது ஒருவன் சொன்னான் "டேய் கிதார் வாசிக்கறது பெரிய விசயம் இல்லடா, எனக்குத் தெரிஞ்ச கிதார் மாஸ்டர் ஒருத்தர் வடபழனியில இருக்கிறாரு. அவர் சினிமாவில கிதார் வாசிக்கிறவர், பதினைந்து நாள்ல கிதார் வாசிக்கக் கத்துக் கொடுத்திருவாரு" என்று சொன்னான். அம்மா தனக்கு ஆசையாகப் போட்ட மோதிரத்தை உடனே விற்று ஆனந்த் ஆயிரத்து எண்ணூறு ரூபாய்க்கு ஒரு கிதாரை வாங்கினான். கிதார் கற்றுக்கொடுக்கும் மாஸ்டருக்கு ஆயிரத்து ஐநூறு ரூபாயைத் தட்சிணையாகக் கொடுத்து எப்படியாவது பதினைந்து நாளில் கிதார் வாசிக்கக் கற்றுக்கொள்ள வேண்டும் என்பதில் உறுதியாக இருந்தான். இவன் எக்மோரில் நண்பர்களுடன் தங்கியிருந்தான். இவன் முதல் நாள் கிதாரை வாங்கிக்கொண்டு அறைக்குள் நுழைந்த விதமே அறை நண்பர்களை வியப்பிற்குள்ளாக்கியது. ஒரு குழந்தையைத்

தூக்கிக்கொண்டு வருவதைப்போல் கிதாரை அணைத்தபடி வந்தான். பின் மெதுவாக உறையிலிருந்து கிதாரை வெளியே எடுத்தான். கிதாருக்கு ஆழமான முத்தத்தை வழங்கினான். அப்போது அவன் நினைவில் அதீதி நிரம்பியிருந்தாள். "என்னாச்சுடா? எதுக்கு இப்பக் கிதாரை வாங்கிவந்திருக்க? உனக்குக் கிறுக்குப் பிடிச்சிருச்சா?" என்று ஏளனமாகக் கேட்ட அறை நண்பர்களை எப்போதும் இல்லாத அலட்சியத்துடன் கர்வத்தோடு பார்த்தான். ஒரு இசைக் கலைஞனைப் பார்த்துக் கேட்கும் கேள்வியா என்பதுபோல் இருந்தது இவன் பார்வை. யாரையும் கவனிக்காமல் மீண்டும் உறைக்குள் கிதாரைப் பவ்யமாக நுழைத்துத் தன் தலைமாட்டிலேயே வைத்துத் தூங்கினான்.

எக்மோரிலிருந்து வடபழனி பஸ் பயணத்தின்போது இசை பற்றிய கற்பனையில் மூழ்கினான். இவன் ஒரு பெரிய மேடையில் அமர்ந்து அநாயசமாகக் கிதாரை மீட்டக் கூட்டம் கைதட்டி ஆர்ப்பரிக்கிறது. அதீதி முன்வரிசையில் உட்கார்ந்து கண்ணீர் மல்க இவன் இசையில் மூழ்கிப்போய்க் கிடக்கிறாள். பின் ஒரு மலைவாசஸ்தலத்தில் பச்சை நிறப் புல்வெளியில் குளிரில் ஆனந்தமாய் நனைந்தபடி இருவரும் ஒருசேரக் கிதாரை மீட்டுகிறார்கள். இப்படியாக பஸ் பயணம் முழுதும் ஆழ்ந்த இசை வெளியில் ஆனந்த் பயணப்பட்டுக்கொண்டிருந்தான்.

கிதார் மாஸ்டர் டிவிங்கிள் டிவிங்கிள் லிட்டில் ஸ்டார் பாடலின் இசைக் குறிப்பிலிருந்து கற்றுக்கொடுக்கத் தொடங்கினார். முதல் மூன்று நாட்கள் அவரே கிதாரின் அடிப்படை இசைக் குறிப்பை வாசித்தார். இவன் அவற்றில் சொக்கிப்போனவனைப் போல ஆழ்ந்து கவனித்தான். நான்காவது நாள் மாஸ்டர் இவனை வாசிக்கச் சொன்னார். தேர்ந்த இசைக் கலைஞனைப் போல் கிதாரைப் பிடித்தவன் கண்களை இறுக மூடிக்கொண்டு நாணை மீட்டத் தொடங்கினான். அதுவரை தான் அறிந்திராத புது சத்தத்தைக் கேட்டு மாஸ்டர் ஒரு கணம் மிரண்டுபோனார். இவன் அசட்டுத்தனமாகப் புன்னகைத்தான். மாஸ்டர் பிரச்சினை ஒன்றுமில்லை என்பது போலத் தலையசைத்து அடுத்து இவன் மீட்டப்போகும் இரண்டாவது இசைக் குறிப்புக்காகக் காத்திருந்தார். இன்னும் பலமான சத்தம் கிதாரிலிருந்து எழுந்தது. அன்றைய வகுப்பில் கிதாரை

மீட்டுவது எப்படி என்று மாஸ்டர் பலமுறை தெளிவாகச் சொல்லிக் கொடுத்தார். மாஸ்டர் மீட்டிய போது இசையை உதிர்த்த கிதார் ஆனந்த் தொட்டாலே விநோத சத்தத்தை ஏற்படுத்திப் பயமுறுத்தியது. மாஸ்டர் அடுத்த வகுப்பில் பார்த்துக்கொள்ளலாம் என்று நம்பிக்கையோடு இவனை அனுப்பிவைத்தார். அடுத்தடுத்த வகுப்புகளில் அதே நிலைமை தொடர்ந்தது. அறையில் உட்கார்ந்து கிதாரை முன்னால் வைத்துப் பார்த்துக்கொண்டே இருந்தான். இசைக் குறிப்புகளற்ற வெறும் கம்பியும் மரமுமாகக் கிதார் இவனுக்குத் தெரிந்தது. பிரச்சினை கிதாரில்தான் இருக்கும் என்னும் சந்தேகம் வர அடுத்த வகுப்பில் மாஸ்டரிடம் தன் கிதாரைக் கொடுத்து வாசிக்கச் சொன்னான். மாஸ்டர் வாசிக்கும்போது இனிமையான இசையைக் கிதார் வெளிப்படுத்தியது. நண்பர்கள் அறையில் இல்லாதபோது பலமுறை கிதாரை மீட்டிப் பார்த்தான். இவனே பயந்து ஒடுங்கும்படியான சத்தம்தான் வந்ததே தவிர தப்பித் தவறிக்கூட இசை வெளிப்படவில்லை. மாஸ்டர் ஒரு முடிவுக்கு வந்தார். "நீ ஞான சூன்யம். சுட்டுப் போட்டாலும் உனக்கு இசை வராது. ரெண்டு பேருடைய நேரத்தையும் வீணாக்க வேண்டாம். தயவுசெய்து வகுப்புக்கு வராதே. போய்விடு" என்றார். ஆனந்த மனமொடிந்து கிதாரை அறையின் சுவரில் ஆணியடித்து ஒரு காட்சிப் பொருளாக மாட்டிவைத்தான். கிதாரைப் பார்க்கும்போது புன்னகை அரும்பிய அதீதி சுவரில் புகைப்படமாகத் தொங்குவதாக இவனுக்குத் தோன்றியது. பிரேமும் அதீதியும் காதலிப்பதாக நண்பர்கள் பேசிக்கொண்டார்கள். மனம் ஒடிந்துபோன ஆனந்த் அதன்பின் அதீதியின் அறைக்குப் போவதை நிறுத்திக்கொண்டான். அவளது கிதார் இசையைக் கேட்பதையும் விட்டுவிட்டான். அப்படியே கல்லூரி வாழ்க்கை முடிவுக்கு வந்தது. பிறகு ஒரு நாள் அறை நண்பர்கள் எல்லாம் சேர்ந்து குடிக்க முடிவுசெய்தபோது பணத்திற்கு என்ன செய்வது என்று யோசித்துக்கொண்டிருந்தார்கள். ஆனந்த் கிதாரை எடுத்துக்கொண்டு வெளியே போனான். அறைக்குத் திரும்பி வந்தவன் கையில் மதுப் பாட்டில்களும் சைட் டிஸ்ஸும் நிறைந்திருந்தன. தன் கிதாரை விற்றுவிட்டு அவற்றை வாங்கிவந்திருந்தான். அன்றைய குடிக்கு வழிசெய்த ஆனந்தை நண்பர்கள் புகழ்ந்து தள்ளினார்கள். அவனுக்குள் அவனே

அறியாத வகையில் இசை ஒளிந்திருப்பதாகச் சொன்னார்கள். அதிகமாகக் குடித்த ஆனந்த் எல்லோரையும் கையமர்த்திப் பேச்சை நிறுத்தச் சொல்லித் தான் இசை அறிவற்ற ஞானசூன்யம் என்று உரக்கக் கத்தினான். "இசை தெரியாததெல்லாம் ஒரு பிரச்சினையா மச்சான்? எங்களுக்கெல்லாம் இசையைப் பத்தித் தெரியுமா என்ன? சந்தோசமா இருடா" என்று இவனைத் தேற்றினார்கள். பழைய, பழுதுபட்ட இசைக் கருவிகள் நிரம்பிய கடையில் கிதார் வீழ்ந்து கிடப்பதை விரும்பாத ஆனந்த் துக்கத்தில் வாந்தி எடுத்தான். தனக்கு வசப்படாத இசைக்காகவும் தன்னைக் காதலிக்காத அதிதிக்காகவும் யாருக்கும் தெரியாமல் மொட்டைமாடிக்குப் போய் அழுது தீர்த்தான். பீத்தோவன் இசையில் பழைய நினைவுகள் உருண்டு நொறுங்கின.

இடுப்பிலிருக்கும் லுங்கியை இறுக்கிக் கட்டிக்கொண்டு பீத்தோவனை நிறுத்தலாம் என ஆனந்த் எண்ணியபோது ஜேம்ஸ் வந்து சேர்ந்தான். "ஒரே மியூசிக்கை எப்படிடா தினமும் கேக்கறே?" என ஜேம்ஸ் வினவியபோது சற்றும் யோசிக்காமல் "பீத்தோவன் இஸ் மை மாஸ்டர்" என்று சொல்லி அவன் வாயை அடைத்தான். ஜேம்ஸ் கையில் வேர்ல்ட் கிளாஸ் போட்டோகிராபி புத்தகம் இருந்தது. தான் அதைப் பொக்கிஷமாகக் கருதுவதாகச் சொல்லி ஆன்ந்திடம் காட்டினான். "குடு ஒரு கிளான்ஸ் பாத்துட்டுத் தர்றேன்" என்று வாங்கியவன் "வாவ். லவ்லி ஃபோட்டோகிராஃப்ஸ்! அதுவும் டெக்னிக்கலா விளக்கி இருக்காங்களே. ரியலி பெஸ்ட் கலெக்சன். நான் படிச்சிட்டுத் தரவா?" என்று ஆனந்த் கேட்டான். ஒரு வாரத்தில் திருப்பித் தந்துவிட வேண்டும் என்கிற கட்டளையோடு ஜேம்ஸ் இவனிடம் புத்தகத்தைக் கொடுத்துவிட்டுச் சென்றான். அவன் சென்றதும் இரண்டொரு பக்கங்களைப் புரட்டிப் பார்த்தான். நீண்ட நேரம் முறைத்துப் பார்த்த பிறகும் அதிலிருந்த எந்தத் தொழில் நுட்ப விளக்கமும் புரியவில்லை, வழக்கம்போல தூக்கம் வந்தது. இந்தத் தூக்கம்தான் தனக்கும் கலைக்குமான இடைவெளியை ஏற்படுத்துகிறது என்று நொந்துகொண்டான். புத்தகத்தைப் பிரித்தாலும் சரி தீவிரமான உலக சினிமா பார்த்தாலும் சரி தூக்கம் சொல்லிக்கொள்ளாமல் வந்துவிடும். அப்படித்தான் போன வாரம் ஃபிலிம் சேம்பரில் வாயில் நுழையாத ஒரு

பிரெஞ்சுப் படத்தை வந்தனாவுடன் போய் பார்த்தான். பஸ் ஸ்டாப்வரைக்கும் அவள் படத்தைப் பற்றிச் சிலாகித்துப் பேசிக்கொண்டுவர இவன் தலையை மட்டும் ஆட்டிக்கொண்டே வந்தான். அவளுக்கு இணையாகப் பேச வேண்டும் என்றால் படம் பார்த்திருக்க வேண்டாமா? இவன்தான் பத்தாவது நிமிடத்தில் தூங்கிவிட்டானே! இவன் எதாவது பேசுவான் என்று எதிர்பார்த்திருந்த வந்தனா ஏமாற்றமடைந்து தானும் வாயை மூடிக்கொண்டு வந்தாள். அன்று கடுகடுப்பாக பஸ்ஸில் ஏறிப் போனவள் இவன் பேசாததைக் கண்டு திமிர்பிடித்தவன் என்றே நினைத்திருந்தாள். பாவம் கதை என்னவென்று தெரிந்தால் இவன் பேசியிருக்கமாட்டானா? அப்படியொரு படம் பிலிம்சேம்பரில் திரையிடுகிறார்கள் என்று சொல்லி அவளை அழைத்து வந்ததும் இவன் தான். தன் மடத்தனத்தைத் தானே நொந்தபடி அசோக் நகர் செல்லும் பஸ்ஸில் இவன் ஏறிக்கொண்டான்.

எப்போது தூங்கினானென்று தெரியவில்லை. விழித்தபோது மணி ஐந்தரையாகியிருந்தது. அவசரமாகத் தன்னை அழகுபடுத்திக் கொண்டான். கண்ணாடிமுன் நின்று தன்னைத்தானே நீண்ட நேரம் பார்த்துக்கொண்டான். ஜேம்ஸ் தந்துவிட்டுப் போன புகைப்படப் புத்தகத்தை எடுத்துக்கொண்டு புறப்பட்டான். வந்தனாவின் ஹாஸ்டல் இருக்கும் தெருவில் எப்போதும் மஞ்சள் கொன்றை மலர்கள் உதிர்ந்துகிடக்கும். அன்று மழை பெய்த ஈரம் வேறு இருந்தது. இவன் நடந்து சென்றபோது கையிலிருந்த புத்தகத்தின் மீது ஒரு மஞ்சள் மலர் உதிர்ந்தது விசித்திரமாக இருந்தது. அன்று தன் காதல் கைகூடிவிடும் என்று இவனுக்குத் தோன்றியது. அந்த உற்சாகத்தோடு இவன் ஹாஸ்டலுக்குப் போன் செய்தான். யாரோ ஒரு பெண் எடுத்து "யார் வேண்டும்?" எனக் கேட்க இவன் "வந்தனா" என்றான். இவன் அவள் பெயரை உச்சரித்த விதம் இவனுக்கே பிடித்திருந்தது. சில கணநேர மௌனத்துக்குப் பிறகு வந்தனா லைனில் வந்தாள்.

"சொல்லுங்க" என்றாள்.

"உங்க ஹாஸ்டல் பக்கத்திலதான் இருக்கேன்."

“உங்களுக்கு எத்தனவாட்டி சொல்லியிருக்கறேன். போன பண்ணிட்டு வாங்கன்னு. நான் கொஞ்சம் வேலையா இருக்கேன் ஆனந்த். இப்பப் பாக்க முடியாது.”

“என்ன வேலை?” என்றான் தயக்கமாக.

வந்தனாவிற்கு எரிச்சலும் இவனது பாவப்பட்ட முகமும் ஒருசேர நினைவில் வந்து, “சரி இருங்க வர்றேன்” என்றாள்.

ஹாஸ்டலை ஒட்டியிருந்த டீக்கடைத் திண்டில் தலை குனிந்தபடி ஆனந்த் அமர்ந்திருந்தான். வந்தனா நடந்துவந்த வேகம் இவனுக்குள் பயத்தை ஏற்படுத்தியது. “ஏன் கோவிச்சுக்கிட்டீங்க நா வேணா இப்பப் போறேன். இன்னொரு நாள் போன் பண்ணிட்டு வர்றேன்” என்றான் பாவமாக முகத்தை வைத்துக்கொண்டு, அவளுக்குள் இருந்த வெறுப்பு குறைந்து முற்றிலும் சமாதானமானவளாக “இல்ல இன்னைக்கு எனக்குப் பிறந்தநாள். ஃப்ரண்ட்ஸ் எல்லாம் கேக் வெட்டணும்னு சொன்னாங்க. அந்த நேரத்துல நீங்க கூப்பிட்டீங்க. அதான் உங்ககூட டைம் ஸ்பெண்ட் பண்ண முடியாதுன்னு சொன்னேன்” என அமைதியாகச் சொன்னாள். அவர்கள் இருவருக்குமே காதலர்களுக்கான முகம் இருக்கவில்லை. காதலுக்காகக் கருணை மனுப்போட வந்தவன் போல இவன் இருந்தான். காதலிக்காவிட்டாலும் பரவாயில்லை கருணை மனுவைப் பரிசீலித்தால் போதும் என்றிருந்தது இவனுக்கு. அவள் ஒரு பரிதாபத்திற்குரிய ஜீவனைப் பார்க்க வந்தவள் போல இருந்தாள். “உங்க பிறந்தநாளை எனக்கு ஏன் சொல்லலே? நான் உங்களுக்கு அவ்வளவு ஃப்ரண்ட் இல்லியா” என்றான். “அவங்களுக்கும் நான் சொல்லல. பயோடேட்டா பாத்து அவங்களா தெரிஞ்சுக்கிட்டாங்க. எனக்குப் பிறந்தநாள் கொண்டாடுறதுல விருப்பம் இல்ல.” இருவரும் ஹாஸ்டல் பக்கத்தில் இருக்கும் பூங்காவில் வெளிப்பக்கத்தில் நடந்தபடி பேசிக்கொண்டு போனார்கள்.

அவள் பிறந்தநாளைத் தான் தெரிந்துகொள்ளாததைப் பற்றி மீண்டும் மீண்டும் வருத்தம் தெரிவித்தான். இவனுடைய பேச்சை மாற்ற “கையில் என்ன புத்தகம்?” என்று கேட்டாள். அப்போது இவன் மனம் துள்ளிக் குதித்துச் சந்தோசத்தில் மிதந்தது. நல்லவேளை இந்தப் புத்தகம் இவன் கையில இருந்தது.

அவள் புரியாமல் பார்த்தாள். “முதல்ல இந்தப் புத்தகத்தைப் பிறந்தநாள் பரிசா வாங்கிக்கங்க. அப்புறம் புத்தகத்தைப் பத்திச் சொல்றேன்” என்றான். அவளுக்குப் புத்தகத்தைப் பற்றி ஆர்வம் இருந்தாலும் அதை வெளியே காட்டிக்கொள்ளாமல் “சாரி. எனக்கு ஹாஸ்டல்ல புத்தகத்தை வைக்க இடமில்ல” என்றாள். அவள் சொன்னதைக் கேட்டதும் அமைதியாகப் பூங்காவின் பிளாட்பாரத்தில் அமர்ந்தான். வந்தனாவிற்கு என்ன செய்வதென்று தெரியவில்லை. “என்னாச்சு? ஆனந்த் ஏன் இப்படி உட்கார்ந்திட்டிங்க?” “இல்ல வந்தனா எனக்குச் சின்ன வயசிலிருந்தே எந்த அன்பும் நிரந்தரமா இல்ல. நான் அன்பு வச்சிருக்கிற எல்லாரும் என்னை உதாசீனப்படுத்தியிருக்காங்க, இல்ல என் அன்பைப் புரிஞ்சிக்காம போயிருக்காங்க. என் அண்ணன், அப்பா, ஃப்ரண்ட்ஸ் இப்படி என்கிட்டருந்து தூரமா விலகிப்போனவங்க நிறையப் பேர். ஜேம்ஸ், அப்புறம் நீங்க. இப்படி ஒன்னு ரெண்டு பேர்தான் என்னைப் புரிஞ்சுகிட்டவங்கன்னு நினைச்சேன். ஆனால் அதுவும்...” இவன் கண்களைத் துடைத்துக்கொண்டான். சினிமாவின் உச்சக் கட்டத்தில் உணர்ச்சிவசப்படும் வசனக் காட்சியாக இவன் பேச்சு நீண்டுகொண்டிருந்தது. அதற்கு மேல் ஒரு ஆணின் அபத்தத்தைத் தாக்குப்பிடிக்க முடியாது என்று உணர்ந்த வந்தனா புத்தகத்தை இவன் கையிலிருந்து தானே எடுத்துக்கொண்டாள். பிறகு புத்தகத்தைப் பிரித்துப் பார்த்து “எக்ஸலென்ட் புக். தேங்யூ ஆனந்த். இது எனக்கு ரொம்ப முக்கியமான பரிசு” என்று சொல்லி அந்தச் சூழ்நிலையை முற்றிலும் மாற்றினாள். இவனுக்குள் உற்சாகம் பொங்கி வழிந்தது. இருவரும் தெருக்கடையில் டீ சாப்பிட்டு விட்டுப் பிரிந்தார்கள். அன்றிலிருந்து வந்தனாவும் தன்னைக் காதலிப்பதாகவே இவன் உணர்ந்தான்.

ஒரு வாரம் கழித்து ஜேம்ஸ் ஆனந்தின் அறைக்கு வந்தபோது இளையராஜாவின் காதல் பாடல் ஒலித்துக்கொண்டிருந்தது. ஜேம்ஸ் அதைக் கேட்டு வியந்தவனாக “ஆனந்த் நீ தமிழ் சினிமா பாட்டைக்கூடக் கேப்பியா?” என்றான். ஆனந்த் மிகவும் சலிப்போடு “எப்பவாவது கேட்பேன்” என்றான். “அதானே பார்த்தேன். உன்னோட டேஸ்ட்க்கு இந்திய இசையே ஒத்துவராது. அதுல தமிழ் சினிமா பாட்டை எப்படிக் கேட்ப?” ஜேம்ஸ் நக்கலாகப் பேசியதைக்கூடப்

பொருட்படுத்தாத ஆனந்த் “ஆமாம் ஜேம்ஸ். என்னைச் சரியா புரிஞ்சுவச்சிருக்கிறவன் நீதான்” என்றான் எதற்கும் அசைந்துகொடுக்காதவனாக. புரியாத மாதிரி நடிக்கும் இவனிடம் என்னத்தைப் பேச என்று வெறுத்துப்போன ஜேம்ஸ் “ஆமா நான் கொடுத்த ஃபோட்டோகிராஃபி புக் எங்க? நான் ஒரு கேமரா வாங்கி இருக்கேன். அந்தப் புத்தகம்தான் எனக்குக் குரு. அதைப் பார்த்துதான் டெக்னிக்கல் விசயங்களைக் கத்துக்கணும். கொடு அதை” என்றான். ஆனந்துக்குத் தூக்கி வாரிப்போட்டது. வந்தனாவிற்கும் தனக்கும் இருக்கும் காதல் பாலம் தரைமட்டமானதுபோல உணர்ந்தான். அந்தப் பேச்சைக் கண்டுகொள்ளாதவன் மாதிரி “டீ சாப்பிடுறியா ஜேம்ஸ்?” என்று சமையலறைக்குள் புகுந்து டீ போடத் தொடங்கினான். இடைப்பட்ட நேரத்தில் ஜேம்ஸ் அறை முழுக்கப் புத்தகத்தைத் தேடி ஓய்ந்துபோனான். டீயோடு இவன் வெளியே வந்தபோது “புத்தகம் எங்க?” என்று கேட்டான். “இங்கதான் இருக்கும் ஜேம்ஸ். அவசரப்படாதே. டீயைக் குடி” என்று இவன் ஒரு டீக்கப்பைக் கொடுத்துவிட்டு அமர்ந்தான். ஆனந்த் மிக நிதானமாக “ஜேம்ஸ் இப்பதான் ஞாபகம் வருது. ஃபிரண்ட் ஒருத்தர் அந்தப் புத்தகத்தை எடுத்திட்டுப் போயிருக்கார் நாளைக்கு வாங்கித் தந்திடுறேன்” என்றான். ஜேம்ஸ் கோபத்தில் இவனருகில் வந்து “என்ன நினைச்சிட்டிருக்கே? அது எவ்வளவு வேல்யபுலான புத்தகம் தெரியுமா? வா இப்பவே அந்த ஃபிரண்ட்கிட்ட போய்ப் புத்தகத்தை வாங்கலாம்” என்றான். “இருப்பா நாளைக்கு நானே வாங்கித் தந்திடுறேன்” என்று இவன் சமாதானம் சொல்லி அனுப்பி வைத்தான்.

அடுத்தடுத்த நாட்களில் ஜேம்ஸ் வந்த நேரங்களில் ஆனந்த் அறையில் இல்லாமல் மறைந்து வாழ்ந்தான். நாட்கள் வாரமாகி மாதமாகியது. ஒரு நாள் பூட்டிய கதவில் “ஆனந்து, என் பொறுமை எல்லை கடந்துவிட்ட நிலையில், நாளை புத்தகத்தை நீ திருப்பித் தரவில்லை என்றால் எலும்பு முறிவிற்காகச் சிகிச்சை எடுக்கும் நிலை உனக்கு நிச்சயம் ஏற்படும், எச்சரிக்கை” என்று மிரட்டும் தொனியில் ஜேம்ஸ் எழுதி வைத்துவிட்டுப் போயிருந்தான். அடுத்த நாள் ஜேம்ஸ் ஆனந்தை அறையில் வைத்துக் கையும் களவுமாகப் பிடித்துவிட்டான். அறையைப் பூட்டிவிட்டு இருவரும் படியிறங்கி பஸ் ஸ்டாப்பிற்கு வந்தார்கள். இருவரும் பேசிக்கொள்ளவில்லை. மௌன்ட்ரோட்டில்

இருக்கும் வந்தனாவின் அலுவலகத்திற்கு வந்து இறங்கினார்கள். ஜேம்ஸை பஸ் ஸ்டாப்பிலேயே காத்திருக்கச் சொல்லிவிட்டுப் பொதுத்தொலைபேசியில் போய் வந்தனாவை அழைத்தான். அலுவலகம் முடியும் நேரத்தில் சரியாக வந்திருக்கிறானே என்று நினைத்தபடி அவள் இவனை அலுவலகத்திற்கு வெளியே காத்திருக்கச் சொன்னாள். “என்ன திடீர்னு வந்திருக்கீங்க?” என்றவள் முகத்தில் ஜேம்ஸைப் போலவே கோபம் கொப்பளித்தது. தன்னுடைய அனுமதியில்லாமல் வந்து கண் எதிரே நின்ற ஆனந்தை அவள் வெறுத்தாள். இருவரும் பஸ் ஸ்டாப்புக்குப் போனார்கள். அங்கு ஜேம்ஸ் நின்றிருந்ததைப் பார்த்ததும் அவளுக்கு இன்னும் கோபம் அதிகரித்தது. இதற்கு முன் இரண்டுமுறை பிலிம் சேம்பரில் ஜேம்ஸைச் சந்தித்திருக்கிறாள். ஆனந்த் வந்தனாவை அவனுக்கு அறிமுகப்படுத்தியிருந்தான். தன்னைக் கேட்காமல் இவன் வந்தது மட்டுமல்லாமல் தன் ஃப்ரண்டையும் அழைத்து வந்திருக்கிறானே என்று எரிச்சலோடு ஜேம்ஸுக்கு ஹலோ சொன்னாள். “என்ன விசேசம்? ரெண்டு பேரும் சேர்ந்து வந்திருக்கீங்க” என்று வந்தனா கேட்டதும் ஜேம்ஸும் ஆனந்த்தும் ஒருவரை ஒருவர் பார்த்துக்கொண்டார்கள். பிறகு ஜேம்ஸ் “ஒன்னும் இல்ல, சும்மா ஒரு ஃப்ரண்டைப் பார்க்க வந்தோம். அப்படியே உங்களையும் பார்த்திட்டுப் போகலாம் என்று...” ஜேம்ஸ் இழுத்தான். ஆனந்த் அமைதியாக இருந்தான். “அப்ப நான் கிளம்புறேன். நீங்க பேசிட்டு வாங்க” என்று சொல்லிய ஜேம்ஸ் ஆனந்தைப் பார்த்து “மறக்காம அந்த ஃபோட்டோகிராஃபி புத்தகத்தை உன் ஃப்ரண்ட்கிட்டருந்து வாங்கிட்டு வந்திடு” என்று அழுத்தமாகச் சொல்லிவிட்டுப் போனான்.

வந்தனாவிற்கு எல்லாம் புரிந்துபோயிற்று. பிறந்தநாள் பரிசாக ஆனந்த் தன் கையில் வலியத் திணித்த புத்தகம் ஜேம்ஸினுடையது. அவள் ஆனந்தை ஒரு புழுவைப் போலப் பார்த்தாள். “உங்ககிட்ட என் பிறந்தநாளுக்கு ஏதாவது வாங்கிட்டு வாங்கன்னு அடம்பிடிச்சனா? யாராவது ஓசியில் படிக்க வாங்கின புத்தகத்தைப் பரிசா கொடுப்பாங்களா? அந்தப் புத்தகத்தை ஹாஸ்டல் ரூம்ல வச்சுக்க இடமில்லாம போனவாரம் ஊருக்குப் போனப்ப வீட்ல வச்சிட்டு வந்திட்டேன். இப்ப ஊருக்கு ஃபோன் போட்டுப் புத்தகத்தை அனுப்பிவைக்கச்

சொல்லணும். போங்க ஒரு வாரத்தில புத்தகம் கிடைக்கும்" என்று சொல்லிவிட்டு அவள் பஸ்ஸில் ஏறிப்போனாள். பிரமை பிடித்தவன் போல ஆனந்த் பஸ் ஸ்டாப்பில் வெகுநேரம் நின்றிருந்தான். அடுத்த வாரத்தில் புத்தகம் கிடைத்தது. ஜேம்ஸிடம் கொடுத்துவிட்டான். அத்துடன் ஜேம்ஸுக்கும் இவனுக்குமான உறவு முறிந்துவிட்டது. பலதடவை வந்தனாவின் அலுவலகத்திற்கும் ஹாஸ்டலுக்கும் ஆனந்த் ஃபோன் பண்ணிப் பார்த்தான். வந்தனா ஒரு தடவைகூட இவனிடம் பேசவில்லை. இப்படி வந்தனாவுடனான ஆனந்தின் காதல் முறிந்துபோனது. ஆனாலும் ஆனந்தின் அறையில் பீத்தோவனின் இசை சன்னமாக ஒலித்துக்கொண்டிருந்தது. அதில் இவன் மனம் ஒன்றிப்போனது. மனதிலிருந்த பாரமெல்லாம் இசையோடு இறங்கி ஓடுவதாக உணர்ந்தான். முதல்முறையாக இசை என்பது வெறுமனே புரிந்துகொள்ளப்படுவதல்ல, உணர்ந்துகொள்ளப்படுவது என்பதை ஆனந்த் தெரிந்துகொண்டான்.

ooo

பூச்சி

அவன் பொரிவண்டியின் மணிச்சத்தமும் வண்டியில் இருந்த லாந்தர் விளக்கின் வெளிச்சமும் அந்தத் தெருவின் இருளை விலக்கிக்கொண்டு போயின. அவன் சைக்கிளைத் தள்ளிக்கொண்டே வந்தான். ஒருகையில் மணியடித்துக் கொண்டே, இன்னொரு கையில் ஹேன்டில்பாரைப் பிடித்துக் கொண்டு பேலன்ஸ் செய்வது கடினமாகத்தான் இருந்தது. மிக இருட்டான கீழ்முக்குத் தெரு வந்ததும் சைக்கிளை நிறுத்திவிட்டுத் தொடர்ந்து மணியடித்துக் கொண்டிருந்தான். அந்த இருட்டு அவனுக்கு மிகவும் பிடித்தமானதாக இருந்தது. யார் முகத்தையும் அவன் பார்க்க விரும்பவில்லை. அதேபோல் யாரும் தன்னைப் பார்த்துப் பேசாமல் இருக்கவே விரும்பினான். ஆனால் நிலைமை அப்படியில்லை. புற்றீசலைப்போல எங்கிருந்துதான் வந்தார்களோ தெரியவில்லை. அத்தனை குழந்தைகளும் ஒரேநேரத்தில் வந்து சேர்ந்தார்கள். அவனுக்கு எரிச்சலாக இருந்தது. இவ்வளவு நேரம் கைவலிக்க மணியடித்துக் கொண்டிருந்தான். சீண்டுவார் யாருமில்லை. ஆனால், இப்போது பார்த்தால் "ஏய் பூச்சி எனக்குக்குடு எனக்குக்குடு"என்று எல்லோரும் ஒரேநேரத்தில் முண்டியடித்துக் கொண்டு காசை நீட்டுகிறார்கள். "இருப்பா தர்றேன்

அவசரப்படாதீங்க” என்று பூச்சி சொல்வதை யாரும் கேட்டமாதிரித் தெரியவில்லை. விட்டால் போதுமென்று, கணக்குப் பார்க்காமல் பொரியை அவசரமாகக் காகிதத்தில் போட்டு விற்றுக்கொண்டிருந்தான். இல்லையென்றால் ஆளாளுக்கு நான்போட்டி நீபோட்டியென்று எப்படியும் சைக்கிளைக் கீழே தள்ளிவிட்டுவிடுவார்கள்.

இப்படித்தான் சித்திரை மாதம் வீரபாண்டித் திருவிழாச் சமயத்தில் சின்னப்பசங்களெல்லாம் மொத்தமாக ஓடிவந்து ஒருத்தன்மேல ஒருத்தன் விழுந்து வண்டியைக் கொடைச்சாய்த்தார்கள். பொரி, பட்டாணி, பொரிகடலை அவ்வளவும் கொட்டிப்போய், லாந்தர்விளக்கும் உடைந்துவிட்டது. கோபத்தில் கையில் கிடைத்த இரண்டு பேரைச் சும்மா இரண்டு அடி அடித்தால் வீட்டிலிருந்து அருவாளைத் தூக்கி வருகிறார்கள் டவுசர் போட்ட குட்டிப்பயல்கள். வேறு வழியில்லாமல் பூச்சி சைக்கிளையும் கீழேபோட்டுவிட்டுத் துணைக்கு ஆளைக் கூப்பிட ஓடவேண்டியதாகிவிட்டது.

பெரியவர்கள் வந்து குட்டிப்பசங்களையெல்லாம் சமாதானப்படுத்திவிட்டு ஒருவழியாகப் பூச்சியை வீட்டுக்கு அனுப்பப் போதும் போதுமென்றாகிவிட்டது. வீட்டுக்குப் போனால் அம்மா குடிமுழுகிப்போச்சு என்று பெரிதாக ஒப்பாரி வைத்து இவனையும் விளக்குமாற்றால் அடிக்கிறாள். அவளும் பாவம் என்ன செய்வாள்? புருஷன் குடிச்சுக் குடிச்சுக் கொடலு வெந்து செத்துப்போனான். மலைக்குப் போய் விறகுவெட்டி அதைவிற்றுப் பொழைக்கிறாள் அவள். உடல் பலமான வேலையைப் பூச்சி ஒருநாளும் செய்யமாட்டானென்று பொரி விற்கச்சொன்னாள். அதையும் ஒழுங்காகச் செய்யாமல் பூச்சி கேனப்பயலாக இருக்கிறான் என்று வருத்தப்படுகிறாள்.

“ஏய் கால்ரூவாய்க்கு இம்புட்டுதானா! இன்னும் கொஞ்சம் போடுடா பூச்சி” என்று டவுசர் போடாத ராசுப்பயல் சொன்னபோது சுருக்கென்று கோபம் வந்தது. கட்டுப்படுத்திக்கொண்டு அவனை அடிப்பதற்கு மேலே தூக்கிய கையைக் கீழே இறக்கினான். “என்னாடா மொறைக்கிற போடு” என்று அவன் மேலும் பேசிக்கொண்டே போக எரிச்சலோடு இன்னும் கொஞ்சம் பொரிகடலையை எடுத்துப்போட்டான். இன்றைக்கும் அவனுக்குப் பெரிதாக லாபம் வரப்போவதில்லை.

பத்தோ இருபதோ லாபம் கிடைத்தால் அம்மாவைச் சந்தோசப்படுத்தலாம். "இந்தப் பொடிப்பயலுக பண்ற அழிச்சாட்டியத்தில் ஒரு ரூவாகூட கிடைக்காது போலிருக்கே" என்று நினைத்தவன், தெருவில் விளையாடிக் கொண்டிருந்த ஒன்றிரண்டு பெண்பிள்ளைகள் பொரிகேட்க அவர்களுக்கு மட்டும் கொடுத்துவிட்டு, அதற்குமேல் மணியடிக்காமல் அப்படியே வண்டியை வீட்டுக்குத் திருப்பினான்.

கூரைவேய்ந்த தன் வீட்டுக்குள் நுழைந்த பூச்சி லாந்தர் விளக்கை ஆணியில் மாட்டிவிட்டுக் குட்டிச்சாக்கில் இருந்த பொரிகடலையை இறுக்கமாகக் கட்டிவைத்தான். வீட்டின்முன் இரண்டு பக்கமும் மண்திண்ணை இருந்தது. இன்றைக்கு அவன் அம்மா திண்ணையைச் சாணிபோட்டு மெழுகியிருந்தாள். வலதுபக்கமிருக்கும் திண்ணையில் சைக்கிளைத் தூக்கி நிறுத்திவிட்டு அதன் ஓரத்தில் அவன் உட்கார்ந்து கொண்டான். இடதுபக்கத் திண்ணையின் ஓரத்தில் இருந்த அடுப்படியில் அம்மா எதையோ சமைத்துக் கொண்டிருந்தாள். சுருக்கங்கள் நிறைந்து கறுமையேறியிருந்த அவள் முகத்தில் சந்தோசத்தைப் பார்த்ததாகப் பூச்சிக்கு ஞாபகம் இல்லை. "என்னடா பூச்சி இன்னைக்கு எம்புட்டு ஏவாரம் பண்ணுன?" இவன் பதிலேதும் பேசாமல் முகம் சிவக்கக் கோபத்தை அடக்கி உட்கார்ந்திருந்தான். "ஏண்டா நான் கேட்டுக்கிருக்கேன். நீயென்னமோ பேச்சு மூச்சில்லாம உட்கார்ந்திருக்க?" என்றாள். ஆங்காரம் வந்தவனைப்போல விருட்டென்று எழுந்த பூச்சி, "ஏம்மா எனக்குன்னு ஒரு பேரு வச்சிருக்கயில அதைச் சொல்லிக் கூப்பிட வேண்டியதுதான, அதைவிட்டுட்டு நீயும் ஊர்க்காரங்கெ மாதிரியே பூச்சி பூச்சின்னு கூப்பிடுற" கோபத்தோடு கத்தினான். "இப்ப பூச்சின்னு கூப்பிட்டதில என்னா குடிமுழுகிப்போச்சு. ஆமாம் இவரு பெரிய சொல்லுப் பொறுக்காத சோழராசா மகன். கட்டிட்டு வாடான்னா வெட்டிட்டு வாரே. ஒரு கூறும் இல்லாம பொரிவிக்கப்போறேன்னு பொரியைக்கீழே கொட்டிப்பிட்டு வாரே இல்லன்னா கணக்குத் தெரியாம மீதிச் சில்லரத்துட்டக் கூடக் குடுத்துபிட்டு நஷ்டமாகி வந்து நிக்கிற." வாய் ஓயாமல் அவனைத் திட்டித்தீர்த்தாள். என்னைக்கோ ஒருநாள் அவன் நஷ்டமாகி வந்து நிற்பது உண்மைதான். ஆனால் மற்ற நாள்களில் குறைந்தது பத்துரூபாயாவது

லாபம் பார்த்து வருகிறான். அவன் உழைப்பைக் கணக்கில் கொள்ளாமல் அவன் மனதைக் காயப்படுத்துகிறாள் அம்மா.

பூச்சிக்கு இருபது வயது நெருங்கிக்கொண்டிருந்தது. அவன் வயதுடையவர்கள் அவனைச் சரிக்குச்சமமாக மதிப்பதில்லை. சிறுவர்கள் அவனைக் கோமாளியாக்கி வேடிக்கைப் பொருளாகப் பார்த்துக் கொண்டிருந்தார்கள். அவனுக்கென்று நண்பர்கள் இல்லை. பகல் முழுவதும் தனிமையில் கிடந்து யோசித்தான். எல்லாவற்றுக்கும் காரணமான தன் உடல்மீது பெரும்வெறுப்பு மூண்டது அவனுக்கு. தன் உடலிலிருந்து எல்லா உறுப்புகளையும் தனித்தனியே பிய்த்து எறிந்துவிட்டால் நிம்மதியாக இருக்குமென்று தோன்றியது. உருண்டதலையும் சுருட்டமுடியும் உள்ளொடுங்கிய கண்களும் பருத்த தப்பட்டையான உடம்பும் குச்சி மாதிரியான கைகால்களும் மந்திரவாதி கதையில் வரும் குள்ள அரக்கனைப்போல இருப்பதாக நினைத்தான். ஒட்டுமொத்தமாக அவலட்சணமாக இருக்கும் உடலைப் பார்க்கும்போது அவனுக்கே தன்மீது கழிவிரக்கமும் சோர்வும் தோன்றியது. ஒரு உறுப்பையும் உருப்படியாகப் படைக்காத கண்ணுக்குத் தெரியாத கடவுளை மிகக்கேவலமாக இரவெல்லாம் ஏசிக்கொண்டிருந்தான். கடவுளைத்தவிர வேறு யாரை அவன் நேரிடையாகத் திட்டிவிடமுடியும்?

பொரி விற்பனை செய்துவிட்டுத் தெற்கே பள்ளிவாசல் தெருவைக் கடந்து அவன் வீட்டுக்குப் போகையில் குண்டு ராவுத்தர் இவன் வண்டியை நிறுத்திச் சிறுபையனைப்போலத் தினமும் பட்டாணியை வாங்கித் தின்பார். பூச்சியும் குண்டு ராவுத்தரும் இணக்கமாகப் பேசிக்கொண்டார்கள். "ஏம்ப்பா இன்னைக்கு நல்லா ஏவாரம் ஆச்சா. மேற்குத் தெருவுல என்னா விசேசம், கீழ்முக்குத் தெருவுல என்னா விசேசம்" என்று இவனைப் பெரிய மனுசனாக நினைத்துத் தினமும் விசாரிப்பார். இவனும் எல்லாப் பிரச்சினைகளையும் சாமிகிட்ட சொல்வதைப்போன்று அவரிடம் சொல்வான். "என்னாண்ணே அவங்நெ குடுக்கிற அஞ்சுகாசுக்கு ஒரு சாக்குப்பொரியை மொத்தமா பேப்பர்ல சுருட்டிக் குடுத்தாலும் கடைசியில இன்னும் கொஞ்சம் குடுன்னு, கையில கொஞ்ச பொரிகடலையை ஓசியாக்கேட்டு வாங்கிப்போனாதான்

அவனுங்களுக்கு மனசு அடங்குது. அப்படிக் குடுக்கலன்னா என்னாடா ரெண்டுபொரியைப் பேப்பர்ல சுருட்டிக் குடுத்து ஏமாத்துறேன்னு அவங்களே சாக்குல கையைவிட்டுப் பொரியை எடுத்துப் போறாங்கே" என்று பூச்சி அவரிடம் வேதனை பொங்கச் சொன்னான். அவனுக்குத் தெரிஞ்சு அவர்தான் அவனைப் பூச்சி என்று கூப்பிடாதவர்.

குண்டு ராவுத்தரை நேராப் பார்க்காமல் அவர் குரலை மட்டும் கேட்கிறவர்கள் நிச்சயம் ஒரு பெண் பேசுவதாகத்தான் நினைப்பார்கள். கடுமையான ஒரு சொல்கூட வெளியேவராது. அவர் பேச்சு மயிலிறகைப் போன்று தடவிக்குடுப்பதாய் அவனுக்கிருக்கும். "இங்க பாருப்பா நீ வருத்தப்பட்டுக்கிடாத உனக்கொரு விசயத்தைச் சொல்லித்தாரேன் அதுப்படி செய்யி. பேப்பரை உள்சொருகு சொருகிச் சின்னதா மடிச்சு அதுல பொரியைப் போட்டேன்னா கொஞ்சமாத்தான் பிடிக்கும். அப்புறம் நீயே கொஞ்ச பொரியை ஓசியா கையிலெடுத்துக் குடுத்தேன்னா சந்தோசமா வாங்கிட்டுப் போவாங்க. ஒங்கணக்கும் சரியாப்போகும் அவங்க கணக்கும் சரியாப்போகும்." புது சூட்சுமத்தைக் குண்டுராவுத்தர் அவனுக்குச் சொல்லிக்கொடுத்தார். அவனும் அப்படியே செய்ய யாரும் ஒரு குறையும் சொல்லாமல் வாங்கிப்போனார்கள்.

சிறுவனாக இருந்தபோது எல்லாச் சிறுவர்களையும்போலப் பூச்சி இச்சி மரத்திலேறி விளையாடப்போனான். நெடுந்தூரம்வரை கிளைகளே இல்லாமல் கட்டையான அடிப்பாகத்தைக் கொண்டிருந்தது இச்சிமரம். பதினைந்தடி உயரத்திற்குப் பின்பே அதன் கிளைகள் அகன்று விரிந்திருக்கும். அந்த மரத்தில் ஏறுபவனைத்தான் வீரம் நிறைந்தவனாகக் கருதினார்கள். கணுக்கள் இல்லாத பிசின் பிடித்திருந்த மரத்தில் பூச்சி, கால்களைத் தேய்த்துத் தேய்த்து மேலேறினான். அகன்ற பாதம் மேலெழும்பாமல் வழுக்கிவழுக்கிச் சென்றது. அவனுக்குப் பின்னால் மரத்தில் ஏற நின்ற சிறுவர்கள் அவனை வேகமாக ஏறச்சொல்லி அவசரப்படுத்தினார்கள். சிலர் பொறுமையிழந்து விடுவிடுவென்று ஏறி அவன் காலுக்குக் கீழிருந்து "வேகமா ஏறு... இல்ல கீழே எறங்குடா" என்று அவனை ஏறச்சொல்லி வேகம் கூட்டிக்கொண்டிருந்தார்கள். கிட்டத்தட்ட அவன் கிளைகளை எட்டும் தூரத்தில் இருந்தான். தம் பிடித்துக்

கால்களை உந்தித்தள்ளியவன் ஒரு வேகத்தில் பிடி நழுவவிட்டு மட்டமல்லாக்காகக் கீழேவிழுந்தான். அவன் விழுந்த சத்தம்கேட்டதும் மற்ற சிறுவர்கள் சரசரவென்று மரத்திலிருந்து கீழிறங்கி ஓடிவிட்டார்கள். பூசானம்பட்டிக்குத் தூக்கிப்போய் பூச்சியின் ஒடிந்த கால்களைத் தப்பையைவச்சுக் கட்டிச் சரிபடுத்த இரண்டுமாதமானது. அப்போதிலிருந்து பூச்சியை அவன் அம்மா ஆண்பிள்ளைகளைப்போல விளையாட அனுமதிக்கவில்லை.

கோடையில் எல்லோரும் வட்டக்கிணத்துக்குள் தவ்வி நீச்சலடித்துப் பழகும்போது, அவர்களின் கைகள் காற்றைத்தள்ளி, கால்கள் நீரைப் பிளப்பதைக் கிணத்துமேட்டில் நின்று பூச்சி எட்டிப் பார்த்துக்கொண்டிருந்தான். ஒட்டாங்குளத்துக்குக் கீழே வயல்வெளியில் நடுநாயமாக இருந்தது வட்டக்கிணறு. அந்தக் கிணத்துக்குச் சொந்தக்காரக் கவுண்டர் மிகவும் நல்லவராக இருந்தார். பயிர் வைக்காத கோடைகாலத்தில் கிணத்துக்குள் குதித்து விளையாடுவதை அவர் தடுப்பதில்லை. கிணத்தைச் சுற்றியிருக்கும் இலவமரத்திலிருந்து இலவங்காய் வெடித்து இலவம்பஞ்சும் இலவங்கொட்டைகளும் கிணத்துக்குள் விழுந்துகிடக்கும். பஞ்சு நீரூறி கிணத்துக்குள் போய்விட, இலவங்கொட்டை மட்டும் பருத்து ஊதித் தண்ணீரின் மேலே மிதக்கும்.

பூச்சிக்குக் கிணத்துக்குள் இறங்க ஆசையாக இருந்தாலும் அவன் வயிற்றில் கயிற்றைக்கட்டி நீச்சல் பழகிக்கொடுக்க யார்தான் இருக்கிறார்கள். கண்கள் சிவக்கும்வரை சிறுவர்களும் இளைஞர்களும் நீருக்குள் குதியாட்டம் போட்டுக்கொண்டிருந்ததை ஏக்கத்துடன் கரையிலிருந்து பார்த்தான். அந்தப் பகுதியிலேயே நூறுஆள் மட்டங்கொண்டகிணறு அதுமட்டுந்தான். கிணத்தைச் சுற்றிக் கட்டியிருக்கும் காம்பவுண்டு சுவரிலிருந்துக் கையை நீட்டினால் தண்ணீரைத் தொட்டுவிடமுடியும். அதில் நீச்சலடிப்பது பெருமையான விசயமாக இருந்தது. அதன் ஆழத்தைக் கண்டறிந்து பிடிமண் எடுத்துவருவதற்கு வயதுவாரியாகப் போட்டி வைக்கப்பட்டது. ஆனால் இதுவரை யாருமே வட்டக்கிணத்தின் ஆழத்தை அறிந்து பிடிமண்ணை எடுத்துவர முடியவில்லை. நீச்சலடிக்கத் தெரியாத பூச்சி

அதன் பிடிமண்ணை எடுத்துவர விரும்பினான். தான் ஒரு ஆண் என்பதை ஊர்க்காரர்கள் முன் நிரூப்பிப்பதே தான் வாழ்வதற்கான ஆதாரமாகக் கருதினான். முட்டி மோதி ஒரு ஆண் செய்யும் அத்தனை காரியங்களையும் கற்றுக் கொள்ளவேண்டுமென்று தீவிரமாக இயங்கினான்.

முட்டி நனையும்வரை ஓடிக்கொண்டிருந்த வாய்க்காலில் தானாக நீச்சலடித்துக் கொண்டிருந்தவனைப் பார்த்துச் சிரித்துச்சென்றார்கள் சிறுவர்கள். தன் வயலுக்கு வேலைக்குப் போய்க்கொண்டிருந்த குண்டுராவுத்தர் பூச்சியைப் பார்த்து "என்னாப்பா மீன் பிடிக்கிறியா". "இல்லண்ணே நீச்சலடிச்சுப் பழகுறேன்." "முட்டியளவுத் தண்ணியில நீச்சலெல்லாம் பழகமுடியாது... நாளைக்கு வட்டக்கெணத்துக்கு வா அங்க சொல்லித்தாரேன்" என்று சொல்லிவிட்டுப்போனார். பூச்சியின் சந்தோசத்திற்கு அளவே இல்லை. அவங்கம்மா விறகு கட்ட எடுத்துப்போகும் கொச்சைக்கயிரை எடுத்துக்கொண்டு அடுத்தநாள் வெள்ளனவே வட்டகெணத்துக்குப் போனான். அவன் கிணத்தை எட்டிப்பார்த்தபோது எந்த அசைவும் இல்லாமல் கிணறு முழுதும் இலவங் கொட்டை பரவிக்கிடந்தது. "இன்னைக்குக் கெணத்துக்கு நாமதான் முதல் அசைவைச் கொடுக்கணும்." குண்டுராவுத்தர் வருகிறாரா என்று எட்டிப் பார்த்துக்கொண்டிருந்தான். வெயிலேறிக் கொண்டிருந்தது. ஒவ்வொருவராக வந்து நீரை அசைத்துக் கொண்டிருந்தார்கள்.

ஊறிப்பெருத்திருந்த இலவங்கொட்டைகள் அவர்களின் வாய்க்குள்ளும் காதுகளுக்குள்ளும் டவுசர் பாக்கெட்டுக்குள்ளும் போய்க்கொண்டிருந்தனர். குண்டுராவுத்தர் கையில் கயிரோடு வந்திருந்தார். இவனுடைய கொச்சக்கயிறு இத்துப் போயிருந்தது. தன் கயிறால் அவன் இடுப்பில்கட்டி அவனை இறக்கிவிட்டார். மிகப்பழகியது போலத் துடுப்பைப் போன்று அவன் கைகள் பரபரத்தன. கால்களால் அநாயசமாக நீரைத்தட்டிச் சிதறிப் பிளந்தான். "தம்பி மெதுவா பண்ணுடா ஒரே நாள்ல எல்லாத்தையும் கத்துக்க முடியுமா?" கயிறு பிடித்திருந்த குண்டுராவுத்தரின் கை சிவக்கும்வரை வட்டமடித்துக் கொண்டிருந்தான் பூச்சி. உள் நீச்சலடித்த கரிமேட்டுப்பட்டிப் பையன்கள் தண்ணீருக்குள் இவன் கால்களைச் சுண்டி இழுத்துவிட்டுப் போயினர். இவன் தண்ணீருக்குள்

நிலைதடுமாறும் போதெல்லாம் ராவுத்தர் கயிரைச்சுண்டி மேலிழுத்து அவன் ஓட்டத்தை நிதானப்படுத்தினார். தண்ணீரைக் குடித்தும் மூக்கில் தண்ணீர் ஏறியும் பூச்சி நீச்சலடித்துப் பழகிக்கொண்டான். நீருக்குள் தம்கட்டி மூச்சுவிடாமல் நீந்தி உள்நீச்சல் பழகுவதில் மும்முரமாக இருந்தான்.

வெயில் முற்றிய ஒருநாளில் வட்டக்கிணத்துக்குள் பிடிமண் எடுக்கும் போட்டி ஆரவாரமாக நடந்தது. கண் சிவந்து கைசோர்ந்து தோற்றுப்போய் எல்லோரும் மேடேறிக்கொண்டிருந்தார்கள். முத்துக்காளை உள்நீச்சல் அடிப்பதில் மன்னன். பெரியாற்றில் தண்ணீர் கரையை முங்கி அடர்ந்து பாயும் நாள்களில்கூட ஆற்றைக் கடந்து வருபவன். இன்று வட்டக்கிணத்துக்கு குளிக்க வந்திருந்தான். அவனையும் போட்டிக்கு ஏத்திவிட்டார்கள் இளைஞர்கள். அவனோடு போட்டிபோடத்தான் ஆளில்லை. பூச்சியும் கிணற்றின் ஓரத்தில் நீச்சலடித்துக் கொண்டிருந்தான். முத்துக்காளையோடு போட்டிபோட அவன் முன்வந்ததும், சிலர் அவனை அடிக்கவே வந்துவிட்டார்கள். “இதென்ன சினிமாவாடா பயில்வான ஒல்லிகுச்சி ஹீரோ அடிச்சு நொறுக்கிறாப்பில காட்ட, போடா போயி ராத்திரி பொரி விக்கிறதப் பாரு” என்று விரட்டினார்கள். முத்துக்காளைதான் அவனைத் தன்னோடு போட்டிபோட விளையாட்டாக அனுமதித்தான். ஒரு ஜோக்கர் படத்தைப் பார்க்கும் தோரணையில் பூச்சியைக் கூட்டத்தினர் கிண்டலடித்துக் கொண்டிருந்தனர். இருவரும் நெடுநேரம் தண்ணீருக்குள் அலைந்து கொண்டிருந்தார்கள்.

பூச்சி மூச்சடக்க முடியாமல் கிணற்றின் மேல்பகுதிக்கு வரும்போதெல்லாம் “டேய் உனக்கெல்லாம் தேவையாடா வெளியேவாடா” என்று கத்தினார்கள். முத்துக்காளை மேலே வரும்போது “உள்ளபோ உள்ளபோ” என்று கத்தினார்கள். பூச்சியை வெளியே வரச்சொல்லிக் கூட்டம் கத்தும் போதெல்லாம் “உசுரை விட்டாவது இவங்கே முன்னாடி ஜெயிக்கணும்” என்று வெறியோடு மூச்சடக்கி உள்ளே போனான் பூச்சி. கிணற்றின் சுவர்களில் நீட்டிக்கொண்டிருந்த செங்கலில் பூச்சியின் உடல் உராய்ந்து சென்றது. இந்தமுறை கவனமாக உள்நோக்கிச் சென்றான் பூச்சி. தண்ணீரை

அடித்துக்கொண்டே ஒரு கை தண்ணீரின் ஆழத்தை நோக்கி அலைந்தது. அவன் கை மண்ணைத் தொட்டதுபோல்தான் இருந்தது. பிசுபிசுப்பாக வழுக்கிக் கொண்டுபோனது மண்.

எல்லா விசையும் ஒன்றுசேர்த்து ஒருபிடி மண்ணை எடுத்து மேல்நோக்கிக் கிளம்பினான். மூச்சுவிட்டுக் கரையேறிவனை முடியாமல்தான் வெளியே வந்துவிட்டான் என்று கூட்டம் "ஹேய்" என்று கத்திச் சிரித்தது. கூட்டிப் பிடித்திருந்த வலதுகையை விரித்ததும் எல்லோர் முகமும் அமைதியானது. கறுப்பான ஈரமண் அவன் கைகளில் வெயில்பட்டு மின்னிக்கொண்டிருந்தது. கொஞ்சபேர் "பரவாயில்லடா... பூச்சி பிடிமண்ணெடுத்துட்டு வந்துட்டாண்டா" என்று சொல்லச் சுதாரித்துக்கொண்ட சிலபேர் "என்னாடா எங்ககிட்டயே பொய் சொல்றீயா டவுசர் பாக்கெட்டுல மண்ணை ஒளிச்சு வச்சுக் கெணத்துக்குள்ள தவ்விட்டு இப்ப ஜெயிச்சிட்டேன்னு பொய் சொல்றீயா." "எங்கம்மா சத்தியமா உள்ள முங்கித்தான் எடுத்தேன்" என்று பூச்சி கெஞ்சியபடி சொன்னான்.

எப்போதும் பிடிமண் எடுக்கும் போட்டியில் டவுசர் பாக்கெட்டைச் செக்பண்ணித்தான் கிணத்துக்குள் அனுப்புவார்கள். பூச்சியை ஒரு போட்டியாளராக யாரும் மதிக்காததால் யாரும் அவன் பாக்கெட்டைச் செக் பண்ணவில்லை. முத்துக்காளை பிடிமண் எடுக்காமல் மேலேறி வந்துவிட்டான். பூச்சி கிணத்துக்குள் மூழ்கித்தான் பிடிமண் எடுத்தானென்று அவனுக்குத் தெரியும். அவன் கால்களைக் கடந்துதானே பூச்சி கிணற்றின் ஆழத்திற்குள் போனான். தான் ஒரு கேவலமான பிறவியிடம் தோற்றுவிட்டோம் என்றால் எவ்வளவு அவமானம் என்று அவன் யாரிடமும் எதுவும் பேசாமல் வெயிலில் உட்கார்ந்தான்.

பூச்சிக்குத் கொஞ்சம் தைரியம் வந்தது. "என் டவுசர் பாக்கெட்டைச் செக் பண்ணிக்கோங்க. இன்னொரு தடவை கெணத்துக்குள்ளபோயி மண்ணெடுத்துட்டு வர்றேன்" என்றான். இவன் ஜெயிக்கப் போவதில்லை என்று நினைத்த கூட்டம் அதற்குச் சரியென்றது. அடி ஆழத்தைத் தேடி உள்ளே போனான் பூச்சி. கூட்டம் இவனை ஆவலோடு எதிர்பார்த்துக் கொண்டிருந்தது. ஏற்கனவே நீருக்குள் அலைந்து திரிந்ததில் சோர்ந்து போயிருந்தான். இழிவாகப் பார்க்கும் அவர்களிடம்

தன்னை நிரூபிக்க வேண்டுமென்பதில் அவனுக்கு வைராக்கியம் பிறந்தது. உயிரைப்பற்றிக் கவலைப்படாமல் ஒரேமனதாக மூச்சடக்கி அடியை நோக்கி அப்படியே குதித்தான். தரையை அடைந்து மண்ணை அள்ளிய வேகத்தில் எம்பி எம்பி மேல்நோக்கிப் பாய்ந்தான். தண்ணீரின் கனம் அவனை வேறொரு திசைக்கு இழுத்தது. கட்டித் தொங்கவிடப்பட்ட ஆடும்பந்து சுவரில் மோதிமோதி விலகுவதுபோன்று சுவரில் மோதிமோதிக் கீழ்நோக்கிப் போனான். படிக்கட்டு இருக்கும் திசையறிய முடியவில்லை. மண்ணை நழுவவிடாமல் கையை இறுக்கிப் பிடித்திருந்தான். படிக்கட்டைக் கண்டுபிடித்த உற்சாகத்தில் காலை வேகமாக ஒரு உந்து உந்தினான். படிக்கட்டில் மோதிய அவன் தலையிலிருந்து கிளம்பிய மிகப்பெரும் சத்தம் தண்ணீரில் அமுங்கியது. ஒரு நொடி எதிலோ இடித்துக்கொண்ட வலியை உணர்ந்தவன் பரபரவென்று படிக்கட்டு வழி மேலேறினான் கையில் பிடிமண்ணோடு. "டேய் இவன் உண்மையிலே ஜெயிச்சிட்டாண்டா" என்று குசுகுசுவென்று பேசியபடி ஆளாளுக்கு வீட்டுக்குக் கிளம்பினர். இவன் வெற்றியைப் பற்றிய பெருமிதம் யாருக்குமில்லை. ரத்தம் தலையில் வழிந்து கொண்டிருந்தது.

இரவில் பொரிவிற்கப்போன பூச்சிக்குச் சிறிதளவும் மரியாதை இல்லை. அவர்களுக்கு அதே பூச்சியாகத்தான் இருந்தான். அவர்களுக்குப் பூச்சியை இன்னும் கொஞ்சம் சீண்டிப்பார்க்கும் எண்ணம்தான் அதிகரித்தது. "ஏய் பூச்சி தப்பட்டக்காலா, சப்பை மூக்கா, குண்டுச்சட்டி" என்று அவனை ஏகத்துக்குக் கூப்பிட்டு அவனை மனமுறியச் செய்தார்கள். எல்லாவற்றையும்மீறி அவர்களைத் தோற்கடித்துச் சாதிக்கும் வேகம் மட்டும் பூச்சிக்கு கூடிக்கொண்டு போனது. உயிர்ப் பயமின்றி வீரதீரச்செயல்களைச் செய்ய ஆரம்பித்தான். தேங்காயைத் தலையால் உடைத்தான். ஆணி வைத்த செருப்பைப்போட்டு நடந்தான். "டேய் உன்னால இது முடியுமாடா" என்று யாராவது கேட்டாலே அதைச் செய்து முடிக்காமல் ஓயமாட்டான். சிறுவர்கள் எல்லாம் "பூச்சி இதைச் செய்யுடா அதைச்செய்யுடா" என்று அவனை ஒரு மந்திரவாதியைப்போல இயக்கினார்கள். அப்போதும் அவர்களுக்கு அவன் வீரனாக இல்லாமல் கோமாளியாகத்தான் தெரிந்தான். திருவிழா இல்லாத காலத்தில்கூட வாயில்

வேல்சொருகி ஊருக்குள் வலம் வருவான். பொரி விற்பதை மறந்து போனான். குண்டுராவுத்தர் அவனிடம் பட்டாணி வாங்கித் தின்பதற்காகக் காத்திருந்து ஏமாந்துபோனார். "வேலை செய்யாம கிறுக்குத்தனம் பண்றியேடா" என்று அம்மா அடிப்பதும் திட்டுவதும் உறைக்கவில்லை. ஊருக்குள்ளிருக்கும் அத்தனை பேரையும் தன்னை நோக்கித் திருப்புவதிலே பூச்சி குறியாக இருந்தான். சுடுகாட்டு மரத்தில் ராத்திரி பனிரெண்டு மணிக்கு ஆணியடித்துவிட்டு வந்ததாகப் பூச்சி சொன்னதை யாரும் நம்பாததால் அடுத்தநாள் விநோதமாக ஊருக்குள் வந்தான். வெற்றுடம்பில் சுடுகாட்டு எலும்பை மாலையாக்கி அணிந்து எலும்புக்கூடு நடந்து வருவதைப்போல நடந்து வந்தான். சிறுவர்கள் அதைப் பொய் எலும்புக்கூடாக நினைத்துப் பிடித்திழுத்தார்கள். சிறுமிகள் விலகி ஓடினார்கள். பெண்கள் அவனை அருவெருப்பாகப் பார்த்தார்கள். அவன் எந்தக்காலத்திலும் அவர்களுக்குக் கதாநாயகனாகத் தெரியவில்லை. சோர்ந்து போனான் பூச்சி. அதற்குபின் அந்த ஊருக்குள் பொரிவண்டியின் மணிச்சத்தம் கேட்கவில்லை. ஊரே பயந்துறங்கும் ஒரு ராத்திரியில் வெளியூர் குடுகுடுப்பைக்காரனோடு பூச்சி ஊரைவிட்டுப் போனதாகச் சொன்னார்கள்.

ooo

நிகிலா

எல்லா இடத்திலும் செல்வத்தை தேடியலைந்து நிகிலா கடைசியாகத்தான் பள்ளிக்கூட மைதானத்திற்கு வந்து சேர்ந்தாள். இரண்டு பக்கம் இரும்பு கேட் போடப்பட்ட ஒரு குட்டியான மாநகராட்சி மைதானம் அது. அதன் இரும்பு கேட் எப்போதும் பூட்டப்படாமல் திறந்தே கிடப்பதால் இரண்டு தெருக்களுக்கு ஊடாக இருக்கும் மைதானத்தின் வழியாக ஒரு தெருவிலிருந்து இன்னொரு தெருவிற்குள் ஆட்கள் நடந்து போய்க்கொண்டிருந்தார்கள். அந்த மைதானத்தில் மாநகராட்சியின் தொடக்கப்பள்ளிக்கான கட்டிடமும் இருந்தது. நாளெல்லாம் சிவப்பு மலர்களை உதிர்த்துக்கொண்டிருந்த கொன்றை மரமும், உயரமான அசோகமரங்களும், ஒல்லியான தேக்குமரங்களும் வரிசையாக வளர்ந்து கிடந்தன. மேல்கூரை மட்டும் ஓடுகள் வேய்ந்து, முன்பக்கம் முழுதும் திறந்தபடிகிடந்த பள்ளிக்கூடம் பழுதடைந்ததால் மழை வெள்ளமும் வெயிலும் தாராளமாக உள்ளே வந்துகொண்டிருந்தது. இதனால் மாணவர்கள் இரண்டு தெரு தள்ளி இருக்கும் மாநகராட்சியின் நடுநிலைப்பள்ளிக்கு மாற்றப்பட்டார்கள். ஆனால் மைதானப் பள்ளியின் ஒரு சமையலறை மட்டும் பாதிப்பில்லாமல் இருந்தது. நடுநிலைப் பள்ளிக்கு மாற்றப்பட்ட

மாணவர்களின் மதிய சத்துணவு இங்கு சமைக்கப்பட்டது. சத்துணவு சாப்பிடும் மாணவ, மாணவியர்கள் மதிய சாப்பாட்டு நேரத்திற்கு இங்கே வந்து சிவப்பு மலர்கள் தங்கள் மேலே உதிர்ந்து விழ கொன்றை மரத்திற்கு கீழே உட்கார்ந்து சாப்பிட்டனர்.

சில கணங்கள் கூச்சலும், சில கணங்கள் பேரமைதியுமாய் இருக்கும் இந்த இடம், ஆர்ப்பாட்டமும் அமைதியும் கொண்ட செல்வத்தின் கண்களையே நிகிலாவிற்கு ஞாபகப்படுத்துகிறது. அவன் ஞாபகமற்ற ஒரு உணர்வைத் தூக்கத்திலும்கூட அவளால் இழக்க முடியவில்லை. காதலின் கொடூரம் ராத்திரியில் இருட்டைப் போல் அவள் உடலெங்கும் அப்பி ஒரு கணம்கூட விலகாது, தாங்கமுடியாத வெடித்துச் சிதறும் வலியைத் தருகிறது. மூச்சுக் காற்றில், நகக்கண்களில் நெஞ்சுக்கூட்டில், அடிவயிற்றில், உச்சந்தலையில், பாதங்களில் அவன் இல்லாத பிரிவின் வலியை உடலாலும் உணரமுடிகிறது. சிறு ஊடல் கொண்டு அவள் துன்பப்படுவதைக்கூட அவனால் பொறுத்துக்கொள்ள முடியாது. முகவாய் தூக்கி "மன்னித்து விடு" என்று கெஞ்சுவான். இன்று பொறுக்கமாட்டாததாய் இருக்கும் அவள் வலியினை அறியாதவனாய் எங்கேயோ ஓடி ஒளிந்துகொண்டிருக்கிறான்.

கிராமத்திலிருந்து வந்து கூலிவேலை செய்து கொண்டிருந்த ஒரு குடும்பம் மைதானத்தில் சமையல் செய்து சாப்பிட்டுக் கொண்டு, உடைந்த பள்ளிக்கூடத்தில் தூங்கிக்கொண்டிருந்தார்கள். அதில் ஐம்பது வயது நிரம்பிய ஒரு மனிதனும் அவரது மனைவியும் அவர்களது மகனும் மருமகளும் இருந்தனர். கழுத்தில் மஞ்சள் கயிறும் நிறைமாதக் கர்ப்பமுமாய் நிகிலா அங்கு வந்த ராத்திரியில் பனி அதிகமாகப் பெய்துகொண்டிருந்தது. அன்று இரவில் அவர்கள் சமைத்துக்கொண்டிருந்ததை வேடிக்கை பார்த்தபடி உட்கார்ந்திருந்த நிகிலாவை ஏதோ பக்கத்து தெருவில் குடியிருப்பவள் என்று நினைத்தார்கள். இருட்டி சில மணிநேரமாகியும் அவள் அங்கே இருப்பதை பார்த்தபின்தான் மைதானத்தில் குடியிருப்பவர்களின் மருமகள் செல்வி "முழுகாம இருக்கிற பொண்ணு இப்படியா பனியில உட்கார்ந் திருப்பாங்க... எழுந்து வீட்டுக்குபோம்மா" என்றாள்.

நிகிலா | 317

நிகிலா பதிலேதும் சொல்லாமல் அவளுக்குப் பின்னாலிருந்த சாயம் போன லெதர் பேக்கிலிருந்து ஒரு துண்டை எடுத்துப் போர்த்திக்கொண்டு அடுப்பில் எரிந்த நெருப்பையே பார்த்துக் கொண்டிருந்தாள். செல்வியின் மாமனாரும் மாமியாரும் சாப்பிட்டு விட்டு பள்ளிக்கூடத்தின் தெற்கு மூலையில் படுத்துக்கொண்டார்கள். செல்வியின் கணவன் கொன்றை மரத்திற்கு கீழே துண்டை கட்டியபடி குளித்தான். அவன் சாப்பிடும்போது செல்வியிடம் மெதுவான குரலில் "யாரது?" என்று கேட்டான். "யாருன்னு தெரியல கேட்டாலும் பதில் சொல்ல மாட்டேங்குது. மாசமா வேற இருக்கு" என்றாள். அதற்குமேல் அவன் எதுவும் பேசாமல் தலையைக் குனிந்தபடி சாப்பிட்டு முடித்து சமையலறை வாசலில் படுத்துக் கொண்டான். மீதமிருந்த சாப்பாட்டை செல்வி ஒரு வட்டியில் வைத்து ஒரு தட்டை போட்டு மூடி, எல்லாப் பாத்திரத்தையும் கழுவி ஒழுங்கு பண்ணிவிட்டு சாப்பிட உட்கார்ந்தாள். அவளுக்கும் குளிராக இருந்தது. லேசாக கனல் புகைந்துகொண்டிருந்த அடுப்புக்கு பக்கத்தில் தட்டை ஏந்தி அமர்ந்தாள். வேலை மும்முரத்தில் அவள் நிகிலாவைக் கவனிக்கவே இல்லை. பாதி சாப்பிட்டு முடித்தவள் நிகிலாவின் ஞாபகம்வர அவள் இருக்காளா என்று தேடிப்பார்த்தாள். நிகிலாவை அங்கே காணவில்லை. "ஏதோ கோபத்தில் வந்த பொண்ணு கோபம் தீர்ந்து வீட்டுக்குப் போயிடுச்சு போல" என்று செல்விக்கு மனசு சமாதானமாகியது. அவளும் பள்ளிக்கூடத்திற்குள் வந்து படுக்கத் தயாரானாள். பனி பெய்து தரை ஈரமாக இருந்தது. மூட்டையாக கட்டி வைத்திருந்த கோணிப் பையைத் திறந்து கிழிந்துபோன பாயை எடுத்துக் கணவனுக்கு பக்கத்தில் விரித்தாள் செல்வி. மாமியார் மாமனார் படுத்திருந்ததற்குப் பக்கத்தில் சுருண்டு படுத்திருந்த இன்னொரு உருவம் தெரிந்தது. அருகில் போய் பார்த்தால் துண்டைப் போர்த்தியபடி நிகிலாதான் படுத்திருந்தாள். துதைப் பார்த்ததும் செல்விக்கு தானும் அவளைப் போல் புள்ளத்தாச்சியா அனாதை மாதிரி அங்கே படுத்திருப்பதாகத் தோன்ற ஒரு நொடி வயிற்றில் பயம் வந்து பரவ, கணவனுக்குப் பக்கத்தில் போய் படுத்துக்கொண்டாள்.

காலையில் எழுந்ததும் செல்வி குடும்பத்தினர் வேலைக்குப் போய்விட்டனர். மைதானத்தை பார்த்தபடி உட்கார்ந்திருந்த

நிகிலாவிற்கு பசித்தது. முதல் நாள் காலையில் சாப்பிட்டது. பசியில் மயக்கம் வருவது போலிருந்தது. குழந்தை புரண்டு புரண்டு வயிற்றை எம்ப, வயிற்றில் இரண்டு கைகளையும் அணைவாக கொடுத்துப் பார்த்தாள், கடமுடவென்று சத்தம் குழந்தையின் அழுகைச் சத்தம் போல் கேட்டது. கர்ப்பமான தினத்தை அவள் கணக்கில் வைத்துக் கொள்ளவில்லை என்றாலும் ஏழுமாத அளவிற்கு வயிறு பெரியதாக இருந்தது. தன் நிலைமை குறித்துக் கவலைப்பட முடியாத அளவிற்கு அவள் உடல் சோர்ந்து போயிருந்தது. இந்த நிலைமையிலும் அவன் சிரிப்பு மட்டும் அலையலையாய் மனதிற்குள் தோன்றிக்கொண்டுதானிருந்தது. அவனுடைய அழுகை பொய்யானதாகக்கூட இருக்கலாம். ஆனால் அவன் சிரிப்பு உண்மையானது. மனம் மகிழ்ந்தால் மட்டுமே அவன் வாய்திறந்து பற்கள் தெரிய சிரிப்பான். அப்போதெல்லாம் அவனுடைய விழிகள் நீர்திரண்டு மினுமினுக்கும். எதற்காக அவளைத் தனியே விட்டுப் போனான் என்பது மட்டும் அவளுக்குப் புரியவில்லை. அவனை மறந்து செத்துப் போகவும் முடியவில்லை. அவன் அவளைவிட்டு ஓடிவந்துவிட்டான் என்பதை கனவிலும் ஏற்றுக்கொள்ள முடியவில்லை. வழி மறந்து காணாமல் போனவனைத் தேடி வந்தவள் போல் இந்த ஒரு மாத காலமாக அவனைச் சென்னை நகரம் முழுதும் தேடியலைந்துகொண்டிருக்கிறாள்.

நிகிலாவிற்கு பசிமுற்ற மைதானத்திற்கு எதிர்ப்புறம் இருக்கும் ஃப்ளாட் வாசலில் போய் நின்றாள். “யாருமா புதுசா இருக்கு என்று வாட்ச்மேன் பொண்டாட்டி கேட்டாள். “இந்த பள்ளிக் கூடத்துக்குள்ளதான் இருக்கேன்க்கா.” அவள் இவளை ஒரு மாதிரியாக ஏற இறங்கப் பார்த்தாள். “தனியாவா” “ஆமாக்கா பசிக்குது... எதாவது சாப்பிட குடுக்கா” என்றாள் நிகிலா அவளிடம். இவளைப் பற்றிய தீவிர விசாரணையில் இறங்கினாள் வாட்ச்மேன் பொண்டாட்டி. நிகிலா தன்னைப் பற்றி முழுமையாகச் சொன்னதும்தான் அரை மனதாக அவளை உட்காரச் சொன்னாள். அந்த ஃப்ளாட்டில் கீழ்வீட்டில் வீட்டு வேலைசெய்யும் கோட்டி அவள் பங்குக்கு நிகிலாவை விசாரித்துவிட்டு வீட்டுக்காரர்களிடம் வாங்கிய சாப்பாட்டில் கொஞ்சத்தை அவளுக்கு கொடுத்தாள். “இந்த ஊர்ல உன்னால் தனியா இருக்க முடியாது ஊருக்குப்

போயிடு" என்றாள் கோட்டி "இல்லக்கா எங்க வீட்டுக்காரரைப் பார்க்காம போகமாட்டேன்" என்ற நிகிலாவை விநோதமாக பார்த்த வாட்ச்மேன் மனைவி "உன் புருசனை இம்மா பெரிய ஊர்ல எங்க தேடி கண்டுபிடிப்ப. அவன் ஒரு வேல உங்க சொந்த ஊருக்கே போயிருந்தானா?" இருவரும் மாற்றி மாற்றி கேள்விகளை கேட்டு நிகிலாவை திக்கு முக்காடச் செய்தார்கள். "பேங்க்காரங்க வீட்டு வேலைக்கு போகனும் லேட்டாயிட்டுச்சு" என்று கோட்டி கிளம்பினாள். "நீ இங்கெல்லாம் உட்காராத... ஃப்ளாட்காரங்க திட்டுவாங்க" என்று வாட்ச்மேன் பொண்டாட்டி நிகிலாவை அந்த இடத்திலிருந்து கிளப்பிவிட்டாள். அவள் மறுபடியும் பள்ளிக்கூட மைதானத்திற்குள் போய் உட்கார்ந்து கொண்டாள். மதியம் சத்துணவை வாங்கிச் சாப்பிட வந்திருந்தனர் மாணவர்கள். சாப்பிட முடியாமல் சிலர் சாப்பாட்டைக் கீழே கொட்டினர். இவள் வெறுமனே அவர்களைப் பார்த்துக்கொண்டிருந்தாள்.

சாயந்திரம் வழக்கம்போல செல்வி குடும்பத்தினர் வேலையிலிருந்து திரும்பி அன்றாட வேலைகளைச் செய்து கொண்டிருந்தனர். செல்வி நிகிலாவிடம் எல்லாவற்றையும் கேட்டபடி சமைத்தாள். சமைக்கும்போது இவளுக்காக ஒரு கை அரிசி அதிகமாகப் போட்டாள். கணவர் மாமனார் மாமியார் சாப்பிட்டு முடித்தபின் செல்வியும் நிகிலாவும் சாப்பிட்டனர். இரண்டு நாள் செல்வி நிகிலாவிற்கு சாப்பாடு போட்டதை அவள் மாமியார் பொறுத்துக்கொண்டாள். அடுத்தநாள் அவளை வெடுக்கென்று பேசி திட்ட ஆரம்பித்தாள். "இந்தச் சோத்துக்காகத்தான் நாமளே இப்படி நடுத்தெருவில வந்து கெடக்கோம். இதுல என்ன தருமம் வேண்டி கிடக்கு. கொழுப்பெடுத்து போய் எவனை நம்பி மோசம் போனாளோ? அவளுக்குப் போயி கருணை காட்டிகிட்டு" என்று நிகிலாவிற்கு சாப்பாடு போடுவதைத் தடுத்துவிட்டாள். நிகிலா யாரிடமும் போய் பிச்சை கேட்கவில்லை. எதாவது வேலை குடுங்க என்றுதான் கேட்கிறாள். வெளுத்து போய் மயங்கி விழக்கூடிய நிலையில் இருக்கும் இவளுக்கு வேலை கொடுத்து ஏதாவது அசம்பாவிதம் நடந்துவிட்டால் என்ன செய்வது என்று யாரும் இவளுக்கு வேலை கொடுப்பதில்லை. ஆனால் ஒரு சிலர் இரக்கப்பட்டு ஒருவேளை சாப்பாட்டுக்கு வழி செய்துவிடுகிறார்கள்.

நிகிலா வாட்ச்மேன் பொண்டாட்டியிடம் "இந்த ஃப்ளாட்டுல எதாவது வீட்டு வேலை வாங்கித்தாக்கா" என்று கெஞ்சினாள். "இந்த ஃப்ளாட்ல எல்லா வீட்லயும் வேலக்காரங்க இருக்காங்க. பக்கத்து ஃப்ளாட்ல ஒரு பாயம்மா இருக்காங்க அவங்ககிட்ட கேட்டுப் பார்க்கிறேன்."

வேலைக்காரர்கள் துணி துவைப்பது, பாத்திரம் கழுவுவது சுத்தமாக இல்லை என்று பாயம்மாவே எல்லா வேலைகளையும் தானே செய்துவிடுகிறாள். அவளுக்கு வீடு பெருக்கி துடைக்க மட்டும் ஒரு ஆள் தேவைப்பட்டது. ஆனால் யாரும் சரியாக அமையவில்லை. யாராவது இருந்தாச் சொல்லு" என்று வாட்ச்மேன் பொண்டாட்டியிடம் பாயம்மா சொல்லியிருந்தாள். நிகிலாவைப் பார்க்க அவளுக்குப் பாவமாக இருந்தது. அவளைப் பாயம்மாவிடம் கூட்டிப் போனாள்.

"மூஞ்சியெல்லாம் பார்த்தா ஏதோ நல்ல குடும்பத்து பொண்ண மாதிரிதான் தெரியுது. பள்ளிக்கூடத்தில தனியா இருக்காங்கிற அவளுக்கு எதாவது ஆச்சுன்னா நாம பொறுப்பாக முடியுமா அதுவும் இல்லாம அவ குளிச்சு எத்தனை நாள் ஆச்சோ" என்று பாயம்மா முகத்தை அருவெருப்பாக வைத்துக் கொண்டு சொன்னாள்.

"எப்பவும் குளிச்ச மாதிரி எப்படி உன் மூஞ்சி இவ்வளவு ஈரப் பசையோட அழகாப் பளிச்சின்னு இருக்கு" என்று செல்வம் எப்பவும் நிகிலாவைக் கேட்டுக்கொண்டே இருப்பான். இப்ப குளிச்சு எவ்வளவு நாள் ஆச்சு என்று அவளுக்கேத் தெரியவில்லை. தெருவில் குடியிருப்பவளால் எப்படி குளிப்பதைப்பற்றி யோசிக்க முடியும். ஆனால் வேலை செய்ய வேண்டியாவது இப்போது குளிக்க வேண்டியிருந்தது. செல்வியிடம் பிளாஸ்டிக் குடத்தை வாங்கி வாட்ச்மேன் பொண்டாட்டியிடம் சொல்லி ஒரு குடம் தண்ணீர் எடுத்து வந்து பள்ளிக்கூட கட்டிட மறைவில் இருட்டில் உட்கார்ந்து குளித்தாள். செல்வம் அவளுக்கு முதன் முறையாக வாங்கிக் கொடுத்த வான் கலர் நீலத்தில் சின்ன பூப்போட்ட சேலையை உடுத்திக்கொண்டாள். ஈரப்பசையோடு மினுமினுத்து தொங்கும் நீளமான கூந்தலை செல்வி ஆச்சர்யப்பட்டுப் பார்த்தாள்.

பாயம்மாவிடம் சம்பளம் எல்லாம் வேண்டாம் ஒரு வேளை சோறு போட்டால் போதும் என்று வீடு பெருக்கும் வேலையைக் கெஞ்சி வாங்கினாள் நிகிலா. பத்தும் பத்தாமலும் இரண்டு வேளை சாப்பிடும் அளவிற்குப் பாயம்மா சாப்பாடு போட்டாள். அவ்வப்போது நிகிலாவின் கையில் ஐந்து ரூபாய் கொடுக்கிறாள். பாயம்மா கொடுக்கும் பணத்தைப் பத்திரமாக சேர்த்து வைத்து வேலை செய்து முடித்ததும் ஏதாவது ஒரு பஸ்ஸில் ஏறி ரோடு ரோடாக செல்வத்தை தேடிப் போகிறாள். ஏதோ ஒரு சிக்னலில் இவளைப் பார்த்துச் செல்வம் ஓடிவந்து கட்டிக்கொள்வதுபோல் கற்பனை செய்து, ஒவ்வொரு சிக்னலாக வெகுநேரம் காத்துக்கிடக்கிறாள். அவனை எங்கும் காணாமல் இருட்ட ஆரம்பித்ததும் பள்ளிக்கூடத்திற்கு வந்துவிடுகிறாள். அவளுக்குச் சென்னையில் ரூட் தெரியாது என்றாலும் எங்கிருந்தாலும் வடபழனி பஸ் ஸ்டாண்டில் இறங்கி இந்த பள்ளிக்கூடத்திற்கு வரும் வழியை மட்டும் அறிந்திருந்தாள்.

வெறித்துக் கிடக்கும் வானமும் அவளுமாய் தனிமையில் கிடந்த படி அவனைப் பற்றிய யோசனையில் மூழ்கியிருந்தபோது காற்றுகூட அதிகம் வீசவில்லை. இலைகள் துளும்பாமல் ஆடாது அசையாதிருந்த பூக்கள் அடர்ந்த கொன்றை மரம் அவள் கண்முன்னே விழுந்து சாய்ந்தது. அதை அவன் வரமாட்டான் என்பதை தெரிவிக்கும் ஒரு துக்க சகுனமாக கருதிய அவள் தன் பால்யகால சிநேகிதி தன் கண் எதிரிலேயே ஆற்றில் மூழ்கி செத்ததைப் போல துக்கம் பெருக பீறிட்டு அழுதாள். இன்னும் அவளுக்கிருக்கும் ஒரே நம்பிக்கை ஒடிந்து கிடக்கும் மரத்தினை யாரும் அப்புறப்படுத்தி விறகாக்கவில்லை.

அதன் பூக்களின் நிறமும் இலையின் நிறமும் மக்கிப் போகும் வரை அது அப்படியே கிடந்தால் அவன் வந்து சேர்ந்துவிடுவான் என்று நம்பிக்கை கொண்டாள்.

எல்லோருக்கும் இவளைப்பற்றியான சந்தேகம் இருந்து கொண்டுதானிருந்தது. இவளுக்கென்று காதலனோ கணவனோ இருந்ததை அவர்களால் ஒத்துக்கொள்ள முடியவில்லை. அவசரத்தில் யாரிடமோ சோரம் போய், வீட்டுக்குத் தெரிந்தால் கொன்றுவிடுவார்கள் என்று பயந்து ஊரைவிட்டு ஓடிவந்திருக்கிறாள் என்றே நம்பினார்கள். மதுரை அண்ணா

பஸ் ஸ்டாண்டில் காத்துக் கிடந்து பஸ் ஏறிய காலத்தில் வெள்ளி செவ்வாய்களில் ஈரம் சொட்டும் நிகிலாவின் நீளமான கூந்தல் அவள் மீதான ஈர்ப்பை செல்வத்திற்கு ஏற்படுத்தியது. தன் கூந்தலைத் தவிர தன் உடலில் வேறு எதையும் அவன் பார்க்காததைக் கவனித்தாள். அது ஒரு வேடிக்கையைப் போலவும், சவாலாகவும் இருந்தது அவளுக்கு. அவன் தன் முகத்தை ஒரு தடவையாவது பார்க்கிறானா என்று தினமும் அவனைக் கூர்ந்து பார்க்க ஆரம்பித்தாள். அவனும் அதைச் சவாலாக எடுத்துக்கொண்டவன் போல கூந்தலை மட்டுமே கவனித்து வந்தான். அவள் கோபமாகி தன் கூந்தலை கத்தரித்துப் போட்டுவிடலாம் என்ற நிலைமைக்கு வந்துவிட்டாள். எங்கே அவன் தன்னைப் பார்க்காமல் போய் விடுவானோ என்று பயந்து அதைச் செய்யாமல் விட்டாள்.

நிகிலா தானாகவே வந்து பேசுவாள் என்று எதிர்பார்த்திருந்த செல்வத்திற்கு ஏமாற்றமே மிஞ்சியது. மௌனமாக அவன் செயலை வேடிக்கை பார்த்தாளே தவிர வாய் திறக்கவில்லை. பொறுத்துப் பார்த்த செல்வம் பஸ்ஸில் அவள் உட்கார்ந்திருந்த சீட்டுக்குப் பின்சீட்டில் உட்கார்ந்து அவளிடம் காதலைச் சொன்னான். நிகிலா அப்போது மீனாட்சி அம்மன் கோயில் பக்கத்திலிருக்கும் ஒரு துணிக்கடையில் விற்பனைப் பிரிவில் வேலை பார்த்துக் கொண்டிருந்தாள். செல்வம் ஒரு ஏ. சி., கம்பெனியில் மெக்கானிக்காக வேலை பார்த்துக்கொண்டிருந்தான். அவரவர் பஸ் நிறுத்தம் வரும்வரை இருவரும் எல்லாக் காதலர்களையும் போல உலகம் மறந்து பேசிக் கொண்டனர். செல்வம் பேசுவது அவளுக்கு புது மாதிரியாக இருந்தது. அவளுக்கு கதைப்புத்தகம் படிக்கும் பழக்கமும் கிடையாது. நிஜத்தில் நடக்க முடியாத கற்பனைகளைச் செல்வம் பேசுகிறான் என்பது மட்டும் அவளுக்குத் தெளிவாகத் தெரிந்தது. அவன் ஒரு மந்திரவாதியைப்போல் மயக்கும் பேச்சைக் கொண்டிருந்தான்.

திருமலை நாயக்கர் மகாலுக்கு இருவரும் சென்றிருந்தபோது அவன் இவன் காதுக்குள் ஒரு கதையைச் சொன்னான். திறந்து கிடக்கும் மேல்மலமாடத்து வழியே புறா பறந்து போகும் மாலையில் மாளிகையைச் சுற்றி ராணி வலம் வருவதைப் போல கதையை கேட்டபடி அவன் பின்னால் போனாள்.

"நீயும் நானும் போன பிறவியில் இந்த மதுரையிலதான் பொறந்தோம். உங்கப்பா இந்த மாளிகையோட மன்னரா இருந்தாரு. அந்தா சிற்பம் செதுக்கப்பட்டிருக்கிற மேல்மாடம்... அங்க நின்னுதான் நான் குதிரையில போறத நீ பார்ப்ப, உனக்கு என் மேல இருக்கிற காதல் எப்படிச் சொல்றதுன்னு தெரியல. நானும் நீ இங்க இருக்கிறது தெரியாம தினமும் அந்த வழியா போய்கிட்டிருந்தேன். காதலச் சொல்லாமலே உன்னை பிரிவு வாட்டி எடுத்திச்சு. உன்மேல பரிவு கொண்ட புறாக்கள் என் தலைக்கு மேலே பறந்து போச்சு. புறாக்கள் பறந்து போன திசையை நான் தொடர்ந்து பார்க்கிறேன், புறாக்கள் உன்னை கடந்து போச்சு. அப்பதான் உன்னை நான் முதன்முதலா பார்க்கிறேன், நீ கண்ல காதல தேக்கி வச்சிட்டு நிக்கிற. உன்னை பார்த்த முதல் நொடியில உன்மேல பைத்தியமாகிட்டேன். அப்புறம் நம்ம ரெண்டு பேரும் உயிருக்குயிரா நேசிக்க ஆரம்பிச்சுட்டோம். நம்ம காதல உங்கப்பா ஏத்துக்கல. நான் இந்த மாளிகைக்குள்ள குதிரையோட நுழைஞ்சு உன்னைத் தூக்கிட்டுப் போயிட்டேன்." அவன் அப்படிச் சொல்லும் போதெல்லாம் எல்லாமே சித்திரமாய் அவள் கண்முன்னே தோன்றும்.

பின் உருவம் படிய மாடத்தில் சாய்ந்து நிற்கும் அவளுடைய சித்திரத்தை இப்போது கற்பனை செய்தபடி பள்ளிக்கூடத்தில் வெறுந்தரையில் படுத்திருக்கிறாள் நிகிலா.

பனிவிலகிய நாளில் கோடை ஆரம்பமானது. வெயில் நாள்கள் கொஞ்சம் கொஞ்சமாக நீளமாக நிகிலா பிரசவிக்கும் நாளும் நெருங்கியது. மஞ்சள் வெயிலோடு மழை தூறி அது கனமான இடிச்சத்தத்துடன் பெருமழையாக மாறியது. நிகிலாவிற்கும் செல்வத்திற்கும் மழை விருப்பமானதாய் இருந்தது. அவனோடு மோட்டார் சைக்கிளில் நீண்ட தூரம் சென்ற பயணமெல்லாம் மழைப்பயணம் தான். அல்லது மழை பெய்யும் போதுதான் அவர்கள் பயணித்தார்கள். நண்பனிடம் ஓசி வாங்கிய பைக்கில் அவளை அழகர் கோயிலுக்கு அழைத்துப் போனான். போகும் வழியில் அவனுடைய தொப்பி காற்றில் பறந்து அவர்கள் கண்களிலிருந்து மறைந்து போனது. கோயிலுக்குள் நுழையும் முன் அவள் காலணிகளை வாங்கி அவனே கடையில் கொடுத்துப் பத்திரப்படுத்தினான். மரத்தின் நிழல்கள்

ரோட்டில் விழும் மலைப் பாதையில் பைக்கை தள்ளியபடி இருவரும் பேசியபடி நடந்து வந்தார்கள். அன்றிலிருந்து குளிர்காற்று முகத்தில் வந்து மோதும் போதெல்லாம் அவள் கண்முன்னே இந்தக்காட்சி வந்துகொண்டிருந்தது.

மழை பெய்துகொண்டிருக்கும்போது "ஓரமாக நிற்கலாமா" என்று அவன் கேட்டபோது அவன் முடியிலிருந்து மழை ஈரம் சொட்டி முகத்தில் இறங்கிக்கொண்டிருந்தது. இவள் சிரித்தபடி "இனனு கொஞ்ச தூரம் போகலாமா" என்றாள். வழியெங்கும் பேசித் தீராத அவள் வார்த்தைகளை மௌனமாக்க சாலையோரம் இருக்கும் தாமரைக்கரையோரமாக வண்டியை நிறுத்தினான். வெள்ளை நிற தாமரைப் பூவில் மழைநீர் இறங்கிக்கொண்டிருக்க, மழை பெய்தும் மூழ்காத தாமரை இலையை பார்த்துக்கொண்டிருந்தார்கள் மழை நிற்கும்வரை. இன்று அடர்ந்து பெருத்தோங்கும் மழை மிகக் கடுமையாய் அவனில்லாத தனிமையின் கொடூரத்தைக் காட்டுகிறது. 'விரைந்து வா' என்றழைக்க அவள் அறிய முடியாத தூரத்தில் இருக்கிறான்.

தாய்மாமனை கல்யாணம் செய்துகொள்ளும்படி நிகிலா வீட்டில் கல்யாணப் பேச்சை எடுத்தபோது, செல்வத்திடம் உடனே தன்னைத் திருமணம் செய்துகொள்ளும்படி சொன்னாள். சாதி மாறி இவளைக் கல்யாணம் செய்துகொண்டு, உறவினர்களை எதிர்த்து இந்த ஊரில் வாழமுடியாது. தன் வீட்டில் கொன்றே போட்டுவிடுவார்கள். கொஞ்ச நாளில் பணம் சேர்த்துக்கொண்டு வேறு ஊருக்குப் போய் திருமணம் செய்துகொண்டு வாழலாம் என்றான். அவனுடைய நிதானத்திற்கெல்லாம் அங்கே வழியில்லை. நிகிலா வீட்டிலும் அவளுக்கு நிச்சயதார்த்தத்தையே முடித்துவிட்டார்கள். அவளின் பாவமான கண்களை செல்வத்தால் நிராகரிக்க முடியவில்லை. பஸ்ஸின் ஜன்னலில் படிந்த மழைஈரத்தோடு நிகிலாவின் கண்ணீரும் சேர முதல் மழைக்காலத்தில் இருவரும் மதுரையை விட்டு திருப்பூருக்கு கிளம்பினார்கள்.

செல்வத்திடமிருந்த பணத்தில் குறைந்த வாடகையில் வீட்டைப் பிடித்துக் குடியேறினார்கள். அன்றைய இரவு செல்வம் அவள் கழுத்தில் சம்பிரதாயத்திற்காக தாலியைக் கட்டினான். இருவரும் கனவுகளைப் பேசி பேசித் தீர்த்தனர். செல்வத்திற்கு

நிரந்தரமான வேலை எதுவும் கிடைக்கவில்லை. வேறு வேலை செய்ய அவன் மனதுக்கு இஷ்டமில்லை. நிகிலாவிற்கு துணிக்கடையில் வேலை கிடைத்தது. அவளது சம்பளம் வீட்டு வாடகைக்கே போதவில்லை. செல்வம் ஓரளவு வசதியான வீட்டில் பிறந்தவன் என்பதால் அந்த வறுமை அவனுக்கு வேதனையாக இருந்தது. “மெட்ராஸ்ல ஏ. சி. மெக்கானிக் வேலை ஈஸியா கெடைக்கும். நான் போய் வேலை தேடிட்டு உன்னை கூப்டுக்கிறேன்” என்று போனவன் ஒரு மாத காலத்திற்கும் மேலாகியும் தொடர்பே இல்லாமல் போய்விட்டான். இவளுக்கு கண்ணைக் கட்டி காட்டில் விட்ட மாதிரி இருந்தது. இரவெல்லாம் தூங்காத கண்களிலும், நெஞ்சிலும் பயம் நிரந்தரமாகத் தங்கிவிட்டது. கர்ப்பமாக இருந்ததில் அடிக்கடி வாந்தி எடுத்துக் கொண்டிருந்தாள். சோர்ந்து போயிருந்ததில் துணிகளை துரிதமாக எடுத்துப் போட மடிக்க முடியவில்லை. துணிக் கடையில் பொறுமையிழந்து வேலையைவிட்டு நிற்கச் சொன்னார்கள். செல்வம் கண்டிப்பாக மதுரைக்குப் போயிருக்க மாட்டான். இவளாலும் அவன் இல்லாமல் மதுரைக்குப் போகமுடியாது. சென்னைக்குப் பயணமானாள்.

செல்வி குடும்பத்தினர் பள்ளிக்கூடத்தை காலி செய்து சொந்த கிராமத்திற்கு போய்விட்டனர். நிகிலா மட்டும் பள்ளிக்கூடத்தில் தனித்திருந்த இரவில், ஒரு பக்கமாக சாய்ந்து படுத்திருந்த அவள் முதுகு பக்கமாக வந்து ஒருவன் தட்டி எழுப்பினான். படீரென்று திரும்பியவளின் வயிற்றில் ஏதோ அபாயத்தை உணர்ந்ததுபோல் குழந்தையின் அசைவு இருந்தது. இவள் கைகளை ஊன்றி எழுந்து உட்கார்ந்தாள். அவளின் பெரிதான வயிற்றைப் பார்த்த அவன் வாய்க்குள் திட்டிக்கொண்டே அந்த இடத்தை விட்டுப் போனான். குழந்தையை வயிற்றில் சுமப்பதற்காக நிகிலா முதன் முறையாக சந்தோஷப்பட்டாள்.

திறந்து கிடக்கும் பள்ளிக்கூடத்தில் ஆளில்லாத இரவுகளில் வேறு வேலைகள் நடந்தன. அந்தத் தெருவில் மெக்கானிக் கடை வைத்திருக்கும் முருகன் தன் நண்பர்களோடு மறைவிடத்தில் உட்கார்ந்து குடிப்பது இங்குதான். தண்ணீர் டேங்கில் தண்ணீர் விடும் முருகேசன் யாராவது ஒரு பெண்ணை கூட்டி வந்து தன் இச்சையை தணித்துக்கொள்வதும் பள்ளிக்கூட கட்டிட வளாகத்தில்தான். இத்தனை நாளும்

செல்வி குடும்பத்தினர் இருந்தபோது அந்தப் பக்கம் வராமல் இருந்தவர்கள் இப்போது வருகையைத் தொடங்கி விட்டனர். முருகேசன் ஒரு குட்டையான பெண்ணைக் கூட்டிக் கொண்டு சமையலறைக்கு பின்புறம் இருக்கும் சந்துக்கு, தன்னைக் கடந்து கூட்டிப் போனபோது நிகிலா மைதானத்திலிருக்கும் அசோக மரத்துக்கடியில் வந்து படுத்துக்கொண்டாள்.

முருகேசன் வாட்ச்மேனிடம் ஏதோ பேசிக்கொண்டிருந்தான். அவன் போனதும் வாட்ச்மேன் தன் மனைவியிடம் இனிமேல் நிகிலாவிற்கு எதுவும் செய்யக்கூடாது. அவளிடம் பேசாதே என்று சண்டை போட்டான். “தனியா கெடக்கிற அவளுக்கு திடீர்னு பிள்ளை வலி வந்து குழந்தை பெறக்க முடியாம செத்து போயிட்டா. இந்த தெருக்காரங்கெல்லாம் சேர்ந்துதான் போலீஸுக்கு பதில் சொல்லனும். முதல்ல அவள இந்த எடத்தை விட்டு காலி பண்ணனும்” என்று முருகேசன் வாட்ச்மேனிடம் மட்டுமில்லாமல் அந்த தெருவில் எல்லோரிடமும் போய் சொல்லிக் கொண்டிருந்தான். பள்ளிக்கூட மைதானத்திற்கு மாணவர்களை விளையாடக் கூட்டி வரும் ஆசிரியரிடமும் இதேபோல் சொல்ல அவர் பள்ளி நிர்வாகத்திற்குத் தெரியப்படுத்தினார். நிகிலா இன்றைக்கோ நாளைக்கோ குழந்தை பெற்றுவிடும் நிலையில்தான் இருந்தாள். “நீங்க ஏன் அவளை வேலைக்கு வச்சு பிரச்சினையை விலைக்கு வாங்கிக்கிறேங்க” என்று ஃப்ளாட்காரரர்கள் பாயம்மாவை பயமுறுத்த அவள் நிகிலாவின் கையில் ஐம்பது ரூபாயைக் கொடுத்து வேலைக்கு வரவேண்டாம் என்று சொல்லிவிட்டாள்.

அவள் இதுவரை வயிற்றுவலி பற்றி, பிரசவம் பற்றி யாரிடமும் எதையும் கேட்டுத் தெரிந்துகொண்டிருக்கவில்லை. ஒரு உயிர் வயிற்றில் இருக்கிறது என்பதைவிட தன் வயிறு பெருத்திருக்கிறது என்ற அளவிலேயே அவள் உணர்விருந்தது. அன்றைய இரவு வயிற்றில் சுருக் சுருக்கென்று வலிப்பது போலிருந்தது. தன் பிரசவத்தைப் பற்றிய எந்த திட்டமும் அவளுக்கில்லை. பிரசவநாள் நெருங்கும் போது அரசாங்க ஆஸ்பத்திரியைத் தேடிப் போய்விடு என்று பாயம்மாவும், வாட்ச்மேன் பொண்டாட்டியும் சொல்லியிருந்தார்கள். நாளைக்கு அரசாங்க ஆஸ்பத்திரி எங்கிருக்கிறது என்று விசாரிக்க வேண்டுமென்று நினைத்தபடி படுத்திருந்தாள்.

பள்ளி நிர்வாகம் சொல்லி அடுத்தநாள் காலை அந்த ஏரியா போலிஸ்காரர் இருவர் வந்து நிகிலாவை விசாரித்து இந்த இடத்தை விட்டுப் போக வேண்டும், இனிமேல் இந்தப் பக்கம் வரவே கூடாது என்று கையோடு அனுப்ப நின்றிருந்தார்கள். எதுவும் பேச முடியாதபடி நிகிலாவிற்கு வலி கூடிக்கொண்டிருந்தது. "சார் நான் எங்க போறது" என்று மூச்சு வாங்கியபடி பேசிய அவளை "எங்க போறதா, எங்கிருந்து வந்தயோ அங்க போ. எங்கள வந்து உயிரெடுக்கிற" என்று அவசரப்படுத்திக் கிளப்பினார்கள். பள்ளிக்கூட மூலையில் கிடந்த லெதர் பேக்கை எடுத்துக்கொண்டு, வலி நிறைந்த வயிற்றில் கைகளை வைத்தபடி, கண்களெல்லாம் செல்வம் உருவம் நிறைய எந்தப் பக்கம் போவது என்று தெரியாமல் அந்த இடத்தை விட்டு போய்க்கொண்டிருந்தாள் நிகிலா. விழுந்து கிடந்த கொன்றை மரத்தை பள்ளிக்கூட மைதானத்திலிருந்து யாரோ அப்புறப்படுத்திக்கொண்டிருந்தார்கள்.

ооо

தரைதேடிப் பறத்தல்

கருமேகங்களுக்குள் நுழைந்து நுழைந்து தேடியும், என்னைத் தன்போக்கில் இழுத்துச்சென்ற இறக்கைகள் மிகநீளமாக இருக்கும் அந்தக் கருஞ்சிகப்பு வண்ணப்பறவையைக் காணவில்லை. தன் இறக்கை விரித்தலின் நிழலிலேயே என்னைப் பின்தொடர்ந்து பறக்கச்சொல்லும் அப்பறவையோடு நான் எப்போதிலிருந்து உடனிருக்கிறேன் என்பது ஞாபகத்தில் இல்லை. ஆனால் அதனோடு இருக்கும் காலத்திலிருந்தே என் இறக்கைகள் குட்டையாகவே இருக்கின்றன. என் வெண்றெக்கைகள் வளரவளர கருஞ்சிவப்பு பறவை வெட்டிகாற்றில் உதிர்த்துக்கொண்டிருக்கிறது.

மிகக்குறுகிய எல்லைக்குள் பறக்க ஏதுவாக மட்டுமே என் இறக்கைகள் வடிவமைக்கப்பட்டிருக்கின்றன. வான் அண்டத்தில் ஒரு எல்லையை வகுத்து நீ இதற்குள்தான் பறக்கவேண்டும். இந்த எல்லைகளைத் தாண்டிப் போகக்கூடாது என எச்சரிக்கைவிடுத்து எங்கயோ பறந்து சென்று திரும்பிவரும் அந்தக் கருஞ்சிகப்புப் பறவை. அப்படி அது சென்று திரும்பி வரும்போதெல்லாம் அதன் அலகுகளில் எனக்கான இரை இருக்கும். ஏதேனும் ஒரு மேகத்தில் வைத்து அந்த இரையை உண்பேன். கூடுகட்டுதல் பறவையின் சோம்பேறித்தனம் என கருஞ்சிகப்பு பறவை

எனக்கு கற்பித்திருந்தது. எனக்கென்று ஒரு கூடு இல்லை. நான் அதனோடு இணைந்து பறத்தலைத் தவிர வேறு ஏதும் அறியாததாக இருந்தேன். பறந்துபறந்து என் சிறகுகள் சோர்ந்து போகும்போது கருஞ்சிகப்பு பறவை என்னை தன் சிறகுகளுக்குள் பொதிந்துமூடி... எங்கோ அழைத்துச் செல்லும். அந்தப் பயணம் முழுவதும் என் கண்களுக்கு இருளின் நிறம் மட்டுமே பரிட்சயமாகி இருக்கும். பிறகு கருஞ்சிகப்பு பறவை தன் பறத்தலை ஓரிடத்தில் நிறுத்திதூங்கும். அதன் பிறகும் தன் சிறகுக் கூட்டிலிருந்து என்னை விடுவிப்பதில்லை. அதன் இறக்கைக்குள் இறுக்கமூடி என்னையும் தூங்கச்சொல்லும். அப்போதெல்லாம் என்மூச்சு அழுந்திக்கொண்டிருக்கும். மூச்சடைந்து குறுகி ஓய்வெடுப்பதைவிட சிறகுகள் ஓய இடைவிடாது பறத்தலேமேல் என்று தோன்றும். மீண்டும் இருள்விலகி வெளிச்சம் வரும்போது நாங்கள் மேகக்கூட்டத்திற்குள் மிதந்துகொண்டிருப்போம். அப்போது என் மூச்சு சீராக இயங்கும்.

என் பறத்தல் எப்போதும் நிர்பந்தங்களின் எல்லைகளுக்கு உட்பட்டே நிகழ்ந்துகொண்டிருந்தது. நான் கட்டளைகளுக்கு கட்டுப்பட்டும், அச்சுறுத்தல்களுக்கு அடிபணிந்துமே பறந்து கொண்டிருந்தேன். என் சிறகுகள் ஓய்ந்துபோயின. வான் எல்லையை கடந்து எதையும் நான் அறியாது இருந்தேன். என்னை தன்வெளிகளைவிட்டு விலகிச்செல்லாமல் கண்காணிப்பதிலேயே கருஞ்சிவப்பு பறவை தன்தூக்கம் இழந்தது. எப்போதாவது நான் அதன் வெளியே துறந்து பறக்க எத்தனித்தால் என்சிறகுகள் இன்னும் குட்டையாக்கப்படும். சிலசமயங்களில் அதன் கோபம் அதிகரித்தால் என்சிறகுகள் வன்மத்தோடு பிடுங்கப்படும். அப்போதும் என் சிறகிலிருந்து தெறிக்கும் ரத்தம் வெண்மேகங்களில் சிதறிப்பறக்கும். அந்த வலியறிந்து என் பறத்தலை குறுக்கியே வைத்திருந்தேன். கருஞ்சிகப்பு பறவை மீண்டும் மீண்டும் என்னைத் தனியே விட்டுவிட்டு இரைதேடப்போகும். காலநேரம் இல்லாமல் என் பொழுதுகள் வெறும் பறத்தலிலும், அதுகொண்டுவரும் இரைக்கான காத்திருத்தலிலும் கழிந்தன. எனக்கான உணவை நானே தேடிக்கொள்ள ஒருபோதும் அனுமதிக்கப்பட்டதில்லை.

ஆயினும் அதன் மீதான நேசத்துடன் பறந்து பறந்து சிறகு விரித்தேன். இந்த பறத்தலில் தரை இறங்காமல் போனாலும் பரவாயில்லை. அதனோடு சேர்ந்து பறக்கும்பொழுதுகளில், அந்தரம் மிக அழகாக தெரிந்தது. வழி பழகிப்போனது. என் தரைதொடா பறத்தல் எல்லையற்றது என்ற கர்வத்தில் இருந்தேன். ஒருநாள்... அதனை பின்தொடர முடியாததொரு பொழுதில் திசையறியாத என்னை தனியே விட்டுவிட்டுப் போய்விட்டது. நான் இளைப்பார இடம் தேடித்தேடி அலைந்தேன். என் இறக்கைகளுக்கு தரையின் தூரம் தெரியவில்லை. பூமியின் எல்லைக்கெட்டாத தொலைவில் அது என்னைத் தொலைத்துவிட்டு சென்றுவிட்டது. பூமி மிகமிகத் தொலைவில் இருக்குமெனத் தோன்றியது. என் கால்கள் வலியில் சுழன்றது. பறக்க இயலாமல்போனால் அதுபறவை இல்லை என அது எனக்கு கற்றுக்கொடுத்திருந்தது. அதன் பொருட்டே தரை இறங்கப்பயப்பட்டேன். என் வானில் அதுவன்றி வேறெந்த பறவையையும் நான் அதற்குமுன் அறிந்திருக்கவில்லை. தனித்த ஒற்றைப் பறத்தல் எனக்கு அயர்ச்சியூட்டியது. இரையின்றி வெறும் காற்றாய் பறந்தது என் உயிர். என் வெள்ளைச்சிறகுகள் பொசுங்கிப்போகும் அளவிற்கு நான் தாகத்தோடு செத்துவிழுவது என்ற முடிவோடு தீராததவிப்போடு காற்றின் வேகத்தைவிட சுழன்றடித்துப் பறந்தேன்.

என் தேடல் வீண்போகவில்லை. தூர கருமேகங்களுக்கு மத்தியில் அது நுழைவதைப் பார்த்துவிட்டேன். மிச்சமிருந்த என் உயிரை ஒன்றுதிரட்டி நான் என் கருஞ்சிகப்பு பறவையை நோக்கிப்பறந்தேன். கருமேகங்களிலிருந்து சி[illegible]ஞ்சள் இறகுகள் விழுந்தன. கருஞ்சிகப்பு பறவை என் பார்வை தவிர்த்து பறக்க முயன்றது. நான் அதன் பறத்தலின் பாதையில் வழிமறித்து நின்றேன். “இளைப்பாறுதலை என் சிறகுகள் யாசிக்கின்றன. என் இரைப்பை வெறும் காற்றால் நிரம்பி இருக்கிறது. என்னை அழைத்துச்செல். உன் வழிகாட்டுதல்களின்றி எனக்குப் பாதைகள் இல்லை. வானம் மட்டுமே அறிந்த என்னால் தரைதொட முடியவில்லை. என் சிறகுகளை, என் வாழ்வை, மிச்சமிருக்கும் என் கனவுகளை உன்னிடமே ஒப்படைக்கிறேன். என்னை தூக்கிச்செல்’ என்றேன்.

என் உயிர்காக்கும் பொருட்டு கருஞ்சிவப்பு பறவையின் நீள இறக்கைகளை பிடித்துக்கொள்ள முயற்சித்தேன். என்னை உதறித்தள்ளிய அது 'இனி உன் பாதைகளை நீயே வகுத்துக்கொள். என் எல்லைகளை கடந்துபோ. நான் உன்னை வெறுக்கிறேன். உன் மீதான பற்றுதல் என்பது கடந்தகாலம். போய்வா' என்றது. ஏன் இத்தனை வெறுப்பு. என்னை கடந்துபோவதற்கான காரணம் என்ன. உன் சொல்படிதானே இறக்கைகளை குட்டையாக்கி வலியோடு பறந்துகொண்டிருக்கிறேன். என் மீதான குறை என்ன' என்று கேட்டேன். 'வெண்மையை நான் வெறுக்கிறேன். இப்போதெல்லாம் எனக்கு மஞ்சள் நிறம்தான் பிடித்ததாக இருக்கிறது. இன்னும் சொல்வதானால் வெண்மை என்பது ஒரு நிறமே அல்ல...' என்றது. உலகத்திலே தனக்கு பிடித்த நிறம் வெள்ளைநிறம் என்றும். தனக்கு மட்டுமல்ல எல்லோருக்குமே வெள்ளை மிகப்பெரும் மயக்கத்தைக் கொடுக்கும். உன் நிறத்திற்காகவே உன்னைச் சில முரட்டுபறவைகள் கபளிகரம் செய்துவிடும். உன்னைப் பாதுகாக்கவே எப்போதும் உன்னை என் சிறகுக்குள்ளே வைத்திருக்கிறேன் என்று கூறியிருந்தது. இப்போதோ என் வண்ணத்தை பொருளற்றதாக்கி, தன் சிறகுக்குள் மஞ்சள்வண்ணப் பறவையைத் தூக்கிக்கொண்டு என் பார்வையை கடந்து வெகுதூரம் சென்று மறைந்தது. ஒன்று மட்டும் எனக்கு அப்போது புரிந்தது. ஒருநாள் மஞ்சள்பறவையும் நிறமற்றதாகிவிடும். மஞ்சள்பறவையும் என்னைப்போல மொன்னையாக்கப்பட்ட சிறகுடன் தனித்து திரியும்.

இனி என் வாழ்வில் கருஞ்சிகப்பு பறவை இல்லை என்று நான் உணர்ந்தபோது வானம் நீலநிறம் கொண்டிருந்தது. என் தனித்த இலக்கற்ற பறத்தல் அப்போது துவங்கியது. எல்லைகளைக்கடந்து நான் கண்களை மூடியபடி பறக்கத் துவங்கினேன். திசைகள் அறியா என் சிறகுகள் தரையைத் தேடித்தேடிக் களைத்தன. நீண்ட பறத்தலுக்குப்பிறகு... என் பார்வை தூரத்தில் நீளமான நீலச்சிறகுள்ள பெயர் தெரியாத பறவை ஒன்று பறந்துகொண்டிருந்தது. என் கடந்தகால பறத்தலில் ஒருபோதும் சகபறவைகளைப் பார்க்க நான் அனுமதிக்கப்பட்டதே இல்லை. அந்த நீலப்பறவை என் அருகே வந்தது. 'ரொம்ப நேரமாகப் பார்க்கிறேன். ஏன்

அலைந்துகொண்டிருக்கிறாய்' என்றது. 'நான் தரைதேடிப் பறந்து கொண்டிருக்கிறேன். என் இறக்கைகள் முழுவதுமாக உதிர்ந்து என் உடல் கூடாகும்வரை பறப்பேன்' என்றேன். 'என்ன பைத்தியக்காரத்தனம். இலக்கற்று, திசையற்று பறந்துகொண்டிருந்தால் ஒருநாளும் தரைதொடமுடியாது என்று உனக்குத் தெரியாதா' என்றது அந்த நீலப்பறவை. நான் மௌனமானேன். 'நீ தரை பார்த்ததே இல்லையா'. 'இல்லை' என்றேன். 'உனக்கு தாகமே எடுக்காதா? தண்ணீர் வேண்டாமா? இரையை எப்படிக் கண்டடைவாய்' என்றது. 'எல்லாம் கருஞ்சிவப்பு பறவை தரும்' என்றேன். 'இப்போ அது எங்கே'. 'என்னை அநாதரவாக விட்டுச் சென்றுவிட்டது'. 'உன்னைப் பார்த்தால் பாவமாக இருக்கிறது' என்று கூறிய நீலப்பறவை, 'பறவையின் சுதந்திரமே அது தனித்து உணவு தேடுவதும், தன் வீட்டைத் தானே கட்டிக்கொள்வதும்தான். வானம் என்பது பறவையின் பயணவெளி. பறத்தலில் சுதந்திரம். அது வாழ்விடம் அல்ல. நீ தரை தொடவேண்டும். காற்றை உந்தித்தள்ளி தரையிலிருந்து வானம் தொடும் பறத்தல் சாகசமானது. அதேபோல் வானிலிருந்து தரைதொடுவது காற்றில் மிதக்கும் பேரானந்தம். சமதளத்தில் பறப்பது பறத்தலே அல்ல' என்றது நீலச்சிறகுப் பறவை.

'வானம் அளவிற்கு பூமியும் அழகு. பூமியின் அழகைப் பார்க்கவேண்டுமென்றால், நீ தரை தொடவேண்டும். தரைதொடாத பறத்தல் முற்றுப்புள்ளியற்றது. தரைதொடாத வான்பறத்தலில் நீ பார்த்தது என்ன. நீ அடைந்தது என்ன.' நீலப்பறவை இந்த கேள்விகளை என்முன் வைத்தது. 'வெண்மேகம் பார்த்திருக்கிறேன், மழை பார்த்திருக்கிறேன். சிலபொழுது வானவில், நீலஆகாயம், எப்போதாவது செவ்வானம், கரும் இருள். அதிகாலை மஞ்சள் வானம்.' நான் சொல்லச் சொல்ல நீலப்பறவை சிரித்தது. 'சுருக்கமாச் சொல் வானும், வான் சார்ந்தவையும் பார்த்திருக்கிறாய். மழை அறிந்த நீ, மழைதரும் மண்வாசம் அறிந்திருக்கிறாயா? மழைதரும் பசுமை அறிந்திருக்கிறாயா? மழைதரும் பூக்கள், அதன் வாசம். காட்டருவி, அதன் சங்கீத இசை...' நீலப்பறவை நான் அறியா பல அழகியலை எனக்கு சொல்லிக்கொண்டிருந்தது. அதன் ஒவ்வொரு வர்த்தைகளுக்குள்ளும் ஒரு புன்னகை இருந்தது. நீ தரை இறங்கியாக வேண்டும் என அது கட்டளை இடவில்லை.

தரை இறங்கவில்லை என்றால் உனக்கு வாழ்க்கை இல்லை என அச்சுறுத்தவில்லை. தரை இறங்கும் பயத்தை போக்கியது. பூமி பார்க்கும் ஆர்வத்தை தூண்டியது.

சிறகுகள் இருப்பது மேலே மேலே பறப்பதற்குதானே தவிர தரை இறங்குவதற்கு இல்லை என்றே நான் கற்பிக்கப்பட்டிருந்தேன். என் தவறான கற்பிதங்களை நீலப்பறவை எனக்கு புரியவைத்தது. நான் நீலப்பறவையோடு தரை இறங்க எத்தனித்தேன். தரைநோக்கி நான் பறக்கும் முதல் பறத்தல். உயரப்பறத்தலும், சரிசமமாகப் பறத்தலுமே அறிந்த என் சிறகுகள் முதல்முறையாக கீழ்நோக்கிப் பறக்கத் துவங்கின.

தாளப்பறத்தல் என்னுள் ஏதோசெய்தது. அடிவயிற்றில் ஒரு பயப்பந்து சுழன்றது. ஆனால் அது சுகமாக இருந்தது. என் தடுமாற்றத்தை அறிந்த நீலப்பறவை தன் வேகத்தைக் குறைத்து என் வேகத்திற்கு வந்து எனக்கு வழிகாட்டியது.

மிகப்பெரிய அடர்ந்த காட்டில் ஓடுகிற காட்டாற்றின் கரையில் தரை இறங்கினோம். நீலங்களும், நீலம் சார்ந்த நிறங்களும் பழகிய என் விழிகளுக்கு காட்டின் பசுமை புதியதாக இருந்தது. காட்டு மரப்பூக்களின் நறுமணங்கள், மண்வாசம், நான் அறிந்திராத விதவிதமான வண்ணங்கள். தரை இறங்கிய என் கால்கள் தரைதொடவில்லை. எனக்கே எனக்கான வெளிகளில்... எனக்கே எனக்கான இசைஉலகில்... என் சுதந்திரத்தின் முதல்புள்ளியில் நான் காலடி எடுத்து வைத்ததுபோல இருந்தது. குயிலின் பாடல், மயில்களின் நாட்டியம், சில்வண்டுகளின் ரீங்காரம், அருவிச்சத்தம், இத்தனைக்கும் மத்தியில் என்னை தரைஇறக்கிவிட்டு... ‘விரும்பியபடி வாழ். உன் சுதந்திரம் உன் சிறகுக்குள் இருக்கிறது. நடக்க நினைத்தால் நட, பறக்க நினைத்தால் பற’ என்றது.

நான் அதன்முன்னே என் சிறகுகளை விரித்து நின்றேன். நீலப்பறவை என்னை வினோதமாகப் பார்த்தது. ‘என்ன’ என்றது. ‘என் சிறகுகளை வெட்டிக்கொள்’ என்றேன். புரியாமல் பார்த்தது அந்த நீலப்பறவை. ‘என் வாழ்வியலை இதற்குமுன் தீர்மானித்த பறவை, வளரவளர என் சிறகுகளை வெட்டிக்கொண்டே இருந்தது. இப்போது நீ எனக்கான வாழ்விடத்தை அடையாளம்காட்டி இருக்கிறாய். நீயும் என்

சிறகுகளை வெட்டிக்கொள்' என்றேன். அது மௌனமாக புன்னகைத்தது. இறக்கைகள் வெட்டப்படுவதன் வலி நானும் அறிந்திருக்கிறேன். தீராத துயரமாய் வலி தொடர்ந்தபோது நான் என் சிறகுகளை காப்பாற்றிக்கொண்டேன். கூடு கட்டுவதும், உணவு தேடுவதும், விரும்பும் இடத்தில் பறப்பதும் வாய்க்கப் பெற்றிருப்பது இயற்கை பறவைகளுக்கு தந்த சுதந்திரம். இனி ஒருபோதும் யாரும் உன் சிறகுகளை வெட்ட அனுமதிக்காதே.

நாங்கள் நடந்த பாதையெங்கும் சிறகுகள் உதிர்ந்து கிடந்தன. என் சிறகுகளைப்போல் யாரோ ஒரு பறவையின் சிறகுகளை வெட்டி எறிந்திருக்கிறார்கள் என்ற அச்சம் என்னுள் எழுந்தது. 'தரையிலும் சிறகுகள் வெட்டப்படுமா' என்று அச்சத்தோடு கேட்டேன். 'உன் உரிமையையும், சுதந்திரத்தையும் நீ அறியாமல் இருந்தால் வான், பூமி என்று இல்லை பேரண்டத்தில் எங்கு வேண்டுமானாலும் உன் சிறகுகள் வெட்டப்படலாம். ஆனால் இவை வெட்டப்பட்ட சிறகுகள் அல்ல. உதிர்ந்த சிறகுகள். சிறகுகள் உதிர்ப்பது பறவைகளின் சுதந்திரம்' எனச்சொன்னது நீலப்பறவை.

கருஞ்சிகப்புப் பறவை அன்பை ஒரு அச்சுறுத்தலாகவே என்னிடம் காட்டியிருக்கிறது. என் சிரம் வருடி, என்னை மடியில் கிடத்தி ஆறுதல்மொழிகளை என் செவிகளுக்குள் மாயச்சொற்களாய் ஒலிக்கச்செய்து என் மயக்கத்தினூடகவே என் சிறகுகளை வெட்டி எறிந்திருக்கிறது. சொற்களின் சூட்சுமம் அறியாத என் பேதைமை அதன் வார்த்தைகளை நம்பியிருக்கிறது. 'சிறகுதிர்த்தல் பறவையின் சுதந்திரம்'. நீலப்பறவையின் சொற்கள் என் செவிகளில் மீண்டும் மீண்டும் ஒலித்தது. விலாப்புறம் இருந்த என் வெட்டப்பட்ட சிறகுகளைப் பார்த்தேன். இந்த சிறகுகள் வளரும்வரை பூமியில் இருக்கவேண்டும். வளர்ந்த சிறகுகளை சுதந்திரமாக உதிர்க்கவேண்டும் என்ற எண்ணம் தோன்றியது. உன் சுதந்திர வாழ்வினை தீர்மானித்துக்கொள் என்று என்னிடமிருந்து விடைபெற்ற நீலப்பறவையிடம் வெண்மை என்பது நிறமில்லையா? எனக் கேட்டேன்.

'எல்லா நிறங்களின் மூலமும் வெண்மைதான். வெண்மை கலப்பில்லாமல் எந்த நிறமும் உலகில் இல்லை. வெண்மை வெறும் நிறமல்ல. அது அழகின் பொருள். சுதந்திரத்தின்

முழுவடிவம். அருவி, நிலா, வெண்மேகம், பூக்கள், தேவதை சிறகுகள், எல்லாமே வெண்மைதான்' என்றது. என் சிறகுகள் வெண்மைதான் என்றேன். 'ஆம் அது தேவதையின் சிறகுகள்' என்றது நீலப்பறவை. மெல்லிய காற்று வீசியது. நீலப்பறவை தன் நீள்சிறகுகளை விரித்தது. அதன் சிறகுகளுக்குள் ஒளிந்துகொள்ளவேண்டும்போல இருந்தது. நான் அதை நீலப்பறவையிடம் சொன்னேன். நீலப்பறவை சிரித்தது. 'வாழ்கை எதற்குள்ளும் ஒளிந்து கொள்வதல்ல. அது ஏகாந்தமாய் பறப்பது. சுயமாய் இருப்பது. இரை தேடப்பழகு. கூடுகட்டப் பழகு. பறவையாய் வாழப்பழகு' என்று சொல்லி தன் நீலநிறச் சிறகொன்றை உதிர்த்து பறந்தது.

நான் பூமியில் என் கால்களை அழுந்தப்பதித்து நடக்கத் துவங்கினேன். கட்டளைகளுக்குக் கட்டுப்படாத என் காலடிச்சுவடுகளை எனக்கு மிகவும் பிடித்தது. நான் நீண்டதூரம் நடந்தேன். இயற்கையின் வனப்புகள் என்னை மயக்கமூட்டின. கானகத்தின் நடுவில் இருந்த ஒரு மரத்தில் கனியைக் கொத்தினேன். அது இதுவரை நான் ருசித்தறியாத சுவையோடிருந்தது. இதற்குமுன் இரை என்பது கருஞ்சிகப்பு பறவை அலகில் கொண்டுவரும் சுவையறியா, ரசனையற்ற இரையாவே இருந்தது. முதல்முறையாக நானே என் இரையைத் தேடிக்கொண்ட சந்தோசத்தில் சிறகுகளை படபடவென அடித்துக்கொண்டேன். வெட்டப்பட்ட சிறகுகள் இல்லையா? அது கொஞ்சம்தான் விரிந்தது. என் சிறகுகள் வளரும். என் இறக்கைகளை அகலவிரித்து பூமியில் என் நிழல்பட நான் ஏகாந்தமாய்ப் பறப்பேன். இயல்பாய் சிறகு உதிர்ப்பேன். உதிர்ந்த என் வெண்சிறகுகள் புன்னகை மாறாத ஒரு குழந்தையின் விளையாட்டுப் பெட்டகத்தில் பொக்கிஷமாய் பாதுகாக்கப்படும். அந்தக் குழந்தையின் புன்னகை வழியாக என் சுதந்திரம் வெளியெங்கும் நிரம்பிவழியும்.

000

திறக்கப்படாத பள்ளிக்கூடத்தின் கதவுகள்

இந்த ஒரு வருசம் மட்டும்தான் ஒனக்கு படிப்பு. எட்டாப்பு படிச்சு முடிச்சதும் அடுத்த வருசம் வீட்லருந்து கஞ்சி காச்ச பழகிக்க. அதுக்கடுத்த வருசம் ஒன்ன ஒருத்தன் கையில புடிச்சி குடுத்துட்டு ஜோலிய முடிக்கணும்" அடுப்படியில் சோறாக்கிக் கொண்டிருந்த அம்மா என்னிடம் சத்தமாகச் சொல்லியபோது நான் ரேடியோவை ஒலிக்கச் செய்தேன். திருச்சி வானொலி நிலையத்தில் காலை 7.30 மணிச் செய்தி ஒலிபரப்பாகிக்கொண்டிருந்தது. பள்ளிக்கூடம் கிளம்ப நேரமாகிவிட்டது என்று அரக்க பறக்க குளிக்க ஓடினேன். அடர்ந்த நீளமான என் முடியில் அரப்பு போட்டுத் தேய்த்துக் குளிக்க எபபடியும் இருபது நிமிசமாவது ஆகிவிடும் வேறு வழியில்லை நான் பார்ப்பதற்கு கொஞ்சமாவது அழகாக இருக்க வேண்டுமானால் தலை குளிக்க வேண்டும். பள்ளியின் முதல் நாளே எண்ணெய் வழியும் முகத்தை வைத்து கொண்டு போக முடியாது. அதுவும் இன்று புதிதாக தாவணியை உடுத்தி பெரிய பெண்ணைப் போல போகப் போகிறேன். எப்படியாவது இன்று அழகாகிவிட வேண்டுமென்று கங்கணம் கட்டிக்கொண்டிருந் தேன். தாவணியை அடுக்கடுக்காக மடிப்பு வைத்து அழகாக உடுத்த வேண்டும் என்று

விரும்பினேன். ஆனால் எனக்கு மடிப்பு எப்படி வைப்பது என்று தெரியவில்லை. பக்கத்துவீட்டு ரோஜா அக்காவிடம் தாவணி கட்டிவிடச் சொல்லலாம் என்று பாவாடை பிளவ்ஸை மட்டும் மாட்டிக்கொண்டு, தாவணியை அப்படியே மேலே போட்ட படி வீட்டைத் தாண்டினேன்.

"அடி கூறுகெட்டவளே தாவணியை இடுப்பில சொருகாம வெட்கமில்லாம போய்கிட்டிருக்க" என்று எங்கம்மா என்னைத் தடுத்து நிறுத்தி அதுவே மடிப்பு எடுத்து தாவணியை உடுத்திவிட்டது. இருபக்க முந்தானையும் சமமாக இல்லாமல் மேலேயும் கீழேயும் இறங்கி தாவணி சரியாக இல்லை என்று எனக்குத் தோன்றியது. எனக்குத் தாவணி அழகாக இருப்பதாகச் சொல்லி எங்கம்மா என்னைத் தொட்டு கையால் நெற்றியில் வைத்து சொடுக்கு போட்டு திஷ்டி சுத்தியது. அம்மாவுக்கு தெரியாமல் ஃபேர் அண்ட் லவ்லி வாங்கி பலகையில் கவிழ்த்து வைக்கப்பட்டிருந்த அண்டாவுக்கு கீழே ஒளித்து வைத்திருந்தேன். அதை எடுத்து முகத்தில் பூசிக் கொண்டு அதற்கு மேல் பவுடர் அடித்தேன். வெள்ள வெளேரென்று சுவத்துக்கு வெள்ளையடித்தது மாதிரிதான் தெரிந்தது. ஆனால் கொஞ்சநாளில் செக்கச் செவப்பாக முகம் பளபளப்பாயிடும் என்று பேங்க்காரங்க வீட்டு டி. வியில் காட்டினார்களே என்பதை நினைத்த மனசு சமாதானமாகியது.

"போ போ... இந்த அலப்பலெல்லாம் இன்னும் ஒரு வருசத்துக்குத் தான்" என்று மறுபடியும் அம்மா ஆரம்பித்தது. ஹைஸ்கூலுக்குப் போய் பனிரெண்டாவது வரைக்குமாவது படிப்பேன் என்று நிறைய தடவை அம்மாவுக்கு பதில் சொல்லியாகிவிட்டது. ஆனால் அம்மா அதை பற்றிக் கவலைப்படாமல் என் படிப்பை நிறுத்துவதிலேயே குறியாய் இருந்தது. இப்போது பதில் சொன்னால், என்னாடி எதுத்தா பேசுற' என்று சொல்லி இன்றே பள்ளிக்கூடம் போகாமல் தடுத்துவிடும். அப்புறம் ஹெச்.எம். அறைக்குப் பக்கத்தில் இருக்கும் மேஜையும் பெஞ்சும் போட்ட எட்டாம் வகுப்பில் நான் உட்காரவே முடியாமல் போய்விடும். அந்த வகுப்பில் உட்கார நான் எவ்வளவு ஆசைப்பட்டேன். எங்கள் பள்ளிக்கூடத்தில் ஒன்னாம் வகுப்பிலிருந்து மூன்றாம் வகுப்பு வரை மண்தரையில்தான் உட்கார வேண்டும். நான்கிலிருந்து ஐந்து வரை சிமெண்ட்டு தரை போட்டிருக்கும். ஆறு, ஏழு வகுப்புகளில் மரபெஞ்சு

போட்டிருப்பார்கள். எட்டாம் வகுப்பில் மட்டும் மர பெஞ்சுக்கு முன்னால் எழுதுவதற்கு மேஜையும் இருக்கும். எங்கள் ஊரில் நிறைய பெண் பிள்ளைகளின் படிப்பு தரை வகுப்புகளோடு முடிந்துவிடும். சிமெண்ட்டு தரை, பெஞ்சைத் தாண்டி கொஞ்ச பெண்பிள்ளைகள் தான் மேஜை வகுப்புக்கு வருவார்கள். எங்கள் பள்ளியில் மேஜை வகுப்பை ஆசையோடு பார்த்துச் செல்லாதவர்களே இல்லை .

நீலகலர் பாவாடை தாவணிக்கு மேட்சாக நீல கலர் வளையல், நீல கலர் பொட்டு, நீல கலர் ரிப்பன் என்று எல்லாமே ஒரே நீல நிறத்தில் போட்டிருந்தேன். நான் புதிதாக தாவணி போட்டிருந்ததால் வெட்கம் பிடுங்கித் தின்றது. கூச்சத்தில் என் கைகள் விலகாத மாராப்பை ஓயாமல் இழுத்து சரிசெய்து கொண்டே இருந்தது. பள்ளிக்கூடம் போகும் வழியில் என்னோடு சேர்ந்து நடந்து வந்த என் வகுப்பில் படிக்கும் சிவாவை பார்த்ததும், என் உடம்பில் பயமும் கூச்சமும் வெறுப்பும் கலந்து ஏதோ ஒரு புது மாதிரியான உணர்வு எரிச்சலைத் தந்தது. வீட்டுக்கு ஓடி தாவணியை கழட்டி வைத்துவிட்டு ஆம்பளைபையன் சட்டையைப் போட்டுக்கொண்டு வரலாம் என்று தோன்றியது. “கோயில் மாடு மாதிரி நெஞ்சை நிமித்திட்டு திரியிறேன்னுதான் தாவணியை போட்டுவிட்டேன். தாவணியை போட்டுக்கிட்டு வெளியே போறதுக்கு வெட்கமா இருந்தா வீட்லயே இரு” என்று அம்மா சொல்லிவிடும். எதுக்கு வம்பு என்று அந்த முடிவை மாற்றித் தைரியமாக நெஞ்சை நிமிர்த்தி நடந்தேன். கேலியாக முகத்தை வைத்துக்கொண்டு என்னைப் பார்த்து சிரித்த சிவா “என் மூஞ்சியையும் முடியையும் மிச்சம் வச்சிருக்க அதையும் நீலக்கலரா மாத்திட வேண்டியதுதானே” என்று கிண்டல் செய்தபடி வந்தான்.

“கொஞ்சம் ஓவராத்தான் நீலமா இருக்கோ” என்று என்னை நானே ஒரு தடவை பார்த்து சங்கடப்பட்டுக்கொண்டேன். எங்க வகுப்புக்கு முன்னால் இருக்கும் டிசம்பர் செடியில் நீல கலர் டிசம்பர் பூ பூத்திருந்தால் யாருக்கும் தெரியாமல் பூவை பறித்து தலையில் வைத்துக்கொள்ளலாம் என்று நினைத்திருந்தேன். நல்ல வேளை அவன் முன்னாடியே சொல்லிவிட்டான். நான் அப்படிச் செய்திருந்தால் எல்லாப் பிள்ளைகளும் என்னைக் கேலி செய்தே சாகடித்திருப்பார்கள். ஆனால் அவன் நான் ஃபேர் அண்ட் லவ்லி போட்டிருப்பதை கண்டுபிடிக்காமல்

விட்டது ஆசுவாசமாக இருந்தது. சிவா டவுசரிலிருந்து பேண்ட்டுக்கு மாறியிருந்தான். அடுத்த வருடம் ஹைஸ்கூல் போனால் உதவுமென்று நீலத்தில் யூனிபார்ம் கலரில் பேண்ட் போட்டிருந்தான். நான் அவன் பேண்ட்டை கவனிக்கவில்லை என்றுதான் அவனுக்கு கோபமாக வந்தது. "பேண்ட்டு போட்டுருக்கம்னு ரொம்பவும் பீத்தாதடா. எலும்புக்கூட்டுக்கு குழாயை மாட்டுன மாதிரி இருக்கு" என்றேன். பதிலுக்கு அவன் "உனக்கு மட்டும் என்னா தஞ்சாவூர் பொம்மைக்கு தாவணி போட்ட மாதிரிதான் இருக்கு" என்றான். இப்படியே சண்டை போட்டபடி பள்ளிக்கூட வாசலுக்கு வந்தோம். அவன் பசங்கள் இருக்கும் பக்கமும், நான் பெண் பிள்ளைகள் இருக்கும் பக்கமும் போனோம். அவன் போகும் போது, "இனிமேல் என்னை வாடா போடான்னு பேசுறத வச்சுக்காதே. மரியாதையாய் என் பேரைச் சொல்லிக் கூப்பிடு" என்று சொன்னவன், மறுபடியும் திரும்பி "இல்ல இல்ல... நீ என்னை வாங்க போங்கன்னே கூப்பிடு" என்று சொல்லிவிட்டுச் சிரித்தபடி போனான். அவன் எதுக்காக இப்படியெல்லாம் பேசுறான் என்பது தெரியாமல் "போடா லூஸு" என்று வாய்க்குள்ளேயே திட்டிக்கொண்டு போனேன்.

பள்ளிக்கூடத்துக்கு முன்னால் பிள்ளைகள் கூட்டம் அதிகமாக இல்லை. தகரமும், ஓடும் வேய்ந்த எங்கள் பள்ளிக்கூடம் புதிதாக வெள்ளையடிக்கப்பட்டு அழகாய் இருந்தது. முதன் முதலில் நான் ஒன்னாம் வகுப்பில் சேர்ந்த அன்று எழுந்த அதே வாசனையோடு இருந்தது பள்ளிக்கூடம். சாக்பீஸ், ஊமைத்தளை தேய்க்கப்பட்டிருக்கும் பிளாக்போர்டு, வகுப்பு முன்னால் வளர்ந்து கிடக்கும் கோரைப்புல், புதிதாக வாங்கப்பட்டிருக்கும் சிலேட்டு, புத்தகங்கள், அசோக மரத்திலிருந்து உதிர்ந்து விழும் இலைகள் இப்படி எதிலிருந்து கிளம்பி வருகிறதென்று அறிய முடியாத வாசனையைக் கொண்டிருந்தது எங்கள் பள்ளிக்கூடம். வாத்தியார், டீச்சர்கள் பாடம் நடத்தும் போதும், புத்தகத்தை பிரித்து நான் பாடத்தை மனப்பாடம் செய்யும் போதும், மதிய உணவு சாப்பிடும்போதும், பரீட்சை எழுதும்போதும் என்று எப்போதும் அந்த வாசனையை நான் உணர்ந்துகொண்டே இருந்தேன். புத்தகப் பையோடு தினமும் அந்த வாசனையை வீட்டுக்கும் எடுத்துச் சென்றுகொண்டிருந்தேன்.

இப்போது பள்ளிக்கூடம் முன்னால் பிள்ளைகளின் கூட்டம் அதிகமாகத் தொடங்கியது. ஒன்னாம் வகுப்பில் பிள்ளைகளைச்

சேர்த்துவிட வரும் அப்பா, அம்மாக்களும் நிறைய இருந்தனர். இப்படியொரு நாளில்தான் என் அப்பாவும் அம்மாவும் ஆசை ஆசையாய் என்னைப் பள்ளிக்கூடம் சேர்த்துவிட வந்திருந்தார்கள். நான் வளர வளர எப்படி அந்த ஆசை அவர்களை விட்டு போனது என்று தெரியவில்லை. கறுப்புக் கலர்ல மஞ்சப் பூப்போட்ட சீட்டிப் பாவாடையும், புஸ் கை வச்ச சட்டையும், சிவப்பு ரிப்பன்ல ரெட்டைச் ஜடை போட்டு எனக்கே என்னப் பார்க்க அழகாக இருந்த அன்று பள்ளிக்கூடத்தில் சேர்ப்பதற்காக எங்கப்பா நோட்டன்காரன் புளிய மரத்து தெரு வழியாக என்னைக் கூட்டிக்கொண்டு போனார். பள்ளிக்கூட தெரு முழுக்க இரண்டு பக்கமும் வரிசை வரிசையாக புளியமரம் இருக்கும். பனிக்காலத்திலும் மழைக்காலத்திலும் அந்த தெரு வழியாக நடந்து போவது காட்டுக்குள் நடந்து போவதைப் போலிருக்கும். என்னைப் போலவே புதிதாக பள்ளிக்கூடத்தில் சேர வந்த நிறைய பிள்ளைகள் அவங்க அப்பா அம்மா கூட மூன்றாவது வாசப்படியில் பெரிய வாத்தியார் அறைக்கு முன்னால் காத்துக் கிடந்தார்கள். எங்கள் பள்ளியில் ஹெச். எம்மை பெரிய வாத்தியார் என்றுதான் கூப்பிடுவோம்.

மற்ற இரண்டு வாசப்படிகள் வழியாக பிள்ளைகள் பள்ளிக்கூடத்திற்குள் நுழையக் காத்திருந்தார்கள். பிள்ளைகளையும் அவங்க அம்மா அப்பாக்களையும் ஒரு வாத்தியார் வரிசைப்படி உள்ளே அனுப்பிக் கொண்டிருந்தார். நானும் அப்பாவும் வரிசையில் போய் நின்று கொண்டோம். தான் படிக்காத பள்ளியை ஏக்கத்தோடு பார்த்துக் கொண்டிருந்தது அம்மா. ஐந்து வயதாகியிருந்தால்தான் ஒன்னாம் வகுப்பில் சேர்ப்பார்கள். அப்போதெல்லாம் பள்ளிக்கூடம் சேர்க்கப் பிறப்பு சான்றிதழ் முக்கியமில்லை என்பதால் வயதைக் கணக்கில் வைக்காமல் பிள்ளைகளை குறைந்த வயதிலேயே ஒன்னாம் வகுப்பில் சேர்த்து விடுவார்கள். அதைத் தடுத்து வயதை சரியாக கண்டுபிடிக்கப் பள்ளிக்கூடத்தில் ஒரு திட்டம் வைத்திருந்தார்கள். வலது கையை தலைக்கு மேல கொண்டு போய் இடது காதைத் தொடமுடிந்தால்தான் அவர்களுக்கு ஐந்து வயது ஆகியிருக்கும் என்று அர்த்தமாம். அதன் பின்தான் பேர் எழுதி ஒன்னாம் வகுப்பில் சேர்ப்பார்கள். பெரிய வாத்தியார் அறைக்கு வெளியே வரிசையிலிருந்த எல்லாப் பிள்ளைகளும்

திறக்கப்படாத பள்ளிக்கூடத்தின் கதவுகள் | 341

கையால் காதை எக்கி எக்கித் தொட்டுக்கொண்டிருந்தார்கள். கை காதுக்கு எட்டுகின்ற மாதிரி இருந்தாலும் பள்ளிக்கூடம் படிக்க விருப்பமில்லாத பிள்ளைகள் கை எட்டவில்லை என்று சொல்ல வீட்டுக்குப் போகப் பார்த்தார்கள். உள்ள போய் பார்த்த போதுதான் தெரிந்தது யாரும் பெரிய வாத்தியாரை ஏமாற்ற முடியாதென்று, அவர் கையில் வழுவென்று ஒரு பிரம்பு பின்னிக்கொண்டிருந்தது. நானும் எவ்வளவோ எக்கி எக்கி பார்த்தும் என் கையால் காதைத் தொட முடியவில்லை. “பள்ளிக்கூடம் படிக்கலன்னா தெருத் தெருவா அலைஞ்சு பிள்ள வீனா கெட்டுப் போரும் எப்படியாச்சும் சேர்த்துக்கங்க”ன்னு அப்பா பெரிய வாத்தியாரிடம் கெஞ்சிக் கேட்டார். “சரி இந்த வருசம் பேர் எழுதாம சும்மா பள்ளிக்கூடத்துக்கு வரட்டும் அடுத்த வருசம் பேர் எழுதி ஒன்னாப்பு சேத்துக்கலாம்”னு சொல்லி என்னை கமலா டீச்சர் வகுப்பில் உட்காரச் சொன்னார் பெரிய வாத்தியார்.

இப்போது பிள்ளைகளின் கூட்டம் நிரம்பி வழிந்து கொண்டிருந்தது. பள்ளிக்கூடம் திறக்கும் நேரம் தாண்டியும் பள்ளிக்கூடம் திறக்கவில்லை, பள்ளிக்கூடத்திற்கு பின்பக்கம் இருக்கும் பெரிய வாத்தியார் வீட்டிற்கு ஒவ்வொரு பிள்ளையாக போய்ப்பார்த்து வந்தார்கள், துக்கமும் சந்தோசமும் கலந்த உணர்வில் பள்ளிக்கூடம் பூட்டிக் கிடப்பதைப் பற்றி பிள்ளைகள் ஆர்வமாக ஏதேதோ கதைகளைக் கட்டிக் கொண்டிருந்தார்கள். ‘அரசியல்வாதிகள் யாரும் செத்துப் போயிருப்பாங்களோ’ என்பதுதான் எல்லோரின் யூகமாக இருந்தது. இந்திரா காந்தி, எம். ஜி. ஆர் செத்துப் போயிட்டாங்க... இனி சாகிறதுக்கு யாரு பாக்கியிருக்கா என்று அப்போது ஆட்சியில் இருக்கும் அரசியல்வாதிகளின் பெயர்களை பட்டியலிட்டுக்கொண்டிருந்தார்கள். ஆனால் பெரிய வாத்தியார் வீடும் பூட்டியிருந்ததுதான் பெரிய ஆச்சர்யமாக இருந்தது. நான் வயசுக்கு வந்துவிட்டதால்தான் தாவணி போட்டிருக்கிறேன் என்று என் வகுப்பு தோழிகள் அவர்களாக நினைத்துக்கொண்டு என்னை கேலி செய்தார்கள். நான் இல்லையென்று சொன்னாலும் அவர்கள் நம்பவில்லை. நான் அதை அதோடு விட்டுவிட்டு மூடிக் கிடந்த பள்ளிக்கூடத்தைப் பற்றி யோசிக்க ஆரம்பித்தேன். இரண்டாவது வாசப்படியின் வழிமேல்தான் எட்டாம் வகுப்பு இருந்தது. நான் கதவிடுக்கின்

வழியாக மேஜை பெஞ்சை பார்த்தேன். மேஜையின் கால்கள் மட்டும் கண்ணுக்குத் தெரிந்தன.

கமலா டீச்சர் வகுப்பில் தீபா எனக்குப் பக்கத்தில் உட்கார்ந் திருந்தாள். அவளையும் என்னைப் போலவே பெயர் எழுதாமல் ஒன்னாம் வகுப்பில் சேர்த்துவிட்டிருந்தார்கள். டீச்சர் எங்களை அவங்க காலுக்கு கீழேயே உட்கார வைத்திருந்தார்கள். டீச்சர் போர்டில் எழுதிக்கொண்டிருக்கும்போது நீளமான அவர்களின் கூந்தல் நுனியையே பார்த்துக்கொண்டிருந்தேன். கொரிச்சிவால் போல கொஞ்சமாக இருந்த என் முடி டீச்சரின் முடியைப் போன்று நீண்டு வளரும் நாளை எதிர்பார்த்திருந்தேன். வகுப்பில் மற்ற பிள்ளைகளுக்கும் எங்களுக்கும் எந்த தொடர்பும் இல்லாமல் இருந்தது. எலலோரும் எங்களை பெயர் எழுதாத உப்பு சப்பாணிகள் என்று பட்டப் பெயர் வைத்து கூப்பிட்டார்கள். ரீசஸ் போகும்போது, மதிய சத்துணவு சாப்பிட்டதும் வட்டி கழுவப் போகும்போது என்று எப்போது வகுப்பை விட்டு வெளியே போனாலும் என்னையும் தீபாவையும் சேர்ந்தே போகச் சொன்னாங்க டீச்சர். மழை ஈரம் படிந்த நீல நிற டிசம்பர் பூக்களைப் பறித்து டீச்சரிடம் கொடுத்த நாளில் என் மீதும் தீபாவின் மீதும் டீச்சருக்குப் பிரியம் கூடியது. ஈரம் படிந்த பூக்களைத் தலைக்கு நடுவே பின்னலுக்கு மத்தியில் சொருகிக்கொண்டார்கள். அன்றிலிருந்து டீச்சருக்காக பூக்களைப் பறிக்கத் தொடங்கினோம். டீச்சர் ஏற்கனவே பூ வைத்திருந்தாலும் நாங்கள் கொடுக்கும் பூவை மறுக்காமல் வாங்கி வைத்துக்கொள்வார். மதிய இடைவேளையில் டீச்சர் சாப்பிடும் பழுத்த கொய்யாவை எனக்கும் தீபாவுக்கும் பிய்த்துக் கொடுத்துவிட்டுத்தான் சாப்பிடுவார்கள். அந்த வருசம் நானும் தீபாவும் தமிழில் அ, ஆ இரண்டு எழுத்தையும், கணிதத்தில் 1லிருந்து 10வரை மட்டுமே எழுதப் படிக்க பழகியிருந்தோம். ஆனால் டீச்சர் சொன்ன வலையை கடித்த எலிக்கதை மட்டும் மனசில் ஆழப் பதிந்திருந்தது. எலி தினமும் என் கனவில் வந்து எனக்கு எப்போதும் காசு தராத பாட்டியின் சுருக்குப் பையை கடித்து அதிலிருந்து காசை வெளியே சிதறடித்துக்கொண்டிருந்தது.

அதற்கடுத்த வருசம் முறையாக எங்கள் பெயரை எழுதி கமலா டீச்சர் வகுப்பிலே மீண்டும் படித்தோம். டீச்சர் இந்த வருசம் எங்களை காலுக்கடியில் இல்லாமல் முதல் வரிசையில் உட்கார வைத்திருந்தார்கள். நாங்கள் அவங்க பெஞ்சுக்கு

நேராக இருக்கும் இடத்தில் உட்கார்ந்து கொண்டோம். இப்போது டீச்சரிடம் இன்னும் செல்லம் அதிகமானது. கொய்யாப்பழம் வாங்கி வருவது, டீச்சர் எழுதிப் போடுவதை வேக வேகமாக சிலேட்டில் எழுதி முதல் ஆளாக ரைட் வாங்குவது என்று டீச்சருக்கு இன்னும் விருப்பமான மாணவிகளாகிவிட்டோம். ஒரு தடவை தீபாவின் கண்ணை நான் தெரியாமல் குத்திவிட்டேன் என்பதற்காக அடுத்தநாள் அவள் பாட்டியைக் கூட்டிவந்துவிட்டாள். அவங்க பாட்டி என்னை முறைத்தபடி கோபமாக பேசிக் கைகளை என் கண்ணுக்கு பக்கத்தில் கொண்டுவந்ததும் எனக்குப் பயத்தில் அழுகை முட்டிக்கொண்டு வந்தது. அப்போதுதான் கமலா டீச்சர் வகுப்பிற்குள் நுழைந்தார். பாட்டியை விசாரித்து அனுப்பி வைத்துவிட்டு “அவ தெரியாமத்தான உன் கண்ணைக் குத்துனா. நீங்க ரெண்டு பேரும் சிநேகிதிங்கதானே, அப்புறம் ஏன் வீட்ல போய்ச் சொன்ன” என்று டீச்சர் தீபாவிடம் கேட்டார். அவள் பதிலேதும் சொல்லாமல் சிலேட்டை வாயில் வைத்து கடித்துக்கொண்டிருந்தாள். அன்று முழுவதும் நான் அவளிடம் பேசவில்லை. அப்புறம் டீச்சர்தான் இருவரையும் சமாதானப்படுத்திப் பழம் விடச்செய்தார். இப்படி எங்கள் ஒன்னாம் வகுப்பு ஒரு ஊடலோடும் நிறைய சந்தோசங்களோடும் கழிந்தது.

என் வாழ்வின் மிக மோசமான பள்ளிநாட்கள் இரண்டாம் வகுப்பு படித்த காலம்தான். அந்த வகுப்பில் நான் யாரிடம் படித்தேன் என்றுகூட ஞாபகம் இல்லை. ஒன்றிலிருந்து இரண்டு வரை தரை வகுப்புகள் எந்தத் தடுப்பும் இன்றி நீளமாக ஒரே வரிசையில் இருந்தது. ஒரு வகுப்புக்கும் இன்னொரு வகுப்புக்கும் இடையே கொஞ்சம் இடைவெளி விட்டுப் பிள்ளைகளை உட்கார வைத்திருப்பார்கள். ஒரு வகுப்பிலிருந்து இன்னொரு வகுப்பை உட்கார்ந்த இடத்திலிருந்தே வேடிக்கை பார்க்கலாம். நான் இரண்டாம் வகுப்பு போனாலும் கமலா டீச்சர் வகுப்பையே எட்டி எட்டிப் பார்த்துக்கொண்டிருந்தேன். கமலா டீச்சர் கையில் பிரம்பு இருந்தாலும் அவர் பிள்ளைகளை அடிப்பதில்லை. தரையில் அடித்துத்தான் பிள்ளைகளின் சத்தத்தை அமைதியாக்குவார். ஆனால் இரண்டாம் வகுப்பு டீச்சரோ பளார் பளாரென்று சாத்துகிறார். ஒன்று நான் போகும் வகுப்புக்கெல்லாம் கமலா டீச்சர் வரவேண்டும்

இல்லையென்றால் பள்ளிவாழ்க்கை முழுவதும் ஒன்னாம் வகுப்பே படித்து விடலாம் என்றிருந்தது. ஆனால் கமலா டீச்சருக்கு கொய்யாப்பழம் வாங்கிக் கொடுப்பதையும், நீல டிசம்பர் பூக்களை பறித்துக் கொடுப்பதையும் மட்டும் நான் மற்ற பிள்ளைகளுக்கு விட்டுக் கொடுக்கவில்லை. டீச்சரிடம் இருந்த பிரியம் பூக்கள் வழியாகவும் கொய்யாப்பழம் வழியாகவும் தொடர்ந்து கொண்டிருந்தது. இரண்டாம் வகுப்பில் என்ன படித்தேன் என்று தெரியாமலே நாகராஜ் வாத்தியாரிடம் மூன்றாம் வகுப்புக்கு வந்திருந்தேன்.

இப்போது கமலா டீச்சரை பார்க்க முடியாத அளவிற்கு வகுப்பு பிரிந்து போனது. இவரும் கமலா டீச்சரை போல அன்பாயிருந்தார். ஆனால் தப்பு செய்தால் அடிக்கவும் செய்தார். உள்ளங்கையில் அல்லாமல் கைகளை திருப்பி ஸ்கேலால் அடிப்பார். அவரிடம் அடி வாங்காமல் தப்பிக்கும் அளவிற்கு யாரும் எங்கள் வகுப்பில் தப்பு செய்யாதவர்கள் இல்லை . அல்லது எது சரி எது தவறு என்பதை அறியாமல் இருந்தோம். நானும் ஒருநாள் அவரிடம் அடிவாங்கினேன். நாகராஜ் வாத்தியார் திருக்குறளைச் சொல்லி அர்த்தம் சொல்லிக்கொண்டிருந்தார். பாடத்தை கவனித்துக் கொண்டிருந்த நான் ஏதோ ஒரு புள்ளியில் கவனம் சிதறி, உணவாக எதையோ தூக்கிக்கொண்டு மரவிட்டத்தில் வரிசையாக ஊர்ந்து போன கட்டெறும்புகளை விடாமல் பார்த்துக்கொண்டிருந்தேன். உணவுகளை எடுத்துச் செல்லும் எறும்புகளின் பாதையை எதிர்த்தாப்பில் உணவுகளைப் பொந்தில் சேமித்து வைத்துவிட்டு திரும்பிய எறும்புகள் மறித்து நின்றன. முட்டி மோதிக்கொள்ளும் அவைகளின் சண்டை எனக்கு மேலும் சுவாரசியத்தைக் கிளப்ப வாயைத திறந்து ஆவென்று பார்த்துக்கொண்டிருந்தேன். எப்போதும் ஒரு கண்ணை புத்தகத்திலும் ஒரு கண்ணை பிள்ளைகளை நோக்கியும் வைத்திருக்கும் ஆசிரியர் என்னைக் கவனித்ததில் வியப்பொன்றுமில்லை. பாடத்தில் அவர் கேள்வி கேட்க அப்போதுதான் நான் நினைவுலகிற்கு வந்து வாத்தியார் முன்பு முழித்தபடி நின்றிருந்தேன். என்னை அவர் அடித்த அடியில் தூங்கி வழிந்த பிள்ளைகள் எல்லாம் நிமிர்ந்து உட்கார்ந்தார்கள்.

என்னதான் வாத்தியார்கள் பிரம்புகளை வைத்து மிரட்டிக் கொண்டிருந்தாலும் நாங்கள் செய்வதை செய்து

கொண்டிருந்தோம். மதிய உணவு இடைவேளையின் போது பள்ளிக்கூடத் தோட்டத்தில் புகுந்து கொய்யாக்களையும் மாங்காய்களையும் திருட்டுத்தனமாக பறித்து தின்றோம். பெரிய வாத்தியார் தோட்டத்தில் திரியும் மாணவர்களை துரத்தித் துரத்தியே மூச்சு வாங்கிக்கொண்டிருந்தார். அவர் பிரம்புக்கு எல்லாப் பிள்ளைகளும் சிக்குவதில்லை. பசங்கள் அவர் கைக்குச் சிக்காமல் கண்ணுக்கு எட்டும்வரை உள்ள தோட்டத் தின் மரங்களுக்கிடையே மறைந்துகொள்கிறார்கள். அப்புறமாக எல்லோரையும் துரத்தியடித்ததாக நினைத்துப் பெரிய வாத்தியார் திரும்பியதும், யாருக்கும் தெரியாமல் வகுப்பில் உட்கார்ந்து கொள்கிறார்கள். பசங்கள் தோட்டத்துக்குள் நுழைவதும் பெரியவாத்தியார் துரத்தியடிப்பதும் தினமும் சூரியன் உதித்து மறைவது போன்று வாடிக்கையான செயலாக இருந்தது. பொறுத்துப் பார்த்த பெரிய வாத்தியார் மதிய இடைவேளை முடிந்து பள்ளிக்கூடம் கூடும் பெல் அடிக்கும் வரை பிள்ளைகள் யாரும் பள்ளிக்கூடத்திற்குள் நுழையக் கூடாது என்று தடை போட்டுவிட்டார். பள்ளிக்கூடத்தின் மூன்று வாசல்கதவுகளும் மூடப்பட்டன. பூட்டிய பள்ளிக்கூடம் அதிசயங்களை ஒளித்து வைத்திருக்கும் பாதாள குகையைப் போல உள்ளே நுழையும் ஆவலைத் தூண்டிக்கொண்டிருந்தது. பள்ளியிலேயே சத்துணவு வாங்கிச் சாப்பிடும் பிள்ளைகள் சோத்துத் தட்டை ஏந்தியபடி பள்ளிக்கூடத்திற்கு வெளியே அசோக மரத்தடியில் உட்கார்ந்து சாப்பிட்டார்கள். அப்படியும் பள்ளிக்கூடத்திற்குள் பிள்ளைகள் ஒளிந்திருக்கிறார்களா என்று கையில் பிரம்புடன் ஒவ்வொரு வகுப்பாக தேடிக்கொண்டிருப்பார் பெரிய வாத்தியார். அவர் சாப்பிடச் சென்றதும் முதல் வாசல்படியின் பெரிய தகரக் கேட்டுக்கு மேலே ஏறிக் குதித்து பசங்கள் உள்ளே இறங்கி ஓடுவார்கள். கொஞ்ச நேரத்தில் எல்லாப் பசங்களும் பள்ளிக்கூடத்திற்குள் தான் விளையாடிக்கொண்டிருப்பார்கள். பூட்டிய பள்ளிக்கூடத்திற்குள் திருட்டுத்தனமாக நுழைவதை பசங்கள் சாகசச் செயலாகவே செய்து வந்தார்கள். ஒருத்தன் ரெண்டு பேரை அடிக்கலாம். ஒட்டுமொத்தமாக எல்லோரையும் எப்படிக் கட்டுப்படுத்துவது என்று தெரியாமல் விழித்துக்கொண்டிருப்பார் பெரியவாத்தியார்.

இப்போது நானும் தீபாவும் வேறு வேறு வகுப்பில் படித்தோம். சசிகலா, கீதா, கிருஷ்ணவேணி, தமிழரசி என்று என்னைச் சுற்றி

நிறைய சிநேகிதிகள். இப்போதெல்லாம் பாவாடைக்கு நானே உருவாஞ்சுருக்கு போடக் கற்றுக்கொண்டேன். முன்பெல்லாம் பாவாடைக்கு உருவாஞ்சுருக்கு போடத் தெரியாமல் முடிச்சு போட்டு விடுவேன். அப்புறம் இறுகிப் போய் கையில் கழட்ட வராது. தினமும் குளிக்கும்போது வாயில் வைத்து கடித்துதான் அம்மா முடிச்சை கழட்டிவிடும். வகுப்பில் ஒரு வரிசை பெண் பிள்ளைகள் அடுத்த வரிசை ஆண் பிள்ளைகள் என்று மாற்றி மாற்றி உட்கார வைத்திருப்பார்கள். எனக்குப் பின்னால் ஆண் பிள்ளைகள் வரிசையில் உட்கார்ந்திருந்த, உயரமாக வளர்ந்த காளிதாஸ் அவன் கால் பெருவிரலை நீட்டி என் பாவாடையின் உருவாஞ்சுருக்கை கழட்டியதை அவன் பக்கத்தில் உட்கார்ந்திருந்த செந்தில் என்னிடம் சொல்லிவிட்டான். நான் அழுதுகொண்டே உருவாஞ்சுருக்கை போட்டபடி வாத்தியாரிடம் சொல்ல அவனை ஸ்கேலால் விடாமல் முதுகிலும் தொடையிலும் அடித்து, விட்டத்தைப் பிடித்துத் தொங்கச் சொன்னார் நாகராஜ் வாத்தியார். அன்றிலிருந்து பெண் பிள்ளைகளை ஒரு பக்கமாகவும் ஆண்பிள்ளைகளை இன்னொரு பக்கமாகவும் உட்கார வைத்தார். இன்ஸ்பெக்ஷனுக்கு வந்த வாத்தியார் கேட்ட கேள்விக்கு பதில் தெரியாமல் நின்ற காளிதாஸைப் பார்த்து நான் சிரித்ததும் அவன் என்னை வன்மத்தோடு முறைத்தான். அவனுக்கும் எனக்குமான பகை நீண்டுகொண்டிருந்தது.

நான்காம் வகுப்பு போனபோது 'என்னாடி ஓட்டப்பல்லு முளைச்சிருச்சா' என்று கமலா டீச்சர் கேட்க நான் புதிதாக முழுவதும் முளைத்துவிட்டிருந்த பல்லைக் காட்டிச் சிரித்தேன். இப்போதெல்லாம் டீச்சரை பார்த்துச் சிரிப்பதோடு நின்றுவிட்டது. இப்போது நிலா டீச்சருக்கு வேலை செய்யும் கட்டாயம் வந்துவிட்டதால் கமலா டீச்சருக்கு பூக்களைப் பறித்துக் கொடுக்க முடியவில்லை. அதுவும் இல்லாமல் புது புதுக் கதைகளைப் பேசித் திரிவதில் விருப்பம் அதிகரித்துவிட்டது. பெரிய வாத்தியாரின் ஐந்து பெண்களைப் பற்றியும் அவர்கள் படிப்பு, அழகு பற்றியும் நிறைய பேசிக்கொண்டிருந்தோம். அவர்கள் வீட்டில் எல்லோரும் வேலை பார்த்தார்கள். அதில் மூன்று பெண்கள் எங்கள் பள்ளிக்கூடத்திலேயே டீச்சர் வேலை பார்த்துக்கொண்டிருந்தனர். ஒரு பெண் திருமணமாகி வெளியூரில் இருந்தார். இன்னொரு பெண் கல்லூரியில்

படித்துக் கொண்டிருப்பதாகச் சொன்னார்கள். பெரிய வாத்தியாரின் மனைவியும் எங்கள் பள்ளியில் தலைமை ஆசிரியையாக இருந்தார். பெரிய வாத்தியாரின் பெண்களுள் நிலா டீச்சரும் ஒருவர். அப்போது அவருக்குக் குழந்தை பிறந்திருந்தது. நிலா டீச்சரின் குழந்தையை வேலைக்காரர்கள் பார்த்துக்கொண்டாலும் சிலசமயம் அவர் வகுப்பிலே குழந்தையைத் தொட்டில் கட்டி தூங்க வைத்துவிடுவார். எங்களோடு சேர்ந்து பாடத்தை கேட்டபடி குழந்தை தொட்டிலில் கிடக்கும். குழந்தை அழுதால் ஆட்டி விடுவது. வீட்டுக்குப் போய் குழந்தைக்கு புட்டிபால் வாங்கி வருவது இந்த வேலைகளைச் செய்ய எங்களுக்குள் கடும் போட்டியே நடக்கும்.

பள்ளிக்கூடத்துக்கு போனோம் பாஸானோம் என்பதைத் தாண்டி படிப்பின் முக்கியத்துவத்தை உணர்த்தியவர் ஐந்தாம் வகுப்பு பொன் ராஜ் வாத்தியார்தான். சாதி எதிர்ப்பு, அரசியல், மாணவர்களின் உரிமை என்று பாடத்தில் இல்லாத பலவற்றை சொல்லிக் கொடுத்தார். அபபோதைக்கு அது முழுமையாக புரியவில்லை என்றாலும் அடுத்தடுத்த வகுப்புகளில் அதை புரிந்துகொள்ள வசதியாக இருந்தது.

உடம்புக்கு முடியாமல் பொன்ராஜ் வாத்தியார் பள்ளிக்கு வராமல் போனபோது நாங்கள் சேர்த்து வைத்திருந்த பணத்தில் பெரியவர்களைப் போல பழங்கள் வாங்கிப் போய் அவரைப் பார்க்க அவர் வீட்டுக்குப் போனோம். அப்படிச் செய்ததற்காக வாத்தியார் எங்கள் மீது கோபப்பட்டார். ஒரு ஆப்பிள் பழத்தை மட்டும் எடுத்துக்கொண்டு மீதத்தை எங்களுக்கே திருப்பிக் கொடுத்துவிட்டார். ஐந்தாம் வகுப்பில் பசங்களுக்கும் எங்களுக்கும் எதன் தொடர்பாய் ஆரம்பித்தது என்று தெரியாமல் மிகப் பெரும் போட்டி மனப்பான்மை வளர்ந்து கிடந்தது. வீட்டில் சொந்தக்காரர்களாகவோ, பக்கத்து வீட்டுக்காரர்களாகவோ இருந்தாலும் பள்ளியில் பசங்களும் நாங்களும் எதிரிகளாகத்தான் முட்டிக்கொண்டோம். தினமும் சாயந்திரம் என்னோடு விளையாடும் எங்கள் தெருபசங்களான விஜயகுமாரும், அழகேசனும் வகுப்பறையில் என்னைப் பார்த்து முறைத்தார்கள். பசங்கள் பக்கத்திலிருந்து யார் அடிவாங்கினாலும் நாங்கள் நக்கலோடு சிரித்தோம். அவர்களும் எங்களை வாத்தியாரிடம் மாட்டிவிடுவதில் வெறியாய்

இருந்தார்கள், வகுப்பில் சில வேலைகளை வாத்தியார் பசங்களுக்கும் எங்களுக்கும் பகிர்ந்து கொடுத்திருந்தார்.

வாரத்திற்கு ஒரு நாள் ஊமைத்தளையைப் பிடுங்கி போர்டில் தேய்ப்பது, எழுதியிருக்கும் போர்டை அழித்து சுத்தம் செய்வது பசங்களுக்கும், தினமும் மதியம் வகுப்பறையை கூட்டிப் பெருக்கி சுத்தம் செய்வது, குடிக்க தண்ணீர் எடுத்து வருவது எங்கள் வேலையாகவும் இருந்தது. வகுப்பறையைப் பெருக்குவதற்கு தினமும் இரண்டு இரண்டு பிள்ளைகளாக பிரித்துக்கொண்டு நாங்கள் வேலை செய்தோம். தினமும் எங்களுக்குத் தொந்தரவு கொடுக்கும் விதமாகப் பசங்கள் தன் புத்தகப் பைகளில் பெரிய கருங்கற்களை வைத்துச் சுமையை கூட்டினார்கள். அந்தப் பையை தூக்கி ஒதுக்கி வைப்பதற்கு நாங்கள் கஷ்டப்பட்டோம். வாத்தியாரிடம் இதைப்பற்றி சொன்னதும், "அப்படியா சரி சரி பார்த்துக்கலாம் விடுங்க" என்று பெரிதுபடுத்தாமல் விட்டுவிட்டார். எங்களுக்கு பொன்ராஜ் வாத்தியார் மீது முதன் முதலாக எரிச்சல் வந்தது. ஆனால் அடுத்த நாள் மதியம் நாங்கள் வகுப்பறையைச் சுத்தம் செய்துகொண்டிருக்கும்போது திடீரென்று வாத்தியார் வந்து பைகளை செக் பண்ணினார். எல்லாம் பெரிய பெரிய கல்லாக பைகளில் திணித்து வைத்திருந்தான்கள். மதியம் முதல் வகுப்பு ஆரம்பித்ததும் பசங்களையெல்லாம் ஒரு பீரியட் முழுதும் நிற்கவைத்தார். அதோடு இல்லாமல் வகுப்பறையைச் சுத்தம் செய்வது, தண்ணீர் கொண்டுவருவது ஆகிய வேலைகளைப் பசங்களுக்கும், போர்டை சுத்தம் செய்வது, ஊமைத்தளை தேய்ப்பதை எங்களுக்கும் மாற்றிவிட்டார். அந்த ஆண்டு முழுதும் பசங்கள் விளக்குமாறோடு வகுப்பறையை சுத்தம் செய்து கொண்டிருந்தார்கள் எங்களை முறைத்தபடி.

தரை வகுப்பில் உட்கார்ந்தே பழகிப்போன எங்களுக்கு ஆறாம் வகுப்பில் பெஞ்சில் உட்காருவது ஆரம்பத்தில் உயர்வாகவும், சந்தோசமாகவும் இருந்தது. ஆனால் போகப் போக நிலைமை அப்படி இல்லை. பெஞ்சில் காலை தொங்கப் போட்டு நோட்டை மடியிலேயே வைத்து எழுதுவது கஷ்டமாக இருந்தது. அதற்குத் தரை வகுப்புகளே தேவலாம் போலிருந்தது. எப்போதும் பொடி போட்டுக்கொண்டு காரணமே இல்லாமல் யாரையாவது அடித்துக்கொண்டிருக்கும் ராமர் வாத்தியாரிடம் படித்த ஆறாம் வகுப்பு காலம் சோதனைக் காலம்தான்.

திறக்கப்படாத பள்ளிக்கூடத்தின் கதவுகள் | 349

அவர் எப்போது பாடம் நடத்துவார் எப்போது தூங்குவார் என்றே தெரியாமல் இருந்தது. அவர் தூங்கும்போது பசங்கள் அவருக்குப் பின்னால் போய் டான்ஸ் ஆடினார்கள். ராமர் வாத்தியார் வராத நாட்களில் பக்கத்து வகுப்பு ஆதிசிவன் வாத்தியார் வகுப்பில் போய் உட்கார்ந்து நாங்கள் பாடம் படிப்போம். ஆதிசிவன் வாத்தியார் எங்கள் வகுப்புக்கு வாத்தியாராக வரக்கூடாதா என்று ஏக்கமாக இருக்கும் அவர் சிரிக்கச் சிரிக்க நகைச்சுவையோடு பாடம் நடந்துவார். அவர் பாடம் நடத்துவது இரண்டு வகுப்புகளுக்கு குறுக்கே போட்டிருக்கும் தட்டியைத் தாண்டி எங்கள் வகுப்புக்கும் கணீர் கணீரென்று தெளிவாகக் கேட்கும். எதையாவது எழுதச் சொல்லிவிட்டு ராமர் வாத்தியார் தூங்கும்போது நாங்கள் ஆதிசிவன் வாத்தியார் பாடம் நடத்துவதை தட்டியில் காதை வைத்துக் கேட்போம். எங்கள் பெயர்களைக்கூட நினைவில் வைத்துக்கொள்ளாமல் மாற்றி மாற்றி பெயர்களைச் சொல்லி "உன்னை பெயிலாக்கப் போறேன் பாரு" என்று காரணமில்லாமல் யாரையாவது மிரட்டிக்கொண்டிருக்கும் ராமர் வாத்தியார் வகுப்பைத் தாண்டி ஏழாம் வகுப்பிற்கு வருவதற்குப் போதும் போதுமென்றாகிவிட்டது.

ஏழாம் எட்டாம் வகுப்பு மாணவிகள்தான் தினமும் காலையில் பிரேயர் நடக்கும் இடத்துக்குப் போய் கடவுள் வாழ்த்து பாடவேண்டும். பசங்கள் மாலையில் தேசியகீதம் பாடுவார்கள். ஒட்டுமொத்தப் பிள்ளைகளும் வாத்தியார்களும் ஒன்று சேர்ந்து நிற்கும் இடத்தில் நாங்கள் பாடுவது அதிசயமாக இருந்தது. எல்லோரும் எங்களை முக்கியமானவர்களாக நினைப்பதாக நாங்கள் நினைத்துப் பெருமைப்பட்டோம். ரங்கமணி வாத்தியாரின் வகுப்பு கமலா டீச்சர் வகுப்பில் இருந்த நாட்களை நினைவுபடுத்தியது. படிப்புக்கு மட்டும் முக்கியத்துவம் கொடுக்காமல் வெள்ளிக்கிழமை நடக்கும் மாணவர் மன்றத்தில் நாடகத்தில் பங்கேற்பது, பொதுக் கேள்விகளுக்கு விடையளிப்பது போன்ற பல உலக விசயங்களுக்கு எங்களை ரங்கமணி வாத்தியார் தயார்படுத்தினார். அந்தக் காலக்கட்டத்தில்தான் பெரிய வாத்தியாரின் மூன்றாவது பெண்ணான லட்சுமி டீச்சரைப் பற்றியும் எட்டாம்வகுப்பு வாத்தியாரான துரைச்சாமி வாத்தியாரைப் பற்றியும் பள்ளிக்கூடத்தில் பொறணி பரவியது.

இருவரும் சிரித்துச் சிரித்துப் பேசிக் கொள்வதாகவும் ரகசிய ஜாடைகளை பரிமாறிக்கொள்வதாகவும் வாத்தியார் டீச்சர் முதல் பிள்ளைகள்வரை எல்லோரும் பேசினார்கள். லட்சுமி டீச்சருக்கு திருமணமாகி இருந்தது. குழந்தை இல்லை, கணவர் பைக் விபத்தில் இறந்து போயிருந்தார். துரைச்சாமி வாத்தியாருக்கும் ஏற்கனவே திருமணமாகி மனைவி குழந்தைகள் இருந்ததால் அவர்களின் காதல் கல்யாணம் வரை போகாமல் வெறும் கிசுகிசு அளவில் இருந்தது.

காலை பத்து மணிக்கு மேலாகியும் பள்ளிக்கூடம் திறக்காததால் புதிதாக பள்ளிக்கூடத்தில் சேரவந்த பிள்ளைகளும் அவர்களைக் கூட்டிவந்த பெற்றோர்களும் வீடு திரும்பிக் கொண்டிருந்தார்கள். இப்போது பிள்ளைகள் மத்தியில் ஒரு பேச்சு அடிபடத் தொடங்கியது துரைச்சாமி வாத்தியாரும் லட்சுமி டீச்சரும் நேற்றே ஊரைவிட்டு ஓடிப் போய்விட்டார்களாம். இதை எல்லா வாத்தியார் டீச்சருக்கும் பெரியவாத்தியார் தெரியப்படுத்தி அவர்கள் யாரையும் பள்ளிக் கூடத்திற்கு வர வேண்டாம் என்று சொல்லிவிட்டிருக்கிறார். துரைச்சாமி வாத்தியாருக்கு திருமணமாகி இருந்ததால் போலிஸ் ஸ்டேஷனில் பஞ்சாயத்து நடப்பதாகச் சொன்னார்கள். இனிமேல் இன்று பள்ளிக்கூடம் திறக்காது என்று தெரிந்ததும் ஒவ்வொரு பிள்ளைகளாக வீடு நோக்கி புறப்பட்டனர். நானும் பள்ளிக்கூடத்தை திரும்பிப் பார்த்தபடி வீட்டுக்குக் கிளம்பினேன். நான் வீட்டுக்குள் நுழைவதற்கு முன்பே எங்கம்மாவிற்கு சேதி தெரிந்திருந்தது. “இந்த கூத்து எங்கயாச்சு நடக்குமா? வாத்தியார் டீச்சரே காதல் கீதல்ன்னு கூட்டுக்கு ஓடுனா பொம்பளப் பிள்ளைகள எப்படி பள்ளிக்கூடத்துக்கு அனுப்புறது” என்று அப்பாவிடம் சொல்லிக்கொண்டிருந்தது.

அடுத்த நாளும் அதற்கடுத்த நாளும் பள்ளிக்கூடம் பூட்டியே கிடந்தது. சட்டப்படி லட்சுமி டீச்சரும் துரைச்சாமி வாத்தியாரும் திருமணம் செய்துகொள்ள முடியாமல் போய்விட்டதால் லட்சுமி டீச்சர் வீட்டுக்குத் திரும்பி விட்டார். பெரிய வாத்தியார் லட்சுமி டீச்சரை வேறு ஊருக்கு சொந்தக்காரரர்கள் வீட்டுக்கு அனுப்பி விட்டார். பள்ளிக்கூடத்தை பெரிய வாத்தியார் சொந்தமாக நடத்துவதால் அவரே சில முடிவுகளை தன்னிச்சையாக எடுத்தார். துரைச்சாமி வாத்தியாரை வேலையிலிருந்து நீக்கினார். அதோடு

அவரை எந்தப் பள்ளியிலும் சேர்க்கக் கூடாது என்று கல்வி மேலிடத்திடம் கேட்டுக் கொண்டார். அதுபடி துரைச்சாமி வாத்தியார் டிஸ்மிஸ் செய்யப்பட பள்ளிக்கூடத்தின் எல்லா வாத்தியார் டீச்சரும் துரைச்சாமி வாத்தியாருக்கு ஆதரவாக வேலை நிறுத்தத்தில் ஈடுபட்டார்கள். ஆனால் பெரிய வாத்தியார் பள்ளிக்கூடத்தை மூடினாலும் மூடுவேனே தவிர துரைச்சாமி வாத்தியாரை மீண்டும் வேலைக்குச் சேர்க்க முடியாது என்று சொல்லிவிட்டார்.

இப்படியே இரண்டு வாரங்களைத் தாண்டி பள்ளிக்கூடம் மூடிக்கிடக்க பெற்றோர்கள் கொதித்தெழுந்து விட்டார்கள். 'ஒன்னு பள்ளிக்கூடத்தை நடத்து, இல்லன்னா டி.சியைக் குடு' என்று பெரிய வாத்தியார் வீட்டு முன்பு குவிந்துவிட அவர் ஒரு முடிவுக்கு வந்தார். பள்ளிக்கூடத்தை மூடி விடுவது என்ற முடிவுதான் அது. சான்றிதழை வாங்கிய எங்கள் பள்ளிக்கூட பிள்ளைகள் அரசினர் கள்ளர் பள்ளியிலும், பூங்கா பள்ளியிலும், என்.எஸ்.கேபி பொன்னையா கவுண்டர் பள்ளியிலும் என்று திசைக்கொன்றாகப் பிரிந்து போனார்கள். என்னுடைய சான்றிதழை வாங்கவே வர மறுத்துவிட்டார்கள் அம்மாவும் அப்பாவும். அவர்களை கெஞ்சியும் பின்பு கோபத்தோடும் கூப்பிட்ட எனக்கு அடிதான் கிடைத்தது. "ஏதோ இந்த ஒரு வருசம் படிக்கட்டும்ன்னு நெனைச்சோம். அவங்களா பள்ளிக்கூடத்தை மூடிட்டாங்க. அதுக்கு நாங்க என்னா செய்யிறது? பேசாம வீட்லருந்து வேலையைப் பாரு" என்று சொல்லிவிட்டார்கள். அதுவும் இல்லாமல் வேறு பள்ளிக்கூடத்தில் சேர வேண்டுமானால் புதிதாக யூனிபார்ம் தைக்க வேண்டும். அதற்குக் கையில் பணமில்லை. ஒரு வருசத்திற்கு படிக்கப் புதிதாக யூனிபார்ம் தைப்பது வெட்டிச் செலவு என்று பல காரணங்களைச் சொன்னார்கள். கடைசிவரை மேஜை வகுப்பில் உட்காராமல் என் பள்ளிக்கூட வாழ்க்கை முடிந்து போனது. எப்போதாவது பள்ளிக்கூடம் வழியாகப் போக நேர்ந்தால் மூடிக்கிடக்கும் பள்ளிக்கூடத்திலிருந்து அதே பழைய பள்ளிக்கூட வாசனையை உணர முடிகிறது.

○○○